புவியீர்ப்புக் கட்டணம்

புலியீர்ப்புக் கட்டணம்

அ. முத்துலிங்கம் (பி. 1937)

அ. முத்துலிங்கம் இலங்கையின் கொக்குவில் கிராமத்தில் பிறந்து வளர்ந்தவர். கொழும்பு பல்கலைக்கழகத்தில் விஞ்ஞானப் படிப்பை முடித்தபின், இலங்கையின் சாட்டர்ட் அக்கவுன்டன்ட் படிப்பையும் இங்கிலாந்தின் சாட்டர்ட் மனெஜ்மெண்ட் படிப்பையும் பூர்த்திசெய்து இலங்கை யிலும் ஆப்பிரிக்காவிலும் இன்னும் பல நாடுகளிலும் ஐ.நாவுக்காகப் பணிபுரிந்தவர். 2000இல் ஓய்வுபெற்று, மனைவி ரஞ்சனியுடன் கனடாவில் வசிக்கிறார்.

பிள்ளைகள்: சஞ்சயன், வைதேகி. வைதேகியின் மகள்தான் அடிக்கடி இவர் கதைகளில் வரும் அப்ஸரா.

அறுபதுகளில் எழுத ஆரம்பித்து இன்றும் இவருடைய பணி தொடர்கிறது. சிறுகதை, கட்டுரை, நேர்காணல், நாடகம், விமர்சனம், நாவல் என எழுதிவருகிறார்.

மு. இராமனாதன் (பி. 1959)

தொகுப்பாசிரியர்

பொறியாளர் – ஹாங்காங்கின் பதிவு பெற்ற பொறியாள ராகவும் பிரிட்டனின் சார்டர்ட் பொறியாளாராகவும் பட்டம் பெற்றவர்.

எழுத்தாளர் – பொறியியல், கிழக்காசிய அரசியல், சமூகம், தமிழிலக்கியம் முதலான பொருள்களில் எழுதி வருகிறார். இவரது பதிப்பில் இரண்டு நூல்கள் வெளியாகியுள்ளன. ஹாங்காங் இலக்கிய வட்டம் நடத்திய 25 கூட்டங்களின் பதிவுகள் அடங்கிய 'இலக்கிய வெள்ளி' (2008); பர்மாவிலிருந்து புலம் பெயர்ந்த செ. முஹம்மது யூனுஸின் அனுபவங்களைக் கொண்ட 'எனது பர்மா குறிப்புகள்' (காலச்சுவடு, 2009).

சொந்த ஊர் சிவகங்கை மாவட்டம், அரியக்குடி. இப்போது சென்னையில் வசிக்கிறார்.

அ. முத்துலிங்கத்தின் நெடு நாளைய வாசகர். அவரது படைப்புகளைக் குறித்து தொடர்ந்து எழுதியும் வருகிறார்.

அ. முத்துலிங்கம்

புவியீர்ப்புக் கட்டணம்

தொகுப்பாசிரியர்
மு. இராமநாதன்

காலச்சுவடு பதிப்பகம்

● அன்பார்ந்த வாசகருக்கு,
வணக்கம்.

காலச்சுவடு நூலை வாங்கியமைக்கு நன்றி.

நூலின் உள்ளடக்கம், உருவாக்கம், அட்டைப்படம் இன்ன பிற அம்சங்கள் பற்றிய உங்கள் கருத்துகளையும் ஆலோசனைகளையும் காலச்சுவடு வரவேற்கிறது. தகவல், எழுத்து, வாக்கியப் பிழைகள் தென்பட்டால் கட்டாயம் தெரிவித்து உதவுங்கள். நூல் தயாரிப்பில் கடும் குறைபாடு இருப்பின் மாற்றுப் பிரதி உங்களுக்குக் கிடைக்கக் காலச்சுவடு ஏற்பாடு செய்யும்.

மின்னஞ்சல்: publisher@kalachuvadu.com

காலச்சுவடு நாகர்கோவில் தலைமையகத்துக்கும் கடிதம் அனுப்பலாம்.

தங்கள்
எஸ்.ஆர். சுந்தரம் (கண்ணன்)
பதிப்பாளர் — நிர்வாக இயக்குநர்

புவியீர்ப்புக் கட்டணம் ♦ சிறுகதைகள் ♦ ஆசிரியர்: அ. முத்துலிங்கம் ♦ ©அ. முத்துலிங்கம் ♦ முதல் பதிப்பு: ஜனவரி 2022, இரண்டாம் (குறும்) பதிப்பு: டிசம்பர் 2022 ♦ வெளியீடு: காலச்சுவடுபப்ளிகேஷன்ஸ் (பி) லிட்., 669, கே.பி. சாலை, நாகர்கோவில் 629001

puviyiirppuk kaTTaNam ♦ ShortStories ♦ Author: A. Muttulingam ♦ © A. Muttulingam ♦ Language: Tamil ♦ First Edition: January 2022, Second (Short) Edition: December 2022 ♦ Size: Demy 1 x 8 ♦ Paper: 18.6 kg maplitho ♦ Pages: 264

Published by Kalachuvadu Publications Pvt. Ltd., 669, K.P. Road, Nagercoil 629001, India ♦ Phone: 91-4652-278525 ♦ e-mail: publications @kalachuvadu.com ♦ Printed at Clicto Print, Jaleel Towers, 42 KB Dasan Road, Teynampet Chennai 600018

ISBN: 978-93-5523-171-0

12/2022/S.No.1066, kcp 4091, 18.6 (2) rss

சமர்ப்பணம்

நியூயோர்க் நகரில் உள்ள ஸ்டோனி ப்ரூக் பல்கலைக் கழகத்தில் தமிழ் இருக்கை அமைக்கும் முயற்சியில் பல்லாண்டுகள் போராடி வெற்றியீட்டியவர். தன் சொந்த செலவில் தமிழ் இருக்கையை நிறுவிய தமிழ் பற்றாளர். புரவலர்.

தமக்கென முயலா தோன்தாள்
பிறர்க்கென முயலுநர்.

முனைவர் பாலா சுவாமிநாதன். அவரின் இணை பிரபா சுவாமிநாதன்.

இருவருக்கும் இந்நூல்.

நன்றி

மு. இராமனாதனை பல வருடங்களாக அறிவேன். மிகுந்த வேலைப் பளுவுக்கிடையே நேரம் ஒதுக்கி அனைத்து சிறுகதைகளையும் படித்து இந்நூலுக்காக தேர்வு செய்தது அவர்தான். அத்துடன் முன்னுரை என்று ஓர் ஆய்வுக்கட்டுரையே எழுதிவிட்டார். அவருக்கு என் நன்றி.

இத்தொகுப்பை செம்பதிப்பாக கொண்டு வரவேண்டு மென்று கடுமையாக உழைத்த காலச்சுவடு கண்ணனை இந்நேரத்தில் நன்றியுடன் நினைக்கிறேன். தொடர்ந்து என்னுடன் பலநாட்கள் உரையாடி நான் எழுதும் சிறுகதைகள், நாவல்களின் வளர்ச்சியில் முக்கிய பங்காற்றிய கனடா கந்தசாமி கங்காதரனுக்கு என் அன்பும் நன்றியும். மற்றும் அட்டைப்படம் அமைத்தவர், வடிவமைப்பு செய்தவர், மெய்ப்பு பார்த்தவர்களையும் மறக்கமுடியாது.

பொருளடக்கம்

முன்னுரை: முத்துலிங்கத்தின் மூன்று உலகங்கள்	11
ஒட்டகம்	21
மகாராஜாவின் ரயில் வண்டி	33
நாளை	44
தொடக்கம்	50
விருந்தாளி	60
கறுப்பு அணில்	70
ஐந்தாவது கதிரை	81
தில்லை அம்பலப் பிள்ளையார் கோயில்	91
கொழுத்தாடு பிடிப்பேன்	103
அடுத்த புதன்கிழமை உன்னுடைய முறை	113
தாழ்ப்பாள்களின் அவசியம்	123
பத்து நாட்கள்	132
புவியீர்ப்புக் கட்டணம்	140
மட்டுப்படுத்தப்பட்ட வினைச்சொற்கள்	150
மயான பராமரிப்பாளர்	160
அமெரிக்கக்காரி	171
தீர்வு	184
எல்லாம் வெல்லும்	195

சூனியக்காரியின் தங்கச்சி	209
பிள்ளை கடத்தல்காரன்	217
நிலம் எனும் நல்லாள்	225
ஆதிப் பண்பு	233
மண்ணெண்ணெய் கார்காரன்	242
கடவுச்சொல்	251
ஆட்டுப்பால் புட்டு	258

முன்னுரை

முத்துலிங்கத்தின் மூன்று உலகங்கள்

அவள் பெயர் பொன்னி. வயது பதின்மூன்று. தொழில்: வேலைக்காரச் சிறுமி. களம்: யாழ்ப்பாணத் துக்கு அருகே ஒரு சிற்றூர். காலம்: ஜார்ஜ் மன்னர் படம் போட்ட ரூபாய்த் தாள்கள் புழக்கத்தில் இருந்த காலம். சுருட்டி விடும் கான்வாஸ் திரைகள் கொண்ட ஆஸ்டின் கார் ஓடிய காலம். அந்த வீடு பொன்னியைச் சுற்றித்தான் இயங்கியது. பாரதியின் சேவகன் போல அவள்தான் வீட்டைப் பெருக்கினாள்; உணவு சமைத்துத் துணி துவைத்து, பாத்திரம் கழுவினாள். அம்மாவின் வேலைகள், அப்பாவின் ஆணைகள், கதை-சொல்லிச் சிறுவனின் ஆக்கினைகள் என்று பலதைச் சமாளித்தாள். எஞ்சிய நேரத்தில் அடுப்படியில், நெருப்புத் தணல் அணைந்துபோன விறகு அடுப்புக்குப் பக்கத்தில் படுத்துக்கொண்டாள்.

அவர் பெயர் சிவபாக்கியம். வயது 70. தொழில்: இலங்கையில் இருந்தபோது இன்னொருவர் வீட்டுத் தரையைக் கூட்டுவதையும் துடைப்பதையும் மினுக்குவதையும் செய்துகொண்டிருந்தார். களம்: நியூயார்க்கிலிருந்து 80 மைல் தூரத்தில் இருக்கும் ஒரு முதியோர் காப்பகம். காலம்: சமகாலம். அந்தக் காப்பகத்தில் அவருக்கு எல்லா வசதிகளும் இருந்தன. வெளியே போகலாம் வரலாம். கடன் அட்டையில் என்னவும் வாங்கலாம். ஆனால் அவரால்

சந்தோசமாக இருக்க முடியவில்லை. மகள் திரௌபதிதான் அம்மாவை அமெரிக்கா வருவித்தாள். இப்போது அவள் பெயர் ரிபெக்கா. புலமைப் பரிசிலில் படிப்பதற்காக அமெரிக்கா வந்தவள் பெஞ்சமினைக் காதலித்து மணந்துகொண்டாள். யூத மதத்துக்கு மாறிவிட்டாள். சிவபாக்கியம் வந்தபோது பேரன் ஆப்பிரஹாமிற்கு வயது நாலு. அவனுடைய ஒன்பதாவது வயதில்தான் அம்மாவை இந்தக் காப்பகத்தில் சேர்த்துவிட்டாள் மகள். அதற்கு நிறையக் காரணங்கள். அம்மா யூதர்களுக்குத் தடை செய்யப்பட்ட இறாலைப் பேரனுக்குப் புகட்டிவிட்டாள். கைதவறி விழுந்த உணவை அவளே சுத்தம் செய்தாள்; அதற்கு மகள் வேலைக்காரர்களை நியமித்திருப்பதை மறந்துவிட்டாள். முக்கியமாக மகள் மறக்க விரும்பிய ஒரு பழைய வாழ்க்கையை, அம்மா தன் இருப்பின் மூலம் நினைவூட்டிக் கொண்டிருந்தாள்.

அவள் பெயர் மைமூன். இளம் வயது. காலம்: எழுபதுகளாக இருக்கலாம். களம்: சோமாலியாவில் ஒரு குக்கிராமம். தொழில்: புல்லினாலும் நாரினாலும் இறுக்கிப் பின்னிய குடத்தை முதுகிலே சுமந்து, காட்டுப் பாதையில் எட்டு மைல் தூரம் போய் நித்திய நியமமாக தண்ணீர் பிடித்து வரவேண்டும். விறகு பொறுக்கிச் சமைக்க வேண்டும். சுரைக்குடுவையில் ஒட்டகப் பால் கறக்க வேண்டும். மீதமிருக்கும் பாலைச் சந்தைக்கு எடுத்துச் செல்ல வேண்டும். மைமூன் அலிசாலாவைக் காதலிக்கலாமா என்று தீவிரமாக யோசிக்கிறாள். ஆனால் தொலைதூரத்தில் உள்ள ஒரு கிராமத்தில் இருந்து வந்த, அந்த ஊர் குடித்தலைவரும், ஐம்பது ஒட்டகங்களைச் சீராகத் தர முன்வந்தவருமான ஐம்பது வயதுக்காரரை அவள் மறுப்புச் சொல்லாமல் மணந்து கொள்கிறாள். ஏன் என்பது கதையின் முடிவில் தெரியவரும்.

இந்த மூன்று பெண்கள் மீதும் நமது சமூகம் கரிசனத்தோடு நடந்து கொள்ளவில்லை. இது ஒற்றுமை. இவர்கள் வெவ்வேறு கால கட்டத்தின் கதை மாந்தர்கள். வெவ்வேறு வயதினர். தமிழ் இலக்கணப்படி பொன்னி ஒரு பெதும்பை, மைமூன் அரிவை, சிவபாக்கியம் பேரிளம்பெண். இவை வேற்றுமைகள். இன்னொரு வேற்றுமையும் இருக்கிறது. அதுதான் முக்கியமானது. கதை நடக்கும் களம். அவற்றின் அயற்தன்மை.

பொன்னியின் கதைக் களம் தமிழ் மண்ணில் தொடங்கி தமிழ் மண்ணில் முடியும். அது தமிழ் வாசகனுக்குப் பரிச்சயமானது. சிவபாக்கியத்தின் வேர்கள் இலங்கையில் பரவி இருந்தாலும், கதை நியூயார்க்கில் நடக்கிறது. அங்கே பேர்ச் மரம் வெள்ளையடித்தது போல இருக்கும். ஆஷ் மரப்பட்டைகள் சாய் சதுரமாக இருக்கும். செப்டம்பர் மாதத்தில் இலைகள் நிறம் மாறும். ஐந்துகோண மேப்பிள்

இலை அவசரமாகவும் ஓக் இலைகள் நிதானமாகவும் நிறம் மாறும். இவற்றோடு தமிழ் வாசகனுக்கு அறிமுகமில்லை. கதையில் ஊடாடி வரும் யூதக் கலாச்சாரமும் அவனுக்கு அந்நியமானது. எனினும், சிவபாக்கியத்தை அவன் அறிவான். அவளது மன அவசங்கள் அவனுக்குப் புரியும். ஆனால் மைமூன் தமிழ்க் கதையுலகுக்குப் புதியவள். அவளது ஆடுகளின் மேய்ச்சல் நிலம் புதிது. அவள் தண்ணீர் எடுக்கப் போகும் வழியில் வரும் அகாஸிய முள்மரங்களும், ஆள் உயரக் கத்தாளைகளும் பயந்த சுபாவம் கொண்ட பற்றைகளும் புதியவை. ஒரு வறட்சிக் காலத்தில் வழிப்போக்கர்களாக வந்த ஒரு தாயும் அவளது குழந்தையும் குடிக்கத் தண்ணீர் கிடைக்காமல் அலைந்து திரிந்து குர்ரா மரத்தின் நிழலில் உயிரை விட்ட கதையை அவன் இதற்கு முன்பு கேட்டிருக்க மாட்டான். மைமூன் ஒரு ஐம்பது வயதுக்காரனை மணக்கச் சம்மதித்ததின் பின்னுள்ள நியாயம் அவனுக்குப் புதிதாக இருக்கும்.

முத்துலிங்கத்தின் கதைகள் இந்த மூன்று களங்களாலும் ஆனவை. அவரது கதைகளின் வெளி இப்படியான மூன்று உலகங்களால் ஆனது என்றும் சொல்லலாம். இரண்டாம் வகைக் கதைகள் அயலில் நடப்பவை. அதனால் அயற்தன்மை உடையவை. எனில் அதில் வரும் தமிழ்க் கதை மாந்தர்கள் கதையைத் தமிழ் வாசகனுக்கு நெருக்கமாக்குகிறார்கள். ஆனால் மூன்றாம் வகைக் கதைகள் அயல் நாடுகளில் அயல் நாட்டு மாந்தர்களால் செலுத்தப்படுபவை. அவை களனாலும் மாந்தர்களாலும் அயற்தன்மை பெறுகின்றன. எனில், தமிழ் மண்ணில் தமிழ் மாந்தர்கள் பங்கு பெறும் முதல் வகைக் கதைகளிலும் ஓர் அயற்தன்மை உள்ளது. அது காலம். முத்துலிங்கத்தின் முதல் வகைக் கதைகள் காலத்தால் முந்தியவை. இப்படி மூன்று வகைக் கதைகளும் காலத்தாலோ இடத்தாலோ அயற்தன்மை பெறுகின்றன. இது ஆசிரியர் தனக்குத் தானே வருத்திக்கொண்ட சவால். ஆனால் அப்படியொரு கயிற்றில் நடக்கிற யத்தனம் தெரியாமல் கதையைக் கொண்டு செல்கிற லாவகம் இந்த வித்தைக்காரரிடம் இருக்கிறது.

சத்யஜித் ரேயின் சரிதத்தை எழுதிய ஆண்ட்ரூ ராபின்சன் இப்படிச் சொல்கிறார்: ‘படைப்பு உருவான காலம், படைப்பு உருவான இடம் இரண்டையும் மேதை அழித்து விடுகிறான்’. இதன் பொருள் இடமும் காலமும் படைப்பில் இராது என்பதல்ல. அவை இருக்கும். துலக்கமாகத் தெரியலாம். தெரியாமலும் போகலாம். ஆனால் அவற்றை மீறி மேதையின் படைப்புகள் வாசகப் பரப்பில் நிலைத்திருக்கும். அது ‘ப’ வடிவ இரும்புத் தண்டை ஆஸ்டின் காரின் முன் துளையில் நுழைத்து பலம் கொண்டமட்டும் சுழற்றி காரை ஸ்டார்ட் செய்கிற காலமாக இருந்தாலும், வேரோடு பிடுங்கிய சோளப் பயிர்களை அசைத்து அயலூர்காரர்களை வரவேற்கும் சோமாலியாக்

கிராமமாக இருந்தாலும், நீரினங்களில் செதில் உள்ளவற்றை மட்டுமே உண்ணும் யூதக் கலாச்சாரமாக இருந்தாலும், அந்தக் கதைகளின் அயற்தன்மை தெரியாமல் அவற்றை முத்துலிங்கத்தால் தமிழ் வாசகனுக்குப் பரிமாற முடிகிறது. ஆகவே அவை வாசகப் பரப்பில் நிலைக்கின்றன; கிளாசிக் படைப்புகள் ஆகின்றன.

○○○

அ. முத்துலிங்கத்தின் விக்கிப்பீடியா பக்கத்தில் அவரைப் பற்றிய அறிமுகம் இப்படித் தொடங்குகிறது: "1937 சனவரி 19இல் இலங்கை கொக்குவில் கிராமத்தில், அப்பாத்துரை, ராசம்மா தம்பதிகளுக்குப் பிறந்தவர்." விஞ்ஞானம் படித்தார். சார்டட் அக்கவுண்டண்ட் ஆனார். தனது முதல் கதையை 1958இல் எழுதினார். கலாநிதி கைலாசபதியால் தூண்டுதல் பெற்றார். 1964இல் 'அக்கா' சிறுகதைத் தொகுப்பை வெளியிட்டார். ஈழ இனப்பிரச்சனை காரணமாக சியோரா லியான் சென்றார். உலக வங்கியிலும், ஐக்கிய நாடுகள் அவையிலும் முக்கியப் பொறுப்புகள் வகித்தார். ஆப்பிரிக்காவிலும் மேற்காசிய நாடுகளிலும் பணியாற்றினார். ஆனால் அந்தப் பணிக்காலத்தின் பெரும் பகுதியில் அவர் கதை எழுதவில்லை. அந்த அனுபவங்களை எல்லாம் ஒரு கருமியைப் போல் சேமித்துக் கொண்டிருந்தார். நீண்ட முப்பதாண்டுகளுக்குப் பிறகு 1994இல் தனது சேகரத்திலிருந்தவற்றைச் செலவாக்கத் தொடங்கினார். இவரது இரண்டாவது சிறுகதைத் தொகுப்பு 'திகட சக்கரம்' (1995). அடுத்து வெளியானவை: 'வம்ச விருத்தி' (1996), 'வடக்கு வீதி' (1998). அதுகாறும் வெளியான கதைகள் 41. ஆனால் இந்தத் தொகை நூலில் அவற்றிலிருந்து இடம் பெறுவது ஒரு கதைதான் ('ஒட்டகம்').

அந்த 41 கதைகளில் பல மாணிக்கங்கள் உள்ளன. "குழந்தமையின் பார்வை வழியாக ஒரு சமூகக் கொடுமை அல்லது குடும்ப அவலம் விவரிக்கப்படும்போது அது கூடுதலான அழுத்தத்தோடு மனதில் பதிகிறது" என்று பாவண்ணனால் சிலாகிக்கப்பட்ட 'அக்கா' அவரது ஆரம்ப காலக் கதைகளில் முக்கியமானது. 1997இல் இந்தியா டுடே இதழில் வெளியான 'விசா', 'இலக்கியச் சிந்தனை'யால் அந்த ஆண்டின் சிறந்த சிறுகதையாகத் தெரிவு செய்யப்பட்டது. வம்ச விருத்தி தொகுப்பு தமிழ் நாடு அரசின் பரிசையும், வடக்கு வீதி தொகுப்பு இலங்கை அரசின் சாகித்திய விருதையும் பெற்றவை. எனினும் முத்துலிங்கத்தின் ஆரம்பகாலச் சிறுகதைகள் பொங்கித் ததும்புபவை, நிறைந்து வழிபவை. எனில், புத்தாயிரமாண்டிற்குப் பிறகு அவர் எழுதிய கதைகள் அடர்த்தியானவை, செறிவானவை, வார்த்தை வார்த்தையாய் வரி வரியாய்ச் செதுக்கப்பட்டவை. அவரது 'தொடக்கம்' என்கிற கதையில் சேகர் பால்கான் என்று ஒரு பறவை வரும். ரஷ்யாவின் வடகிழக்கு மூலையில் இருந்து

குளிர்கால ஆரம்பத்தில் இது புலம் பெயரும். தெற்கு ஆப்பிரிக்கா வரைக்கும் பறந்து வந்து வசந்தம் வரும் வேளைகளில் திரும்பிவிடும். ஐயாயிரம் மைல்கள் இதற்கு ஒரு பொருட்டல்ல. சூரியனையும், நட்சத்திரங்களையும் வைத்து திசையறிந்து செல்லும். சரி கணக்காக வந்து கணக்காகத் திரும்பிவிடும். முத்துலிங்கத்தின் 2000க்குப் பிறகான கதைகளும் அப்படித்தான். அவை இலக்கை நோக்கிச் சரி கணக்காகப் பயணிக்கும். கதை கட்டுச் செட்டாக இருக்கும்.

2000இல் முத்துலிங்கம் பணியிலிருந்து ஓய்வு பெற்றார். அது முதல் கனடாவில் வசித்து வருகிறார். அவரது பணி ஓய்விற்கும் படைப்பின் செழுமைக்கும் ஏதேனும் தொடர்பு உண்டா என்பது தெரியவில்லை. அவரது படைப்பின் உச்சம் என்று 'மகாராஜாவின் ரயில் வண்டி' (காலச்சுவடு பதிப்பகம், 2001) தொகுப்பைச் சொல்லலாம். 2003இல் அவர் எழுதிய கதைகளின் எண்ணிக்கை 75 ஆனது. 'அ. முத்துலிங்கம் கதைகள்' (தமிழினி, 2003) எனும் தலைப்பில் அவை நூலாகின. அடுத்தடுத்து வெளியான தொகுப்புகள்: 'அமெரிக்கக்காரி' (காலச்சுவடு பதிப்பகம், 2009), 'குதிரைக்காரன்' (காலச்சுவடு பதிப்பகம், 2012), 'பிள்ளை கடத்தல்காரன்' (காலச்சுவடு பதிப்பகம், 2015), 'ஆட்டுப்பால் புட்டு' (நற்றிணைப் பதிப்பகம், 2016), 'இங்கே நிறுத்தக் கூடாது' (நற்றிணைப் பதிப்பகம், 2019) அகியவை. 1958 முதல் இதுவரை முத்துலிங்கம் எழுதிய கதைகள் 150ஐத் தாண்டும். இவற்றிலிருந்து சராசரியாக ஆறில் ஒரு கதை தேர்ந்தெடுக்கப்பட்டு, அவை இந்தத் தொகை நூலில் இடம் பெறுகின்றன.

முத்துலிங்கம் அடிப்படையில் சிறுகதைக்காரர். எனில், இரண்டு நாவல்களும் எழுதியிருக்கிறார். முதலாவது, 'உண்மை கலந்த நாட்குறிப்புகள்' (உயிர்மை பதிப்பகம், 2008). சுயசரிதைத் தன்மையுடையது. இதில் 46 அத்தியாயங்கள் உள்ளன. இவற்றைப் 46 சிறுகதைகளாகப் படிக்கலாம். தொடர்ச்சியாகப் படித்தால் நாவலாகிவிடும். அடுத்தது, 'கடவுள் தொடங்கிய இடம்' (விகடன் பிரசுரம், 2014). ஈழத் தமிழர்கள் சிலர் அகதிகளாக இடம் பெயர்ந்த கதைகளைச் சொல்வது. இதையும் சிறுகதைகளாகப் படிக்கலாம். எனில் இவை இரண்டையும் நாவல் என்று ஆசிரியரே வகைப்படுத்திவிட்டதால் இந்தத் தொகை நூலுக்காக இவை கணக்கில் கொள்ளப்படவில்லை.

இவரின் கட்டுரைகள் பலவும் புனைவின் சாயல் கொண்டவை. இவரது கட்டுரைத் தொகுப்புகள் வருமாறு: 'அங்கே இப்ப என்ன நேரம்?' (தமிழினி, 2005), 'பூமியின் பாதி வயது' (உயிர்மை பதிப்பகம், 2007), 'அமெரிக்க உளவாளி' (கிழக்கு பதிப்பகம், 2010), 'ஒன்றுக்கும் உதவாதவன்'(உயிர்மை பதிப்பகம், 2011), 'தோற்றவர் வரலாறு' (நற்றிணைப் பதிப்பகம், 2016). இந்தத்

தொகுப்புகளுக்குள்ளும் சிறுகதைகள் பரக்கக் கிடக்கின்றன. ஆனால் அவற்றின் தலையில் கட்டுரை என்று ஆசிரியரே எழுதிவிட்டதால் அவையும் இந்தத் தொகை நூலின் கணக்கில் வரவில்லை.

ooo

இந்தப் பின்னணியில் இந்தத் தொகை நூலில் இடம் பெறும் முத்துலிங்கத்தின் மூன்று விதமான உலகங்களையும் சற்றே நெருங்கிப் பார்க்கலாம். இலங்கையில் தொடங்கி இலங்கையில் முடியும் கதைகளுக்கு ஆட்டுப் பால் புட்டு, மகாராஜாவின் ரயில் வண்டி முதலான கதைகள் எடுத்துக்காட்டுகளாக அமையும். அரிசிமாவையும் உளுத்தம்மாவையும் சரிசமமான விகிதத்தில் கலந்து குழைத்து முதலில் புட்டு அவிக்கவேண்டும். அதை இறக்கியவுடன் சூடாக்கிய ஆட்டுப் பாலில் கிளறி சர்க்கரை சேர்த்து சுடச்சுடச் சாப்பிட்டால் அதன் ருசியே தனி என்பது சிவப்பிரகாசத்தின் அபிப்பிராயம். அதற்காகவே கொழும்பில் பணியாற்றும் அவர் ஒவ்வொரு மாதமும் யாழ்தேவியைப் பிடித்து யாழ்ப்பாணம் வந்துவிடுவார். யாழ்ப்பாணத்தில் அவருக்குத் தோட்டம் இருக்கிறது. அங்கேதான் அவரது மனைவி ஆடு, மாடு, கோழிகளை வளர்க்கிறார். அதில் ஒரு ஆடு திருடு போகிறது. பின்னர் கிடைத்தும் விடுகிறது. கள்ளன் உள்ளூர்க்காரன்தான். அவனை விட்டுவிடச் சொல்கிறார் சிவப்பிரகாசம். ஆனால் போலிஸ் அவன் மேல் வழக்குப் போடுகிறது. வழக்கின் காரணமாக கள்ளனைப் போலவே சிவப்பிரகாசத்துக்கும் இன்னல்கள் நேர்வதை மீதிக் கதை விவரிக்கிறது. இந்தக் கதை தமிழ் மண்ணில் நடந்தாலும் காலத்தால் அயற்தன்மை பெறுகிறது. 'கதை நடந்தது சிலோனில்தான், ஸ்ரீலங்கா என்று பெயர் மாற்றம் செய்யும் முன்னர்', என்கிற முதல் வரியிலேயே கதை நிகழும் காலத்திற்கு வாசகனைக் கொண்டு போய்விடுகிறார் ஆசிரியர்.

அடுத்து, இரண்டாம் வகைக் கதைகள். இவை அந்நிய மண்ணில் நடப்பவை. தமிழ் மாந்தர்கள் இடம் பெறுபவை. முத்துலிங்கத்தின் பல கதைகள் இந்த வகைமையில் வரும்.

இந்தக் கதைகளில் அகதிகள் வருவார்கள், அகதிகளாக ஆக முடியாதவர்களும் வருவார்கள். அவர்கள் தத்தமது நாடுகளிலிருந்து துரத்தப்பட்டவர்கள் அல்லது வெளியேறியவர்கள். நாடற்றவர்கள். ஒரு நாட்டைத் தேடிக்கொண்டிருப்பவர்கள். லோகிதாசன் துப்பரவுப் பணியாளன் ('கறுப்பு அணில்'). ரத்ன ஒரு பரிசாரகி ('மட்டுப்படுத்தப்பட்ட வினைச்சொற்கள்'). இலங்கையில் வாங்கிய கடனை அடைக்கத் ஒரு தொழிற்சாலையிலும் ஓர் அங்காடியிலுமாக இரண்டு வேலைகள் பார்ப்பவன் லோகநாதன் ('பிள்ளை கடத்தல்காரன்'). இவர்கள் கனடாவிற்கு வந்த பிற்பாடு அகதிக் கோரிக்கை வைத்தவர்கள். மூவரிடமும் கைவசம் உள்ள

ஆங்கிலச் சொற்களைப் போலவே காசும் குறைவு. தனிமையும், குளிரும் வாட்டும் ஊரில் தங்களைப் பொருத்திக் கொள்ளப் படாத பாடுபடுகிறவர்கள். இவர்கள் எறிகணைகளிலிருந்தும் குண்டு வீச்சுகளிலிருந்தும் முள்வேலி முகாம்களிலிருந்தும் தப்பிப் பிழைக்க வெளிநாட்டுக்கு வந்தவர்கள்.

இந்தக் கதைகளில் உயர் பதவிகளில் இருப்பவர்களும் வருகிறார்கள். ஒரு ஜெர்மன் நிறுவனம் ஆப்பிரிக்காவில் செயல்படுத்தும் உள்கட்டுமானப் பணியை மேற்பார்க்கும் தமிழ் அதிகாரி காருக்குறிச்சியின் ரசிகர் ('விருந்தாளி'). 23ஆம் மாடியில் அலுவலகம் இருக்கும் ஆலோசனை நிறுவனத்தின் தலைவர் எண்சீர் விருத்தமும் பாயிரமும் யாப்பருங்கலக் காரிகையும் அறிந்தவர் ('தொடக்கம்'). லண்டனில் மகப்பேறு மருத்துவத்தில் விசேடப் படிப்பு (MRCOG) படித்த டாக்டர் நியூ பவுண்லாண்டில் பணியாற்றுபவர். ('ஆதிப்பண்பு')

இந்த இரு சாரருக்கும் இடையிலான முரண் சைமனை மூச்சு முட்டச் செய்கிறது ('நிலம் என்னும் நல்லாள்'). அவன் இயக்கத்தில் இருந்தவன். போர் முடிந்ததும், அவனது அப்பா நிறையப் பணம் செலவழித்து மகனைத் தேடிக் கண்டுபிடித்து, அவனைத் தாய்லாந்து வழியாக கனடாவுக்கு எடுப்பிக்கிறார். கனடாவில் பெற்றோர் வசிக்கும் வீடு அவனைத் திகைக்கச் செய்கிறது. பளிங்குத் தரை. மரவேலைப்பாடுகள். சுழன்று ஏறும் படிக்கட்டுகள். சுவிட்ச் போட்டுத் திறந்து மூடும் திரைச் சீலைகள். அவனால் அத்தனை படாடோபத்தைத் தாங்க முடியவில்லை.

இரண்டாம் வகைக் கதைகளில் 'அமெரிக்காரி'யாக எத்தனை முயன்றாலும் மாற முடியாத இலங்கைக்காரி மதி வருகிறாள். ஆனால் பத்மாவதி அப்படியானவள் அல்லள் ('ஐந்தாவது கதிரை'). கனடா வந்த பிறகு அவள் குதிக்கால் வெடிப்பில் ஒட்டியிருந்த செம்பாட்டு மண் முற்றிலும் மறைவதற்கு சரியாக ஆறுமாதம் எடுத்தது. ஆனால் அவள் அடியோடு மாறுவதற்கு ஆறு வாரம் கூட எடுக்கவில்லை.

முத்துலிங்கத்தின் மூன்றாம் வகைக் கதைகள் முக்கியமானவை. அந்நிய மண்ணில் அந்நிய நாட்டு மனிதர்கள் மட்டும் இடம்பெறும் தமிழ்க் கதைகள் அவை. புவியீர்ப்புக் கட்டணம், நாளை, தீர்வு முதலிய கதைகள் இந்த வகைமையில் வரும். 'புவியீர்ப்புக் கட்டணம்' ஒரு மேலை நாட்டில் நடக்கிறது. 'நாளை' ஒரு சபிக்கப்பட்ட யுத்த பூமியில் நடக்கிறது. 'தீர்வு' ஆப்பிரிக்காவில் நடக்கிறது. இந்தக் கதாபாத்திரங்கள் யாரும் தமிழ் பேசுகிறவர்கள் அல்லர். ஆனால் கதை தமிழ் பேசுகிறது. அது தமிழ் வாசகனுக்கு நெருக்கமாகவும் இருக்கிறது.

‘மயானப் பராமரிப்பாளர்’ மூன்றாம் வகைக் கதைக்கு எடுத்துக்காட்டாக அமையும். இதில் ஒரு கதை சொல்லி வருகிறான். அவன் கதையில் ஒரு பாத்திரம்தான். ஆனால் கதையில் அவன் ஆற்றுவது ஒரு கட்டியங்காரனின் பணியை. அவன் இலங்கைக்காரனாக இருக்கலாம். இந்தியனாக இருக்கலாம். அமெரிக்கனாக, ஆப்பிரிக்கனாக யாராக வேண்டுமானாலும் இருக்கலாம். அப்படி ஒரு பொதுப்புள்ளியில் ஆசிரியரால் அவனை நிறுத்த முடிகிறது. கதையில் வரும் அப்பா அமெரிக்கர். அவர் செய்யும் தொழில் ஒரு தமிழ் வாசகன் அறிந்திராதது. ஆனால் அந்தத் தொழிலின் வாயிலாக அவர் எட்டும் சமநிலை தமிழ் வாசகனுக்குப் புரியக்கூடியது. அம்மா ஆஸ்திரேலியாவில் வசிக்கிறார். அவரது சதிகளும் தமிழ் வாசகனுக்குப் புதியவை. ஒரு விமானம் லாஸ் ஏஞ்சல்ஸில் இருந்து சிட்னி போகிறது. நீண்ட பயணம். இடையில் சர்வதேசத் தேதிக்கோடு வருகிறது. அதில் ஒரு சனிக்கிழமை காணாமல் போகிறது. கதையில் வரும் சிறுமிக்கு மனிதர்கள் வரைந்த இந்தக் கோடும் அவர்களின் சூழ்ச்சியும் புரியவில்லை. அடக்கமாட்டாமல் அவளுக்கு கண்ணீர் பெருகுகிறது. ஒரு சர்வதேசக் கதையை வாசகனின் தோளில் கைபோட்டுக்கொண்டு சொல்லி முடித்து விடுகிறான் முத்துலிங்கத்தின் நவீனக் கட்டியங்காரன்.

○○○

முத்துலிங்கத்தின் கதைகளில் சொல்லப்பட்ட வரிகளுக்கிடையில் வாசகன் உய்த்து உணர்ந்து கொள்ள ஏதுவாக விடப்பட்டிருக்கும் சொல்லப்படாத வரிகளும் இருக்கும். ‘தாழ்ப்பாள்களின் அவசியம்’ அப்படியான கதை. மகனைப் பார்க்கக் கனடா வரும் அம்மாவுக்கு அங்கே நம்பமுடியாத பல விசயங்கள் இருக்கின்றன. மகன் வசிக்கும் வீட்டின் வெளிக்கதவிற்குத் தாழ்ப்பாள் இல்லை. படுக்கையறைக்கும் குளியலறைக்கும் பூட்டு இல்லை. குளிர்சாதனப் பெட்டிக்குக்கூடப் பூட்டு இல்லை. வெளிக்கதவிற்குத் தாழ்ப்பாள் இல்லாததால் அம்மாவிற்குக் கெட்ட கனவுகள் வருகின்றன. பழைய சாமான் கடையில் இரண்டு தாழ்ப்பாள்களை வாங்கிப் பூட்டிய பிறகுதான் அம்மாவுக்கு நித்திரை வருகிறது. மகனுக்கு அம்மாவிடம் சில வருத்தங்கள் இருக்கின்றன. வீட்டிற்கு வரும் பிராச்சாரகர்களை அம்மா அனுமதிக்கிறார், அவர்களுக்குப் பாசத்தோடு பணிவிடை செய்கிறார். வீட்டுத் தொலைபேசியில் வரும் அழைப்புகளை ஏற்க வேண்டாம், விற்பனைக்காரர்களும் நன்கொடை யாசிப்பவர்களும்தான் வீட்டுத் தொலைபேசியில் அழைப்பார்கள், என்கிறான் மகன். ஆனால் அம்மாவால் வீட்டுக்கு வரும் அழைப்புகளை எடுக்காமல் இருக்க முடிவதில்லை. குளிர்பானப் பெட்டியை பூட்டக் கூடாது, கதவுகளைத் திறக்கக் கூடாது, விருந்தினரை உள்ளே அழைக்கக் கூடாது என்கிற கட்டுப்பாடுகளை அம்மாவால் ஏற்க முடியவில்லை. அவர் ஊருக்குத்

திரும்பி விடுகிறார். இந்தக் கதையில் அம்மா தாழ்ப்பாள் வேண்டும் என்கிறார். மகன் வேண்டாம் என்கிறான். இதுதான் கதையில் காணக் கிடைக்கிறது. ஆனால் உண்மையில் அம்மாவின் மனம் விசாலமானது. அது அன்பாலும் கனிவாலும் நிரம்பியது. மகன் விருந்தினர்களை அனுமதிப்பதில்லை. தொலைபேசி அழைப்புகளைப் பொருட்படுத்துவதில்லை. அவன் மனம் மூடுண்டு இருக்கிறது. அதில் தாழ்ப்பாள் இடப்பட்டிருக்கிறது. இப்படிக் கதையை வாசிக்கும் சாத்தியத்தையும் ஆசிரியர் வாசகனுக்கு அளிக்கிறார். ஒவ்வொரு கதையிலும் வாசகன் இப்படியான சொல்லப்படாத வரிகளைக் கண்டுணர முடியும்.

கதை யாருடைய பார்வைக் கோணத்தில் சொல்லப்படுகிறதோ அவருக்கு எதிரான கூற்றையும் கதைக்குள்ளே பொதிந்து வைக்கிற சாகசத்தை ஆசிரியர் சில கதைகளில் நிகழ்த்துகிறார். ஒரு சதுரமைல் பரப்பைக் கொண்ட கனடாவின் ஒரு மா அங்காடியில் தொடங்கும் கதை 'ஐந்தாவது கதிரை'. இது தங்கராசாவின் பார்வைக் கோணத்தில்தான் சொல்லப்படுகிறது. மனைவி பத்மாவதியோடு அவர் நடத்தும் மௌனப் போராட்டமும், அவள் மீது அவர் சுமத்தும் குற்றச்சாட்டுகளுமாக விரியும் அந்தக் கதையில், அவரது குறைகளையும் வாசகன் தொட்டுணர முடிகிறது. கனடாவின் சிறைச்சாலை ஒன்றிலிருந்து குடிவரவு அதிகாரிக்கு கணேசரட்னம் எழுதுகிற கடிதம்தான் 'கொழுத்தாடு பிடிப்பேன்'. தனது நியாயங்களை அவன் அடுக்கிக் கொண்டே வருகிறான். என்றாலும் அவன் இழைக்கும் குற்றமும் வாசகனுக்குத் தெரிந்து விடுகிறது. 'தில்லையம்பலப் பிள்ளையார் கோவி'லில் வரும் சிறுவனின் சாமர்த்தியமான பேச்சுக்குப் பின்னால் இருக்கும் கள்ளமும் விஷமும் சதியும் வாசகனுக்குப் பிடிபடுகிறது. பிரதிக்கு எதிரான வாதங்களையும் பிரதியின் கூற்றுக்குள்ளேயேதான் வைத்திருக்கிறார் ஆசிரியர்.

○○○

முத்துலிங்கம் தமிழின் நவீன எழுத்தாளர்களில் ஒருவர். தொண்ணூறுகளிலேயே கணினியையும் ('கம்ப்யூட்டர்') வையக விரிவு வலையையும் ('தொடக்கம்') தனது கதைகளுக்குள் கொண்டு வந்தவர். அவரது கதைகள் பலவற்றிலும் கணினி இடம் பெறும். அவன் விநோதினியிடமிருந்து ஒரு பதிலுக்காகக் காத்திருக்கிறான். அதற்கு ஆசிரியர் சொல்லும் உவமை இது: 'கணினியில் மின்நுனி ஒளிர்ந்து ஒளிர்ந்து அடுத்த வசனத்துக்குக் காத்து நிற்பது போலக் காத்து நின்றான்' ('அது நான்தான்'). அமண்டா அதி விரைவாகத் தட்டச்சு செய்வாள். ஆசிரியர் அதை இப்படிச் சொல்கிறார்: 'மரங்கொத்திகள் கொத்துவதுபோல 101 விசைகளில் அவள்

விரல்கள் வேகமாக ஒடின' ('சூனியக்காரியின் தங்கச்சி'). மதியின் விரல்கள் மெலிந்த சிறிய விரல்கள். அது ஆசிரியரிடமிருந்து இப்படி வெளிப்படுகிறது: 'அவளது விரல்கள் வேகவேகமாக விசைப்பலகையில் விளையாடுவதைப் பார்த்தான். அவளுடைய விரல் ஒரு விசையைத் தொடும்போது அந்த விசையில் மீதி இடம் நிறைய இருப்பதாகச் சொன்னான்' ('அமெரிக்கக்காரி'). தங்கராசா நிரல் எழுதுவதில் வலு கெட்டிக்காரர். *Backspace* விசையை ஒடித்துவிட்டு கணினி நிரல் எழுதும் வல்லமை படைத்தவர் ('ஐந்தாவது கதிரை').

முத்துலிங்கத்தின் வாசகப்பரப்புக்கு இந்த நவீனத்துவம்தான் காரணம் என்பது சிலரின் கருத்து. அவரது கதைகளில் உள்ள சுவாரசியம்தான் அவரை தொடர்ந்து படிக்கத் தூண்டுகிறது என்பது பரவலான கருத்து. அவரது கதைகளில் பயிலும் பகடிக்கும் நமுட்டுச் சிரிப்பிற்கும் ரசிகர்கள் பலர். முத்துலிங்கம் தமிழ் மண்ணின் பாடுகளைக் குரலை உயர்த்தாமல் சொல்வது பலருக்குப் பிடித்திருக்கிறது.

அவரது கதை வெளி கனடா, அமெரிக்கா, ஆப்கானிஸ்தான், பாகிஸ்தான், சூடான், சோமாலியா, சியாரா லியோன் என்று விரிகிறது. புலம் பெயர்ந்து வாழ்பவர்களில் தங்கள் பிறந்த மண்ணின் அடையாளங்களைத் தக்க வைத்துக் கொள்கிறவர்கள் உண்டு. புலம் பெயர்ந்த மண்ணின் அடையாளங்களைச் சுவீகரித்துக் கொள்கிறவர்களும் உண்டு. இரண்டிலிருந்தும் தங்களுக்கு வேண்டுவனவற்றை எடுத்துக் கொள்கிறவர்களும் உண்டு. இரண்டிற்கும் இடையில் ஊசலாடுபவர்களும் உண்டு. இவற்றையெல்லாம் முத்துலிங்கம் இலக்கியமாக்குகிறார். அது வாசகர்களை ஈர்க்கிறது.

ஆக, முத்துலிங்கத்தின் கதைகளில் சுவாரசியம் இருக்கிறது. எளிமை இருக்கிறது. நவீனம் இருக்கிறது. அங்கதம் இருக்கிறது. புலம் பெயர்ந்தோரின் அலைந்துழல்வும் அடையாளச் சிக்கலும் இருக்கிறது. தமிழ் இருக்கிறது. சர்வ தேசியம் இருக்கிறது. அவரது எழுத்துகள் வாசகனைக் கண்ணியப்படுத்துகிறது. இவை எல்லாவற்றையும் விட நான் முக்கியமாகக் கருதுவது அவரது கதைகளில் உண்மை இருக்கிறது. இந்த நம்பகத்தன்மை, இந்தத் தொகை நூலில் உள்ள கதைகளை இன்னும் பல ஆண்டுகளுக்கு வாசகர்களின் மனதிற்கு நெருக்கமாக வைத்திருக்கும்

மு. இராமனாதன்

ஒட்டகம்

சோமாலியாப் பெண்கள் அப்படித்தான். உலகத்தைப் பிரட்டிப் போட்டாலும் மாறமாட் டார்கள். அவசரமில்லாத நடை. ஒரு காலை ஊன்றி, மறு காலை நிதானமாக வைத்து நடப்பார்கள். மைமுனும் அப்படித்தான் நடந்துகொண்டிருந்தாள். கபில நிறம். நீள்வட்ட முகம். உயர்ந்த கழுத்து. ஒட்டகம்போல நடை. உரசி உரசி வந்துகொண் டிருந்தாள்.

அவள் மொட்டாக்கு இட்டிருந்தாள். அந்தத் துணி தலையை முற்றிலும் மறைத்து மார்பு வழியாக வந்து முதுகிலே சென்று மறைந்தது. அவள் தலை மயிரைப் பற்றி அறியும் ஆவலையும் அது தூண்டிவிட்டது. அவள் முதுகிலே வெறுமை யான தண்ணீர் குடம் ஒன்று தொங்கியது. காட்டுப் புல்லினாலும் நாரினாலும் இறுக்கிப் பின்னிச் செய்தது. பள்ளிப் பிள்ளைகளைப் போல அவள் அதை முதுகிலே கட்டிக்கொண்டிருந்தாள். அது முதுகோடு ஒட்டிக்கொண்டு அவளுக்கு வழித் துணையாக வந்துகொண்டிருந்தது.

அவள் எட்டு மைல் தூரம் போய் தண்ணீர் பிடித்து வரவேண்டும். போக வர பதினாறு மைல்கள். ஏதோ மேய்ச்சலுக்குப் போவதுபோல நித்திய நியமமாக அவள் அதைச் செய்து கொண் டிருந்தாள். இன்று அவள் வேண்டுமென்றே கொஞ்சம் தாமதமாக வந்திருந்தாள். அவள் சிநேகிதிகள் முன்னர் போய்விட்டார்கள்.

வழிநெடுக அகாஸியா முள் மரங்கள். ஆள் உயர கத்தாழைகள்; உயரமற்ற புதர் மரங்கள். பயந்த சுபாவம் கொண்ட பற்றைகள். மைமுன் தன் பாதையை அந்த வழியில்லாத காட்டில் இலகுவாகக் கண்டுபிடித்து நடந்துகொண்டிருந்தாள்.

வழக்கம்போல் அதிகாலையில் ஹைனாவின் கூவல் அவளை எழுப்பிவிட்டது. களிமண்ணினாலும், மெல்லிய மரத்தடிகளினாலும் கட்டிய வீடு அது. புல்லினால் வேய்ந்த கூரை. குளிரைத்தடுக்கும் வல்லமை இல்லாதது. அந்த காலைக் குளிரில் ஒட்டகத்தின் ரோமத்தில் செய்த சௌகரியக் குறைவான பாயில் கண்களை விழிக்காமல் சுருண்டு படுப்பதற்கு அவளுக்கு மிகுந்த ஆசையாக இருக்கும்.

ஆனால் ஹைனா முதலாவது எதிரி என்றால் அவளுடைய தாயார் இரண்டாவது எதிரி. மைமுன் எழும்பும்வரை அவள் தாயார் காயம் பட்ட விலங்குபோல கத்தியபடியே இருப்பாள். இந்த காலை நேரத்துச் சுகத்தை தினமும் இப்படி கெடுப்பது மைமுனுக்கு மகா கொடூரமாகப் பட்டது. தண்ணீருக்காக இந்த அலைச்சல் படவேண்டி இருந்தது. அவள் தாயாருக்கு கூட அவள் படும் இம்சை புரியவில்லை. இதில் மைமுனுக்கு நிறைய வருத்தம்.

அவள் தகப்பனர் நூர் அந்த ஊர் குடித்தலைவர், நபதூன். அவரிடம் ஆடுகள், மாடுகள், ஒட்டகங்கள் என எல்லாம் இருந்தன. பொதி சுமப்பதற்குக் கழுதைகள் கூட நிறைய இருந்தன. பலபலவென்று விடியுமுன்பாகவே அவையெல்லாம் மேய்ச்சலுக்குப் போய்விடும். ஒரு கழுதையை அனுப்பி தண்ணீர்ப் பானைகளை நிரப்பி வந்தால் அவளுக்கு வேலை மிச்சம். அப்படித்தான் சால்மா வீட்டில் செய்கிறார்கள். கழுதைகளை அனுப்பி வைக்கும்படி அவள் தாயார் அடிக்கடி கேட்டுக்கொள்வாள். ஆனால் மைமுனின் தகப்பனார் மிகக் கவனமாக அதை மறந்து விடுவார்.

அவருக்கு இரண்டு மனைவிகள். அவருடைய மேய்ச்சல் வட்டம் ஐம்பது மைல் தூரம் இருக்கும். அந்த எல்லைக்கு மந்தை மேய்ச்சலுக்குப் போகும்போது அவர் அங்கேயே இரண்டாவது மனைவியோடு தங்கிவிடுவார். இப்படி வருடத்துக்கு இரண்டு மாதங்களாவது காணாமல் போய்விடுவார்.

மதியம் இரண்டு மணி ஆகிவிட்டதென்றால் நூர் அகாஸியா மரத்தைத் தேடி வந்துவிடுவார். அங்கே அவருடைய கூட்டாளிகள் காத்திருப்பார்கள். ச்சாட் என்று சொல்லப்படும் போதை இலையைக் கொடுப்பிலே எல்லோரும் இடுக்கிக் கொண்டு,

அந்தச் சாறு தொண்டையிலே மெல்ல இறங்க இறங்க அவர்கள் மேலே மேலே போய் மிதப்பார்கள்.

இந்த நேரத்தில் சோமாலியாவில் எல்லா ஆண்களும் அப்படித்தான் இருப்பார்கள். பின் மதியத்தில் தொடங்கி இரவு படுக்கப்போகும் வரைக்கும் இது தொடரும். உள் சுவாசம், வெளி சுவாசம் என்று விட்டபடி கைகால்களைப் பரப்பி அவர்கள் இந்த போதை சாம்ராஜ்யத்தில் தங்களை மறந்து சஞ்சரிப்பார்கள்.

ஐ.நா.சிறகம் இப்படித்தான் ஒரு சாயங்கால வேளையில் அவர்களிடம் வந்தது. நூரும் ஊர் மூப்பர்களும் அப்போதுச்சாட் போதையில் இருந்தார்கள். ஐ.நா. ஊழியர்கள் ஒவ்வொரு கிராமமாக வந்து அவர்கள் தேவைகளை விசாரித்துக்கொண்டிருந்தார்கள். சிலர் ஆழ்கிணறு தோண்டித் தரும்படி வேண்டினர். சிலர் வாய்க்கால் கேட்டனர். சிலர் பம்புசெட் என்றார்கள். இவர்களுடைய முறை வந்தது. பெண்கள் ஆழ்கிணறு வேண்டுமென்று கெஞ்சினர். ஆனால் ஊர்ப் பெரியவர்கள் கூடி மசூதி ஒன்று கட்டித் தரும்படி கேட்டார்கள். அவ்வளவு பணவசதி இந்தக் கிராமத்துக்கு ஒதுக்கப்படவில்லை. 'நீ மசூதியை கட்டித்தா, மீதியை அல்லா பார்த்துக்கொள்வார்' என்று ஊர் மக்கள் சார்பாக நூர் அடித்துச் சொல்லிவிட்டார். வாழ்க்கையில் அவர் செய்த மிகச் சிறந்த பிழை இதுதான்.

அந்த ஊழியர்கள் நெடுஞ்சாண்கிடையாக விழுந்து இவர்கள் சொல்வதை ஏற்பார்கள் என்று நினைத்தார். அவர்கள் என்றால் பக்கத்து கிராமத்துக்குப் போய்விட்டார்கள். அங்கே தூர்ந்து கிடந்த கிணற்றைப் பழுதுபார்த்து இன்னும் ஆழ மாக்கினார்கள். வருடம் முழுவதும் நீர் சுரக்கிறது. தினம் தினம் எட்டு மைல் தூரம் மைமுன் தண்ணீருக்காக அங்கேதான் போகிறாள்.

சூரியன் மேலே மேலே ஏறிக்கொண்டிருந்தான். மைமுன் தனக்குத் தெரிந்த ஒரு குறுக்குப் பாதையில் இறங்கினாள். அங்கே பார்த்த இடமெல்லாம் ச்சாட் பயிரிட்டிருந்தார்கள். வேப்பம் செடிகள் போல அவை கூர்மையாகவும் செழிப்பாகவும் வளர்ந்திருந்தன. ஆடுகள் மேயாமலிருக்க முள்வேலி போட்டிருந்தார்கள். ஆடுகள் மேய்ந்தால் அவைவேறு போதையில் துள்ளித் திரிந்து கலகம் விளைவிக்கும்.

வழியிலே ஒட்டகம் ஒன்று முன்னம் கால்கள் இரண்டையும் மடித்து, தொழுகையில் இருப்பதுபோல படுத்திருந்தது. உணவும், உடையும், உறைவிடமும் தருவது. அதனுடைய கழுத்து ஆடாமல்

அசையாமல் மிதந்துகொண்டு நின்றது. அண்ணாந்து பார்த்தாள். நதி நகர்வதுபோல கண்ணுக்குத் தெரியாமல் ஓர் உருண்டை அதனுடைய கழுத்தில் மேலே ஏறிக்கொண்டிருந்தது. பெண் ஒட்டகம். இடது செவியின் நுனி வெட்டப்பட்டு இருந்தது. அதற்கு முன் நின்று மரியாதை செய்ய வேண்டும் போலத் தோன்றியது. அப்படியே நின்று செய்தாள்.

அந்த மரத்தைக் கடக்கும்போது அவளுடைய இதயம் கொஞ்சம் வேகமாக அடித்துக்கொள்ளும். அது ஒரு குர்ரா மரம். பெரிய நிழல் தரும் மரம். ஒட்டகத்தின் தடித்த உதடுகளுக்கு எட்டாத உயரத்தில் அது படர்ந்திருந்தது. கனகாலமாக இந்த இடத்தில் ஒரு தாயின் எலும்புக் கூடும், ஒரு குழந்தையின் எலும்புக்கூடும் கிடந்தன. தாயின் எலும்புக் கூட்டை இப்பொழுதெல்லாம் காணவில்லை. பிள்ளையின் எலும்புக்கூடு மாத்திரம் எஞ்சிக் கிடந்தது.

இந்த எலும்புக் கூடுகளின் கதை ஊரில் எல்லோருக்கும் தெரிந்திருந்தது. நாலு வருடத்திற்கு முன்பு மழை இல்லை; பயங்கரமான வறட்சி. தண்ணீர் நிலைகள் எல்லாம் வற்றி விட்டன. இந்தத் தாயும் கைக்குழந்தையும் குடிக்கத் தண்ணீர் தேடி அலைந்தார்கள். பத்து மைலுக்கப்பால் ஒரு ஆழ் கிணறு இருந்தது. அதிலே தண்ணீர் கிடைக்கலாம் என்று அவ்வளவு தூரம் நடந்து வந்தார்கள். அங்கே வந்து பார்த்தால் அதிலேயும் தண்ணீர் இல்லை. என்ன செய்வதென்று தெரியாமல் வந்த வழியே திரும்பினார்கள். களைப்பு மேலிட்டு இந்த குர்ரா மரத்தின் நிழலில் தங்கினார்கள்.

யார் முதலில் இறந்தது என்று தெரியவில்லை. முதலில் குழந்தை போயிருக்கலாம். அழுது அழுது தாய் பிறகு உயிரை விட்டிருப்பாள். ஒருவேளை தாய் முதலில் இறந்து பிறகு பிள்ளை செத்திருக்கலாம். அந்தக் குழந்தை தாயைப் பிடித்து இழுத்து, இழுத்து அழுது களைத்துப்போய் இறந்திருக்கலாம்.

மைமுன் கிட்டவந்து அந்தக் குழந்தையின் எலும்புக் கூட்டைப் பார்த்தாள். பெண் குழந்தையா, ஆண் குழந்தையா என்று தெரியவில்லை. உள்ளங்கையில் அடங்கும் அந்தச் சிறிய மண்டை ஓட்டில் ஒரு சிறிய துணி ஒட்டிக்கொண்டு இருந்தது. அது பூப்போட்ட துணிபோலத் தெரிந்தது. அது பெண்குழந்தை யாக இருக்கலாம் என்று ஊகித்துக் கொண்டாள்.

இப்ப சில நாட்களாக அவளுக்குத் தனிமை தேவைப் பட்டது. அதுதான் அமீனாவை முன்னாலே போகவிட்டு இவள் பின்னாலே வந்துகொண்டிருந்தாள். தனிமையில் சிந்திப்பதற்கு

அவளிடம் நிறைய சங்கதிகள் இருந்தன. இந்த யோசனையில் பெரும் இடத்தை அலிசாலா பிடித்துக்கொண்டிருந்தான். அவனுடைய முகம் அவளுக்கு அடிக்கடி தோன்றியது. பதினைந்து வயதுப் பிராயத்தவளுக்கு இது புதுமையாக இருந்தது.

மைமுன் என்றால் வசப்படுத்தியவள் என்று அர்த்தம். இப்படி அவள் தன் எதிர்காலத்தை வசப்படுத்தும் எண்ணத்தில் தனிமையில் நடந்துகொண்டிருந்தாள். அதேநேரத்தில் மைமுனின் தகப்பனார் அவளுடைய தலைவிதியை நிர்ணயிக்கும் ஒரு காரியத்தில் இறங்கியிருந்தார். அது அவளுக்குத் தெரியாது.

பளபளவென்று மின்னும் நாள் அது. தூரத்திலே ஓர் ஒட்டகக் கூட்டம். அவன் வந்துகொண்டிருந்தான். வெள்ளையாக ஈமாத் துணியில் ஒரு தலைப்பா. கையிலே ஒட்டகக்குச்சி. ஒட்டகக் கயிற்றை முன் எடுத்து தோள்பட்டையில் மாட்டிக் கொண்டிருந்தான். ஒட்டகத்துக்கு முன்பு மெதுவாக நடந்து வந்துகொண்டிருந்தான். ஒட்டகத்தின் நீண்ட கழுத்தும் அந்தத் தலையும் மேலும் கீழுமாக அசைந்துகொண்டிருந்தது. அந்தக் காட்சி மிகவும் அழகாக இருந்தது.

சோமாலியாவில் மனிதர்களைப் பார்க்கிலும் ஒட்டக எண்ணிக்கை அதிகம். பொதி சுமப்பதற்குத்தான் ஒட்டகம். அதன் பின்னே செல்வார்கள்; அல்லது முன்னே போவார்கள். பயணம் செய்வது என்பது கிடையாது. அலிசாலாவும் அப்படித்தான் அதன் முன்னே மிக்க மரியாதையுடன் நடந்து வந்துகொண்டிருந்தான்.

அவனுடைய முகம் தெரிந்தது. தயக்கமான கண்கள்; இன்னும் தயக்கமான தாடியும், மீசையும். முளைப்பதா, வேண்டாமா என்ற தயக்கம். எதையோ சொல்ல விரும்புவது போன்ற முகம். ஒல்லியாக இருந்தான். அவன் அருகில் வந்ததும் இவள் நடப்பதை நிறுத்திவிட்டு அவனையே பார்த்துக்கொண்டிருந்தாள். அவளுடைய இருதயம் ஓர் அலகு வேகம் கூடியது.

அது விவகாரமான ஒட்டகம். அவர்கள் சம்பாஷணையில் குறுக்கிடாமல் நின்றது. ஒரு நூறு வருடங்கள் அப்படியே நிற்கப்போவது போன்ற ஆயத்தங்களுடன் கால்களை அகட்டி வைத்து கழுத்தை உயர்த்தி நின்றது.

'அஸ்ஸலாம் அலைக்கும்.'

'அலைக்கும் ஸலாம்.'

'சமாதானம் உண்டாகட்டும்'

'சமாதானம் உண்டாகட்டும்.'

'நான் உன்னைப் பார்க்கிறேன்'

'நான் உன்னைப் பார்க்கிறேன்'

'புதினங்கள் உண்டா?'

'புதினங்கள் அநேகம்'

'இன்று தாமதமாக வந்துவிட்டாயே!'

'அதற்கு நான் என்ன செய்ய; சூரியன் தாமதமாக அல்லவோ இன்று எழுந்திருந்தான், கவனிக்கவில்லையா?'

'உண்மைதான், சூரியனும் சோம்பலாகிக்கொண்டு வருகிறான் உன்னைப்போல.'

'நான் ஒன்றும் சோம்பலில்லை பார், எவ்வளவு தூரம் போய் வருகிறேன். ஒரு ஹான் தண்ணீர் சுமக்கிறேன். உன்னைப் போல ஒட்டகத்துக்கு முன்னே கைவீசிக்கொண்டு நடக்கிறேனா?'

முகம் பார்த்துப் பதில் சொன்னாள். வலது கையை இடது இடுப்பில் வைத்து ஒரு காலில் சரிந்து நின்றாள். மற்றக்கை மொட்டாக்கு துணியை நளினமாகப் பிடித்தபடி இருந்தது.

அப்பொழுது அவள் மந்தையில் எதையோ பார்த்து அருண்டாள். அவள் கண்களில் ஒரு புதுவிதமான இரக்கம் தெரிந்தது.

'மறுபடியும் அந்த ஒட்டகக் குட்டியை கட்டிப்போட்டு விட்டாயே!'

அந்த மந்தையிலே ஒரு சின்ன ஒட்டகம். அடிக்கடி மந்தையை விட்டு ஓடிவிடும். அதன் முன்னங்கால்களை இணைத்து இடைவெளி விட்டு ஒரு கட்டு. அந்தக்குட்டி கால்களைத் தடக் தடக் என்று சிரமத்துடன் எடுத்து வைத்து மந்தையுடன் சேர்ந்து நடந்துகொண்டிருந்தது.

'நான் என்ன செய்ய. அது பொல்லாத குட்டி. எப்பவும் ஓடிக்கொண்டே இருக்கிறது. அதைப் பார்ப்பதற்கு எனக்கு நேரம் போதாது. இன்னொரு ஆள் தேவை. நீ வந்துவிடு.'

'அதைப் பிறகு பார்க்கலாம். இப்ப அவிழ்த்து விடு.'

அவள் குரல் சிணுங்கலாகவும் இருந்தது; அதிகாரமாகவும் இருந்தது. அலிசாலாவின் மனது இளகிவிட்டது. உனக்காக செய்கிறேன் என்று சைகையால் காட்டியபடி அதன் கால்களை அவிழ்த்துவிட்டான். அந்தக் குட்டி கால்களை உதறித் துள்ளி தன் சந்தோஷத்தைக் காட்டிக்கொண்டது.

அவள் அறியாச் சிறுமியாய் இருந்த காலத்தில் ஒட்டகக் கூட்டத்தோடு திரிவாள். பொதி ஏற்றும்போது அவர்கள் பாடுவார்கள். ஒவ்வொரு பொதிக்கும் ஒவ்வொரு பாட்டு. ஒட்டகத்தை ஏமாற்றும் பாட்டு சிறுமிகளின் பாட்டு.

ஒட்டகமே ஒட்டகமே
என் ஆசை ஒட்டகமே
இந்த விறகுகட்டை மாத்திரம் சுமந்து வருவாயா
உனக்கு நிறைய புல்லுக்கட்டு தருவேன்.
ஒட்டகமே ஒட்டகமே
என் ஆசை ஒட்டகமே
என் படுக்கைகளை மாத்திரம் சுமந்து வருவாயா
உனக்கு முதுகு தேய்த்து விடுவேன்.
ஒட்டகமே ஒட்டகமே
என் ஆசை ஒட்டகமே
என் ராசகுமாரனை மாத்திரம் சுமந்து வருவாயா
உனக்கு கட்டி முத்தம் கொடுப்பேன்.

இந்தக் கடைசி வரிகள் அவளாகவே சேர்த்துக்கொண்டது. அடிக்கடி அவள் இந்தப் பாடலைப் பாடுவாள். தனிமையில் இருக்கும்போது கடைசி வரிகளை உரத்து சொல்லுவாள். அது அவள் காதுகளுக்குக் கேட்க இனிமையாக இருக்கும்.

அலிசாலா வேறு பிரிவைச் சேர்ந்தவன். அவன் வந்து பெண் கேட்டால் அவள் தகப்பனார் நிச்சயமாகச் சம்மதிப்பார். வேறு பிரிவில் பெண் எடுப்பது அவர்கள் வழக்கம். அந்த இனம் பகைமையை விடுத்து சிநேகமாகிவிடும் என்ற நம்பிக்கை. இவனுடைய பெயர் வீட்டிலே அடிக்கடி பேசப்படுகிறது. இவர்கள் 'பறவை தின்னிகள்' என்ற ஒரு குறை மாத்திரம் இருந்தது. இருபது ஒட்டகங்கள் சீர்கொண்டு அலிசாலா வருவதில் சிரமம் இருக்காது என்று எதிர்பார்த்தார்கள்.

கிணற்றடியில் ஒரே பெண்கள் கூட்டம். பச்சைப் பசேல் என்று மரங்கள். பார்ப்பதற்குப் பாலைவனப் பூங்கா போன்று குளுமையாக இருந்தது. கிணற்றுக் கட்டிலே அமீனா சாய்ந்தபடி காணப்பட்டாள். தொடையிலே ஒரு கை தொட்டுக்கொண்டு இருந்தது. மற்றக்காலை ஒய்யாரமாக விசிறியபடி இருந்தாள்.

மைமுன் முக்காட்டை எடுத்துவிட்டாள். அவளுடைய சிகை வசீகரத் தன்மையுடன் இருந்தது. கைகளை விட்டு அவற்றைக் கலைத்து காற்றை வெளியே விட்டாள். தண்ணீரை முகத்தில் அடித்து ஆசை தீர பருகிக்கொண்டாள். அவள் கண்கள் பிரகாசமாகின.

இரு சிநேகிதிகளும் முகத்தைத் திருப்பிக் கொண்டார்கள். ஒன்றுமே பேசவில்லை. தண்ணீர்க் குடத்தை எடுத்து முதுகிலே மாட்டுவதற்கு மட்டும் அமீனா உதவி செய்தாள். இருவரும் புறப்பட்டார்கள். குடத்திலிருந்து தண்ணீர் கொஞ்சம் கசிவது போல மைமுனுக்கு பட்டது. அடுத்த நாள் மறக்காமல் பானைக்கு அலஸூ மரத்து பிசின் தடவவேண்டும் என்று நினைத்துக்கொண்டாள்.

வறுமையில் வாடிய இரண்டு தங்க நரிகள் நிலத்தை மணந்தபடி அவர்களைத் தாண்டி ஓடின. ஒரு மஞ்சள் குருவி 'உய்க், உய்க்' என்று சத்தம் செய்தது. மைமுனுக்கு திடீரென்று சிறுநீர் கழிப்பதற்கு பேரவா பிறந்தது. நெளிந்தபடி அமீனாவை ஒரு அரைக்கண் பார்வை பார்த்தாள். அவளும் மைமுனின் உடல் மொழியைப் புரிந்துகொண்டு தலையை அசைத்தாள்.

தண்ணீர்ப் பானையை மெதுவாக இறக்கி வைத்தார்கள். இரண்டு கற்களை எடுத்து உரசி சத்தம் செய்தபடியே பற்றை மறைவில் ஒதுங்கினார்கள். மைமுன் காலை அகட்டி குந்திய சிறிது நேரத்திலே ஒருவித உற்சாகத்துடன் நீர் பிரிந்தது. பாம்பு சீறுவது போன்ற சத்தத்துடன் அது நிலத்தை அடைந்தது. மைமுனுக்கு பெரும் சுமை ஒன்று இறங்கிய சுகம். அந்த நேரத்தில் அலிசாலாவின் நிச்சயமற்ற கண்கள் நினைவுக்கு வந்தன. அவனைத் தீவிரமாக காதலிக்கலாமா என்ற எண்ணம் அவளுக்கு மறுபடியும் தோன்றி மறைந்தது.

'உன்னுடைய ஆள் அங்கே சுற்றிக்கொண்டு இருந்தானே', இப்படிச் சொல்லி அமீனா அவர்களுக்கிடையே இறுகிப் போன காற்றை மெல்ல உடைத்தாள். பிறகு சிநேகிதிகள் இருவரும் கலகலவென்று பேசத்தொடங்கினார்கள். அவர்கள் அந்நியோன்யம் தானாகவே பற்றிக்கொண்டது. அமீனா அவளுடைய வழக்கமான புலம்பலைத் தொடங்கினாள்.

'இவனை நம்பி இராதே. இவன் உனக்கு மஹர் கொண்டு வரப்போவதில்லை. வேறு ஆளைப் பார். இவன் பெண்கேட்டு வரும்போது உனக்கு நாற்பது வயது தாண்டி விடும். அதற்குப் பிறகு உனக்கு எப்படி பிள்ளை பிறக்கப் போகிறது.'

'பிள்ளை கிடக்கட்டும். ஒரு நாளைப்போல் ஒட்டகம் செய்யாத வேலையெல்லாம் செய்கிறேன். என்னைப்போய் சோம்பல் என்று சொல்கிறானே.'

மைமுனுடைய தாயார் இருபது வருடங்களில் பதினொரு பிள்ளைகளைப் பெற்றவள். ஒட்டகங்களில் கூட பத்துக் குட்டிகள்

ஈன்றதும் அவற்றின் இடது காது நுனியை அடையாளமாக வெட்டி விடுவார்கள். அந்த ஒட்டகம் அதற்குப் பிறகு இளைப்பாற அனுமதிக்கப்படும். அந்தச் சலுகை கூட பெண்களுக்கு இல்லை. அவர்கள் சாகுமட்டும் பெற்றுக்கொண்டே இருக்கவேண்டும்.

மைமுன் உதடுகளை விரிக்காமல் கறுப்புப் புன்னகை ஒன்றை உதிர்த்தாள்.

'அமீனா, என் இனிய சிநேகிதியே! நான் என்ன செய்யப் போகிறேன் என்று உனக்குத் தெரியுமா? என்னை அவ்வளவு சுலபத்தில் அடிமைப்படுத்த முடியாது', இப்படிச் சொல்லிக் கொண்டே அவள் அருகில் வந்து அமீனாவின் காதுகளில் ஏதோ ரகஸ்யம் சொன்னாள். இருவரும் ஒரு சதியாலோ சனையை முடித்த திருப்தியோடு விழுந்து விழுந்து சிரித்தார்கள். கண்ணில் நீர் பொங்கச் சிரித்தார்கள். தண்ணீர்க் குடம் குலுங்கச் சிரித்தார்கள். வீடு வரும்வரை இப்படிச் சிரித்துக் கொண்டே வந்தார்கள்.

வீட்டிலே இன்னும் நிறைய வேலைகள். தண்ணீர் குடத்தை இறக்கி வைத்தாள். அவளுடைய தாயார் வழக்கம் போலச் சந்தைக்கு போய்விட்டாள். காட்டிலே போய் விறகு பொறுக்கி இரவுச் சமையல் செய்யவேண்டும். பிறகு மீதமிருக்கும் ஒட்டகப் பாலைச் சந்தைக்கு எடுத்துப்போக வேண்டும்.

இரவுச் சமையலை விரைவாக முடித்தாள். பாலிலே உதிர்ந்த சோளத்தைப் போட்டு காய்ச்சினாள். நம்பிக்கை ஊட்டும் நறுமணத்துடன் அது பொங்கியது.

சுரைக்குடுவையை எடுத்துக்கொண்டு வெளியே வந்தாள். ஒட்டகம் அவளுக்காக பொறுமையுடன் நின்றுகொண்டிருந்தது. இடது காலில் நின்று வலது காலை மடித்து முழங்காலில் ஊன்றிக்கொண்டாள். உறுதியான வடிவம் கொண்ட வலது தொடைக்கும் மெலிந்த வயிற்றுக்கும் இடையில் குடுவையை வைத்தாள். அது அங்கே கச்சிதமாகப் பொருந்தி நின்றது. பாலைக் கறக்கத் தொடங்கினாள். சரி கணக்காக அது குடுவையைப் போய் ஒரு வித கதகதப்புடன் நிறைத்தது. முழங்கையை நக்கியபடி குடுவையை எடுத்துக்கொண்டு சந்தைக்கு விரைந்தாள்.

ஊரடங்கி நிசப்தமானபோது அவள் படுக்கச் சென்றாள். அடுத்தநாள் அதிகாலையை நினைக்கும்போது அவளுக்கு பயமாக இருந்தது. இந்த ஹைனாவும் அவளுடைய அம்மாவும் அவளுக்கு விரோதம் செய்கிறார்கள். விடியுமுன்பாகவே அவளை எழுப்பிவிடுவார்கள். ஆசை தீர நித்திரை கொள்ளும் சுகம் எப்படி இருக்கும் என்று அவளுக்குத் தெரியாது. அந்த அதிகாலை

நித்திரைக்காக அவள் எதுவும் செய்யத் தயாராயிருந்தாள். இந்த சிந்தனைகளுக்கிடையில் அவள் இமைகள் ஒன்றையொன்று தீண்டின.

அடுத்த நாள் அவளுடைய விடியற்கால அவலங்கள் ஒரு முடிவுக்கு வந்தன.

ஹைனாவின் தொந்திரவு இல்லை. அம்மாவும் மௌனமாகி விட்டாள். தூரத்தில் மேய்ப்பர்களின் மேய்ச்சல் ஓசைகள் மாத்திரம் கேட்டன. இவ்வளவு அழகான விடியலை அவள் கண்டதில்லை.

பக்கத்து ஊரில் இருந்து பெருங்கூட்டம் ஒன்று வந்திருந்தது. பலபலவென்று விடியும்போதே வந்துவிட்டது. நூரும் ஊர்ப் பெரியவர்களும் கிராமத்து எல்லையிலே நின்று அவர்களை வரவேற்றார்கள். அவர்கள் வழக்கப்படி வேரோடு பிடுங்கிய சோளப் பயிர்களை கைகளிலே தூக்கி அசைத்து அசைத்து அவர்களை அழைத்துக்கொண்டு வந்தார்கள். ஒரு சைன்யம் திரண்டு வருவதுபோல அது இருந்தது.

மைமுனைப் பெண்கேட்டு வந்திருந்தது அந்தக் கூட்டம். ஒருநாள் பயணத் தொலைவில் இருந்து வந்திருந்தார்கள். அந்த ஊர் நபதூன் அவர். ஐம்பது வயதுக்காரர். மூன்றாம் தாரமாக மைமுனை மணக்கச் சம்மதம் தெரிவித்திருந்தார். ஐம்பது ஒட்டகங்களைச் சீர் கொடுப்பதாக பேசிக்கொண்டார்கள். ஊர் முழுக்க இந்த அதிசயத்தைப் பார்க்கத் திரண்டு வந்திருந்தது.

மைமுனின் தாயார் தட்டையாக மறுத்துவிட்டாள். இவ்வளவு தூரத்தில் மகளைக் கட்டிக்கொடுத்தால் பின்பு அவளைப் பார்ப்பது என்பது நடக்காத காரியம். அலிசாலா பெண்கேட்டு வருவான் என்று எதிர்பார்த்தாள். மைமுன் அவனிலே எத்தனை ஆசை வைத்திருந்தாள் என்பது அவளுக்குத் தெரியும்.

நூர் அப்போது ச்சாட் போதையில் இல்லை. இறையச்சம் உடையவர். ஆதலால் மறு வாசிப்பில் ஐம்பது ஒட்டகங்களுக் காக மகளை விற்பதா என்று தயங்கினார். தாயும் தகப்பனுமாக மகளிடம் வந்தார்கள். சிக்கல் இல்லாதச் சொற்களைத் தெரிவு செய்து அவளிடம் யோசனை கேட்டார்கள். எப்பவும் மைமுனிடம் அதிசயிக்க வைக்கும் சில நிமிடங்கள் கைவசம் இருக்கும். அவள் தயங்காமல் சம்மதம் தெரிவித்துவிட்டாள். பிடிவாதமாகக் கூட இருந்தாள். அவர்களுக்கு ஆச்சரியம் தாங்க முடியவில்லை.

நிக்காஹ் முடிந்த கையோடு மைமுன் தன் கணவன் வீட்டுக்குப் புறப்பட்டாள். அவர்கள் கொண்டு வந்திருந்த ஒட்டகங்களும், கழுதைகளும் பயணத்திற்குத் தயாராக நின்றன.

அந்தச் சமயம் பார்த்து அவளுடைய பிராண சிநேகிதி அமீனா வந்து சேர்ந்தாள். அவள் காதுகளில் மைமுன் ரகஸ்யம் பேசிவிட்டு வீடு வந்து சேரும் வரை சிரித்தது ஞாபகத்துக்கு வந்தது. 'இவள் உண்மையாக அல்லவோ சொல்லியிருக்கிறாள், பாவி' என்று அமீனா நினைத்துக்கொண்டாள்.

'நான் ஒரு ஐம்பது வயதுக் கிழவனை மணக்கப் போகிறேன். அவனுக்கு மூன்றாவது மனைவியாக. அவன் ச்சாட் சாப்பிடுபவனாக இருக்கவேண்டும். அந்த மயக்கத்தில் அவன் என்னை அதிகம் அணுகமாட்டான். மிஞ்சிப் போனால் இரண்டு குழந்தைகளுடன் தப்பி விடுவேன்.' இப்படிச் சொல்லி விட்டு அவள் ஓவென்று சிரித்தாள். பரிகாசம் என்றுதான் முதலில் அமீனா நினைத்திருந்தாள். அப்படியில்லை. இவள் உண்மையாகத்தான் கூறியிருக்கிறாள்.

அமீனாவுக்குச் சொல்லாத இன்னொரு காரணமும் இருந்தது. அதுவும் சீக்கிரத்திலேயே அவளுக்குத் தெரியவரும்.

புறப்படும் சமயம். திடீரென்று மைமுன் அழத் தொடங்கினாள். காரணம் தெரியவில்லை. 'ஹூயா, 'ஹூயா' என்று அழைத்து தாயாரைக் கட்டிக்கொண்டு விக்கி விக்கி அழுதாள்.

'அடி, பாவிப்பெண்ணே! எதற்காக இப்படி அழுகிறாய். சொல்லித் தொலை. உன் விருப்பப்படிதானே ஒரு முழு நாள் பிரயாண தூரத்தில் இருக்கும் இந்தச் சின்ன ஊரில் உன்னைக் கட்டிக்கொடுக்கச் சம்மதித்தோம். நீ இங்கே ராசாத்தி மாதிரி இருந்திருக்கலாமே! பாதகத்தி, இப்ப போய் அழுகிறாயே!'

மைமுனால் அப்பவும் அழுகையை அடக்க முடியவில்லை. மாலை மாலையாகக் கண்ணீர் வழிந்தது. விம்மியபடியே சொன்னாள்.

'உண்மையான காரணத்தைச் சொல்லட்டுமா, ஹூயா'.

'கூறுகெட்டவளே, சொல்லடி, இப்பிடி குடியைக் கெடுத்துவிட்டாயே!'

'ஹூயா, அந்த ஊரில் தண்ணீர் கொட்டி கொட்டி வருமாம். வருடம் முழுக்க வற்றாதாம். தினம் தினம் பதினாறு மைல் தூரம் நடக்கத் தேவையில்லை.'

இதைச் சொல்லிவிட்டு மைமுன் தன் தாயின் முகத்தை ஏக்கத்தோடு பார்த்தாள். பார்த்துவிட்டு இன்னொருமுறை அழத்தொடங்கினாள்.

○○○

மைமுனின் தகப்பனாருக்கு முதலில் கொஞ்சம் அதிர்ச்சியாகத்தான் இருந்தது. ஆனாலும் தேற்றிக்கொண்டார். ஒரு நாள் பயணம்தானே, மகளை அடிக்கடிப் பார்க்கலம் என்று நினைத்தார். ஆனால் அப்போது அவருக்குத் தெரியவில்லை. அதுதான் அவளைப் பார்ப்பது கடைசித் தடவை என்று.

விரைவில் அவரது மனைவி இறந்துபோனாள். ச்சாட் போதையில் உடல்நிலை கெட்டு மனம் குலைந்து எஞ்சியிருக்கும் நாட்களை அவர் மற்றவர்கள் தயவில் கழிக்க நேரிடும். அந்த நேரங்களில் எல்லாம் அவர் மைமுனின் சிந்தனையாகவே இருப்பார்.

ஒருவரும் பார்க்கவில்லை என்ற அந்தரங்கமான சமயத்தில் அவள் அகாஸியா மரத்தின் கீழ் கல்லிலே குந்தியிருந்தது ஞாபகத்துக்கு வரும். ஓர் உடைந்துபோன கண்ணாடித் துண்டில் முகத்தைப் பார்த்து தலையை வாரியதையும், அவளாகவே இட்டுக்கட்டிய குழந்தைகள் பாட்டை அவள் குரல் மெல்லியதாக முணுமுணுத்ததும் நினைவுக்கு வரும்.

ஒட்டகமே ஒட்டகமே
என் ஆசை ஒட்டகமே
என் ராசகுமாரனை மாத்திரம் சுமந்து வருவாயா
உனக்கு கட்டி முத்தம் கொடுப்பேன்.

அலிசாலாவில் அவள் எவ்வளவு காதல் வைத்திருந் திருப்பாள். அவ்வளவையும் ஒரு கணத்தில் தூக்கி எறிந்து விட்டாளே. அதிகாலையில் தண்ணீருக்குப் போய் வருவதை அவள் எவ்வளவு தூரம் வெறுத்திருக்க வேண்டும்.

ஒருவேளை ஐ.நா. சிறகம் கேட்டபோது கிணறு வேண்டும் என்று கூறியிருந்தால் மைமுன் அலிசாலாவை மணமுடித்து அவருடைய ஊரிலேயே தங்கி இருந்திருக்கக் கூடும். வெகு காலத்திற்குப் பிறகு அவர் மனதில் இந்தச் சிந்தனைகள் எல்லாம் திருப்பி திருப்பி ஓடும்.

ஆனால் அப்போது அவருக்கு அது தெரியவில்லை.

மகாராஜாவின் ரயில் வண்டி

ஒரு விபத்து போலத்தான் அது நடந்தது.

செல்வநாயகம் மாஸ்ரர் வீட்டில் தங்கவேண்டிய நான் ஒரு சிறு அசௌகரியம் காரணமாக இப்படி ஜோர்ஜ் மாஸ்ரர் வீட்டில் தங்க நேரிட்டது. எனக்கு அவரை முன்பின் தெரியாது. அந்த இரண்டு இரவுகளும் ஒரு பகலும் எனது வாழ்க்கையில் மிகவும் முக்கியமானவையாக மாறும். எனது பதினாலு வயது வாழ்க்கையில் நான் கண்டிராத, கேட்டிராத சில விஷயங்கள் எனக்குப் புலப்படும். இன்னும் சில அதிர்ச்சிகளுக்கும் நான் தயாராக நேரிடும்.

ஜோர்ஜ் மாஸ்ரர் பூர்வீகத்தில் கேரளாவில் இருந்து வந்தவர். அவர் கழுத்தினால் மட்டுமே கழற்றக்கூடிய, மூன்று பொத்தான் வைத்த, முழங்கை முட்டும் சட்டையை அணிந்திருந்தார். அவருடைய முகம் பள்ளி ஆசிரியருக்கு ஏற்றதாக இல்லை. வாய்க் கோடு மேலே வளைந்து எப்போதும் சிரிக்க ஆரம்பித்தவர் போலவே காட்சியளித்தார்.

மிஸஸ் ஜோர்ஜை பார்த்தவுடன் கண்டிப்பானவர் என்பது தெரிந்துவிடும். பொட்டு இடாத நெற்றி கடும் வெள்ளையாக இருந்தது. யௌவனத்தில் இருந்து பாதி தூரம்வரை வந்திருந்தாலும் அவருடைய கண்கள் மூக்குக்குக் கீழே தென்படுவதைப் பார்த்துப் பழக்கப்படாதவை. கறுப்புக் கரை வைத்த வெள்ளை சேலை அணிந்திருந்தார். சேலையின் ஒவ்வொரு

மடிப்பும் கன கச்சிதமாக உரிய இடத்தை விட்டு நகராமல் அப்படியே நின்றது. நான் அங்கு போனபோது இருவரும் மகளை எதிர்பார்த்துக்கொண்டு வாசலில் நின்றனர்.

மூன்று பெண்கள் தூரத்தில் வந்தார்கள். எல்லோரும் ஒரே மாதிரியான சீருடை போன்ற ஒன்றை அணிந்திருந்தார்கள். இருந்தும் அவர்களில் இந்தப் பெண் அவள் உயரத்தினால் நீண்ட தூரம் முன்பாகவே தெரிந்தாள். அவள் அசையும்போது இடைக்கிடை அவள் இடை தெரிந்தது; மீதி மறைந்தது. கிட்ட வந்தபோது அவள் கண்கள் தெரிந்தன. அவை அபூர்வமாக ஓர் இலுப்பைக் கொட்டையைப் பிளந்ததுபோல இரு பக்கமும் கூராக இருந்தன. கழுத்திலோ காதிலோ வேறு அங்கத்திலோ ஒருவித நகையுமில்லை. ஆனால் மூக்கிற்குக் கீழே, மேல் உதட்டில் ஒரு மரு இருந்தது. இது அவள் உதடுகள் அசையும்போதெல்லாம் அசைந்து எங்கள் பார்வையை அவள் பக்கம் திருப்பியது. அப்படியே அவள் உடம்பை அவதானிக்கும் ஆர்வத்தையும் கூட்டியது. இது ஒரு நூதனமான தந்திரமாகவே எனக்குப்பட்டது.

ரொஸலின் என்று அவளை எனக்கு அறிமுகப்படுத்தினார்கள். அலுப்பாக, கண்களை நிமிர்த்திப் பார்த்தாள். அந்த முகம் பதின்மூன்று வயதாக இருந்தது. ஆனால் உடல் அதை ஒத்துக்கொள்ளாமல் இன்னும் அதிக வயதுக்கு ஆசைப்பட்டது.

என்னுடைய முதலாவது அதிர்ச்சி அந்த வீடுதான். அது எனக்குப் பரிச்சயமற்ற பெரும் வசதிகள் கொண்டது. என்னிலும் உயரமான ஒரு மணிக்கூடு ஒவ்வொரு மணிக்கும் அந்த தானத்தை ஞாபகம் வைத்து அடித்தது. விட்டுவிட்டு சத்தம் போடும், நான் முன்பு தொட்டு அறியாத ஒரு குளிர்பெட்டி இருந்தது. தொங்கும் சங்கிலியைப் பிடித்து இழுத்தால் பெரும் சத்தத்தோடு தண்ணீர் பாய்ந்து வரும் கழிவறை இருந்தது. வாழ்நாள் முழுக்க பராமரித்தாலும் ஒரு பூ பூக்காத செடிகளைத் தொட்டிகளில் வைத்து வளர்த்தார்கள்.

எனக்கு ஒதுக்கப்பட்ட அறை அவசரமாகத் தயாரிக்கப் பட்டது. அலுமாரியும் மேசையும் ஒரு பக்கத்தை அடைத்தன. நிறையப் புத்தகங்களும் வெற்றுப் பெட்டிகளும் ஒன்றன்மேல் ஒன்றாக அடுக்கி வைக்கப்பட்டிருந்தன. அலுமாரிக்குள் அனுமதி கிடைக்காத உடுப்புகள் வெளியே காத்திருந்தன. படுக்கையில் மடிப்பு கலையாத வெள்ளை விரிப்பும், அநீதியாக இரண்டு தலையணைகளும் கிடந்தன. அந்த அறையைத் தொட்டுக்கொண்டு மூன்று கதவுகள் கொண்ட ஒரு குளியலறை இருந்தது. மூன்று பேர் மூன்று வாசல்கள் வழியாக அதற்குள் வரமுடியும். ஆனபடியால்

மிகக் கவனமாக உள் பூட்டுகளைப் போடவும், பிறகு ஞாபகமாகத் திறக்கவும் தெரிந்திருக்க வேண்டும். குளியல் தொட்டி வெள்ளை நிறத்தில் இருந்து பழுப்பு நிறமாக மாறுகிறதா அல்லது பழுப்பு நிறத்தில் இருந்து வெள்ளை நிறமாக மாறுகிறதா என்பதைச் சொல்ல முடியவில்லை. அதில் நீண்டமுடி ஒன்று தண்ணீரில் நனைந்து நெளிந்துபோய் கிடந்தது. இன்னும் பல பெண் சின்னங்களும், அந்தரங்க உள்ளாடைகளும் ஒளிவில்லாமல் தொங்கின.

இரண்டாவது அதிர்ச்சி முத்தம் கொடுக்கும் காட்சி. அந்தப் பெண் அடிக்கடி முத்தம் கொடுத்தாள். சும்மா போகிற தாயை இழுத்து அவள் கன்னத்திலே முத்தம் பதித்துவிட்டுப் போனாள். சிலவேளை பின்னுக்கிருந்து வந்து அவளைக் கட்டிப் பிடித்து ஆச்சரியப்பட வைத்தாள். சிலமுறை கன்னத்தில் தந்தாள்; சிலமுறை நெற்றியில் கொடுத்தாள். தாயும் அப்படியே செய்தாள். சில நேரங்களில் அப்படிக் கொடுக்கும்போது என்னைச் சாய்வான கண்களால் பார்த்தாள். அந்த சமயங்களில் நான் என்ன செய்ய வேண்டுமென்பது எனக்குத் தெரியவில்லை.

நான் முதல் முறையாக அந்நியர் வீட்டிலே தங்கியிருந்தேன். அதிலும் அவர்கள் கத்தோலிக்கர்கள். அவர்கள் பழக்கவழக்கங்கள் அப்படியாயிருக்கலாம் என்று யோசித்தேன். ஆனாலும் கூச்சமாக இருந்தது. என் கண்களை இது சாதாரணமான நிகழ்ச்சி என்று நினைக்கும் தோரணையில் வைக்கப் பழக்கிக்கொண்டேன்.

சாப்பாடு மேசையில் பரிமாறப்பட்டதும் நான் அவசரமாகக் கையை வைத்துவிட்டேன். பிறகு பிரார்த்தனை தொடங்கியபோது அதை இழுத்துக்கொண்டேன். கடைசியில் ‘ஆமென்’ என்று சொன்னபோது நான் கலந்துகொள்ளத் தவறிவிட்டேன். அதற்கு இந்தப் பெண் என்னை ஒரு மாதிரியாகப் பார்த்தாள்.

அன்று இரவு நடந்ததும் விநோதமான சம்பவமே. பழக்கப்படாத அறை; பழக்கப்படாத கட்டில், பழக்கப்படாத ஒலிகள். வெகு நேரமாக நித்திரை வரவில்லை.

மெல்ல என்னுடைய கதவு திறக்கும் ஒலி. ஒரு மெழுகுவர்த்தியைப் பிடித்தபடி இந்தப் பெண் மெள்ள நடந்து வந்தாள். வந்தவள் என் பக்கம் திரும்பிப் பாராமல் நேராகப் பெட்டிகள் அடுக்கி வைத்திருக்கும் திசையில் போய் நின்றுகொண்டு அமெரிக்காவின் சுதந்திரச் சிலை போல மெழுகுத்திரியை உயர்த்திப் பிடித்தாள். நான் திடீரென்று எழுந்து உட்கார்ந்தேன்.

‘பயந்திட்டியா?’ இதுதான் அவள் என்னுடன் பேசிய முதல் வார்த்தை. நானும் அவள் பக்கத்தில் நின்று என்னவென்று பார்த்தேன். அந்த மரப்பெட்டிக்குள் ஐந்து பூனைக்குட்டிகள் ஒன்றன்மேல் ஒன்றாக மெத்துமெத்தென்று கண்களை மூடிக் கிடந்தன. ஒவ்வொன்றாகக் கையிலே எடுத்துப் பூங்கொத்தை ஆராய்வதுபோல பார்த்தாள். அவள் கைச்சூடு ஆறும் முன்பு நானும் தொட்டுப் பார்த்தேன். புது அனுபவமாக இருந்தது.

‘மூன்று நாட்கள் முன்புதான் குட்டிபோட்டது. இரண்டு இடம் மாறிவிட்டது. தாய்ப் பூனை இந்த ஜன்னல் வழியாக வரும், போகும். பார்த்துக்கொள்’ என்றாள். அதற்கு நான் மறுமொழி சொல்லவில்லை. காரணம் நான் அப்போது அவளுடைய முதலாவது கேள்விக்கு எழுத்துக்கூட்டிப் பதில் தயாரித்துக் கொண்டிருந்ததுதான்.

சற்று நேரம் என்னையே பார்த்துக்கொண்டு நின்றவள், எனக்கு மிகவும் பரிச்சயமானவள்போல ரகஸ்யக் குரலில், ‘இந்தப் பூனை குட்டியாக இருந்தபோது ஆணாக இருந்தது. திடீரென்று ஒரு நாள் பெண்ணாக மாறிக்குட்டி போட்டுவிட்டது’ என்றாள். பிறகு இன்னும் குரலை இறக்கி, ‘இந்தக் கறுப்புக் குட்டிக்கு மாத்திரம் நான் பெயர் வைத்துவிட்டேன். அரிஸ்டோட்டல்’ என்றாள்.

‘ஏன் அரிஸ்டோட்டல்?’

‘பார்ப்பதற்கு அப்படியே அரிஸ்டோட்டல் போலவே இருக்கிறது. இல்லையா?’

இவ்வளவுக்கும் அவள் என் பக்கத்தில் நெருக்கமாக நின்றாள். அவளுடைய துயில் உடைகள் சிறு ஒளியில் மெல்லிய இழை கொண்டதாக மாறியிருந்தன. கேசம் வெப்பத்தைக் கொடுத்தது. அவளிலே இருந்து வந்த இரவு வாசனை முற்றிலும் புதியதாக இருந்தது. என் விரல்கள் அவளுடைய அங்கங்களின் எந்த ஒரு பகுதியையும் சுலபமாகத் தொடக்கூடிய தொலைவில் இருந்தன. ஆள்காட்டி விரலை எடுத்துத் தன் வாயில் சிலுவைபோல வைத்து சைகை காட்டியபடி மெதுவாக நகர்ந்து கதவைத் திறந்து போனாள். அவள் போன திசையில் கழுத்தை மடித்து வைத்துப் படுத்தபடி கனநேரம் காத்திருந்தேன்.

காலை உணவு வெகு அவசரத்தில் நடந்தது. அவர்கள் எல்லோரும் மிக நேர்த்தியாக உடுத்தியிருந்தார்கள். மிஸஸ் ஜோர்ஜிடம் இருந்து ஒரு மெல்லிய மயக்கும் வாசனைத் திரவிய நெடி வந்தது. இரவு ஒன்றுமே நடக்காததுபோல ஒரு பூனையாகவே மாறிப்போய் ரொஸலின் உட்கார்ந்திருந்தாள்.

மயில் தோகை போன்ற உடையும், கறுப்பு காலணியும், நீண்ட வெள்ளை சொக்ஸும் அணிந்திருந்தாள்.

அவள் வேண்டுமென்றே சாவதானமாக உணவருந்தினாள். மேசையில் நாம் இருவருமே மிஞ்சினோம். ஒருவருமில்லாத அந்தச் சமயத்திற்குக் காத்திருந்தவள்போல திடீரென்று என் பக்கம் திரும்பி, ரகஸ்யத்திற்காக வரவழைத்த குரலில், 'என் அப்பாவிடம் ஒரு ரயில் வண்டி இருக்கிறது' என்றாள்.

'ரயில் வண்டியா?' என்றேன்.

'ரயில் வண்டிதான். பதினாலு பெட்டிகள்.'

'பதினாலு பெட்டிகளா?'

'இதுதான் திருவனந்தபுரத்துக்கும் கன்னியாகுமரிக்கும் இடையில் ஓடும் ரயில் வண்டி. காலையில் ஆறுமணிக்குப் புறப்பட்டு மறுபடியும் இரவு திரும்பி வந்துவிடும்.'

'ரயில் வண்டியை ஏன் உங்க அப்பா வாங்கினார்?'

'வாங்கவில்லை, ஸ்டுபிட். திருவனந்தபுரம் மகாராஜா இந்த லைனை என்னுடைய தாத்தாவுக்கு அவருடைய சேவையை மெச்சி பரிசாகக் கொடுத்தாராம். அவருக்குப் பிறகு அப்பாவுக்குக் கிடைத்தது. அவருக்குப் பிறகு அது எனக்குத்தான்.'

அவளுக்குப் பிறகு அது யாருக்குச் சொந்தமாகும் என்று தீர்மானமாவதற்கிடையில் ஜோர்ஜ் மாஸ்ரர் திரும்பிவிட்டார். அப்படியே அவசரமாக எல்லோரும் மாதா கோயிலுக்குப் புறப்பட்டதில் அந்த சம்பாஷணை தொடர முடியாமல் அந்தரத்தில் நின்றது.

ஒரு பதினாலு வயதுப் பையன் எவ்வளவு நேரத்துக்குத் தனக்கு ஒதுக்கப்பட்ட அறைக்குள் அடைந்துகொண்டு வாசிக்க ஒன்றுமில்லாமல் டேவிஸ் என்ற ஆங்கிலேயர் எழுதிய *Heat* புத்தகத்தைப் படித்துக் கொண்டிருக்க முடியும். அவர்கள் திரும்பி வந்த சத்தம் கேட்டு வெகு நேரமாகிவிட்டது. துணிவை வரவழைத்துக்கொண்டு மெதுவாக என் அறைக் கதவை நீக்கி எட்டிப் பார்த்தேன். ஒருவருமில்லை.

வெளி வராந்தாவுக்கு நான் வந்தபோது அடியில் ஈரமான ஒரு நீளமான கடதாசிப் பைக்குள் அவள் கையை நுழைத்து ஏதோ ஒன்றை எடுத்து வாய்க்குள் போட்டு மென்றுகொண்டிருந்தாள். அவளுடைய கை புற்றுக்குள் பாம்பு நுழைவதுபோல உள்ளே போவதும் வருவதுமாக இருந்தது. பெயர் தெரியாத உருண்டையான ஒன்று அவள் வாய்க்குள் விழுந்தது.

பையை என்னிடம் நீட்டினாள். அவள் முடிச்சு மணிக்கட்டு என் முகத்துக்கு நேராக வழுவழுவென்று இருந்தது. அநாமதேயமான உணவுப் பண்டங்களை நான் உண்பதில்லை. வேண்டாம் என்று தலை அசைத்தேன். ஐஸ் கட்டி வேணுமா என்று திடீரென்று கேட்டாள். என் பதிலுக்குக் காத்திராமல் தானாகவே சென்று குளிர் பெட்டிக் கதவைத் திறந்து ஆகாய நீலத்தில் சிறு சிறு சதுரங்கள் கொண்ட ஒரு பிளாஸ்டிக் பெட்டியைத் தூக்கிக்கொண்டு வந்தாள். வில்லை வளைப்பதுபோல அதை வளைத்தபோது ஐஸ்கட்டிகள் விடுபட்டு துள்ளி மேலே பாய்ந்தன. அவள் அவற்றை ஒவ்வொன்றாகப் பிடித்துவாயிலே போட்டாள். தன் கையினால் ஏந்தி தண்ணீர் சொட்ட எனக்கும் ஒன்று தந்தாள். பிறகு நறுக்கென்று கடித்தாள்.

திரும்பி இரண்டு பக்கமும் பார்த்து, குளிர்பெட்டி கேட்காத தூரத்தில் இருக்கிறது என்பதை நிச்சயித்துக்கொண்டு, மெதுவாகப் பேசினாள். 'இந்த தண்ணி கேரளாவில் இருந்து வந்தது. அரை மணியில் ஐஸ் கட்டி போட்டு விடும். இங்கே இருக்கிற தண்ணி சரியான ஸ்லோ. இரண்டு நாள் எடுக்கும்' என்றாள்.

நானும் அவளைப் போல நறுக்கென்று கடித்தேன். பற்கள் எல்லாம் கூசி சிரசில் அடித்தன. தண்ணீர் பல் நீக்கலால் வழிந்து வெளியே வந்தது. என்னையே சிரிப்பாகப் பார்த்துக் கொண்டிருந்தவள், 'உனக்கு ஐஸ் கட்டி சாப்பிட வராது' என்றாள்.

அவளைப் பார்த்தேன். ஓர் ஆணைப்போல ஆடை தரித்திருந்தாள். சரி நடுவில் தைத்து வைத்த கால் சட்டை போன்ற பாவாடை. அவள் மேலாடை இரண்டு நாடாக்கள் வைத்துப் பொருத்தப்பட்டு, தோள்களையும், கழுத்துக் குழிகளையும் மறைப்பதற்கு முயற்சி எடுக்காததாக இருந்தது. அவளுடைய தோள் எலும்புகள் இரண்டு பக்கமும் குத்திக்கொண்டு நின்றன.

அப்பொழுது பார்த்து ஜிவ்வென்று இலையான் ஒன்று பறந்து வந்து அவளையே சுற்றியது. தானாகவே பிரகாசம் வீசும் பச்சை இலையான். உருண்டைக் கண்கள். தோள் மூட்டில் இருக்க முயற்சித்த போது உதறினாள். நான் பொறுக்க முடியாமல் கையை வீசினேன். நட்டுவைத்த கத்தி போன்ற தோள்மூட்டில் கை பட்டதும் தராசு போல அது ஒரு பக்கம் கீழே போனது.

மறுபடியும், மிகக்கூர்மையான கண்கள் மட்டுமே கண்டு பிடிக்கக் கூடிய உள் வளைந்த அவளுடைய முழங்கால்களில் அது போய் இருந்தது. நான் மீண்டும் கையை ஓங்கியதும் சிரிக்கத் தொடங்கினாள். சுற்று முடிவடையாத சக்கரம்போல அது நீண்டுகொண்டே போனது. மனது பொங்க நானும்

சிரித்தேன். அந்தக் கணம் கடவுள் எப்படியும் அதற்கு ஒரு தடை கொண்டுவந்துவிடுவார் என்று எனக்குப் பயம் பிடித்தது. அப்படியே நடந்தது. வேலைக்காரப் பெண் வந்து அம்மா கூப்பிடுவதாக அறிவித்தாள்.

அந்த ஞாயிறு நாலு மணிக்கு நடந்த தேநீர் வைபவமும் மறக்கமுடியாதது. பெரிய ஆலாபனையுடன் இது வெளித் தோட்டத்தில் ஆரம்பமானது. மஞ்சளும் பச்சையும் கலந்த பெரிய பழங்களைத் தாங்கி நின்ற ஒரு பப்பாளி மரத்தின் கீழ் இது நடந்தது. தூரத்தில் இரண்டு பனை மரங்களில் கட்டிய நீளமான மூங்கில்களில் இருந்து வயர் இறங்கி வந்து ஜோர்ஜ் மாஸ்ரருடைய பிரத்தியேகமான வாசிப்பு அறை ரேடியோவுக்குப் போனது.

மிஸஸ் ஜோர்ஜ் எல்லோருக்கும் அளவாகத் தேநீரைக் கோப்பைகளில் ஊற்றித் தந்தார். மெல்லிய சீனி தூவிய நீள்சதுர பிஸ்கட்டுகள், ஒரு பீங்கான் தட்டில் வைத்து வழங்கப்பட்டன. அவை கடித்த உடன் கரைந்துபோகும் தன்மையாக இருந்தன.

திடீரென்று ஜோர்ஜ் மாஸ்ரர் மகளைப் பார்த்து கிதார் வாசிக்கும்படிப் பணித்தார். 'ஓ, டாடி' என்று அவள் அலுத்துவிட்டு, அதைத் தூக்கிவந்தாள். கால்மேல் கால் போட்டு கிடங்குபோல பதிந்துகிடக்கும் பிரம்பு நாற்காலியில் அசௌகரியம் தோன்ற உட்கார்ந்து, கிதாரை மீட்டிக்கொண்டு பாடினாள். அவளுடைய ஸ்கர்ட் மேற்பக்கமாக நகர்ந்து சூரியன் படாமல் காப்பாற்றப் பட்ட உள் தொடையின் வெள்ளையான பாகத்தை கண் பார்வைக்குக் கொண்டுவந்தது. 'என் கண்களில் நட்சத்திரம் விழ அனுமதிக்காதே' என்று தொடங்கியது அந்த நீண்ட பாடல். *Love blooms at night, in day light it dies* (காதல் இரவில் மலர்கிறது; பகலில் மடிந்துவிடுகிறது) என்ற வரிகள் எனக்காகச் சேர்க்கப்பட்டதுபோல தோன்றின. இசைக்கு முற்றிலும் பொருத்தமில்லாத ஒரு புறாவின் குரலில் அவள் பாடியது ஒரு வித தடையையும் காணாமல் நேராக என் மனதில் போய் இறங்கியது.

இப்படி ஓர் அந்நியோன்யமான குடும்பத்தை நான் என் வாழ்நாளில் கண்டதில்லை. மிஸஸ் ஜோர்ஜ் குறுக்கே போட்ட தாவணியைப்பனை ஓலை விசிறி மடிப்பு போல அடுக்கி தோள்பட்டையில் ஒரு வெள்ளி புரூச்சினால் குத்தியிருந்தார். ரொஸலினுடைய கண்கள் முன்பு பார்த்ததிலும் பார்க்க நீளமாகத் தெரிந்தன. முகத்தில் இன்னும் பிரகாசம் கூடியிருந்தது. ஜோர்ஜ் மாஸ்ரர் கைகளை உரசியபடி எதிர் வரப்போகும் நல்ல உணவுகளைப் பற்றிய சிந்தனையில் உற்சாகமாகப் பேசினார். அவர்கள் செய்ததைப் போல நானும் உணவு மேசையைச் சுற்றி

அமர்ந்துகொண்டேன். 'ஜெபம் செய்வோம்' என்று அவர் ஆரம்பித்தார்.

'எங்கள் ஆண்டவராகிய யேசு கிறிஸ்துவே, உமது அளவற்ற கிருபையினால் நேற்றையைப்போல இன்றும் எங்களுக்குக் கிடைத்த ரொட்டிக்காக இங்கு பிரசன்னமாயிருக்கும் நாங்கள் நன்றி செலுத்துகிறோம். அதேபோல இந்த ரொட்டிக்கு வழியில்லாதவர்களுக்கும் வழிகாட்டும். பாரம் இழுப்பவர்களுக்கு இளைப்பாறுதல் தருபவரே, எங்கள் பாரங்களை லேசானதாக்கும். எங்களுடன் இன்று சேர்ந்திருக்கும் சிறிய நண்பரை ரட்சிப்பீராக. அவர் எதிர்பார்ப்புகள் எல்லாம் சித்தியடையட்டும். உம்முடைய மகிமையை நாம் ஏறெடுத்துச்செல்ல ஆசீர்வதியும். ஆமென்.'

சரியான இடத்தில் நானும் 'ஆமென்' என்று சொன்னேன். முதன்முறையாக என்னையும் ஜெபத்தில் சேர்த்தது எனக்குப் பெரும் மகிழ்ச்சியைத் தந்தது. நான் ஆமென் சொன்னபோது குறும்பாகப் பார்த்துவிட்டு அவள் கண்களை இமுக்காமல் அந்த இடத்திலேயே வைத்துக்கொண்டாள்.

ஆனால் இப்படி அருமையாக ஆரம்பித்த இரவு மிக மோசமானதாக முடிந்தது.

சாப்பாட்டு மேசையைச் சுற்றி இருக்கும் நேரங்களில் சம்பாஷணை மிக முக்கியம். அது முழுக்க சுத்தமான ஆங்கிலத்திலேயே நடந்தது. ஒரு வார்த்தை தமிழோ, மலையாளமோ மருந்துக்கும் இல்லை. அவளோ ஆற்றிலும் வேகமாகக் கதைப்பாள். என்னுடையதோ இருட்டில் நடப்பதுபோல தயங்கித் தயங்கி வரும். ஆகவே வார்த்தை சிக்கனத்தைப் பேணவேண்டிய கட்டாயம் எனக்கு. அப்படியும் பேசும் பட்சத்தில் வார்த்தைகளுக்கு முன்பாக மூச்சுக்காற்றுகள் வந்து விழுந்தன.

இன்னுமொன்று. பீங்கான் தட்டையே பார்த்துக்கொண்டு சாப்பிடுவது இங்கே தடுக்கப்பட்டிருந்தது. சாப்பாட்டு வகைகள் மேசையில் பரவியிருந்தபடியால் 'இதைத் தயவுசெய்து பாஸ் பண்ணுங்கள்', 'அந்த ரொட்டியை இந்தப் பக்கம் நகர்த்துங்கள்' என்று சொல்லிய படியே சாப்பிடுவார்கள். இதுவும் எனக்குப் புதுமையே.

அவியல் என்ற புதுவிதமான பதார்த்தத்தின் சுவையில் நான் மூழ்கியிருந்தேன். அப்போது ஜோர்ஜ் மாஸ்ரர் ஏதோ ஆங்கிலத்தில் கேட்டார். அதற்கு அவள் சிறு குரலில் பதில் சொன்னாள். அந்த வார்த்தைகளின் முக்கியத்துவம் முன்பே தெரிந்திருக்காததால் நான் காதுகொடுத்துக் கவனிக்கத் தவறிவிட்டேன்.

திடீரென்று தட்டையான வெள்ளைக்கூரை அதிரும்படி ஜோர்ஜ் மாஸ்ரர் கத்தினார். நான் நடுங்கிவிட்டேன். கிளாஸில் தண்ணீர் நடனமாடியது. அவள் சற்று முன்பு குறும்பாக வீசிய கண்களைத் தாழ்த்தி, பிளேட்டைப் பார்த்தபடியே இருந்தாள். கண் ரப்பைகளில் ஒன்றிரண்டு முத்துக்கள் சேர்ந்து ஜொலித்தன.

மிஸஸ் ஜோர்ஜ் நிலைமையைச் சமாளிக்கக் கண்களால் சாடை காட்டிப் பார்த்தாள். முடியவில்லை. அப்படியும் ஜோர்ஜ் மாஸ்ரர் முகத்தில் கோபம் சீறியது. சாந்தம் வருவதற்குப் பல மணி நேரங்கள் எடுத்தன.

அன்றிரவு நான் வெகுநேரம் புரண்டுகொண்டிருந்தேன். காற்றின் சிறு அசைவுக்கும் கதவு திறக்கிறதா என்பதை உன்னிப்பாகக் கவனித்தேன். திறக்கவில்லை.

எப்படியோ அயர்ந்து பின்னிரவில் திடீரென்று விழிப்பு ஏற்பட்டது. கண்ணுக்கு இருட்டு இன்னும் பழக்கமாகவில்லை. காதுகளைக் கூர்மையாக வைத்துக்கொண்டேன். ஒரு கிசுகிசுப் பான பெண்குரல் 'கொஞ்சம் முயற்சி செய்யுங்கள், ப்ளீஸ்' என்றது. ஆண்குரல் ஏதோ முனகியது. மறுபடியும் நிசப்தம். சிறிது நேரம் கழித்து அதே பெண்குரல் 'சரி, விடுங்கள்' என்றது எரிச்சலுடன். பிறகு வெகு நேரம் காத்திருந்தும் ஒன்றும் கேட்கவில்லை.

சொன்னபடி அதிகாலையிலேயே செல்வநாயகம் மாஸ்ரர் வந்துவிட்டார். பதிவு வேலைகளைச் சீக்கிரமாகவே கவனித்து எனக்கு செபரட்டினம் விடுதியில் இடம் பிடித்துத்தந்தார். எல்லோரும் அது சிறந்த விடுதி என்று ஒத்துக்கொண்டார்கள். எனக்கு ஒதுக்கப்பட்ட அறைக்கு இன்னும் இரண்டு மாணவர்கள் வருவார்கள் என்றார். உடனேயே ஒரு அந்நிய நாட்டு சைனியம்போல நான் எல்லைகளைப் பிடித்து வைத்துக் கொண்டேன்.

நான் பெட்டியை எடுக்க திரும்பவும் ஜோர்ஜ் மாஸ்ரர் வீட்டுக்குப் போனபோது அது திறந்திருந்தது. ஒரு வேலைக்காரப் பெண் வெளி மேடையில் ஒரு பெரிய மீனை வைத்து வெட்டிக் கொண்டிருந்தாள். அதன் கண்கள் பெரிதாக ஒரு பக்கமாகச் சாய்ந்து என்னையே பார்த்தன. ஆனால் அவள் என் பக்கம் திரும்பவில்லை.

என் அறைக்கதவு கொஞ்சம் நீக்கலாகத் திறந்திருந்தது. என்றாலும் நான் அங்கே பழகிக்கொண்ட முறையில் ஆள்காட்டி விரலை மடித்து டக்டக் என்று இருமுறை தட்டிவிட்டு உள்ளே நுழைந்தேன். படுக்கை அப்படியே கிடந்தது. என்னுடைய பெட்டியும் புத்தகப்பையும் வைத்த இடத்திலேயே இருந்தன.

அவற்றைத் தூக்கிய பிறகு இன்னொருமுறை அறையைச் சுற்றிப் பார்த்தேன். என் வாழ்நாளில் இனிமேல் எனக்கு இங்கே வரும் சந்தர்ப்பம் கிடைக்காது என்பது தெரிந்தது.

திடீரென்று ஒரு ஞாபகம் வந்து மரப்பெட்டியை எட்டிப் பார்த்தேன். நாலு குட்டிகளே இருந்தன. தாய்ப் பூனை மறுபடியும் குட்டிகளைக் காவத் தொடங்கிவிட்டது. கறுப்புக் குட்டி போய்விட்டது. மற்ற நாலும் தங்கள் முறைக்காகக் காத்திருந்தன. அவைமெத்தென்றும், வெதுவெதுப்புடனும் இருந்தன. ரொ–ஸ–லி–ன் என்று சொல்லியபடியே ஒவ்வொரு அட்சரத்துக்கும் ஒரு குட்டியைத் தொட்டு வைத்தேன்.

திரும்பும் வழியிலே அவள் பேசிய முதல் வார்த்தை ஞாபகம் வந்தது. 'பயந்திட்டியா?' எப்படி யோசித்தும் கடைசி வார்த்தை நினைவுக்கு வர மறுத்தது.

மழைவிட்ட பிறகும் மரத்தின் இலைகள் தலைமேலே விழுந்துகொண்டிருந்தன. பிரம்மாண்டமான தூண்களைக் கட்டி எழுப்பிய அந்தப் பள்ளிக்கூடத்திலும், அதைச் சுற்றியிருந்த கிராமங்களிலும், அதற்கப்பால் இருந்த நகரங்களிலும் வாழும் அவ்வளவு சனங்களிலும் எனக்கு, என் ஒருவனுக்கு மட்டுமே அந்தக் கறுப்புப் பூனைக்குட்டியின் பெயர் அரிஸ்டோட்டல் என்பது தெரியும். அந்த எண்ணம் மகிழ்ச்சியைத் தந்தது.

அவளைப்பற்றி அறியும் ஆசையிருந்தது. ஆனால் எனக்கிருந்த கூச்சத்தினால் நான் ஒருவரிடமும் விசாரிக்க வில்லை. யாரிடம் கேட்பது என்பதையும் அறியேன். நான் மிகவும் சிரமப்பட்டு இடம்பிடித்த யாழ்ப்பாணம் அமெரிக்கன் மிஸன் பள்ளிக்கூடத்தில் அவள் படிக்கவில்லை என்பதை விரைவில் கண்டுபிடித்துவிட்டேன். ரொஸலின் என்ற அவளுடைய அற்புதமான பெயரை *Rosalin* என்று எழுதுவதா அல்லது *Rosalyn* என்று எழுதுவதா என்ற மிகச் சாதாரண விஷயத்தைக்கூட நான் அறியத் தவறிவிட்டேன்.

வெகு காலம் சென்று அவள் கேரளாவில் இருந்து கோடை விடுமுறையைக் கழிக்க வந்திருந்தாள் என்றும், பிறகு படிப்பைத் தொடருவதற்குத் திரும்பப் போய்விட்டாள் என்றும் ஊகித்துக் கொண்டேன். வழக்கம்போல மிகவும் பிந்தியே இந்த ஊகத்தை யும் செய்தேன்.

நான் புதிதாகச் சேர்ந்த அந்தப் பள்ளிக்கூடத்தில் வேதியியல் ஆசிரியன் வில்லியம்ஸின் கொடுங்கோலாட்சி நடந்துகொண்டிருந்தது. மெண்டலேவ் என்ற ரஸ்யன் செய்த சதியில் நாங்கள் தனிமங்களின் பட்டியலை மனப்பாடம்

செய்யவேண்டும் என்று அடம்பிடித்தான். அப்பொழுது 112 தனிமங்கள் இல்லை; 92 தான். இருந்தும் அவற்றை என்னால் மனனம் செய்ய முடியவில்லை. எடையில் குறைந்தது ஹைட்ரஜின் என்பதோ, கூடியது யூரேனியம் என்பதோ ஞாபகத்தில் இருந்து வழுக்கியபடியே இருந்தது. முன்பாகவே பேர் வைத்து பின்னால் கண்டுபிடிக்கப்பட்டது ஜெர்மேனியம் என்பது என் நினைவுக்கு வர மறுத்தது. இப்படி இரண்டு வருடங்கள் அவன் முழு அதிருப்தியாளனாகவே இருந்தான். இரக்கப்பட்டோ, அல்லது பெருந்தன்மையாக மறந்தோ எனக்கு E-க்கு மேலான ஒரு மதிப்பெண்ணை இவன் தர முயற்சிக்கவில்லை. இந்தக் கொடுமைகளின் உச்சத்தினால் இரண்டொருமுறை நான் படுக்கமுன் ரொஸலினை நினைக்காமல் இருந்ததுகூட உண்டு.

இது நடந்து மிகப் பல வருடங்கள் ஓடிவிட்டன. பல தேசங்கள் சுற்றிவிட்டேன். பல வரைபடங்களைப் பாடமாக்கினேன். பல முகங்களை ரசித்தேன். பல காற்றுக்களை சுவாசித்தேன். பல கதவுகளைத் திறந்தேன்.

ஆனாலும் சில சமயங்களில் கடித்தவுடன் கரையும், மெல்லிய சீனி தூவி மொரமொரவென்று ருசிக்கும், ஒன்பது சிறு துளைகள் கொண்ட நீள்சதுர பிஸ்கட்டை சாப்பிடும்போது ஒரு கித்தாரின் மணம் வருவதை என்னால் தவிர்க்க முடியாமல் இருக்கிறது.

நாளை

அந்த இடம் ஒரு கணத்தில் பரபரப்பானது. 'எழுந்திரு, எழுந்திரு' என்று பெரியவன் அவசரப்படுத்தினான். சின்னவன் சோர்வினால் கண்ணயர்ந்திருந்தான். அவனை அந்நிலையில் விட்டுவிட்டு ஓடுவதற்கு இவனுக்கு மனம் வரவில்லை.

தூரத்தில் வாகனங்கள் நிரையாக வருவதாக ஒருவன் கூறினான். அவனை நெருக்கி விசாரித்தபோது அவன் தான் பார்க்கவில்லையென்றும் இன்னொருத்தன்தான் பார்த்ததாகவும் சொன்னான். சனங்கள் ஒவ்வொரு திசையில் ஓட ஆரம்பித்தனர். தங்களுக்கு வேண்டிய மாதிரி வரிசை செய்து நின்றார்கள்; பிறகு ஆர்வமிழந்து வரிசையைக் குலைத்தார்கள்.

மறுபடியும் குரல் எழும்பியது. யார் முதலில் கண்டது? உண்மையில் வாகனங்கள் வருகின்றனவா? பொய் சொல்லுவதற்கு இது நல்ல சமயமல்ல! எந்த திசையில் இருந்து வாகனங்கள் வருகின்றன? நன்றாகப் பார்த்துச் சொல்லுங்கள்.

அந்த தொக்கையான மனுஷி நாலு பிள்ளையையும் இழுத்துக்கொண்டு முன்னேறினாள். அவள் கைகளில் பெரிய பாத்திரங்கள் இருந்தன. அவள் எல்லாவற்றையும் முன்கூட்டியே யோசித்துப் போதிய ஏற்பாடுகளுடன் வந்திருந்தாள்.

பெரிய பட்டாளம் போனதுபோல அவள் போன பின் பின்னால் நல்ல இடைவெளி தோன்றியது. அந்த இடைவெளியை நோக்கி ஓடுமுன் அது விரைவில் மூடிக்கொண்டது.

அ. முத்துலிங்கம்

அப்போது ஹெலிகொப்டர்கள் சுழன்று சுழன்று பறந்தன. அவற்றிலே பொருத்தியிருந்த துப்பாக்கிகள் மெளனமாக அசைந்தன. காற்றாடி சுழலும்போது 'சாவு, சாவு' என்று சொல்வது போலத் தோன்றியது. பெரியவன் தன் பெற்றோரை ஒரு கணம் நினைத்துக்கொண்டான். இப்பொழுது எல்லோருக்கும் வாகனங்கள் வந்துவிட்டன என்பது நிச்சயமாகத் தெரிந்தது.

அவன் அணிந்திருந்த தொளதொள ஓவர்கோட்டைப் பற்றியபடி சின்னவன் ஓடினான். எங்கே அவன் தன்னைவிட்டுப் போய்விடுவானோ என்ற பயம் அவன் முகத்தில் தெரிந்தது. அவன் மூக்குக்குக் கீழே சளி காய்ந்துபோய் இருந்தது. அது மூன்று நாளாக அவன் சருமத்துடன் ஒட்டிக்கொண்டுவிட்டது.

பெரியவன் கையிலே ஒரு நெளிந்துபோன டின் இருந்தது. அதை அவன் கெட்டியாகப் பிடித்திருந்தான். டின்னிலிருந்த ஓட்டைகளையும் அவன் அடைத்திருந்தான். அவனுக்கு வயது பதினொன்றுக்கு மேலே இருக்காது. சின்னவனுக்கு ஆறு வயது சொல்லலாம். அந்த இரண்டு சிறுவர்களும் ஜனக்கூட்டத்தில் பெரிய அலையில் எத்துண்ட இரண்டு சிறிய இலைகள்போல அங்குமிங்கும் தத்தளித்தார்கள்.

கடைசியில் பெரிய தடித்த உருவம் ஒன்று வந்தது. கீழோரிடம் அதிகாரம் செய்து பழக்கப்பட்ட முகம். கறுப்பு நிறத்தில் அளவுக்கதிகமான ஓவர்கோட், பெல்ட், தொப்பியுடன் அவன் இருந்தான். கையிலே சிறு தடியை வைத்து உருட்டிக் கொண்டிருந்தான். தடித்த குரலில் அடிக்கடி ஏதோ கூறினான். அவன் என்ன சொன்னான் என்பது புரியவில்லை. ஆனால் அந்தப் பெரிய கூட்டம் அவனுடைய சொல்லுக்குக் கட்டுப்பட்டது.

இருந்தாற்போல ஒரு சன வெள்ளம் வந்து அடித்தது. அந்த அலையில் பெரியவன் தன் கைப்பிடியைச் சிறிது தளர்த்திவிட்டான். சனக்கூட்டம் தள்ளிக்கொண்டே போனது. சின்னவன் 'அண்ணா, அண்ணா' என்று கத்தும் சத்தம் கேட்டும் அவனால் திரும்ப முடியவில்லை. சனத்திரள் அப்படியே அவனை இழுத்துக்கொண்டு போய்விட்டது. இப்பொழுது சின்னவனுடைய அலறல் அவனுக்குக் கேட்கவில்லை.

சின்னவன் அதே இடத்தில் நிற்காமல் அழுதபடியே அண்ணனைத் தேடி ஓடினான். இருவரும் இப்படி தேடிக் கொண்டே எதிர்த் திசையில் சென்றார்கள். அப்பொழுது ஓர் அதிகாரி வந்து இவனுடைய கையைப் பிடித்து இழுத்து ஒரு கூடாரத்தின் முன்பு நிறுத்தினார். இவன் அங்கேயே அழுதபடி ஓர் அரை மணிநேரம் காத்திருந்தான்.

இறுதியில் அந்த அதிகாரி அவன் அண்ணனுடன் வந்தார். இவன் ஓடிப்போய் அண்ணனைக் கட்டிக்கொண்டான். அவன் தலைமயிரை இழுத்துக் கொஞ்சினான். தலையிலே சன்னம் பட்ட தழும்பு தெரிந்தது. அதில் மயிர் முளைக்காமல் பெரிய வட்டமாக இருந்தது. பெரியவன் கண்களில் கண்ணீர். அதை ஒருவரும் அறியாதவாறு தன் புஜத்தினால் மெல்லத் துடைத்துக்கொண்டான்.

ஒழுங்கில்லாமல் பல புது வரிசைகள் இப்போது உண்டாகின. பெரியவன் ஓடிப்போய் ஒரு வரிசையிலே நின்றுகொண்டான். அடிக்கடிப் பின்னுக்குத் திரும்பிப் பார்த்தான். வரிசையிலே புது ஆட்கள் சேரச்சேர இவனுக்கு நிம்மதியாக இருந்தது. எல்லோரும் பெரியவர்களாக இருந்தார்கள். இவன் அவர்களுடைய இடுப்பு அளவுக்குத்தான் இருந்தான். அவர்கள் ஆவேசமாக இடிபடும்போது இவன் இடையிலே நசிபடாமல் இருக்க முயற்சித்தான்.

அவன் அடிக்கடி திரும்பி சின்னவனை எச்சரிக்கை செய்தான். சின்னவன் வரிசையில் நிற்காமல் வேலி ஓரத்தில் குந்திக்கொண்டிருந்தான். அங்கே வேறு சிறுவர்களும், சில கிழவர்களும் படுத்துக்கிடந்தார்கள். சின்னவன் கிழவர்களை எல்லாம் சுற்றிவந்து மேற்பார்வை பார்த்தான்.

ஒரு சிறுமி துணிப்பொம்மை ஒன்றை அணைத்துக் கொண்டிருந்தாள். அந்தப் பொம்மைக்குச் சிவப்புத் தலைமயிரும் பெரிய கறுத்த விழிகளும் இருந்தன. இவன் கிட்டப்போய் அதை ஆசையோடு பார்த்தான். அந்தப் பெண்ணுக்கு அது பிடிக்கவில்லை. பொம்மையைத் தூக்கிக்கொண்டு விலகி ஓடிவிட்டாள். இவனுக்கு ஏமாற்றமாக இருந்தது.

வரிசை இப்பொழுது நகரத் தொடங்கியிருந்தது. இன்றைக்குக் கட்டாயம் இறைச்சி கிடைக்கும் என்று சின்னவனிடம் சொல்லியிருந்தான். இப்பொழுது ஒரு வாரமாக இதைச் சொல்லி ஏமாற்றியாயிற்று. இனி அவன் தாங்கமாட்டான். இன்றைக்குக் கிடைத்தால் நல்லாக இருக்கும் என்று பெரியவன் யோசித்துக்கொண்டான்.

வரிசையின் முடிவு எங்கே என்று திரும்பிப் பார்த்தான். அது தெரியவில்லை. நீண்டுகொண்டே போனது. சந்தோஷமாக இருந்தது. அவனுக்கு முன்னால் ஓர் இருபதுபேர் மட்டுமே இருந்தார்கள். அவனது முறை விரைவில் வந்துவிடும்.

மெல்லிய பனிக்காற்று வீசத்தொடங்கியது. அது பெருக்காமல் இருந்தால் சரி. சூரியன் விடுப்பில் போய்விட்டதுபோல அன்று

வெளியே வரவே இல்லை. ஓட்டை விழுந்த காலணிகள் எதிர்ப்புச் சக்தியை இழந்துவிட்டன. இறுக்கிப் பிடித்த ஓவர் கோட்டை ஊடுருவிக் குளிர் அவன் வயிற்றைக் குறிவைத்தது.

அவன் தாயாரின் தோற்றமுள்ள ஒரு மனுஷி தலையிலே ஸ்கார்ப் கட்டியிருந்தாள். பெரிய கூடைகளிலே இருந்து ரொட்டியை எடுத்து விநியோகம் செய்தாள். அவள் கைவிரல்களின் நகப்பூச்சுகூட அவன் தாயாரையே நினைவூட்டியது. அவள், பக்கத்திலே நின்றவனுடன் நாகரிகமான அங்க அசைவுகளுடன் பேசினாள். அவளை அவனுக்கு மிகவும் பிடித்திருந்தது. பக்கத்துக்காரன், வேலையிலே மிக்க கவனத்துடன் சுடச்சுட சூப் அள்ளி ஊற்றிக்கொண்டிருந்தான். ரொட்டியை வாங்கிய பிறகு சூப்பை டின்னிலோ, பிளேட்டிலோ பெற்றுக்கொண்டார்கள். சிலர் உடனேயே அதை ருசித்தபடி நகர்ந்தார்கள்.

பெரியவன் ஒரு ரொட்டியை வாங்கி ஓவர் கோட்டின் உள் பக்கட்டில் வைத்துக்கொண்டு டின்னை நீட்டினான். பதிவு அட்டையைக் கேட்டான் ஒரு மீசை வைத்தவன். இவன் கொடுத்தான். 'ஏய், இங்கே வா! இங்கே வா! எப்படி உள்ளே வந்தாய்? இது இங்கே செல்லாதே' என்றான். இவன் சூப் வாங்கும் இடத்துக்கு நகர்ந்துவிட்டான். மீசைக்காரன் அட்டையைத் திருப்பிக் கொடுத்து விட்டு, 'இனிமேல் இங்கே வராதே' என்றான்.

பெரியவனின் கண்கள் சூப் கொடுப்பவன் மேலேயே இருந்தது. அவன் அள்ளி ஊற்றும்போது இறைச்சித் துண்டுகள் இருக்கின்றனவா என்று கூர்மையாக அவதானித்தான்.

இவனுக்கு முன்னால் நின்ற பெரியவர், 'நண்பரே! ஆழத்தில் இருந்து கலக்கி ஊற்று' என்றார். அவனும் அப்படியே செய்தான். இவன் முறை வந்தது. இவனும், 'நண்பரே! அடியில் நல்லாய் கலக்கி ஊற்றுங்கள்' என்றான். அந்த நல்ல மனிதனும், 'உன் விருப்பப்படியே, சிறிய நண்பரே!' என்று சொல்லியபடி ஆழமாகக் கலக்கி வார்த்தான். பேணி நிறைந்தது. பெரியவன் நன்றி கூறிவிட்டு உற்சாகமாகத் துள்ளி ஓடினான்.

ரொட்டியை மூன்று பகுதிகளாகப் பிரித்தான். ஒரு பகுதியைக் கோட்டில் மறைத்து வைத்தான். மறுபகுதியைத் தம்பியிடம் தந்து மற்றதைத் தான் எடுத்துக்கொண்டான். அவசரமாக சூப்பிலே ரொட்டியைத் தோய்த்து சாப்பிட்டார்கள். சூப்பிலே ஒரு இறைச்சியும் இல்லை.

'அண்ணா! நீ என்னை ஏமாற்றிவிட்டாய். இறைச்சி இன்றைக்குக் கிடைக்கும் என்று சொன்னாயே? ஐந்து மைல் தூரம் நடந்தது இதற்குத்தானா? என் கால் எல்லாம் வலிக்கிறது'

என்றான். 'பொறுத்துக்கொள் தம்பி. ஏதோ பொல்லாத காலம்; நாளைக்குக் கட்டாயம் கிடைக்கும்; பயப்படாதே' என்றான்.

இன்னும் இரண்டு மணி நேரமே சூரிய ஒளி இருக்கும். விரைவிலே திரும்பவேண்டும். கம்பி வலை ஓட்டையிலே முதலில் தம்பி புகுந்து வெளியே வந்தான். அந்த ஓவர்கோட்டை இவன் கழற்றி ஓட்டை வழியாகத் தம்பியிடம் எறிந்தான். பின்பு சுலபமாக இவனும் வெளியே வந்துவிட்டான்.

நெடுஞ்சாலையில் நூறு மீட்டருக்கு இரண்டு ராணுவ வீரர் வீதம் காவல் நின்றார்கள். தானியங்கி துப்பாக்கிகளுடன் அவர்கள் நேராக நின்றதை இந்த சிறுவர்கள் ஆர்வத்தோடு பார்த்தார்கள். அவர்கள் உடுப்பும், தோரணையும் ஒருவித பயத்தைத் தோற்றுவித்தது. அதிலே ஒருவன் சிவப்பாக, நெடுப்பாக இருந்தான். மற்றவன் ஏதோ யோசனையில் சிகரெட் பிடித்துக்கொண்டிருந்தான்.

அந்த ராணுவ வீரர்களை அணுகினார்கள். இவர்கள் வெகு சமீபமாக வருமட்டும் அந்த வீரர்கள் கவனிக்கவில்லை. இவர்களைக் கண்டதும் ஒருவன் துள்ளி எழுந்தான். சிறுவர்கள் பயந்துபோனார்கள். அந்த ராணுவ வீரன் பேசியது இவர்களுக்குப் புரியவில்லை. அந்த பாஷை சுத்தமாகவும், எஜமானத்தனம் கொண்டதாகவும் இருந்தது. இராணுவத்துக்கு ஏற்ற பாஷையாகவும் பட்டது.

பெரியவன் இரண்டு விரல்களை உதட்டிலே வைத்து சிகரெட் என்று சைகையில் சொன்னான். இராணுவ வீரன் என்ன நினைத்தானோ, ஒரு புது சிகரெட்டை எடுத்து நிலத்திலே வீசினான். சிறுவன் அதை எடுத்துக்கொண்டு ஓடினான்.

ஒரு புதருக்குப் பக்கத்தில் அவர்கள் தங்கிச் சிறிது இளைப்பாறினார்கள். பெரியவன் சிகரெட்டைப் பற்ற வைத்து இழுத்தான். சின்னவன் தனக்கும் வேண்டும் என்றான். அதற்கு 'நீயும் என்னைப் போல பெரியவன் ஆனதும் பிடிக்கலாம். இப்ப நல்ல பிள்ளையாம்' என்று ஆறுதல் கூறினான். சின்னவன் அந்த நியாயத்தை ஏற்றுக் கொண்டான்.

ஒரு நீண்ட தடியை எடுத்துத் துப்பாக்கிபோல பிடித்தபடி சின்னவன் நேராக நடைபோட்டான். இருட்டும்போது அவர்கள் கராஜ் கிட்ட வந்துவிட்டார்கள். சின்னவன் கையை நீட்டி 'அதோ, அதோ' என்று காட்டினான். அந்த நாய் மறுபடி வந்து நின்றது. மெலிந்து எலும்பும் தோலுமாய் இருந்தது. அதுவும் அகதி நாய்தான். பதிவு கார்ட் இல்லாத நாய். நிலத்தை முகர்ந்து பார்த்தபடி தயங்கித் தயங்கி வந்தது.

அ. முத்துலிங்கம்

'அண்ணா, அந்த நாய்க்கு ஒரு பேர் வைப்போமா?' என்றான் சின்னவன். 'வேண்டாம். பேர் வைத்தால் அதுவும் எங்கள் குடும்பம் ஆகிவிடும்.' பையில் இருந்த ரொட்டியை எடுத்து சரி பாதியாகப் பிய்த்து ஒரு பகுதியை அந்த நாயிடம் கொடுத்தான். அது அந்த ரொட்டியைத் தூக்கிக்கொண்டு நொண்டி நொண்டி ஓடியது.

கராஜ் வெளியே பெரிய பூட்டுப்போட்டுப் பாதுகாப்பாக இருந்தது. பெரியவன் பின்பக்கம் போய் பலகையை நீக்கினான். இரண்டு பேரும் உள்ளே நுழைந்த பிறகு பலகையை நேராக்கினார்கள்.

உள்ளே கந்தலும், வியர்வையுமாக ஒரே வாடை. இருட்டில் கண்கள் பழகுவதற்குச் சிறிது நேரம் எடுத்தது. பெரிய அட்டைப் பெட்டிகளை இழுத்துப் பழைய கம்பளிகளைப் போட்டு சரியாக்கிய பின்பு சிறியவன் அலுப்பு மேலிடப் படுத்துக்கொண்டான். பெரியவன் மீதியான ரொட்டித் துண்டைப் பத்திரப்படுத்தி வைத்துக்கொண்டான். அடுத்த நாள் அதிகாலை சிறியவன் பசியில் அழும்போது அது பயன்படும்.

பெரியவன் பெட்டி விளிம்பில் சாய்ந்தபடி இருந்தான். சின்னவன் தூங்கிவிட்டான்போலும். திடீரென்று அவன் எழும்பி அனுங்கியபடி ஊர்ந்து ஊர்ந்து வந்தான். அண்ணனைக் கட்டிக்கொண்டான். 'அண்ணா, அண்ணா நீ என்னைவிட்டுப் போக மாட்டியே, போக மாட்டியே!' என்று அழுதான்.

பெரியவன் அவனை இறுக்க அணைத்தான். 'இல்லை, என் கூடப்பிறந்தவனே, உன்னை விட்டு ஒரு நாளும் போக மாட்டேன்' என்றான். அந்தக் குரலில் இருந்த உறுதி சின்னவனுக்கு நம்பிக்கை தருவதாக இருந்தது.

பெரியவன் அப்படியே வெகுநேரம் தூங்காமல் இருந்தான். அடுத்த நாளுக்கு வேண்டிய ஆலோசனைகள் அவனுக்கு நிறைய இருந்தன. நாளைக்கு 'கஞ்ச்' முகாமுக்குப் போகலாம் என்று தீர்மானித்தான். அது பெரிய முகாம். பத்து மைல் தூரத்தில் இருந்தது. அங்கே கட்டாயம் இறைச்சி கிடைக்கும்.

அப்படித்தான் அவன் கேள்விப்பட்டிருந்தான்.

தொடக்கம்

இருபத்தியொன்பதாவது மாடியில் இருப்பதில் சில வசதிகள் இருந்தன. மற்ற கட்டிடங்கள் உயரம் குறைந்தவை. என்னுடைய அலுவலகம் உச்சியில் இருந்தது. சுற்றிவரக் கண்ணாடி ஜன்னல்கள். உலகத்தை ராஜ்யம் ஆளுவது போன்ற ஒரு பிரமையை அது கொடுக்கும்.

நிலம் நித்திரை கொள்வதில்லை என்று சொல்வார்கள். ஆனால் வானம் விழித்திருப்பதில்லை. இரவு நேரங்களில் வேலை செய்ய நேரிடும்போது மிகவும் ரம்மியமாக இருக்கும். விளக்குகளை அணைத்துவிட்டு, இருளின் நடுவில் மௌனமாக இருந்துகொண்டு பார்க்கும்போது நட்சத்திரங்களிடையே மிதப்பதுபோலத் தோன்றும். மழைக்காலங்களில் என்னவென்றால் மின்னலும், இடி முழக்கமும் அதிசயமாகக் கீழேயிருந்து மேலே வரும்.

பறவைக் கூட்டங்களைப் பார்ப்பது இன்னொன்று. சம உயரத்தில் இருந்தே அவற்றைத் தரிசிக்கலாம். சில பறவைகள் திறந்திருக்கும் ஜன்னல் வழியாக மிகவும் சுதந்திரமாக உள்ளே நுழையும். இறக்கைகளைத் தொய்ய விட்டு ஒரு சுற்று வந்து மீண்டும் செட்டையடித்துத் திரும்பிவிடும். அவை அப்படி அடிக்கடி வந்து போவது அந்த இடம் தங்களுக்குச் சொந்தமானது என்பதை உறுதிப்படுத்தவே என்று நான் எண்ணிக்கொள்வேன். அந்த எண்ணம் எனக்கு மகிழ்ச்சியாகவே இருக்கும்.

இது தவிர வேறு சில காட்சிகளையும் காணலாம். எதிரில் இருக்கும் கட்டடத்தின் இருபதாவது மாடியில் இருவர் வேலை செய்தனர். ஓர் ஆணும் ஒரு பெண்ணும். அவர்கள் ஒருவர்மீது ஒருவர் ஆசைப்பட்டவர்களாகத் தெரிந்தார்கள்.

அவள் அடிக்கடி ஏடுகளை எடுத்துக்கொண்டு வருவாள். அவன் அவற்றைப் பார்ப்பான். அவளையும் பார்ப்பான். விலக்கப்பட்ட அங்கங்களில் விழிவைப்பார்கள்; தடுக்கப்பட்ட இடங்களைத் தடவுவார்கள். அங்குமிங்கும் பார்த்துவிட்டு அவதியாக உதடுகளை உரசிக் கொள்வார்கள்.

பிறகு அவள் பைல் கட்டுகளைத் தூக்கிக்கொண்டு ஒன்றும் தெரியாதமாதிரி வெளியே போவாள். இவன் பெருமூச்சு விட்டுக் கொண்டு அவளுடைய அடுத்த வரவுக்காகக் காத்திருப்பான். வேலை சலிக்கும்போது இந்த இளம் காதலர்களைப் பார்த்துக் கொஞ்சம் பரவசப்படலாம்.

ஆனால் அதற்கு இப்போது அவகாசம் இல்லை. இன்று நடக்க இருக்கும் ஒரு முக்கியமான கூட்டத்தில் மிகவும் பாரதூரமான முடிவுகளைச் சொல்லும் அறிக்கையைச் சமர்ப்பிக்க வேண்டும். பதினொரு பக்கங்கள் கொண்ட இந்த அறிக்கை தக்க ஆதாரங்களும், ஆணித்தரமான முடிவுகளும் கொண்டது. இதை அறிமுகப்படுத்தும் ஆரம்ப உரை எப்படி இருக்கவேண்டும் என்ற சிந்தனையில் இருந்தேன்.

கடந்த ஆறுமாத காலமாக இந்த ஆலோசகர் பணி என்னை அலைக்கழித்தது. நேற்றுத்தான் முடிந்தது. நானும் என்னுடைய பெண் உதவியாளர் கொஸாமரும் நேரம்போவது தெரியாமல் வேலை செய்தோம். கட்டுரையைச் செவ்வையாக்கி, சுத்தம் செய்து முடிக்கும் போது இரவு பத்து மணியாகிவிட்டது.

பிரசங்கத்துக்கு வேண்டிய வரைபடங்கள், ஸ்லைடுகள் மற்றும் உபகரணங்கள் எல்லாவற்றையும் அடுக்கியாகிவிட்டது. நகல்களையும், பிற்சேர்க்கைகளையும் ஒழுங்குபடுத்தி அவரவர் இருக்கைகளின் முன்பு கொஸாமர் வைத்துவிட்டாள். எல்லா சொற்பொழிவாளர்களுக்கும் ஏற்படும் ஆரம்பத் தயக்கம் எனக்கும் இருந்தது. அந்த யோசனையில் மூழ்கியிருந்தேன்.

மூன்றாவது முறையாகத் தொலைபேசி ஒலித்தது. இந்தத் தடவையும் என்னுடைய ஐந்து வயது மகள்தான் பேசினாள். அண்ணன் மேல் மீண்டும் புகார் கொடுத்தாள். அது மிகவும் நீண்ட பட்டியலைக் கொண்டிருந்தது. ஓர் ஏழு வயதுப் பையனால் அரைமணி நேரத்துக்கிடையில் இவ்வளவு உற்பாதங்களை உற்பத்திசெய்ய முடியுமா என்று அது என்னை யோசிக்கவைத்தது.

என் மனைவி வேலைக்குப் போய்விட்டாள். பிள்ளைகள் இரண்டு பேருக்கும் பள்ளி விடுமுறை. அவர்களுக்கு விலக்கு தீர்ப்பது இன்று என் வேலையாகிவிட்டது. பணிப்பெண்ணை அழைத்து என் கஷ்டத்தைத் தெரிவித்து, பிள்ளைகளை இன்னும் கண்டிப்புடன் பார்த்துக்கொள்ளும்படி கூறினேன்.

அப்போது பார்த்து கொஸாமர் உள்ளே எட்டிப்பார்த்தாள். சமயமறிந்து வந்துவிடுவாள். புன்சிரிப்புத் தேவதை. அவள் முகம் சுளித்தோ, மூக்கைச் சுருக்கியோ நான் பார்த்ததில்லை.

ஆப்பிரிக்காவில் secretary பறவை என்று ஒரு பறவை இருக்கிறது. அதன் கொண்டையில் இரண்டு பென்சில் செருகி வைத்ததுபோல இருக்கும். அது நடக்கும்போது தலையை நிமிர்த்தி ஒருவித செருக்குடன் நடக்கும்.

கொஸாமரைப் பார்த்தபோது அந்தப் பறவையைப் போலவே இருந்தாள். விநோதமான உடையணிந்து இன்னும் விநோதமான தலை அலங்காரம் செய்து வந்திருந்தாள். இரண்டு முள்ளம் பன்றிமுள்கள் அவள் கொண்டையில் நீட்டிக்கொண்டு நின்றன. ஒரு சாயலில் யப்பானியப் பெண்ணின் பாவனையாகவும் தோன்றியது. மிக உயரமாகவும் ஒல்லியாகவும் காட்சியளித்தாள். பாதங்களைச் சிறுசிறு அடிகளாக வைத்து விரைந்து நடந்தாள்.

'கொஸாமர், என் இனியவளே! எனக்கு ஓர் உதவி செய்வாயா?'

'சொல்லுங்கள், காத்திருக்கிறேன்' என்றாள்.

'என் பிள்ளைகளிடம் இருந்து இனிமேலும் தொலைபேசி வந்தால் நீ இரண்டே இரண்டு கேள்விகள் கேட்கவேண்டும். ஒன்று, வீடு எரிகிறதா? இரண்டு, யாராவது காலை முறித்துக் கொண்டார்களா? இரண்டுக்கும் இல்லை என்று பதில் வந்தால் தொலைபேசியைத் துண்டித்துவிடு. எனக்கு இனிமேலும் தொந்தரவு தரவேண்டாம்.'

அவள் முறுவலித்தபடியே சரி என்றாள். சுழல் கதிரைபோல ஒற்றைக்காலில் சுழன்று திரும்பினாள். குதி உயர் காலணியில் இப்படி லாவகமாக இவள் சுழன்று திரும்புவாள். ஒரு முறைதானும் தடுக்கி விழுந்ததில்லை.

கடந்த இரண்டு மணித்தியாலங்களாக ஒரு தொலைபேசியும் வரவில்லை. ஆனபடியால் வீடு பத்திரமாக இருக்கிறது. கால்களும் சேமமாக இருக்கின்றன என்று நம்பலாம்.

உலகில் உள்ள கம்பனிகள் எல்லாம் ஒரு பொருளை அல்லது சேவையை வாங்கி பிறகு விற்கும் அல்லது உற்பத்தி

செய்து விற்கும். ஆனால் இந்த நிறுவனம் அதற்கு விதிவிலக்கு. இது ஒரு படி மேலேபோய் அந்தக் கம்பனிகளையே வாங்கி விற்கும் தொழிலைச் செய்தது.

இதற்கு வேண்டிய மூலதனத்தில் முக்கியமானது அயோக்கியத்தனம். இதன் அடித்தளமே தர்ம விரோதமாகச் செயல்படுவதுதான். இது தவிர வஞ்சகம், சூழ்ச்சி போன்ற குணாம்சங்களும் வரவேற்கத்தக்கவை.

மீதியான மூலதனம் வாடிக்கையாளர்களிடம் இருந்தே கிடைக்கும். மனிதனுக்கு மிக இயல்பான மௌடீகம்தான் இதற்கு ஆதாரம். மக்களிடையே மௌடீகம் ஏராளமாக இருந்ததால் வியாபாரமும் ஏராளமாகப் பெருகியது.

முறைகேடான வழியில் பணம் சம்பாதித்தவர்களுக்கு இது சொர்க்கம். அவர்கள் பணம் எல்லாம் வெள்ளாவி வைத்து *(money laundering)* வெளியே வந்தது. மீண்டும் புரண்டது. இப்படி இந்த நிறுவனம் கொடிகட்டிப் பறந்தது.

ஆனால் சமீபத்தில் ஒரு மதலை கம்பனியை வாங்கியபோது ஒரு சிறிய தவறு நேர்ந்துவிட்டது. அது இந்த நிறுவனத்தை அதல பாதாளத்துக்கு இழுத்துச் சென்றது.

கருங்குழி *(black hole)* என்று சொல்வார்களே, அதுதான். போட்ட முதலீடெல்லாம் போன இடம் தெரியவில்லை. இருந்ததையும் அடித்துக்கொண்டு போனது இந்த பால்குடி மறவாத கம்பனி.

ஆனைக்கும் அடி சறுக்கும் என்ற கதைதான். இதை எப்படிச் சொல்லப் போகிறேன். நம்பமாட்டார்கள். ஒரு தகுந்த மேற்கோள் காட்டி என் பேச்சை ஆரம்பித்தால் நன்றாயிருக்கும். ஆப்பிரிக்காவில் ஒரு பழமொழி வழக்கில் இருக்கிறது. 'எலி பிடிக்கப் போகிறவன் எலியைப் போலவே சிந்திக்க வேண்டும்' என்று.

இன்று வரும் சபையினர் எல்லாம் தகுதி வாய்ந்தவர்கள். இருபது பேருக்கு மேலிருக்கும் அந்தக் கூட்டத்தில் சிலரிடம் நான் மிகுந்த எச்சரிக்கையாக இருக்கவேண்டும். மீதிப்பேர் தலையாட்டிக்கொண்டு பின்னே போகும் பேர்வழிகள்தான்.

இன்று காலை வந்திருந்த குரல் அஞ்சல் தகவல்களில் முக்கியமானது அலிசாலா பின் ஒஸ்மான் கூட்டத்திற்கு வருகிறார் என்பது தான். இவருடைய கேள்விகளில் பள்ளம் இருக்கும். விழுந்துவிடாமல் சமாளிக்கவேண்டும்.

இவர் ஓர் அராபியர். சொந்தமாக ஜெட் விமானம் வைத்திருக்கிறார். சாட்டிலைட் போல உலகை வலம் வருவார். கண்கள் அம்புலன்ஸ் விளக்குகள் போலப் பளிச்சிடும். எந்த நேரமும் இவர் கைகளும், முகமும் வேர்த்துக் கொட்டியபடியே இருக்கும். மிகக் கோபமான மூக்கு. இன்னும் கோபமான உதடுகள். இவர் மூச்சை விடும்போது பத்தாயிரம் டொலர் சம்பாதித்துவிடுவார். திரும்பி உள்ளே இழுக்கும் போது இன்னொரு பத்தாயிரம் டொலர் சம்பாதித்துவிடுவார் என்று சொல்வார்கள். இவர் யாருக்காகவோ காத்திருந்தார் என்று சரித்திரம் இல்லை.

இரவு நேரமானதும் பற்பல பறவைகளும் மரத்திலே வந்து ஒதுங்குவதுபோல வயோதிகம் வந்ததும் பலவிதமான நோய்களும் உடம்பிலே வந்து தங்கிவிடும். மிசேல் பூனே வயோதிகர். பெயர் தெரிந்ததும், தெரியாததுமான பல வியாதிகள் அவர் கைவசம் இருந்தன. உருளைக்கிழங்குகளை எடுத்துவிட்ட உருளைக்கிழங்கு சாக்குபோல அவர் உடம்பு சுருங்கி இருக்கும். தேகம் பூராவும் சர்க்கரை. அதனால் அவர் தான் குடிக்கும் கோப்பியில் சர்க்கரை சேர்த்துக்கொள்வதில்லை. ஆனால் அவருடைய மூளை வெகு சுறுசுறுப்பாக இயங்கக்கூடியது. ஒட்டைச்சிவிங்கி இரை மீட்பதுபோல மிக நிதானமாகவும், ஆறுதலாகவும் பேசுவார். இவர் ஒரு வசனம் பேசி முடிக்குமுன் மெதுவாக நகர்ந்து சிறுநீர் கழித்துவிட்டு மீண்டும் வந்து உட்கார்ந்துவிடலாம்.

குளோரியா பாண்ஸ் என்ற பெண்மணி. பாரிய யாக்கைக்கு உடமையானவர். என்ன காரணமோ அவரைக் காணும்போதெல்லாம் 'யாப்பருங்கலக்காரிகை' எனக்கு ஞாபகத்துக்கு வரும். எவ்வளவு சிரமப்பட்டுத் தயாரித்த ஆண்டறிக்கையையும் ஒரு கேள்வியில் தூக்கி எறியும்படி செய்துவிடுவார்.

ஒலாண்டோ. இரண்டாயிரம் டொலருக்குக் குறைந்த ஆடைகளை அணிவதில்லையென்ற விரதம் பூண்டவர். ஆடம்பரப் பிரியர். முன் தலைமயிர் உதிர்த்துப் பிடரி மயிர் சிலும்பி நிற்கும். 'வேரி மயிர் பொங்க' இவர் ஆங்கிலத்தை அட்சரம் அட்சரமாக உச்சரிப்பார். யோசனையான ஆள். ஒரு மணி பேச வேண்டியதை ஒரு நிமிடத்தில் சொல்லிவிடுவார். ஒரு வசனத்தை ஒரு வார்த்தையில் வடிப்பார். அவர் பேச்சு புதிராக இருக்கும். யாராவது பின்னால் வந்து அரும்பதவுரை, பொழிப்புரை, தெளிவுரை, விளக்கவுரை, விசேடவுரையென்று செய்தால்தான் உண்டு.

'உண்மை எப்போதும் வெல்லும், உன் பக்கம் திறமையான வக்கீல் இருந்தால்' என்பது தெரிந்ததே. ஆனபடியால் நல்ல

வாதத் திறமையோடு இந்த அறிக்கையை அவர்கள் முன்பு வைக்கவேண்டும். அப்பொழுதுதான் வெற்றி கைகூடும்.

காற்றுக் கூடுதலாக இருந்தாலும் வறட்சியாக இருந்தது. நீளமாயிருந்த கண்ணாடி ஜன்னலைச் சாத்திவிட்டு தண்ணீர் குடிக்கக் கிளம்பினேன். எங்காவது நடந்துபோனால் ஆறுதலாக இருக்கும். மூளைக்கும் கொஞ்சம் இடைவெளி தேவைப்பட்டது.

தண்ணீர் ஊற்றுப்பக்கம் போனேன். இந்த ஊற்று இடது கைப் பழக்கக்காரர்களுக்காகச் செய்யப்பட்டு இருக்கவேண்டும். அதனுடைய குமிழ் இடது பக்கம் இருந்தது. வலது கைக்காரனான எனக்கு அது வசதியாக இல்லை.

இடது பெருவிரலால் தம் பிடித்து அமுக்கியபோது தண்ணீர் சீறிக்கொண்டு மேலெழுந்தது. அதற்கு லாவகமாக வாயைத் திறந்து பருகவேண்டும். மூன்றங்குலம் வாயைத் திறந்து முப்பத்தியேழு பாகைக் கோணத்தில் பிடிக்கவேண்டும். இதற்கு நீண்ட பயிற்சியும், நிதானமான யோசனையும் அவசியம். மிகவும் சங்கடமான அப்பியாசம். வாய், முகம், தலைமயிர், கழுத்து என்று எல்லா அங்கங்களையும் நனைத்த பிறகுதான் தாகசாந்தி செய்யலாம்.

எவ்வளவு முயன்றும் இந்தக் கலை எனக்குக் கைவரவே இல்லை. இதில் தேறுவதற்கிடையில் எண்சீர்க் கழி நெடில் ஆசிரிய விருத்தப் பாவை இயற்றப் பழகிவிடலாம்போல பட்டது.

அறைக்குத் திரும்பினேன். ஆனால் அங்கே எனக்கு வேறுவிதமான ஒரு சம்பவம் நடப்பதற்குக் காத்திருந்தது.

கதவை இழுத்துச் சாத்திவிட்டு மறுபடியும் என் அறிக்கையை விரித்துப் பாயிரம் பாடும் முயற்சியில் இறங்கினேன். அப்பொழுது படீரென்று ஒரு சத்தம். நான் பார்த்துக்கொண்டிருக்கும்போதே அந்தப் பறவை ஐம்பது மைல் வேகத்தில் வந்து என் ஜன்னல் கதவில் மோதி விழுந்தது. பூ இதழ்கள் உதிர்வதுபோல அதன் இறகுகள் உதிர்ந்தன. அது மோதிய இடத்தில் கண்ணாடியில் வட்டமாக, வெண்மையான அடையாளம் பதிந்தது.

ஜன்னலைத் திறந்து மாடத்தில் இறங்கினேன். பறவைகள் பறந்து தான் நான் பார்த்திருக்கிறேன். படுத்துப் பார்த்ததில்லை. இந்தப் பறவை படுத்திருந்தது. அதைக் கையில் எடுத்தேன். சிறு துடிப்பிருந்தது. உடம்பின் சூடு இன்னும் தணியவில்லை. மிருதுவாக இருந்தது. காம்பில்லாத ஒரு பூவைத் தூக்குவதுபோல லேசான கனம் கனத்தது.

அந்தச் சத்தம் கேட்டு கொஸாமர் வந்துவிட்டாள். அவள் கண்களில் அச்சமும் வருத்தமும் தெரிந்தது. மெதுவாகக் கிட்டவந்து தொட்டுப் பார்த்தாள்.

'இறந்துவிட்டதா?'

மெள்ள தலையசைத்தேன். பறவையின் துடிப்பு அடங்கி உஷ்ணம் ஆறத் தொடங்கியிருந்தது. அது என்ன குற்றம் செய்தது? யாருக்கும் ஒரு தீங்கிழைக்கவில்லையே! மூடியிருந்த ஜன்னலைக் காற்றுவெளி என்று நினைத்து வந்து மோதிவிட்டது.

'இது என்ன பறவை என்று தெரியுமா?'

'இந்த ஊர்ப்பறவை அல்ல. வரத்துப் பறவை. கழுத்தைப் பார். பகட்டான நிறம். ஆண் பறவைதான். பெண் என்றால் நிறம் மங்கலாயிருக்கும். இதற்கு முன்பு ஒரு முறை இந்தப் பறவையைப் பார்த்திருக்கிறேன். திறந்திருந்த ஜன்னல் வழியாக இது என் அறைக்கு வந்திருந்தது. சிறகுகளை விரித்து அடித்து ஒரு வட்டம் போட்டது. என்னுடைய நண்பன் இது. இப்படி இதற்குத் துரோகம் செய்து விட்டேன்.'

'துரோகமா? என்ன துரோகம்?'

'சற்று முன்புதான் சாளரத்தைச் சாத்தினேன். பறவை தவறுதலாக எங்களிடம் வந்துவிட்டது என்று நாங்கள் நினைக்கிறோம். உண்மையில் நாங்கள் அல்லவோ அதன் பாதையில் கட்டடங்கள் எழுப்பியிருக்கிறோம்.'

'சரி, இனி என்ன செய்வது? உங்களுக்கு நேரமாகிறது. நீங்கள் கூட்டத்திற்குப் புறப்படுங்கள். நான் இதைக் கிளீனரிடம் சேர்ப்பித்து விடுகிறேன்.'

நான் அதற்கு உடன்படவில்லை. அந்நியமான ஊருக்கு வந்துவிட்ட அகதிப் பறவை அது. ஒரு பாவமும் அறியாதது. தனித்துப் போய் இறந்து கிடக்கிறது.

அதைக் கைக்குட்டையில் ஏந்தி எடுத்துக்கொண்டு இருபத்தியொன்பது மாடிகள் கீழே போய் அடக்கம் செய்யும்போதுதான் அதைப் பார்த்தேன். நீல நிறமான அதன் வலது காலில் ஒரு வளையம். அலுமினியத்தில் செய்த அந்த வளையம் பளபளத்தது. இதை எப்படி நான் முன்பே பார்ப்பதற்குத் தவறினேன். என் மனம் பிங்கோ ஆட்டத்தில் கடைசிக் கட்டத்திற்குக் காத்திருப்பதுபோல படபடவென்று அடித்துக்கொண்டது. அந்த வளையத்தை மெள்ளக் கழற்றி வைத்துக்கொண்டேன்.

கொஸாமர் என்னுடைய பேச்சுக்கு வேண்டிய வரைபடங்களை அரங்கத்துக்கு எடுத்துச் சென்றுவிட்டாள். என் வரவை எல்லோரும் எதிர்பார்த்து இருப்பதாகவும் அறிவித்தாள். காலணிக்குள் குறுணிக்கல் புகுந்துவிட்டதுபோல கால் மாறியபடியே நின்றாள். அவஸ்தைப்பட்டாள். விரைவில் செல்லவேண்டும் என்று என்னை அவதிப் படுத்தினாள்.

ஆனால் அதற்கு முன் எனக்கு ஒரு சிறு வேலை பாக்கி இருந்தது.

வளையத்தை எடுத்து உற்றுப் பார்த்தேன். 'மொஸ்கோ பறவை மையம், செயல் எண் Z 453891' என்று எழுதியிருந்தது. கம்ப்யூட்டரில் வையவிரிவலையை விரித்தேன். அந்த வளையத்தில் எழுதியிருந்தபடி மொஸ்கோ மையத்தைத் தேடினேன். கிடைக்கவில்லை.

பறவைகளின் தாய் தரவுத்தளம் கோர்னெல் பல்கலைக்கழகத்தில் இருந்தது. அதில் என் முயற்சியைத் தொடங்கினேன். பல வாசல்கள் திறந்தன. மூடின. வழி விசாரித்தபடி மொஸ்கோ மையத்துக்கு வந்து கதவைத் தட்டினேன். பதிவு இலக்கம் என்ற கேள்விக்குத் தயங்காமல் Z 453891 என்று பதிந்தேன்.

அப்பொழுது அந்தப் பறவையின் ஜாதகம் விரிந்தது. *Saker Falcon*. ஐந்து வருடங்களுக்கு முன்பு அந்த வளையம் மாட்டப்பட்டிருந்தது. சில வருடங்களுக்கு முன்பு அராபியாவில் காணப்பட்டது. பலமுறை மொஸ்கோவுக்கும், ஆபிரிக்காவுக்கும் இடையில் பிரயாணம் செய்திருந்தது. குளிர்கால ஆரம்பத்தில் வந்து அது முடிய போய்விடும். இன்று என் கையில் மரணமடைந்து கிடந்தது.

வலையை மடித்தேன். வளையத்தை மேசையில் வைத்தேன். இந்தப் பறவை இன்ன நாள், இன்ன தேதி, இந்த இடத்தில் மரணமடைந்தது என்று குறிப்பு எழுதினேன். என் குறிப்புடன் அந்த வளையத்தை மொஸ்கோ மையத்துக்கு அனுப்பிவிடும்படி கொஸாமரைக் கேட்டுக்கொண்டேன்.

என் கட்டுரையைக் கையில் எடுத்தேன். பேச்சிற்கு அத்தியாவசியமான மற்ற உபகரணங்களையும் சேகரித்துக் கொண்டேன். அந்த நீண்ட கட்டடத்தின் ஒரு தொங்கலில் இருந்து மறுதொங்கலில் அமைந்திருந்த கலந்தாய்வுக் கூடத்திற்கு விரைந்தேன்.

பேச்சை எப்படித் தொடங்குவது என்பதை நான் இன்னும் தீர்மானிக்கவில்லை. அதற்கு நேரமுமில்லை. இனியும் தாமதிக்க முடியாது.

நான் கதவை முழங்கைகளினால் தள்ளித் திறந்துகொண்டு உள்ளே நுழைந்தேன். எதிர்பார்த்தபடி அங்கே இருபது பேர்களுக்கு மேலே கூடியிருந்தனர். என்னைக் கண்டதும் அங்கிருந்தோர் தங்கள் அதிருப்தியைத் தங்கள்தங்கள் தகுதிக்கு ஏற்றவாறு வெளிப்படுத்தினர்.

சில நாற்காலிகள் நகர்ந்தன. சிலர் அசைந்து கொடுத்தனர். பாதி குடித்த கோப்பிக் கோப்பைகள் மேசையிலே ஆடின. சிகரெட் பிடிக்கக்கூடாது என்ற அறிவித்தலையும் மீறி யாரோ புகைத்திருந்தார்கள். அந்த மணம் அறையிலே சூழ்ந்திருந்தது.

என் தாமதத்திற்கு மன்னிப்பு கேட்பேனென்று சிலர் எதிர்பார்த்தார்கள். 'சீமாட்டிகளே, சீமான்களே' என்று வழக்கமான சம்பிரதாயத்துடன் பேச்சை ஆரம்பிப்பேன் என்று சிலர் நினைத்தனர். இன்னும் சிலர் காலை வணக்கம் கூறுவேன் என்று காத்திருந்தார்கள்.

மாறாக நான் ஒன்றுமே செய்யவில்லை. பேச்சு மேடையில் அஞ்சலி செய்வதுபோல சில விநாடிகள் அசையாது நின்றேன். விரித்த சிறகுடன் வேகமாக வந்து கண்ணாடியில் மோதி இறந்து போன அந்தப் பறவையே என் ஞாபகத்திற்கு வந்தது.

என் உரையைத் தொடக்கினேன்.

'ஒரு பறவை இன்று வழி தவறிவிட்டது. சில நிமிடங்கள் முன்பு. வெறும் வெளி என்று நினைத்து அது என் ஜன்னல் கண்ணாடியில் வந்து ஐம்பது மைல் வேகத்தில் மோதியது. தட்சணமே உயிர் பிரிந்துவிட்டது.

'அதை இப்போதுதான் அடக்கம் செய்துவிட்டு வருகிறேன்.

'வளைந்த மூக்கும் வெள்ளைத் தலையும் கொண்ட பறவை. சாம்பல் நிறமான செட்டைகள் யாரையும் வசீகரிக்கும் தன்மை உடையவை. இந்தக் கைகளில் விரிந்து அனாதரவாகக் கிடந்தது. அதன் உடம்புச் சூடு ஆறுமுன்பே அது அடக்கம் செய்யப்பட்டு விட்டது.

'இந்த நிறுவனத்தின் தோட்டத்தில், ஒரு அடி ஆழத்தில், அது உறங்குகிறது. ரோஜாப் பதியனுக்கும், அந்தூரியத்திற்கும் இடையில் மரண வாசகம் எழுதாத ஒரு கல்லறையில் அது கிடக்கிறது.

'இந்தப் பறவையை Saker Falcon என்பார்கள். ருஸ்யாவின் வடகிழக்கு மூலையில் இருந்து குளிர்கால ஆரம்பத்தில் இது

புலம் பெயரும். தெற்கு ஆப்பிரிக்கா வரைக்கும் பறந்து வந்து வசந்தம் வரும் வேளைகளில் திரும்பிவிடும்.

'ஐயாயிரம் மைல்கள் இதற்கு ஒரு பொருட்டல்ல. சூரியனையும் நட்சத்திரங்களையும் வைத்துத் திசையறிந்து செல்லும். சரி கணக்காக வந்து கணக்காகத் திரும்பிவிடும்.

'அப்பேர்ப்பட்ட வல்லமை படைத்த பறவை இன்று ஒரு சிறிய தவறு செய்தது. திரும்ப வேண்டிய ஒரு சிறு திருப்பத்தில் திரும்ப மறந்துவிட்டது. அதனால் அது இறக்க நேரிட்டது. இனி அது தனக்குச் சொந்தமான ருஸ்யா நாட்டின் வடபகுதிக்குத் திரும்பவே போவதில்லை.'

தொடக்க உரையை முடித்துவிட்டு அறிக்கையைக்கயில் எடுத்தேன். சபையோரின் முகங்களைப் பார்த்தேன். அந்த முகங்களை மறைத்த இருள் விலகுவது போலபட்டது. நான் என்ன சொல்ல வருகிறேன் என்பது அவர்களுக்கு விளங்கியது போலவும் இருந்தது. நான் என்னுடைய உரையை இனிமேல் படிக்கவேண்டிய அவசியமே இல்லை. அப்படித்தான் நினைக்கிறேன்.

விருந்தாளி

— கொஞ்சம் தண்ணீர் கொண்டுவரட்டும், உங்கள் கால்களைக் கழுவி, மரத்தடியில் சாய்ந்து கொண்டிருங்கள்.

— நீங்கள் உங்கள் இருதயங்களைத் திடப்படுத்தக் கொஞ்சம் அப்பம் கொண்டுவருகிறேன்; அப்புறம் நீங்கள் உங்கள் வழியே போகலாம்.

— மாட்டு மந்தைக்கு ஓடி, ஒரு நல்ல இளங்கன்றைப் பிடித்து வேலைக்காரன் கையிலே கொடுத்தான்; அவன் அதைச் சீக்கிரத்தில் சமைத்தான்.

— வெண்ணெயையும், பாலையும், சமைப்பித்த கன்றையும் எடுத்து வந்து அவர்கள் முன்பாக வைத்து அவர்கள் அருகே நின்றுகொண்டிருந்தான்; அவர்கள் புசித்தார்கள்.

ஆதியாகமம்: 18

ஆப்பிரிக்காவில் இருந்தபோது எனக்கு ஒரு விநோதமான சம்பவம் நேர்ந்தது. நான் வசித்தது செக்பீமா எனப்படும் ஒரு குக்கிராமத்தில். இங்கே எனக்காக மரத்திலான ஒரு வீட்டை ஒதுக்கியிருந்தார்கள். அத்தியாவசியமான தேவைகள் மாத்திரம் கொண்ட அடக்கமான வீடு அது. கூரைகூட மரத்தினால் ஆனதுதான். இந்த முழு வீடும் பெரிய மரத் தாங்கிகளில் ஏறி உட்கார்ந்திருந்தது.

இதன் சமையலறையும் வெளிவீடும் ஆப்பிரிக்க விதிகளின்படி சற்று தூரத்தில் இருந்தன. என்னுடைய

சமையல்காரன், தோட்டக்காரன், வேலைக்காரன் எல்லோரும் இங்கே வசித்தார்கள். இதைத் தவிர ஒரு வாகன ஓட்டியும், மூன்று காவல்காரர்களும் வந்து வந்து போனார்கள். இப்படி அந்தக் கிராமத்தின் அரைவாசி ஜனத்தொகை என் ஒருவனைப் பராமரிப்பதையே முக்கிய தொழிலாக ஏற்றுக்கொண்டிருந்தது. என்னுடைய வருகையினால் அந்தக் கிராமத்துப் பொருளாதாரமும் ஒரு சுற்று பருத்திருந்தது என்றுதான் நினைக்க வேண்டும்.

என் வீட்டுக்குச் சிறிது தள்ளி ஒரு பள்ளிக்கூடம் இருந்தது. காலையும் மாலையும், சிறுவர்களும் சிறுமிகளும் சொக்கலட் கலர் சீருடையில் கூட்டம் கூட்டமாகப் போவதைக் காணலாம். ஆசிரியர்கள் இங்கே கடுமையான தண்டனைகளை வழங்கினாலும் இந்தப் பாலர்கள் எப்போதும் மலர்ந்த முகத்துடனேயே இருப்பார்கள்.

என்னைக் காணும்போதெல்லாம் ஓடிவந்து 'இந்தியாமான்' 'இந்தியாமான்' என்று கத்திக் கையசைத்துவிட்டுப் போவார்கள். நானும் பதிலுக்குச் சிரித்தபடி 'ஆப்பிரிகாமான்' என்று சொல்லிக்கையை ஆட்டுவேன். இங்கே கறுப்பாக இல்லாத எவரும் வெள்ளையர்; வெள்ளையர் அல்லாதவர் 'இந்தியாமான்' தான்.

சில நேரங்களில், துணிவு பெற்ற சில சிறுவர்கள் வீட்டினுள்ளே புகுந்துவிடுவார்கள். என்னிடம் நிலைக்கண்ணாடி என்ற தகுதி பெறாத நீண்ட கண்ணாடி ஒன்று இருந்தது. தயங்கித் தயங்கி வரும் சிறுவர்கள் கண்ணாடியில் தங்கள் பிம்பங்களைப் பார்ப்பார்கள். பின்னால் நிற்பவர்கள் முன்னால் வந்தவர்களை முட்டுவார்கள். பிம்பங்கள் கொடுக்கும் சக்தி கண்ணாடியில் தீர்ந்துவிடுமுன் பார்த்து விடவேண்டும் என்பதுபோல இடித்துத் தள்ளுவார்கள். தங்கள் முறை வந்ததும் பல்லை இளித்து சரி பார்ப்பார்கள். இரண்டு பல் போன சிறுவன் கையினால் வாயைப் பொத்திச் சிரிப்பை அடக்கியபடி விலகி ஓடுவான். 'கண்ணாடி சீக்கிரத்தில் மங்கப் போகிறது; நாளைக்கு வாருங்கள்' என்று நான் சொல்லும் வரைக்கும் அவர்கள் போகவே மாட்டார்கள்.

என் வீட்டுக்குக் குழாய் வசதி கிடையாது. மழைக்காலங்களில் வரும் தண்ணீரைச் சேமிக்கும் விதமாக மேலே தொட்டிகள் கட்டி வைத்திருந்தார்கள். இந்த ஊர்ப் பெண்கள் நிமிர்ந்த நடையுடன் காலையிலும் மாலையிலும், தண்ணீருக்கும் விறகுக்குமாக அலைவதைக் காணலாம். ஆப்பிரிக்க பெண்களின் அறுபது சதவீதம் உழைப்பு இதற்குச் செலவாகிறது என்று சொல்லும் புள்ளி விபரங்கள் உண்மையென்றுதான் பட்டது.

ஒருநாள் ஒரு பிழை செய்தேன். சும்மா ஜீப்பில் வரும்போது பெரிய டிரம் ஒன்றில் தண்ணீர் பிடித்து வந்து இந்தக் கிராமத்து மக்களுக்குக் கொடுத்தேன். அன்று அந்தத் தண்ணீரைப் பங்கு போடுவதில் பெரும் போர் நிகழ்ந்தது. இரண்டு பெண்கள் தலை மயிரைப்பிடித்துக்கொண்டு வீதியிலே புரண்டு வன விலங்குகள்போல அடித்துக்கொண்டார்கள். அதற்குப் பிறகு இலவசமாகப் புண்ணியம் சம்பாதிக்கும் காரியத்தை நான் நிறுத்திவிட்டேன்.

ஜெர்மன் கம்பனி ஒன்று இந்தக் கிராமத்து வழியாக பெரிய ரோடு போட்டது. அதை அரசாங்கத் தரப்பில் மேற்பார்வையிடு வதற்கு நான் நியமிக்கப்பட்டிருந்தேன். ரோட்டு வேலைகள் மழைக் காலங்களில் நின்றுவிடும். மற்ற நேரங்களில் இரவும் பகலுமாகத் தொடரும். நான் வேலையும் வீடும் என்று நேரத்தைக் கழித்தவாறு இருந்தேன்.

என்னை இந்த நேரங்களில் மிகவும் வாட்டியது தனிமைதான். எவ்வளவுதான் வேலை, புத்தகங்கள், இசை என்று மூழ்கியிருந்தாலும் இந்தத் தனிமை என்பது மனிதனைச் சில வேளைகளில் பெரிதும் வதைத்துவிடும்.

இந்த வேதனைகளில் இருந்து எனக்குச் சில சமயங்களில் விடுதலை கிடைக்கும். எதிர்த்து இருந்த மலை உச்சியில் ஓர் ஐரிஷ் பாதிரியார் இருந்தார். அந்தப் பக்கத்தில் மிகவும் பிரபலமானவர். நிறையப் படித்தவர். நீண்ட வெண் தாடியோடு அந்தக் கிராமத்து மக்களுக்கு அவ்வப்போது கருணையோடு பல சேவைகள் செய்பவர்.

அவருடைய இருப்பிடத்துக்கு நான் சில சமயம் போவேன். அநேகமான சனிக்கிழமை மாலை வேளைகளை இவர் என்னுடன் கழிப்பார். நீலநிற மோட்டார் சைக்கிளில் 'டுப் டுப்' என்று ஒலியெழுப்பியபடி அவர் வரும்போது ஊர்ச் சிறுவர்கள் எல்லாம் பின்னாலேயே ஓடிவரும் காட்சி மறக்கமுடியாதது.

இவர் வரும் நாட்களில் என் பொழுது இனிதே போகும். பைபிளை மனப்பாடம் செய்த இவர் பழைய ஏற்பாட்டில் இருந்து அடிக்கடி அழகான கதைகளை எடுத்துச் சொல்வார். ஆனாலும் தமிழிலே பேசவேண்டும் என்ற என் ஆவல் வரவர அதிகரித்தபடியே இருந்தது.

இவர் வருகையில் எனக்கு ஒரு சிறிய சங்கடம் இருந்தது. இவருக்கு வைனில் மோகம் அதிகம். அதுவும் சாதாரண வைன் அல்ல. தேர்ந்தெடுத்த சுவை கூடிய வைன். சுவை நுட்பமான

அ. முத்துலிங்கம்

நாக்கு கொண்டவர். ஒவ்வொரு வைனையும் சுவைத்து அதன் நிறை குறைகளை விளக்குவார். இதன் காரணமாக அவர் வரும் சமயங்களில் எப்படியும் பட்டணத்தில் இருந்து வருபவர்களிடம் சொல்லி நல்ல வைன் வாங்கி வைத்திருப்பேன்.

இப்படி ஒரேயொரு நண்பரை அறிந்த அந்த தேசத்தில் ஒருநாள் நான் அலுவலகத்தில் இருந்து திரும்பும்போது ஓர் அதிசயம் காத்திருந்தது.

என்னுடைய சமையல்காரனின் மனைவி கால்களை மடக்கி உட்கார்ந்திருந்தாள். அவளுடைய சிறிய மகளின் தலை அவள் முழங்கால்களுக்கு இடையில் கெட்டியாகப் பிடிக்கப்பட்டிருந்தது. அந்தச் சிறு பெண்ணின் முகம் கோணலாகிப்போக அவள் தலை மயிரை இழுத்து அந்தத் தாய் சிறுசிறு புழுக்கள்போல பின்னிக் கொண்டு இருந்தாள். என்னைக் கண்டதும் அந்தச் சிறுமி பறித்துக் கொண்டு 'ஹொரேமா பீகாமா', 'ஹொரேமா பீகாமா' என்று கத்தியபடியே ஓடிவந்தாள். என்னுடைய ஜீப் அந்த நேரம் என் வீட்டுக்குப் போகும் பாதையில் திரும்பிக்கொண்டிருந்தது. ஜீப்பை நிறுத்தி விசாரித்தபோது எனக்கு ஒரு விருந்தாளி வந்திருக்கிறார் என்ற விபரம் தெரியவந்தது.

எனக்கு ஆச்சரியம். நான் வேகமாக வந்து பார்த்தால் வீட்டு முன் விறாந்தையில் ஒருவர் முதுகில் மாட்டிய பையுடன் நின்று கொண்டிருந்தார். அவருக்கு இரு பக்கத்திலும் என்னுடைய காவல்காரர்கள் துவாரபாலகர்களாக அவர் தப்பியோட எத்தனிப்பார் என்பதுபோல அவரைக் காவல் காத்துக்கொண்டிருந்தார்கள்.

என்னைக் கண்டதும் அவர் கையெடுத்துக் கும்பிட்டு வணக்கம் தெரிவித்தார். அவருடைய காலில் இருந்து தலைவரை புழுதி படிந்திருந்தது. தலை மயிர், சிறு தாடி எல்லாம் செம்மண் நிறமாக மாறியிருந்தது. அவர் நெடுந்தூரத்தில் இருந்து வந்திருக்கவேண்டும். சொக்ஸ் அணியாத பாதத்தில் மாட்டியிருந்த காலணிகள் ஓட்டை விழுந்து அவருடைய பெருவிரல் பருமனைக் காட்டுவதாக இருந்தன.

'உங்களைப் பற்றி நிறையக் கேள்விப்பட்டிருக்கிறேன். இன்றுதான் சந்திக்க முடிந்தது' என்றார்.

காலணிகளை வெளியே கழற்றி வைத்து, பாதங்களைக் கழுவியதும் அவருக்கு ஒரு புத்துணர்ச்சி பிறந்ததுபோல தெரிந்தது. உள்ளே வந்து சாய்ந்து உட்கார்ந்தார். பிறகு எங்கள் சம்பாஷணை வெகு நேரம் தொடர்ந்தது. எல்லா விஷயத்திலும் அவர் அனுபவப்பட்டவராகத் தெரிந்தார். என்றாலும் தாமதமாகவும்,

அடக்கமாகவும் பேசினார். மிகவும் சிரமப்பட்டு அவரிடம் நான் கறந்த விருத்தாந்தம் இதுதான்.

அவருடைய பெயர் ஜெகன். சிலோனை விட்டுப் புறப்பட்டு கப்பலில் சேர்ந்தபோது அவருக்கு வயது இருபது. அதற்குப் பிறகு வந்த இனக் கலவரங்களால் அவர் திரும்பிப் போவதற்கு வாய்ப்பே கிடைக்கவில்லை. அவருக்கு இருந்த ஒரே ஒரு சகோதரரும், தகப்பனாரும் போரில் இறந்துவிட்டார்கள். தாயைத் தேடும் முயற்சியில் தோற்றுவிட்டார். தாயார் இருக்கிறாரா இல்லையா என்பதுகூட அவருக்குத் தெரியாது.

ஐந்து வருடங்களுக்கு முன்பு கப்பல் வேலையை விட்டுவிட்டார். இவ்வளவு காலமும் சேமித்த பணத்தை வைத்து இவரும் இத்தாலிய நண்பர் ஒருவரும் ஒரு கம்பனி ஆரம்பித்தார்கள். ஆப்பிரிக்க மரங்களை வெட்டி ஏற்றுமதி செய்வது. நன்றாகத் தொடங்கிய வியாபாரம் படு தோல்வியில் முடிந்தது. கடன் தலைக்கு மேல் போய்விட்டது. கையிலே ஒன்றும் மிச்சமில்லை.

இப்பொழுது பக்கத்து நாடான லைபீரியாவில் இருக்கும் ஒரு நண்பரைத் தேடிப் போய்க்கொண்டிருக்கிறார். அங்கே போய் ஏதாவது பிஸினஸ் செய்து முன்னுக்கு வந்துவிடலாம் என்ற நம்பிக்கை. நல்ல தொடர்புகள் கிடைத்தால் ஒரு சில வருடங்களில் லட்சங்கள் சம்பாதித்துவிடலாம் என்றார். விசா இல்லாதபடியால் கள்ள வழியில் போவதற்கு ஏற்பாடுகள் செய்திருந்தார். கடைசி பஸ் தவறிவிட்டது. ஒரு நாள் இரவு தங்கிப் போவதற்காக என்னிடம் வந்திருந்தார்.

முந்திபிந்தி எனக்கு விருந்தாளிகள் வந்தது கிடையாது. அழகான தமிழில் பேசினார். அவர் பேசுவதைக் கேட்டுக்கொண்டே இருக்க வேண்டும்போலப் பட்டது.

எனக்கு ஒரு வேலைக்காரன் இருந்தான். அவனுடைய பெயர் சனூசி. நான் சொல்லும் வேலைகளைக் காட்டிலும் சொல்லாத வேலைகளைச் செய்வதிலே விசேஷ பிரியம் காட்டுவான். இருபது வயதான இவனுக்கு இரண்டு மனைவிகள். வாரத்துக்கு ஒரு கடிதம் எனக்கு எழுதுவான். இடது பக்கத்தில் பெரிய உருண்டையான எழுத்துக்களில் தொடங்கி வலது பக்கத்தில் குறுணியாக முடிப்பான். எல்லாம் சம்பள உயர்வு கேட்டுத்தான். காரணம் கேட்டால் ஒரு புஃலா பெண்ணைக் காதலிப்பதாகச் சிரித்தபடி சொல்கிறான். ஒருமுறை என் வீட்டில் தீப்பிடித்தபோதும் இதே மாதிரித்தான் சிரித்தான். என்னுடைய முடிவுகள் இவனுக்குத் திருப்தி தருவதில்லை. விரைவில் என்னைப் பணி நீக்கம் செய்துவிடுவான் என்று எதிர்பார்த்திருந்தேன்.

அப்படிப்பட்ட சனூசிக்கு அன்று என்ன செய்வதென்றே தெரியவில்லை. இங்கும் ஓடினான்; அங்கும் ஓடினான். ஒரு விருந்தாளியைச் சமாளித்த முன் அனுபவம் இல்லாததால் இன்னது செய்யவேண்டும் அல்லது செய்யாமல் விடவேண்டும் என்பது தெரியாமல் தடுமாறினான். கைகளினால் எனக்கு சைகை காட்டினான். கண்களினால் பேசினான். ஆனால் நான் இவையொன்றையும் கவனிக்கவில்லை.

எனக்கு வந்த முதல் விருந்தாளியின் பேச்சில் மயங்கிப்போய் இருந்தேன். அவருக்கு வயது முப்பத்தைந்து இருக்கலாம். அவர் ரசனையும் என் ரசனையும் ஒன்றுபோலவே பட்டது. ஆனால் உற்சாகமில்லாத, எதையோ இழந்துவிட்ட குரலில் பேசினார்.

அங்கே கம்பனி ஜெனரேட்டர் ஒரு நாளைக்கு நாலுமணி நேரம்தான் வேலைசெய்யும். மாலை ஆறுமணிக்குத் தொடங்கினால் இரவு பத்துமணியளவில் நின்றுவிடும். அன்று, என்னுடைய விருந்தாளியைக் கௌரவிக்கும் முகமாக இரவு ஒரு மணிவரை அது வேலை செய்தது. நாங்கள் இருவரும் நேரம் போவது தெரியாமல் பேசிக்கொண்டிருந்தோம்.

அந்தக் காலத்தில் என்னிடம் இரண்டு பெரிய உருளைகள் கொண்ட ரேப் ரிக்கார்டர் ஒன்று இருந்தது. இரண்டு பேர் அதைப் பிடித்துத் தூக்கவேண்டும். அவ்வளவு பெரியது. காருகுறிச்சி சபைகளில் வாசித்த நாதஸ்வர இசையை நான் ஒலிப்பதிவு செய்து வைத்திருந்தேன். சபையின் ஆரவாரம், கைதட்டல்கள் எல்லாம் அதில் பதிவாகியிருந்தன. அப்படிப்பட்ட இசையைக் கேட்கும்போது கிடைத்த நிஜத்தன்மையில் நான் என்னை மறப்பது சுலபமாகவிருக்கும்.

அன்று அந்த இசைப் பதிவில் 'சக்கனிராஜா' வரும் பகுதியைப் போட்டேன். கண்களை மூடிக்கொண்டு அவர் அதை ரசித்தார். இன்னொரு தடவை கேட்க விரும்பினார். மீண்டும் போட்டேன்.

அந்த ஆப்பிரிக்க காட்டில், ஒரு நடு நிசியில், மின் விளக்குகள் எரியும் ஒரேயொரு தனி வீட்டில், எங்கள் இருவருக்காகவும் காருகுறிச்சி இன்னொரு முறை கரகரப்பிரியாவை வாசித்தார். அந்த வாசிப்பு முன்பு வாசித்ததிலும் பார்க்க இன்னும் மெருகு கூடியிருந்தது. நண்பரின் கண்களில் பெரிய உருண்டையாக நீர் ஒன்று திரண்டு பட்டென்று விழுந்தது.

பிறகு பேச்சு இலக்கியத்துக்குத் திரும்பியது. ஓர் உருதுக் கவிதையை நான் சொன்னேன்.

நீ அங்கே

நான் இங்கே

பெண்ணே!

இரவு நகர்கிறது

வீணாக.

இந்தக் கவிதையை வெகுவாக ரசித்தவர் திடீரென்று மௌனமாகி விட்டார். இவருடைய கடல் பிரயாணங்களில், தாய்லாந்திலோ, துருக்கியிலோ சந்தித்து இவருக்காகக் காத்திருக்கும் ஒரு பெண்ணின் ஞாபகம் வந்திருக்கலாம். மழைக்கால மேகம்போல அவருடைய முகம் கறுத்துவிட்டது.

என் சமையல்காரனுடைய பெயர் கமாறா. அவனுக்குத் தேக பலத்தில் இருக்கும் நம்பிக்கை செய்முறையில் இல்லை. எல்லா சமையல் வேலைகளையும் பலத்தினால் சாதிக்கப் பார்ப்பான். ஊறுகாய் போத்தல் மூடியைக் கள்ளன் இரவில் வந்து அபகரித்துவிடுவான் என்பதுபோல இறுக்கப் பூட்டிவிடுவான். ஒரு யானை பலத்தைச் சேகரித்தால் ஒழிய இதைத் திறக்க முடியாது. ஐந்து நிமிடத்தில் ஒரு தேங்காயைக் கையினால் உடைத்து, கத்தியினால் சுரண்டி சம்பல் போட்டுவிடுவான். இவனுக்காக நான் வாங்கிவந்த துருவலை இன்னும் தொடாமல் துருப்பிடித்துப்போய்க் கிடந்தது.

அன்று உணவு பரிமாறியபோது இரவு மணி பதினொன்றாகி விட்டது. கமாறாவுக்கு எங்கள் சமையல்களில் உபயோகிக்கும் பலசரக்கு பற்றிய அறிவு கொஞ்சமும் கிடையாது. ஆனால் என்னுடைய அயராத உழைப்பாலும், இடைவிடாத முயற்சியாலும் பெருஞ்சீரகத்துக்கும், பெருங்காயத்துக்கும் அவனுக்கு வித்தியாசம் தெரிந்திருந்தது. வெள்ளைப்பூண்டு எங்கே போடவேண்டும், வெந்தயம் எங்கே தூவவேண்டும் என்பதையும் மனப்பாடம் செய்துவிட்டான். ஆனால் கடுகுக்கும் மிளகுக்கும் உள்ள வேறுபாடு மாத்திரம் என்ன செய்தும் அவனுக்குத் தெரியவில்லை. நான் ஊரை விடுமுன் இதை எப்படியாவது அவனுடைய மண்டைக்குள் ஏற்றிவிடவேண்டும் என்ற தீர்மானத்தில் இருந்தேன்.

அன்று கமாறாவுக்கு என்ன நடந்ததோ, எங்கிருந்து ரோஷம் வந்ததோ தெரியவில்லை. அபாரமாகச் சமைத்திருந்தான். சுடச்சுட அப்பம் சுட்டு அடுக்கியிருந்தான். வெந்தயக் குழம்பு அளவான வெந்தயம் போடப்பட்டு மிளகாய்ச் சிவப்பில் நல்ல மணம் வீசியது. ஆப்பிரிக்க முறைப்படி வைத்த இறைச்சிக்கறி

துண்டு துண்டாக எண்ணெய்யில் மிதந்தது. ஆனால் சம்பலின் மகிமையைக் கூற இயலாது. அளந்தெடுத்துக் கலந்ததுபோல உறைப்பும், புளிப்பும், உப்புச்சுவையும் கூடித் தன்னிகரற்று விளங்கியது.

வந்த விருந்தாளி கடந்த பதினைந்து வருடங்களாக தான் இப்படியான உணவை உண்டதில்லை என்று சொன்னார். அவர் கண்களில் நீர் சுரந்தது. அதைத் துடைக்கக்கூட கை எடுக்காமல் ஆவலாக உண்பதில் கருத்தாகவிருந்தார். அவர் புசிப்பதையே கண்வெட்டாமல் பார்த்துக்கொண்டிருந்தேன்.

அப்பொழுது ஒரு சம்பவம் நடந்தது.

சனூசியைப் பார்த்து வைன் கொண்டுவரும்படி சைகை செய்தேன். அவன் காலைத் தேய்த்தபடி நின்றான். கீழே பார்த்தான்; மேலே பார்த்தான். ஆனால் அசைய மறுத்துவிட்டான். இன்னொருமுறை சமிக்ஞை கொடுத்தேன். அவன் பொறுக்காமல் உள்ளே போய் ஒரு வைன் போத்தலைத் தூக்கிக்கொண்டு வந்து பட்டென்று வைத்தான். அது நான் சொன்ன உயர்ரக வைன் இல்லை; சாதாரண வைன். அதைத் திருப்பி அனுப்பிவிட்டு சனூசியை முறைத்துப் பார்த்தேன். அப்பொழுது அவன் அரைமனதுடன் அசைந்தசைந்து போய் நான் குறிப்பிட்ட வைனைக் கொண்டுவந்தான். அது டேவிட் பாதிரியாருக்காக நான் பிரத்தியேகமாகப் பட்டணத்திலிருந்து அதிக விலை கொடுத்து வரவழைத்த சிவப்பு வைன். பத்து வருடம் வயதாக்கப்பட்ட கபர்னெ சாவினொன். சனூசியின் புத்தியில் எனக்கு வந்த விருந்தாளி இந்த உயர்ந்த ரக வைனுக்குத் தகுதியற்றவர் என்று பட்டிருக்க வேண்டும்.

ஆனால் நான் அந்த வைனை விருந்தாளிக்காகக் கொண்டு வரச் சொல்லவில்லை. எனக்கு அதை அருந்தவேண்டும்போல இருந்தது. அன்று என் மனம் அளவில்லாத சந்தோஷத்தில் மிதந்தது. இந்த நிலையில் அனுபவிக்கக்கூடியது அந்த வைன் ஒன்று மட்டுமே என்று எனக்குப்பட்டது.

அதைத் திறந்து நானும் நண்பரும் பருகினோம். ஓர் இசையின் உச்சம் போல, கவிதையின் தொடக்கம்போல் அது இருந்தது. ஊற்றுப்போல நாக்கிலே பட்டு ஒரு காற்றுப்போல மறைந்தது. அது கொடுத்த சுவை மாத்திரம் நாக்கிலேயே தங்கியது; நாசியிலேயே நின்றது.

என் நண்பர் கிறங்கிப்போய் விட்டார். ஒரு வார்த்தைதானும் பேசவில்லை. எப்பொழுது தூங்கினோம் என்பதும் ஞாபகத்தில் இல்லை.

திடீரென்று விழிப்பு ஏற்பட்டபோதுதான் என் வீட்டில் ஒரு விருந்தாளி தங்கியிருக்கும் ஞாபகம் வந்தது. மணியைப் பார்த்தேன். ஒன்பது மணியை நெருங்கிக்கொண்டிருந்தது. என்னுடைய விருந்தாளி காலை எட்டு மணி பஸ்ஸைப் பிடிக்கவேண்டும் என்று சொல்லியிருந்தார்.

அவசரமாகப் படுக்கை அறையிலிருந்து வெளியே வந்தேன். அவர் சாப்பாட்டு மேசையில் குனிந்தபடி இருந்தார். காலை உணவை முடித்ததற்கான அறிகுறிகள் தென்பட்டன. தலையைப் பிடித்தபடி பெரும் யோசனையில் ஆழ்ந்துபோய் இருந்தார். கமாறாவும், சனூசியும் இவரைப் பார்த்தவாறு செய்வதறியாது எட்டத்தில் நின்றனர்.

அவர் புழுதி எல்லாம் போக சுத்தமாகக் குளித்திருந்தார். தலைவாரி ஒழுங்காக இருந்தது. ஆனால் உடுப்பு அதே உடுப்புதான். என்னிடம் சொல்லிவிட்டுப் போவதற்காகக் காத்திருந்தார். அதைப் பார்க்க என் மனது கரைந்தது. ஒரு புது வாழ்க்கையைத் தொடங்க முன்பின் அறியாத ஒரு நாட்டுக்கு இன்னும் சில நிமிடங்களில் புறப்படுவதற்கு இருந்தார். பஸ் கட்டணத்திற்குக் கூட காசு இருக்குமோ தெரியவில்லை. அதைக் கேட்பதற்கும் எனக்குக் கூச்சமாக இருந்தது.

என்னிலும் வயது கூடியவர் என்னைக் கண்டதும் எழுந்து நின்றார். ‘உங்களிடம் சொல்லிவிட்டுப் போவதற்காகக் காத்திருந்தேன். நீங்கள் செய்த உதவியை என்றும் நினைவில் வைத்திருப்பேன். எத்தனையோ வருடங்களுக்குப் பிறகு எங்கள் ஊர் சாப்பாடு உங்கள் புண்ணியத்தில் கிடைத்தது; மிகவும் நன்றி’ என்றார். அவர் நாக்குத் தழுதழுத்தது.

‘அநியாயமாக உங்களைத் தாமதிக்க வைத்துவிட்டேன். பஸ்ஸைத் தவற விட்டுவிட்டீர்களே!’ என்றேன். ‘அதனாலென்ன, பத்து மணி பஸ்ஸை பிடித்துவிடலாம்’ என்றார்.

பனி உருகியதுபோல காற்று பளிங்குத்தன்மையோடு இருந்தது. முதுகுப் பையைக் காவியவாறு என்னுடைய விருந்தாளி படிகளில் இறங்கினார். சனூசியிடமும் கமாறாவிடமும் சொல்லிக்கொண்டார். இன்னொருமுறை என் கைகளைப் பாசமுடன் குலுக்கி விடைபெற்றார். ஒருவித ஏக்கத்துடனும் விருப்பமின்மையுடனும் ஓர் ஆதிவாசி மனிதன்போல தோள்களை ஒடுக்கி முன்னே குனிந்து நடக்கத் தொடங்கினார். நான் வாசலில் நின்று பார்த்துக்கொண்டிருந்தேன். எனக்குப் பக்கத்தில் கமாறாவும் சனூசியும் நின்றார்கள்.

சிறிது தூரம் சென்றவர் எதையோ நினைத்துக்கொண்டது போல திடீரென்று திரும்பி வந்தார். என் மனம் பதைத்தது. நான் நினைத்தது சரியென்று தோன்றியது. பஸ் கட்டணத்தை அவர் கேட்காமலே கொடுத்திருக்கலாம். இந்த நல்ல மனிதரின் மனம் வேதனைப்பட அனுமதித்துவிட்டோமே என்று நொந்துகொண்டேன்.

என்னிடம் மிகக் கிட்ட வந்தவர் சொன்னார். 'இதுதான் உங்களைப் பார்ப்பது கடைசித் தடவை என்று எண்ணுகிறேன். இனிமேல் இதைச் சொல்வதற்கு சந்தர்ப்பமும் கிடைக்காது. பல வருடங்களுக்குப் பிறகு உங்கள் தயவில் ஓர் உயர்ரக வைனைப் பருக முடிந்தது. முகம் தெரியாத எனக்கு நீங்கள் செய்த இந்த மரியாதை மிக அதிகமானது. என் நிதி நிலைமையில் இப்படியான வைனை நான் இனிமேல் அருந்துவது சாத்தியமில்லை. சாகும்வரை இதை மறக்கமாட்டேன்' என்றார்.

நான் திகைத்துவிட்டேன். தன் உலகத்து உடைமைகளையெல் லாம் ஒரு முதுகுப் பையில் காவி வந்த இவருக்கு வயதாகிய வைனின் சுவை நுட்பம் தெரிந்திருந்தது. ஏதோ பதில் கூறுவதற்காக வாயைத் திறந்தேன். அதைக் கேட்காமல் அவர் குதிக்காலில் திரும்பிவிட்டார்.

அந்தச் சனிக்கிழமை காலை, அவர் முழுச் சூரியனை நோக்கி, பெருவிரல்கள் தெரியும் காலணிகளைப் போட்டுக்கொண்டு நடந்து போனார். அந்த உருவம் கறுப்பாகும் வரை நாங்கள் அங்கே நின்றோம்.

நான் பின்னும் ஐந்து ஆண்டுகள் ஆப்பிரிக்காவில் வசித்தேன். அந்த வருடங்களில் என்னைத் தேடி ஒரு விருந்தாளிகூட வந்ததில்லை. என் ஆப்பிரிக்க சரித்திரத்தில் என்னிடம் வந்த ஒரேயொரு விருந்தாளி அவர்தான்.

ஜெகன் என்ற பெயரில் வந்த இந்த விருந்தாளி, தன் முழுப் பெயரையும் சொல்ல மறந்துவிட்டவர், ஓர் இரவு மறக்க முடியாத சந்தோஷத்தை எனக்குத் தந்தவர், லட்சாதிபதியாகும் கனவுகளுடன் கள்ள வழியாக அயல் நாடு சென்றவர், அதற்குப் பிறகு என்ன ஆனார் என்பது கடைசிவரை எனக்குத் தெரியாமலே போய்விட்டது.

கறுப்பு அணில்

ஒரு நாள் தற்செயலாகத்தான் அது ஆரம்பமானது.

வேலை முடிந்து மாலை பஸ் தரிப்பில் இறங்கி வீட்டுக்கு வரும் வழியில் அவன் ஒரு கார் பாதுகாப்பு நிலையத்தைக் கடப்பான். பட்டனை அமுக்கி டிக்கட்டை இழுத்து கார்கள் உள்ளே நுழைவதையும், திரும்பும்போது காவலனிடம் காரோட்டிகள் கட்டணம் செலுத்துவதையும் பார்த்திருக்கிறான். சாரதி கண்ணாடிக் கதவைத் திறந்து காசைக் கொடுப்பான். மீதி சில்லறை வழங்கப்பட்டதும் மஞ்சளும் கறுப்பும் பூசிய தடுப்பு மரம் மறுபடியும் உயர, கார் வெளியே சென்றுவிடும்.

அன்று அந்த நிலையத்தைத் தாண்டும்போது தடுப்பு மரத்துக்குக் கீழே சில்லறைக் காசுகள் சிதறிக் கிடந்தன. அவன் அதைப் பொறுக்கி பக்கட்டுக்குள் வைத்துக்கொண்டான். ஆயிரம் கார்கள் போகும் இடத்தில் ஒரு சிலர் சில்லறைகளைத் தவறவிட்டு விடுவார்கள். பரம லோபிகளைத் தவிர மற்றவர்கள் சீட் பெல்ட்டைத் தளர்த்தி, கதவைத் திறந்து, கீழே இறங்கி அவற்றைப் பொறுக்க மாட்டார்கள்.

இந்தச் சில்லறையைத்தான் கொண்டுபோய் அவன் தன் அறையில் காலியான ஒரு வாய் அகலமான போத்தலில் போட்டு வைத்துக் கொண்டான்.

அதற்குப் பிறகு அதுவே வழக்கமாகிவிட்டது. அந்த நிலையத்தைத் தாண்டும்போது அவன் குனிந்து சில்லறைகளைத் தேடுவான். எல்லாமே 25, 10, 5,

1 சதக்குற்றிகளாக இருக்கும். அபூர்வமாக டொலர் குற்றிகளும் கிடைக்கும். அவற்றை அவன் தவறாமல் அந்த போத்தலில் போட்டு மூடியையும் திருகிவிடுவான்.

இவன் வேலையில் சேர்ந்த அந்த முதல் நாள் லோரா என்ன டிரஸ்ஸில் வந்தாள் என்று கேட்டால் மிகச் சரியாகப் பதில் சொல்லிவிடுவான். கறுப்பு நீளஸ்கர்ட், கறுப்பு தொளதொள பிளவுஸ். அதற்குமேல் ஒருரத்தச் சிவப்பு ஸ்வெட்டர், பெரிய பட்டன்கள் வைத்து முன்புறமாகத் திறக்கும் வசதியுடன் இருந்தது. தலை மயிர் இவ்வளவு குவியலாகப் பொன் நிறமாக இருந்ததை அவன் முதன் முதலாகப் பார்த்தது அப்போதுதான்.

அன்றைய வேலை நிரல்களை அவள் நின்றபடி டிக் செய்து இரண்டு இடங்களில் முத்திரை குத்தி அவர்களிடம் நீட்டினாள். இவனுடைய முறை வந்தபோது இவன் முகத்தை அவள் பார்க்கவில்லை. பார்க்க முயலவுமில்லை. இவனுடைய பாரத்தில் முத்திரையை அளவுக்கு அதிகமான பலத்துடன் குத்தி அதை மேசைமீது தள்ளிவிட்டாள். அது மேசையின் விளிம்பைத் தாண்டி வேகம் குறையாமல் போகும்போது இவன் ஒரு பறவையைப் பிடிப்பதுபோல பிடித்தான். மற்றவர்களுடையதைப் போல அந்த நிரலைக் கையிலே கொடுக்கலாம் என்ற சாதாரண அறிவு அவளுக்குத் தோன்றவில்லை என்பதில் அவனுக்கு வருத்தம்.

தன் பெயர் தெரியாமல் அவள் பாரத்தை மாற்றிக் கொடுத்துவிடலாம் என்ற பயத்தில் இவன் 'என்னுடைய பெயர் லோகிதாசன். இன்றைக்குத்தான் புதிதாக வேலைக்குச் சேர்ந்திருக்கிறேன்' என்று முனகினான். இடைக்கு மேலே உள்ள பாகத்தை மட்டும் இவனுக்கு எதிரான திசையில் திருப்பி வைத்து அலட்சியமாக அடுத்த தாளில் முத்திரை பதிப்பதில் அவள் சிரத்தையானாள்.

அவளுடைய நீண்ட வெண்மையான கழுத்திலிருந்து எப்படிப்பட்ட ஒலி வரும் என்று ஊகிப்பதில் அவனுக்கு அன்று இரவு முழுக்க செலவழிந்தது. அந்தக் கவலை அடுத்த நாள் காலையே தீர்ந்தது. லோரா பக்கத்தில் இருந்தவளிடம் சோகமாக ஒரு முறைப்பாட்டை வைத்துக்கொண்டிருந்தாள். அவளுடைய பெரிய மஞ்சள் பூ போட்ட கவுனை சலவைக்காரன் பாழாக்கிவிட்டானாம். இந்த அழகான பெண்ணின் மனது இப்படி நொந்துபோனதே என்று இவனுக்குக் கோபமாக வந்தது. ஒரு கன்றுக்குட்டி பார்ப்பதுபோல அவளைப் பார்த்தான். அவளுக்குத் தேறுதல் சொல்வதற்கு அவனிடம் போதிய ஆங்கில வார்த்தைகள் அப்போது சேர்ந்திருக்கவில்லை.

அவளுடைய அலங்காரம் அன்று முற்றிலும் மாறியிருந்தது. ஆழமான கழுத்துடன், இறுக்கமான மஞ்சள் பிளவுஸில் வந்திருந்தாள். வேப்பம்பழ சைஸ் செயற்கை முத்துக்களால் செய்த மாலை ஒன்று அவள் ஸ்தனங்களுக்கிடையில் சிக்கிக் கிடந்தது. இதைப் போடுவதற்கு அவள் மிகுந்த சிரமப்பட்டிருக்கவேண்டும். இதைக் கழற்றும்போது இன்னும் சிரமமிருக்கிறது. ஒன்றிரண்டு முத்துக்கள் அறுந்து விழுவதற்கான சாத்தியக்கூறுகள் நிறைய இருந்தன.

எந்த ஏரியா அவனுக்கு ஒதுக்கப்பட்டிருக்கிறது என்று கேட்டாள். இவன் ‘சாவிக்னோன்’ என்று கூறினான். மிகவும் செலவு வைக்கக் கூடிய ஓர் அபூர்வமான ஒப்பனைக்காரியால் செதுக்கப்பட்ட மெல்லிய புருவங்களை உயர்த்திச் சுழித்தபடி, அந்த வார்த்தையின் சரியான உச்சரிப்பைக் கூறினாள். மேலும் பேப்பரை இழுத்து மிகக் கச்சிதமாக இரண்டுதரம் குத்தினாள். அன்றைக்கும் அவனுடைய முகத்தை அவள் பார்க்கவில்லை.

சாதாரண ஊழியன் என்ற முறையில் அவன் அதிபரைச் சந்திக்க முடியாது. காலாண்டுக் கூட்டங்களில் அவருடைய சொற்பொழிவைக் கேட்டிருக்கிறான். ‘தூசி எங்கள் எதிரி’ என்று பேச்சைத் தொடங்குவார். முக்கோணத் தாடையுடன், அடர்ந்த புருவங்களுடன், மிக நேர்த்தியாக வாரிய சிகையுடன் சிவப்பு நிறத்தில் அவர் இருப்பார். உலர் சலவை செய்த அவருடைய உயர்தர ஆடையின் மடிப்புகள் அவர் அசையும்போது அலையாக எழும்பி அதே இடத்தில் விழும். அவர் பேசத் தொடங்கும்போது அவருடைய குரல்கூட சுத்திகரிக்கப்பட்ட பின்பே வெளியே வரும். அவனுக்கு எங்கே தான் விடும் சுவாசக் காற்றின் மிச்சத்தை அவர் சுவாசித்துவிடுவாரோ என்ற பயத்தில் மூச்சுமுட்டும்.

மிகப் பாரமான தூசி உறிஞ்சிகளை மெலிந்த தோள்களில் காவியபடி அவன் ஆயிரம் மாடிப்படிகள் ஏறி இறங்கினான். ஆயிரம் கம்பளங்களை உறிஞ்சி எடுத்தான். மெல்லிய மருந்து நெடி கொண்ட கிருமி நாசினிகளால் கழிவறைகளைக் கழுவினான். உரஞ்சி, உரஞ்சி துடைத்த அவை தானாகவே ஒளிவிட்டன. கண்ணாடிக் கதவுகளையும், சாளரங்களையும் விண்டெக்ஸ் மாயசக்தியால் பளபளப்பாக்கினான். அவற்றில் தெரியும் முகங்கள் சொந்தக்காரர்களின் முகங்களிலும் பார்க்கப் பிரகாசம் கூடியவையாக இருந்தன. விரிப்புகள் வெள்ளை நிறத்தில் நறுமணம் பரப்பி ஒரு சுருக்கு விழாமல் உறுதியாகப் படுக்கைகளை மூடின. புரூஸ் லஸ்ரர் மினுக்கிப் போட்டுத் துடைத்து வழுவழுப்பாக்கிய மேசைகளும், கதிரைகளும், சோபாக் கைப்பிடிகளும் தூசிகள் எப்படி இருக்கும் என்பதை மறக்கவைத்தன.

வெள்ளை வெளேரென்று சுத்தமான தூசிகள் அகற்றப்பட்ட ஒரு சுகந்தமான உலகத்தைத் தயாரிப்பதில் அவன் தீவிரமாக ஈடுபட்டிருந்தான்.

அலுவலகங்களைச் சுத்தப்படுத்துவதற்கும் வீடுகளைச் சுத்தப்படுத்துவதற்கும் பல வேறுபாடுகள் இருந்தன. அலுவலகங்கள் பெரிசாக இருந்தாலும் வேலையைச் சீக்கிரமாக முடித்துவிடலாம். கையைக் காலை நீட்டி வேலை செய்யத் தாராளமாக இடம் இருக்கும். தரையோடு ஒட்டிய கம்பளங்கள், மேசைகள், கதிரைகள் என்று துப்புரவு செய்வது சுலபம்.

வீடுகள் என்றால் நெருக்கமான சூழ்நிலை. கார்ப்பட்டுகளில் கால்கள் புதையும். படுக்கை விரிப்புகளை மாற்றவேண்டும். அலங்காரப் பொருட்களைத் தூசி தட்டிக் குசினிகளைப் பளபளப்பாக்க வேண்டும். இந்த வீட்டு எசமானிகளைச் சமாளிப்பது மகா கஷ்டம். முறைப்பாடுகள் வந்தபடியே இருக்கும்.

என்றாலும் அவனுக்கு வீடுகள்தான் பிடிக்கும். அவனும், அவனுடைய சகாவும் வேலையைப் படுக்கை அறை, இருக்கும் அறை, நிலவறை, கழிவறை, குசினி என்று பிரித்துக்கொள்வார்கள். துப்புரவு செய்யும்போதே அந்த வீட்டில் வாழ்பவர்கள் பற்றியும், அவர்களுடைய குணாதிசயங்கள் பற்றியும் அவனுடைய கற்பனைகள் விரியும்.

வேலை முடிந்த சில நேரங்களில், முற்றிலும் தூசி நீக்கிய, கைப்பிடிகள் மினுக்கிய, வெள்ளை வெளேரென்ற மிருதுவான சோபாவில் அவன் சாய்ந்ததும் கனவுகள் உண்டாகும். அவனுடைய வீடு வெண்ணீல வர்ணத்திலும், திரைச்சீலைகள் விடியல் நிறத்திலும் இருக்கும். அலுவலகத்தில் இருந்து அவன் களைத்து வந்து கதவைத் திறந்ததும் நல்ல வாசனை வரும். பிரபல இத்தாலியன் டிசைனர் *Georgio Armani* உருவாக்கிய, ஒருவயதேயான ஆட்டுக்குட்டியின் மெல்லிய சருமத்தினால் தயாரித்த கதகதப்பான மேலங்கியைக் கழற்றிவிட்டு, கணுக்கால்கள் புதையும் கார்ப்பட்டில் நடந்துபோய், அமர்ந்ததும் அரையடி கீழே பதியும் சோபாவில் கால்களை நீட்டி உட்காருவான். கணப்பு அடுப்பில் புகை தராமல் சிறு மணத்துடன் எரியும் பேர்ச் விறகுகளை மெல்லத் தள்ளிவிடுவான். இரண்டு கைகளை அகட்டி விரித்தாலும் விளிம்புகளைத் தொடமுடியாத அகலமான தட்டைக்கண்ணாடி ரீ.வியில் 55வது சானலைத் திருப்பி வைப்பான்.

அன்று அவன் வீடு திரும்பும்போது இரவு பத்து மணிக்குமேல் ஆகிவிட்டது. 14 மணி நேரம் தொடர்ந்து வேலை. அதில் இரண்டு

மணி நேர சம்பளத்தை லோரா வெட்டிவிட்டாள். மெல்லிய பனிப்புயல் தொடங்கிவிட்டது. குளிர் காலத்துக்குப் பொருத்த மில்லாத சப்பாத்துகளை அவன் முடிச்சுப்போட்டு நீட்டிய லேஸ்களால் கட்டியிருந்தான். பனித்தூள்கள் உள்ளே போய் கால்கள் ஈரமாகிவிட்டன.

அந்த வீட்டின் நிலவறையை அமைத்தவன் மிகவும் விவேகமானவனாக இருந்திருக்கவேண்டும். இருட்டிலே வந்து அவன் துழாவி சாவியைப் போட்டு கதவைத் திறப்பான். அதற்குப் பிறகு பத்தடி தூரம் தடவித் தடவிப் போய் ஸ்விட்சைக் கண்டுபிடித்துப் போடுவான். எலிகளை மிதிக்காமல் தந்திரமாக நடக்க பழகிக்கொண்டான். சிறுவயதில் பிறந்தநாள் விழாக்களில் கண்ணைக் கட்டிவிட்டு கழுதையின் படத்துக்கு வாலைச் சரியான இடத்தில் பொருத்திய பயிற்சி அப்போது அவனுக்கு மிகவும் உதவியது.

அவனுக்குக் கடிதங்கள் வருவதில்லை. மாதம் ஒருமுறை வரும் அம்மாவின் கடிதம் நீல உறையில், பென்சிலால் விலாசம் எழுதப்பட்டு, மூன்று நாட்களாக உடைக்கப்படாமல் கிடந்தது. அன்றைக்கு அதைத் திறப்பதாக இருந்தான். அதில் இருக்கும் தகவல்களைத் தாங்கிக்கொள்ளும் பலத்தை அவன் இன்னும் சேகரிக்கவில்லை.

ஒரு ரீ.வி கூட இல்லாத அவனுடைய அறை பிணக்கிடங்கு போல குளிர்ந்துபோய் கிடந்தது. தெருவிலே இலவசமாகப் பொறுக்கிய ஒரு பச்சை குளிர்பெட்டி அறையின் நடுவில் இருந்தது. மடகஸ்கார் கறை படிந்த சாரம் அவன் கழற்றிவிட்ட இடத்திலேயே சுருண்டு போய்க் கிடந்தது. அவன் இல்லாத நேரத்தில் மாயக் குள்ளர்கள் வந்து அறையைச் சுத்தம்செய்து நறுமணம் பரப்பி வைக்கவில்லை. 'தூசி எங்கள் எதிரி' என்று கறுப்பு எழுத்தில் எழுதிய மஞ்சள் வானில் துப்புரவுப் பணியாளர்கள் வந்து சுத்தம் செய்யவும் இல்லை. தரையில் விரித்த மெத்தை அவன் காலையில் விட்டமாதிரியே ஒரு எஸ்கிமோவின் இக்ளூ போல தடித்த போர்வையில் ஒரு துளை கொண்டதாக அவனுடைய உடம்பு திரும்பவும் நுழைவதை எதிர்பார்த்துக் கிடந்தது.

பிரிட்ஜின் கதவைத் திறந்து பார்த்தான். முந்தாநாள் சாப்பிட்டு மீதம் வைத்த பீட்ஸா துண்டு ஒன்றிருந்தது. ஹைனக்கன் பியர்கான் ஒன்று விசேட தினமொன்றில் குடிப்பதற்காகக்காத்துக் கிடந்தது. வேறு ஒன்றுமே இல்லை.

மறுபடியும் பனி கொட்டத் தொடங்கிவிட்டது. அவனுக்குப் பசித்தது. இன்னும் ஒரு முறை சப்பாத்து அணிந்து, கோட்டை

மாட்டி, தொப்பி போட்டு, மப்ளரைக் கட்டி வெளியே போகும் சக்தி அவனுக்கில்லை. பீட்ஸாவை சாப்பிடுவோம் என்று யோசித்தான். ஆனால் அதை நிறைவேற்ற முடியவில்லை. அதை அவன் உண்ணும் முன்பே நித்திரையால் கவரப்பட்டு விரிப்புகள் இழுத்து மூடப்படாத அந்தப் படுக்கையில் விழுந்து அப்படியே தூங்கிவிட்டான்.

அவனுடைய பக்கத்து வீட்டில் குடியிருந்தது ஒரு வசதியான சீனக் குடும்பம். பெரிய வீடு. இரண்டு இருக்கும் அறைகள்; இரண்டு கார்கள்; இரண்டு பிள்ளைகள்; இரண்டு நாய்கள். எல்லாமே பணக்காரருக்கான அறிகுறி. பத்து கியர் வைத்த சைக்கிளில் பையன் ஓடித் திரிந்தான்; அவள் பதினேழு வயது பள்ளி மாணவிபோல காணப்பட்டாள்.

மாலை வேளைகளில் அந்த நாய்கள் அவளுடன் உலாத்தப் போகும். அந்தத் தருணங்களை எதிர்பார்த்து அவன் பல நாட்கள், பல மணி நேரங்கள் காத்திருப்பான். ஒருநாள் அவள் பெயரைக் கேட்கவேண்டும் என்று நினைத்தான். அன்றும் அவள் நாய்களுடன் உலாத்தச் சென்றபோது இவனும் அவள் திரும்பி வரும் பாதையை ஊகித்து அதற்கு எதிராகப் போனான்.

பனித் திவலைகளைத் தாங்கும் இமைகளும், நுனி சிவந்த நாக்கும், தோளில் தொட அனுமதி மறுத்து உச்சியில் சுருட்டி வைத்த முடியும், சிறிய மூக்கை நோக்கி மேடாக வளைந்து, பார்த்த கணத்தே காமத்தைத் தூண்டும் சொண்டுமாக அந்தப் பெண், சடை நாய்கள் முன்னே போக பின்னால் செல்லமாக அசைந்து வந்தாள். பக்கத்து வீட்டில் அவன் குடியிருக்கிறான். ஒரு 'ஹாய்' சொல்லுவாள் என்று எதிர்பார்த்தான். அவளுக்கு அந்த எண்ணம் இருக்கவில்லை. நாய்களுக்கு இருந்ததாகவும் தெரியவில்லை. மென்மையான கறுப்பு தோல் பூட்ஸ்கள் பனியிலே புதைய, மறைந்து போனாள்.

இந்த நாட்டில் அவனுக்கு முகமன் கூறுவதற்கு யாருமேயில்லை. அவனுடன் வேலை செய்யும் டானியல், உயரமாக, உறுதியான உறுப்புகளுடன் துப்புரவுப் பணிக்கே படைக்கப்பட்டவன்போல இருப்பான். கயானா நாட்டுக்காரன். அவனைப் போலவே கள்ளமாக வந்தவன்; அவனைப் போலவே தனிமையானவன். அவனைப் போலவே வசதிகள் குறைந்த ஒடுக்கமான நிலவறையில், வீட்டுக்கு உடமைக்காரன் உஷ்ணத்தைக் கூட்டி வைக்கப்போகும் நல்ல தருணத்துக்காக ஏங்கி இருப்பவன்.

கறுப்பு எழுத்துகள் பொறித்த மஞ்சள் நிற வாகனத்தில் அன்று சாமான்களை ஏற்றும்போது டானியல் 'ஹாய்' என்றான்.

இவன் வாய் திறக்கவில்லை. 'என்ன அந்த நெட்டைக் கொக்கு இன்றைக்கும் உன்னை ஏசினாளா?'

'இல்லை, மூன்று நிமிடம் ஆகிவிட்டது. இதுவரை தப்பிவிட்டேன்.'

'ஒரு நாளைக்குச் சொல்லிவிடு.'

'என்னத்தை சொல்ல?'

'நான் என்ன பாம்பா? நீ மெக்ஸிக்கோ தேசியக்கொடி கழுகா? எப்ப பார்த்தாலும் என்னைக் கொத்துகிறாயே! அப்படிச் சொல்லு. அவளுடைய மூதாதையர்கள் மெக்ஸிக்கோவிலிருந்து வந்தவர்கள். விளங்கிக்கொள்வாள்.'

'எனக்கு அவ்வளவு தைரியமிருந்தால் உள்ளாடைகளை நான் மாற்றவே தேவையில்லை.' அவன் முகம் இருண்டு கண்கள் ஈரமாகத் தொடங்கின. அதற்குப் பிறகு வேலை முடியும்வரை அவர்கள் பேசவேயில்லை.

அன்றைக்குப் பனிக்காலத்து அயனம் (solstice) என்று அறிந்திருந்தான். வடபாதி உலகத்தின் மிக நீண்ட இரவு, குறைந்த பகல். அவன் நீண்ட நித்திரையில் இருந்தபோது வானம் சோம்பலாக இருக்கவில்லை. இரவு முழுக்கப் பனி பெய்துகொண்டே இருந்தது. ஜன்னல் வழியே பார்த்தபோது கார்கள் எல்லாம் வெள்ளித் தொப்பிகள் அணிந்திருந்தன. தரை உயர்ந்துகொண்டே வந்தது. பிரகாசம் கண்ணை அடித்தது. அவனுக்கும் உலகத்துக்கும் இருந்த ஒரே தொடர்பு அந்த ஜன்னல்தான். அதுவும் அரைவாசி பனியில் மூழ்கி இன்னும் சிறிது நேரத்தில் கல்லறைபோல ஆகிவிடும்.

அந்தப் பச்சை குளிர்பெட்டி உர்ரென்று இடைக்கிடை உயிர் பெறும்போது சத்தம் போட்டது. ஓர் அத்தியந்த நண்பனுடைய மூச்சுப்போல அது அவனுக்கு ஆசுவாசமாக இருக்கும். மிகத் தனிமையாகப்பட்டால் அதனுடன் பேசிக்கொள்வான். அது சொல்லும் பதில்கள் அநேக சமயங்களில் அவனுக்குப் புரியாது.

விடிந்ததும் வேலைக்குப் போவதா, விடுவதா என்பதை அவனால் தீர்மானிக்க முடியவில்லை. பாதைகள் சீரானால் ஒழிய பஸ்கள் ஓடாது. லோரா வேலை பாரங்களையும் முத்திரை குத்திகளையும் வைத்துக்கொண்டிருப்பாள். அன்று அவனுடைய சீட்டை மிகவும் சந்தோசத்தோடு கிழிக்கத் தயாராவாள். ஒரு பிங்க் கலர் தாளில் அவனுடைய பேரை எழுதி, வேலை நீக்கும் காரணத்தைக் குறித்து, தேதியையும் போட்டு அவனிடம் நீட்டுவாள். அப்பொழுதுகூட அவனுடைய முகத்தைப் பார்க்கமாட்டாள்.

மாலை வரை அவன் அசையவில்லை. பனிப்பொழிவும் அசையவில்லை. ஒரு பனிச்சிறையில் அகப்பட்டதுபோல அவனுக்கு மூச்சுமுட்டியது. வாய்விட்டுக் கத்தவேண்டும் அல்லது கூரையைப் பிய்க்க வேண்டும் என்று தோன்றியது. அந்த மாலை குப்பைப் பைகளுக்கான மாலை. அந்த வீதியிலே குப்பைப் பைகள் எல்லாம் நிரையாக அடுக்கப்பட்டிருந்தன. எல்லா வீட்டு முகப்புகளிலும் அந்தந்த வீட்டுத் தராதரத்தைக் காட்டுவதுபோல நாலு, ஐந்து, மூன்று என்று குப்பைப் பைகள் கட்டப்பட்டு கிடந்தன. அடுத்த நாள் அதிகாலையிலேயே அவை மறைந்துவிடும்.

இவை அந்தஸ்தைக் குறிப்பவை. அவனுடைய வீட்டின் முன் ஒரு பை மாத்திரமே கிடந்து வீட்டுக்காரருடைய வறுமையைப் பறை சாற்றியது. பக்கத்துச் சீனக்காரர் வீட்டில் வழக்கம்போல ஆறு கறுப்பு தடித்த பொலிதீன் பைகள் சிவப்பு நாடாவினால் கட்டி இறுக்கப்பட்டுக் கிடந்தன. அதைப் பார்க்கப் பார்க்க எரிச்சலாக வந்தது.

அதற்கு முன்பு வராத ஒரு எண்ணம் அவனுக்குத் தோன்றியது. ஆறு கறுப்பு பொலிதீன் பைகளை நிரப்புவது மாதிரி அப்படி என்ன குப்பை அவர்கள் சேர்க்கிறார்கள். அப்பொழுது இரவு பதினொரு மணியாகிவிட்டது. வீதியில் நடமாட்டம் குறைந்துபோய் இருந்தது. பனிப்பொழிவு நின்றுவிட்டது; ஆனால் சந்திர ஒளியில் பனி நிலம் பகல்போல ஜொலித்தது.

இவன் தன்னுடைய கறுப்பு ஓவர்கோட்டை அணிந்து வெளியே போய் ஒரு குப்பைப் பையை உள்ளே தூக்கி வந்தான். அந்தப் பையை நடு அறையில் வைத்து அதற்கு மேல் ஏறி நின்றான். ஓங்கி உதைத்தான். துள்ளி மிதித்தான். அதன் பக்கங்களெல்லாம் பிரிந்து கொட்டத் தொடங்கியது. முட்டைகோசின் மணமும், அழுகிய தோடம்பழத்தோலின் நெடியும் அறையை நிறைத்தது. பிரசவ காலத்துக்கு முன்பாகவே கர்ப்பிணியின் பன்னீர்குடம் உடைந்ததுபோல குப்பை நாலு பக்கமும் சிதறியது.

பெரும் ஓட்டத்திற்குப் பிறகு இரையைப் பிடித்த விலங்கு மாதிரி அவனுடைய மூச்சுப் பெரிதாக வந்தது. வியர்வை பெருக்கெடுத்தது. மறுபடியும் பையைக் கட்டி அதே இடத்தில் வைத்துவிட்டுத் திரும்பிய போது அவனுடைய கையிலே எப்படியோ ஒரு பழைய கழித்துவிட்ட நீல ரிப்பன் காணப்பட்டது. அது சரசரவென்று ஒரு சிறு பாம்பைப் போல குளிர்ந்தும் மிருதுவாகவும் இருந்தது. அவளுடைய சருமமும் அப்படித்தான் இருக்கும் என்று அவன் மனம் ஊகித்தது.

அயனம் முடிந்து நாலு நாள் ஆகியும் அவளைக் காண வில்லை; நாய்களையும் தவறவிட்டுவிட்டான். இந்த நாய்கள் ஒரே

ஜாதியில், ஒரே வயதுடையவை. இரண்டுமே ஓவல்டின் கலரில் சிறிது சடை வைத்துப் பழுப்பு நிறக் கண்களுடன் இருந்தன. அவற்றின் கழுத்துப்பட்டைகள் பதப்படுத்தப்பட்ட தோலினால் கறுப்பாகச் செய்யப்பட்டிருந்தன. வேண்டிய தூரம் நீளக்கூடியதும், சுருங்கக்கூடியதுமான தடித்த நைலோன் நாடாவின் நுனியில் அவை பிணைக்கப்பட்டிருந்தன. அதன் அடுத்த நுனி அவள் கையில் இருந்தது. அந்த நாய்கள் ஏற்கனவே பழக்கப்பட்ட சாலையில் துள்ளிக்கொண்டு முன்னால் பாய்ந்தும், ஓடியும், நின்றும், பனித்தரைக்கு மேலாகத் தெரியும் ஒரு சில செடிகளை மோந்து பார்த்தும் விளையாடின.

அந்த சீனப்பெண்ணின் முகம் மஞ்சள் நிறத்தில் இருந்தது. சூரிய ஒளியில் இருந்து பல வருடங்கள் மறைத்து வைக்கப் பட்டதில் கிடைத்த வர்ணம் இது. அவளுடைய கீற்றுக் கண்கள் இயற்கையாகவே பச்சையாக இருந்தன. உதடுகள் ரத்தச் சிவப்பு. இப்படியாக பச்சை, சிவப்பு, மஞ்சள் ஆகிய மூன்று சிக்னல் விளக்கு வர்ணங்களுடனும் இருந்த அவள் அவனுக்கு வேண்டிய சமிக்ஞையைத் தருவதற்காகக் காத்திருந்தான்.

அம்மாவுக்கு அனுப்புவதற்காக அவன் சேமித்து வைத்திருந்த காசை ஏற்கனவே எடுத்துவிட்டான். அதிலே குளிரில் இருந்து பாதுகாப்பதற்கு உத்திரவாதமளித்த அந்தப் புதிய ஓவர்கோட்டை வாங்கியிருந்தான். அதை அணிந்தபோது என்றும் இல்லாதமாதிரி அவனுடைய உடம்பு கதகதப்பு நிலையை அடைந்தது. அவளைக் கண்டதும் ஓவர்கோட்டைத் தாடைவரை இழுத்துவிட்டு, மூக்கும், கண்களும், வாயும் மாத்திரம் தெரியும் விதமாக நின்றுகொண்டு, தற்செயலானதுபோல 'ஹாய்' என்று சொன்னான். அவளும் பதிலுக்குப் போதிய இடைவெளிகூட விடாமல் 'ஹாய்' என்று திருப்பிக் கூறினாள். அப்படியே நாய்கள் வேகமாக இழுக்க பென்ஹர் குதிரைகள் ஓட்டிச் சென்றதுபோல நிமிடத்தில் மறைந்துபோனாள். அவள் போனபிறகு அந்த நடைபாதை அநியாயத்துக்குச் சும்மா கிடந்ததை அவனால் தாங்கிக்கொள்ள முடியவில்லை.

தீவிரமாக யோசித்துப் பார்த்தான். அவள் சீன மொழியில் நாய்களுடன் பேசியிருக்கலாம் என்றும் பட்டது.

அவனுடைய அம்மாவின் நீல உறைக் கடிதம் அன்றும் பிரிக்கப்படவில்லை. மண்ணெண்ணெய் விளக்கில் மணிக்கணக்காகக் குனிந்திருந்து, வயலட் கலர் பென்சிலால் அடிக்கடி நாக்கைத் தொட்டு, அதை எழுதியிருப்பாள். மாதாமாதம் பயணக் கடன் தீர்க்க அவன் அனுப்பும் காசு அந்த மாதம் கிடைக்கவில்லை என்று புலம்பியிருப்பாள். பக்கத்து வீட்டு

பத்மனாபன் பணம் கிரமமாக அனுப்பி அவர்கள் காணியை மீட்டுவிட்டதைப் புளகாங்கிதத்தோடு அறிவித்திருப்பாள். இப்பவெல்லாம் தென்னையிலிருந்து தேங்காய் விழுவதில்லை; வானத்தில் இருந்து மழை விழுவதில்லை; ஆகாயத்தில் இருந்து குண்டுகள் விழுகின்றன என்றும் எழுதியிருப்பாள்.

கடைசி பாராவில் தன்னுடைய வியாதி பற்றிய குறிப்புகளைக் குணுக்கி, வியாதி உச்ச நிலையை அடையக் கிட்டத்தட்ட எவ்வளவு காலம் எடுக்கும் என்பதை ஆதாரங்களோடு விளக்கியிருப்பாள். எந்த விரதம் முடிந்தது, எது ஆரம்பமாகிவிட்டது போன்ற விவரங்களையும் ஞாபகமாகக் குறிப்பிட்டிருப்பாள்.

வேலைக்குப் போகத் தேவையில்லை. விடுமுறை. ஒருநாள் சம்பளத்தை வெட்டும் சந்தோசம் லோராவுக்குக் கிடையாது. பனிப்பிரதேசம் சூரிய ஒளியில் பளீரென்று கண்ணாடி வழியாகத் தெரிந்தது. அன்று காலையில் இருந்து அதையே பார்த்தவாறு இருந்தான்.

புசுபுசுவென்று சடை வைத்துக் கொழுத்த கறுப்பு அணில் ஒன்று எங்கிருந்தோ தோன்றியது. பனிக்குள் கால்கள் புதையப் புதைய மீட்டுக்கொண்டு விரைந்தது; தெரியாத இடத்துக்கு அவசரப்பட்டு வந்துவிட்டதுபோலத் திகைத்து இரண்டு கால்களிலும் நின்றது. கண்களில் மிரட்சியுடன் முன்னங்கால்களால் பனியை அகற்றியது. பின் தன் செய்கையின் அசட்டுத்தனத்தை யாராவது கவனிக்கிறார்களோ என்று அங்குமிங்கும் பயத்துடன் பார்த்தது. பிறகு சறுக்கிக்கொண்டு போனது. வெகுதூரத்துக்கு. வெள்ளிப் பனியில் கறுப்புப் புள்ளி பாய்ந்து பாய்ந்து மறைந்துபோனது.

அந்தக் காட்சி அவனை என்னவோ செய்தது. திடீரென்று கதிரையைத் தள்ளிவிட்டு எழுந்தான். அவனுடைய பச்சை நிறக் குளிர்பெட்டியின் மேல் அந்த மூடி திருகிய போத்தல் இருந்தது. அதை முக்கால்வாசி நிறைத்து, அவன் கார் தரிப்பு நிலையத்தில் மஞ்சளும் கறுப்பும் பூசிய தடுப்புக் கம்புக்குக் கீழே பொறுக்கிய சில்லறைக் காசுகள் கிடந்தன. அவற்றைத் திறந்து உடனேயே எண்ணிப்பார்க்க வேண்டும் என்ற ஆவல் ஏற்பட்டது.

இரண்டு நாள் பழசான தினசரி பேப்பரைத் தரையிலே விரித்து போத்தல் காசுகளை அதிலே கொட்டினான். கொட்டிவிட்டு அவற்றை வகைப்படுத்தி எண்ணத் தொடங்கினான்.

கனடாவுக்கு வந்த நாளில் இருந்து அவனை அலைக்கழித்த விஷயம் ஒன்றிருந்தது. பத்து சதக் குற்றி சிறிய வெள்ளி வட்டமாக இருக்கும். ஐந்து சதக் குற்றியோ பெரிய வெள்ளி வட்டமாக

இருந்தது. இது கனடிய அரசாங்கம் விட்ட பாரதூரமான பிழை என்ற கருத்து அவனுக்கிருந்தது. பெரிய வட்டமான குற்றி சிறிய வட்டத்திலும் பார்க்க உண்மையில் மதிப்பு குறைந்தது என்பதை அவனுடைய மனது ஏற்க சரியாக ஒரு வருடம் பிடித்தது. 25 சதக் குற்றிகள் மிகையாக இருந்தன. மீதி எல்லாம் 10, 5, 1 சதக் குற்றிகளே. லூனி என்று சொல்லப்படும் ஒரு டொலர்கூட இரண்டு இருந்தன. ரூனி, அதாவது இரண்டு டொலர் குற்றி ஒன்றும் இருந்தது. ஆறுமாதக் கடும் உழைப்பில் அவனிடம் 48.19 டொலர் சேர்ந்திருந்தது.

மனதினால் ஒரு கணக்கு போட்டுப் பார்த்தான். இன்னும் சரியாக எண்பத்தி மூன்று வருடங்களில் ஒரு ரொயோட்டா கார் இரண்டாம் கையாக வாங்கும் அளவுக்கு அவனிடம் காசு சேர்ந்துவிடும்.

அந்த எண்ணத்தில் அவனுடைய மனது பூரித்தது. இந்த சந்தோசத்தை எப்படியும் கொண்டாடிவிட வேண்டும் என்ற ஆசையேற்பட்டது. நேராக நடந்து பழைய நீல ரிப்பன் பாதி ஒட்டி வைத்திருக்கும் பச்சை குளிர்பெட்டியின் கதவைத் திறந்தான். அங்கே நடுநாயகமாக அவன் ஒரு விசேட தினத்துக்காகப் பாதுகாத்து வந்த ஹைனக்கன் பியர் கான் இருந்தது. அதைக் கையிலே எடுத்துக்கொண்டு கதவைச் சத்தத்துடன் சாத்தினான்.

மூன்று கால்கள் மட்டுமே விசுவாசமாக உழைக்கும் அந்த நாற்காலியில் அவன் சாய்ந்திருந்து, ஆள்காட்டி விரலை வளைத்து பியர் கானைத் திறந்து, அதை ஒரு கிளாஸில் ஊற்றிக் குடிக்கும் பொறுமைகூட இன்றி, வலது கையால் தூக்கி உயரப்பிடித்து வாய் வைத்து இரண்டு கடவாய்களிலும் ஒழுகக் குடித்தான். அப்பொழுது அவனது இடதுகை 55 வது சானலைத் தேடியது.

ஐந்தாவது கதிரை

ஆந்தை பகலில் வெளியே வந்தால் அதிலே ஒரு விசேஷம் இருக்கும். அப்படித்தான் தங்கராசா இன்று வெளியே புறப்பட்டதும். பத்மாவதியைச் சமாதானப்படுத்துவதற்கான இன்னொரு முயற்சி. ஒரு சதுரமைல் பரப்பைக் கொண்ட அந்த மா அங்காடியில் கிடைக்காத பொருட்களே இல்லை. விநோதங்களுக்கும் களியாட்டங்களுக்கும் குறைவில்லை. ஒவ்வொரு தடவையும் பத்மாவதியை இங்கே கூட்டிவரும்போது அவள் சிறு பெண்ணாக மாறி பரவசமாகிவிடுவாள்.

எல்லாம் ஒரு கதிரையால் வந்த கஷ்டம்தான். உப்பு பெறாத சமாச்சாரம். இன்றைக்கு இவ்வளவு பெரியதாக வளர்ந்துவிட்டது. அவள் பிடித்த பிடிவாதமாக இருக்கிறாள். இதிலே விட்டுக்கொடுத்தால் அவ்வளவுதான். இனி அவரை ஒரு சதக்காசுக்கும் மதிக்க மாட்டாள்.

இந்தக் கதிரை காஷ்மீரத்தில் செய்யப்பட்டு, ஏற்றுமதியாகி கனடாவில் விற்பனையானது. கம்பளத்துக்கு அடுத்தபடி காஷ்மீரில் பேர்போனது இந்த வால்நட் மரம்தான். பதப்படுத்தப்பட்ட மரத்தில் செய்த இந்தக் கதிரை சாதாரணமானதில்லை. ஒரு ராஜபரம்பரையை உத்தேசித்தும், அசௌகரியத்தை மனதில் கொண்டும் படைக்கப்பட்டது. நுணுக்கமான மரவேலைப்பாடுகள் கைப்பிடிகளிலும், கால்களிலும், முதுகு தாங்கியிலும் காணப்பட்டன. இளநீல வர்ண வெல்வெட்டில் மெத்தைகள் அலங்கரித்தன. ஏறியிருந்தால் கால்கள் கீழே தொங்கும். அந்தக்

கதிரைதான் வாங்க வேண்டுமென்று அடம் பிடித்தாள் இந்த பத்மாவதி.

அவர்கள் வீட்டிலே நாலு சோபாக்கள்தான் இருந்தன. மெத்தை வைத்து, மண்புழு கலரில் ஊத்தை தெரியாமல் இருப்பதற்கும், நீண்டகால பாவனைக்குமாக வாங்கப்பட்டவை. ஒன்று இணை சோபா, மற்றவை துணை சோபாக்கள், இவர்கள் மனக்கணக்கு தாண்டி ஓர் உபரி விருந்தாளி வந்துவிட்டால், அவர் இருப்பதற்கு சமையல் கட்டிலிருந்து கதிரை எடுத்து வரவேண்டும்; அவமானம். அதுதான் அவள் இந்தக் கதிரையில் மிகவும் ஆர்வமாய் இருந்தாள். அதனுடைய விலைகூட அவளுடைய ஒரு வாரச் சம்பளத்திலும் குறைவுதான் என்று குத்திக்காட்டினாள்.

தங்கராசாவும் பிடிவாதமாக இருந்தார். சண்டை என்று வந்தால் இறுதியில் சரணடையும் பெருமை அவருக்குத்தான். ஆனால் இம்முறை அவர் விட்டுக்கொடுப்பதாய் இல்லை. தன் கைவசமிருந்த யுக்திகள் சகலத்தையும் கையாண்டு தன் அதிகாரத்தை நிலைநாட்டவே தீர்மானித்திருந்தார்.

ஆனால் பத்மாவதி இவரைவிட பெரிய சூழ்ச்சிக்காரியாக இருந்தாள். அவள் தன்னிடமிருந்த மிகச்சிறந்த படைக்கலத்தைப் பிரயோகிப்பதற்குத் தருணம் பார்த்திருந்தாள். அதைச் செய்தால் அவர் நிர்மூலமாகிவிடுவார் என்பது அவளுக்குத் தெரியும். அவள் துணிச்சல்காரி. செய்தாலும் செய்வாள்.

அவளுக்கு அப்போது பதினாலு வயது இருக்கும். பள்ளிக்கூடத்துக்கு வெள்ளைச் சீருடையில் போய்விட்டுத் திரும்பிக்கொண்டிருந்தாள். அவளோடு பல மாணவிகள் வந்துகொண்டிருந்தார்கள். எல்லோரும் ஒரே சைஸ் பெண்கள். அப்போது ஒரு வண்டிக்காரன் வண்டியில் சிமென்ட் மூட்டை ஏற்றிவிட்டு ஓர் ஒடிசலான மாட்டை போட்டு அடித்துக் கொண்டிருந்தான். அது கால்களைப் பரப்பி வைத்து மூச்சிரைக்க நுரை தள்ளி நின்றது.

பேசிக்கொண்டு போனவள் திடீரென்று திரும்பி வண்டிக் காரனிடம் வந்து அவன் திகைத்தபடி பார்க்க அவனுடைய துவரங்கம்பைப் பிடுங்கினாள். நடுவீதியில் முறித்து எறிந்தாள். பிறகு வந்தமாதிரியே போய் சிநேகிதிகளுடன் கலந்துகொண்டாள். இவ்வளவும் செய்ய சரியாக அவளுக்கு இருபது விநாடிகள் எடுத்துக்கொண்டன. சிநேகிதிகளுடன் சேர்ந்தபிறகு அவள் ஒருதரம் தானும் வண்டிக்காரனைத் திரும்பிப் பார்க்கவில்லை.

இது அவள் சுபாவம். தங்கராசா இவளிடம் மனதைப் பறிக் கொடுத்ததற்கும் இந்தத் துணிச்சல்தான் காரணம். அகதியாக

கனடாவில் வந்து இறங்கிய பிறகு அவர் செய்த முதல் வேலை முகவர் மூலம் அவளையும் எடுப்பித்ததுதான்.

அவர்கள் கல்யாணம் கோயிலில் கோலாகலமாக நடந்தது. பிளாஸ்டிக் வாழைமரம், அசல் அம்மிக்கல், இருந்து வாசிக்கும் நாயனக்காரர், நின்று வாசிக்கும் நாயனக்காரர் (இவருக்கு சார்ஜ் கூட), யாளி வைத்த மணவறை, வானத்தில் பறந்து வந்த வாழையிலை, ஆழ்குளிரில் இருந்து எழுப்பிய மாவிலைகள், பால் ரொட்டி, பயத்தம் பணியாரம் போன்ற அபூர்வமான பலகாரங்கள் எல்லாம் தவறாமல் பங்கேற்றன. வீடியோ புகழ் ஜகன்னாத குருக்கள் கல்யாணத்தைச் சிறப்பாக நடத்திவைத்தார்.

சேலை கட்டுவதில் அவள் தேர்ச்சி பெற்றவள் அல்ல. சிரத்தையில்லாமல் உடுத்திக் கவனமின்றித் தாவணியை விசிறியிருப்பாள். இந்தச் சேலையில் சிலபேருக்கு உடல் அழகு பிரமாதமாக வெளிப்படும். இன்னும் சிலருக்கு அழகு அமுங்கி வெகு சாதாரணமாகிவிடும். இவள் இரண்டாவது வகை. மிகச் சாதாரணமான உடல்வாகு போன்ற தோற்றம். தவிட்டு நிறமாக இருந்தாள்.

கண்கள் ஏமாற்றும் என்பதை முதன்முதலில் தங்கராசா அனுபவித்தது அப்போதுதான். நாணம், பயம் என்பது அவளுக்குத் துளியும் கிடையாது. போலியில்லாமல் மிக இயல்பாக இருந்தாள். இதுதான் அவருக்குப் பிடித்தது. பிடிக்காததும் இதுதான்.

அன்று இரவு தங்கராசாவுக்குப் பல ஆச்சரியங்கள் காத்திருந்தன. அவள் புஜங்கள் ஒரு மல்யுத்த வீராங்கனையுடையதுபோல இறுக்கமாகவும், மினுமினுப்பாகவும் இருந்தன. திடீரென்று தோன்றிய மார்புகள் மிக உருண்டையாகவும், முதலையின் அடிப்பாகம்போல வெண்மையாகவும் காணப்பட்டன. ஒரு மரம் ஏறியின் வயிறுபோல அவள் வயிறு ஒட்டியிருந்தது. பெண்மையைப் பற்றி அவர் இரவிரவாகச் சிந்தித்து வைத்திருந்த சித்திரம் எல்லாம் உடைந்துவிட்டது. அது அவருக்கு மிகவும் உவகை தருவதாக இருந்தது.

அவள் முயங்கும்போது முழுமூச்சோடு முயங்குவாள். தன்னை மறந்த நிலை. உலகை மறந்த சுகம். கைகளும் கால்களும் மாறுபட்டு யாருடைய கால்கள், யாருடைய கைகள் என்று தெரியாத குழப்பமான நிலை. கண்களை மூடி அனுபவிப்பாள்.

அந்த நேரங்களில் எல்லாம் இவருக்குத் தோன்றும் இந்த மனித உடம்பு பிணையலுக்கு ஏற்றது இல்லையென்று. இந்தக் கையும் காலும் வேண்டாத இடங்களில் வந்து இடைஞ்சல் கொடுத்தபடியே இருக்கும். பாம்பின் உடம்பு ஒன்றுதான் கூடலை

மனதில் வைத்துப் படைத்த ஒரே உடம்பு. சுருண்டு, பிணைந்து, நெளிந்து தேக சம்பந்தம் கொள்ள இந்த அற்ப மானுட உடல் சாத்தியமற்றது என்று ஆதங்கப்படுவார்.

அநேக நாட்களில் இந்த வேகத்தில் ஒரு விபரீதம் நடந்துவிடும். அவளுடைய கால் சங்கிலிகள் இரண்டும் ஒன்றுடன் ஒன்று மாட்டிக்கொள்ளும். பாதி இரவில் இது அடிக்கடி நடந்துவிடுவது அவருக்கு வேடிக்கையாக இருக்கும். ஆனந்தமாகவும் இருக்கும். அவள் பரிதாபமாக 'ஐயோ, கொழுவிப் போச்சு! இதைக் கழட்டி விடுங்கோ' என்று மன்றாடுவாள். இவர் அந்த தவிப்பைக் கொஞ்சம் நீடிக்கவிட்டு ரசிப்பார். ஓரங்களில் வெளிறிப்போய் இருக்கும் அந்த பாதங்களைத் தடவியபடியே கால் சங்கிலிகளைக் கழற்றுவார். வெகுநேரம் கழற்றுவார்.

இதெல்லாம் ஆரம்ப காலங்களில். பிறகு பிறகு புத்தி வந்து இரவு வேலைகளை முடித்துவிட்டு சயனத்திற்கு வரும்போது கால் சங்கிலியைக் கழற்றி வைத்துவிடுவாள். அதற்குப் பிறகு அதுவே ஒரு சைகை ஆயிற்று. சில நாட்களில் அவளே கொலுசைக் கழற்றி வைத்துவிட்டு சிரித்துக்கொண்டு வருவாள். அவருக்குப் புரிந்துவிடும். தயாராக இருப்பார். இன்னும் சில நாட்களில் கொலுசைக் கழற்றாமல் 'சிலுங் சிலுங்' என்று நடந்து வந்து படுக்கையில் தொப்பென்று விழுந்துவிடுவாள். அன்று விடுமுறை.

மகள் பிறந்த பிறகும் இது தொடர்ந்தது. அதுவே ஒரு சங்கேத வார்த்தையாக உருவெடுத்தது.

அதுவும் பழைய கதை. இப்ப அவள் கால் கொலுசைக் கழற்றுவதே இல்லை. அவள் மனதில் என்ன நடக்கிறது என்று யாருக்குத் தெரியும். வெங்காயம் வெட்டுவதுபோல முகத்தை மறுபக்கம் திருப்பி வைத்துக்கொண்டுதான் பேசினாள். அவரை இப்பொழுதெல்லாம் அவள் அண்டுவதற்கே கூசுவதுபோலப்பட்டது.

இங்கு வந்த பிறகு அவள் குதிக்கால் வெடிப்பில் ஒட்டியிருந்த செம்பாட்டு மண் முற்றிலும் மறைவதற்குச் சரியாக ஆறுமாதம் எடுத்தது. ஆனால் அவள் அடியோடு மாறுவதற்கு ஆறுவாரம்கூட எடுக்கவில்லை. கனடா அவளுக்கு சொர்க்கலோகமாகப்பட்டது. மற்றவர்களைப் போல அல்லாமல் குளிரை அலட்சியப்படுத்தினாள். வாழ்நாள் முழுக்க அங்கேயே பிறந்து வளர்ந்ததுபோல ஒருவித தடங்கலும் இன்றி உற்சாகத்தோடு அந்த நீரோட்டத்தில் கலந்து ஐக்கியமானாள்.

தங்கராசா இன்னமும் பழக்க தோஷத்தில் உலர் சலவை சேட்டை உதறிப்போட்டும், காலணிகளை அதிகாலை

வேளைகளில் கவிழ்த்துப் பார்த்தும் போட்டுக்கொண்டு இருக்கையில் பத்மாவதி லீவாய் ஜீன்ஸும், வாசகம் எழுதிய ரீ சேர்ட்டும் அணிந்து, சீராக வெட்டிய குட்டை மயிர் காதைத் தொட, தானாகவே சுவாசிக்கும் நைக்கி காலணியில் சுப்பர் மார்க்கட்டில் சாமான் வாங்கிவிட்டு கடன் அட்டையில் கணக்கு தீர்த்துக்கொண்டிருந்தாள்.

கனடா வந்து ஒரு வருட பயிற்சிக்குப் பிறகு இவருக்கு கம்பியூட்டர் நிரல் எழுதும் வேலை கிடைத்தது. இவர் திறமையான வேலைக்காரர். இவர் நிரல்களைப் பூச்சி அரிப்பதில்லை. ஒருக்கால் எழுதினால் எழுதினதுதான். அதைச் சரி பார்க்கவேண்டிய அவசியமேயிராது. ஆனாலும் இவர் மேசைக்கு வரும் கோப்புகள் நத்தை வேகத்தில்தான் நகர்ந்தன. அதனால் ஒருநாள் வேலை போய்விட்டது.

வேலை போனபின் வீட்டிலேயே சுவாசித்துக்கொண்டு இருந்தார். அதுவரையில் சாதாரண தவறுகளையே செய்து பழகியிருந்தவர் பத்மாவதி தந்த துணிச்சலில் ஒரு மாபெரும் தவறைச் செய்ய நேரிட்டது. ஒரு தொழிற்சாலையில் வேலை ஒன்று காலியாகவிருந்தது. அவளை அதில் சேர அனுமதித்தார். அப்பொழுது அவர் கையை விட்டுப்போன ஆட்சியை அவர் இன்னமும் திருப்பிக் கைப்பற்றவில்லை. அவருக்கு வேலை கிடைத்தபிறகும் அது அவளிடமே தங்கிவிட்டது.

பத்மாவதி வேலை செய்யும் இடத்தில் பல தென் அமெரிக்க பெண்கள் வேலை பார்த்தார்கள். அவர்கள் எல்லோரும் இவளுடன் நல்ல சிநேகம். இவளுடைய உடை, கலர், தோற்றம், தலைமயிர் இவற்றைப் பார்த்தவர்கள் இவளைக் கொலம்பியன் என்றோ, கொஸ்டா ரிக்கன் என்றோதான் நினைத்தார்கள். அவர்களைப் போல உடுக்கவும், நிற்கவும், நடக்கவும், பல் குத்தவும் பழகிக்கொண்டாள். பஸ் தரிப்பு நிலையங்களில் யாராவது அவளிடம் ஸ்பானிஷ் பாஷையில் பேசி விட்டால் பரவசமாகிவிடுவாள்.

பதினாலு வயதில் அவளுக்கு மகள் இருப்பதைச் சொன்னால் யாரும் நம்ப மறுக்கிறார்கள். ஒரு நாள் 'பாலே' வகுப்பில் சந்தித்த ஓர் அம்மா 'இது உங்கடை தங்கச்சியா?' என்று கேட்டு விட்டாள். பத்மாவதி அன்று முழுக்க மிதந்தபடியே இருந்தாள். கணவரிடம் இதைத் திருப்பித் திருப்பிச் சொன்னபோது அவருடைய பயம் இன்னும் அதிகரித்தது.

சங்கேத பாஷை நாட்களில் அவர்களுக்கிடையே எவ்வளவு புரிதல் இருந்தது. 'பத்மாவதி' என்று முழுப்பெயரும் கூறி

அழைத்தால் அவர் கோபமாக இருக்கிறார் என்று அர்த்தமாகும். பிரியமாக இருக்கும்போது 'பத்து' என்று அழைப்பார். பிறர் முன்னிலையில் 'பத்மா' என்றே கூப்பிட்டு பழக்கம். ஆனால் படுக்கை அறையில் மாத்திரம் விஷயம் வேறு. 'பத்தூஉ', 'பத்தூஉ' என்று அளபெடைத் தொடரில் அழகு குறையாமல் அழைப்பார்.

அதெல்லாம் மறந்து இப்போது பல வருடங்கள் ஆகிவிட்டன.

கடைசியில் இந்த கதிரைப் போராட்டத்தில் வந்து நின்றது. இதில் அவர் வெகு தீவிரமாக இருந்தார். அவர் அறியாமல் அவள் கதிரை வாங்கினால் அதைத் துண்டுதுண்டாக உடைத்துவிடுவதாக சபதம் எடுத்திருந்தார். இது இறுதிப் போராட்டம். இதில் தோற்றால் அவள் அவரைச் சுத்தமாக மட்டம்தட்டி வீட்டின் நிலவறையில் பழைய தளபாடங்களுடன் போட்டுவிடுவாள் என்பது அவருக்கு நிச்சயமாயிருந்தது.

மகளும் இவளுடன் கூட்டுச் சேர்ந்துகொண்டாள். வாய்க்கு ருசியான உணவு சாப்பிட்டு வருடக்கணக்காகிறது. தோசை, இட்லி, வடை, அப்பம் போன்ற சமாச்சாரங்களுக்கு ஒரேயடி யாக விடுதலை கொடுத்துவிட்டாள். பேர்கர் என்ற பேயும், பிஸா என்ற பிசாசும் வீட்டிலே தலை விரித்து ஆடின. தினம் இந்தச் சாப்பாடு சிவப்பு பூப்போட்ட பிளாஸ்டிக் மேசை விரிப்பில் பரப்பப்பட்டு, பழைய புதினப் பேப்பரால் மூடப்பட்டு கிடக்கும். அதன் மணம் வயிற்றைக் குமட்டும். ஒருநாள் இட்லி வேண்டுமென்று கேட்டதற்கு அவள் இப்படி வெடித்தாள்:

'புளித்த மாவில் அவித்த இட்லி சாப்பிட்டு, புளித்த மாவில் சுட்ட தோசை சாப்பிட்டு, புளித்த மாவில் சுட்ட வடை சாப்பிட்டு, புளித்த மாவில் செய்த அப்பம் சாப்பிட்டு பழகிய உங்களுக்குப் புளித்துப்போன சிந்தனைதான் இருக்கும். நான் சும்மாவா இருக்கிறன். நாலு மணிக்கு எழும்புறன். சமைச்சுப் போடுறன். வீட்டைப் பார்க்கிறன். உங்களைப் போல சமமாய் வேலைக்குப் போய் உழைச்சுக் கொண்டு வாறன். ஒரு குமரைக் கட்டி வளர்க்கிறன். நீங்கள் பியர் குடித்துவிட்டு கால் விரியக் கிடக்கிறியள். ஆறுமாதமாய் குக்கர் வேலை செய்யவில்லை. நீங்கள் என்றால் போய் ரிமோட் கொன்ரோல் வாங்கிறியள். நான் ஒரு நாளைக்கு என்ன செய்வன் என்று எனக்கே தெரியாது.'

அவள் அப்படி அரற்றியதற்குக் காரணம் இருந்தது. சமையலறையில் பத்மாவதியின் சமையலடுப்பில் மூன்று எரிவாய்கள் எரியவில்லை. ஆறுமாதமாக ஒரு எரிவாயை

வைத்து சமாளித்து வந்தாள். எவ்வளவு சொல்லியும் அதை மாற்றவேண்டும் என்ற எண்ணம் தங்கராசாவுக்கு வரவில்லை. அவளுக்கு அதுதான் எரிச்சல் எரிச்சலாக வந்தது.

அந்த எரிச்சலைச் சமாளிப்பதும் அன்றைய சுற்றுலாவின் பிரதான அம்சம். அவள் முன்னால் நடந்துகொண்டிருந்தாள். பின்னுக்கு இருந்து பார்க்கும்போது அசல் அப்படியே ஒரு கொஸ்டாரிக்கன் பெண்போலவே இருக்கிறாள். அவளிடம் எவ்வளவுக்குக் கவர்ச்சி இருந்ததோ அவ்வளவுக்கு இப்போதெல் லாம் கடுமையும் சேர்ந்து கொண்டது. வீடு அவர்கள் பெயரில் இருக்கிறது. வீட்டுக் கடனை இவர் அடைத்து வருகிறார். இந்த தேசத்து சட்டங்கள் மனைவிகளுக்கு அநுகூலம். இவளிடம் எச்சரிக்கையாக இருக்கவேண்டும் என்று மனது கட்டளை யிட்டது.

எதிர் வருவோர் இவளை இரண்டுதரம் பார்த்துவிட்டு நகர்ந்தார்கள். ஜீன்ஸூம், முடிச்சுப்போட்ட மேற்சட்டையும் அணிந்திருந்தாள். வார் இழுத்துக்கட்டிய மத்தளம் போல வயிறு ஒடுங்கி இருந்தது. இவரை விட்டுப் போவதற்கு அவசரம் காட்டுவதுபோல அவள் நடந்துகொண்டிருந்தாள். ஒரு சோற்றுப் பிராணிபோல இவர் அவள் பின்னாலே விட்டுவிடுவாளோ என்ற அச்சத்துடன் வயிற்றைத் தூக்கிக்கொண்டு ஓடினார்.

ஒரு சைனாக்காரன் பச்சை குத்திக்கொண்டிருந்தான். வாட்ட சாட்டமான வெள்ளைக்காரன் ஒருத்தனுடைய முறுக்கேறிய புஜத்தில் டிராகன் ஒன்றை வரைந்தான். இந்த அதிசயத்தைக் கண் கொட்டாமல் இருவரும் நின்று பார்த்தார்கள். நீண்ட புடலங்காய்போல வலுவோடு இருக்கும் இவள் புஜங்களை மெள்ள கையினால் வருடி இறுக்கிக் கொண்டார். அது இரவுக்கான சமிக்ஞை என்பது அவளுக்குத் தெரியும்.

அழகு சாதனக் கடைக்கு அவளைக் கூட்டிப்போனபோது அவள் முகம் பிரகாசமானது. அவள் கேட்ட கண் மை, முகச் சாந்து, நக வர்ணங்கள் எல்லாம் வாங்கிக் கொடுத்தார். உதடுகளுக்கு, கடும் ஆராய்ச்சிக்குப் பிறகு அவள் தெரிவு செய்த பளபளக்கும் கபில நிறத்துக்கும் கறுப்புக்கும் இடைப்பட்ட பெயர் தெரியாத ஒரு வர்ணத்தை வாங்கித் தந்தார். உடனேயே அதைப் பூசிக்கொண்டாள். ஒரு சிறு பூச்சில் அவளுடைய உதடுகள் குவிந்து மிகக் கவர்ச்சிகரமாக மாறின.

இந்த சந்தோசத்தை அவர் கலையவிட விரும்பவில்லை. உணவகம் ஒன்றைக் கடந்தார்கள். அவளுக்கு 'சன்டே' மிகவும்

பிரியமானது. வேண்டுமா என்று கேட்டார். அவள் சிணுக்கமாகித் தலையசைத்தாள். அவ்வளவுதான். இலச்சினை மோதிரம் கிடைத்த வந்தியத்தேவன் போல ஒருவித உற்சாகத்துடன் புறப்பட்டார். மூன்று குவியல் ஐஸ்கிரீம், உருகிய சொக்லட், பிஸ்கட், பாலாடை, மேலே மகுடமாக சிவந்த செர்ரி பழம் இவற்றுடன் திரும்பினார். ஓர் அரை ஆள் உயரத்துக்கு அது இருந்தது. தன் சொக்லட் நிற உதடுகளை நாக்கினால் தடவியபடி அவள் சாப்பிடத் தொடங்கினாள்.

திரும்பும்போது மெல்லிய குளிர் காற்றின் உராய்வுத் தன்மை அதிகமாயிருந்தது. எதிர்ச்சாரியில் கார்கள் விரைந்தன. சில படகுகளை இழுத்துக்கொண்டும், வீடுகளைத் தொடுத்துக் கொண்டும் ஓடின. இன்னும் சில சைக்கிள்களைத் தாங்கிக் கொண்டு பறந்தன. இனிமையான விடுமுறையின் அதிர்வு எங்கும் சூழ்ந்திருந்தது. தங்கராசா மனதில் எதிர்பார்ப்புகள் அதிகரித்தன.

இவ்வளவு செய்தும் அன்றிரவு அவருக்குப் பெரிய ஏமாற்றமே காத்திருந்தது. வெறும் ஐஸ்கிரீமைக் காட்டி அவளை மயக்கமுடியாது என்று அப்போது கண்டுகொண்டார். ஒரு கிருமி நோய்க்காரர்போல அவரை ஒதுக்கினாள். திமிறியபடி தள்ளித்தள்ளிப் போனாள். சவுக்கால் அடிக்கப்பட்டதுபோல தங்கராசா டிவியின் முன்னால் விழுந்தார். படுக்கை அறைக்கு அன்று அவர் திரும்பவே இல்லை.

அடுத்தநாள் காலை பத்மாவதி பதினாலு காலி பியர் டின்களை வரவேற்பறை முழுக்கவும் தேடித்தேடிப் பொறுக்கினாள்.

கடந்த இரண்டு வாரமாக அந்த வீட்டில் ஒரு மௌனம் சூழ்ந்து போய் கிடந்தது. ரகஸ்யமானதும், சதித்திட்டம் கொண்டதுமான ஒரு யுத்தம் அங்கே உருவானது. புறங்கை வீச்சில் வீங்கின உதடுகளைச் சாமர்த்தியமாக உதட்டுச் சாயத்தினால் மறைத்திருத்தாள். தங்கராசா தன் வாழ்க்கையில் மறக்கமுடியாத ஒரு பாடத்தை, மற்றவர்களிடம் பகிரமுடியாத ஒரு அவமானத்தை, அவருக்குத் திருப்பி தருவதற்கு சமயம் பார்த்திருந்தாள்.

நாமகள் மகா வித்தியாலயத்தில் படித்த பெண், ஒரு சொட்டு ஆங்கில வாசனையும் அறியாதவள், சித்திரக்கதை புத்தகத்தைத் தாண்டி வராதவள், *backspace* விசையை ஒடித்துவிட்டு கம்புயூட்டர் நிரல் எழுதும் வல்லமை படைத்த தங்கராசாவுக்கு இப்படி ஒரு சவாலாக வந்து வாய்த்திருந்தாள்.

தங்கராசா தான் பேராபத்தில் இருப்பதை உணர்ந்தார். போரின் விளைவுகள் அவருக்கு சாதகமில்லை என்பதும்

தெரிந்தது. எப்பாடு பட்டும் அவளைக் கனியவைத்து வழிக்குக் கொண்டுவர வேண்டும் என்று நினைத்துக்கொண்டார். அதற்கான முயற்சிகளில் கம்புயூட்டர் நிரல் எழுதும் ஒரு தர்க்கத்துடனும் திட்டத்துடனும் அவர் இறங்கினார்.

அன்று இரவு உணவு சாப்பிடும்போது இது தொடங்கியது. காதல் நாட்களில் செய்த சைகைகள், சங்கேத பாஷைகள் எல்லாம் பரிமாறப்பட்டன. மகளுக்குப் புரியாதவாறு ஒரு முழு சம்பாஷணை அந்த உணவு மேசையில் நடந்து ஒப்பேறியது.

அவள் பாத்திரம் அலம்பும்போது இவர் பூனைபோல அடிவைத்துப் போய் பின்னே நின்றுகொண்டார். கைகள் கட்டிப்போட்ட நிலையில் பின்னாலிருந்து அவள் இடையை ஸ்பரிசித்தார். அவள் மறுப்பு சொல்ல முடியாமலும் தடுக்க இயலாமலும் நெளிந்தாள். இவருக்கு இருப்புக் கொள்ளவில்லை.

அவள் ஒருவித அவசரமுமில்லாமல் தன் வேலைகளை முடித்தாள். அது வேண்டுமென்றே நேரம் கடத்துவது போலத்தான் இருந்தது. ஈரப்பதன் எந்திரத்தை இசையவைத்தாள். பிறகு பூட்டுகள் சரிபார்க்கும் சத்தம். இப்பொழுது படிகள். அலாரம் சிஸ்டத்தில் ரகஸ்ய எண்கள் பதியும் ஒலி. விளக்குகள் அணைந்தன. இதோ வந்துவிட்டாள்.

மெதுவாகக் கதவு திறக்கிறது. இன்றும் கால் கொலுசைக் கழற்றி வைக்கவில்லை. சத்தம் வரக்கூடாதென்று வெகு பிரயத்தனம் நடக்கிறது. கால்களைப் பக்கவாட்டில் நுழைத்து நகர்த்தி நகர்த்தி வருகிறாள். இவர் துடிதுடிப்பானார்.

அவ்வளவு அவசரம் அவருக்கு. அவள் மேலங்கியை பிடித்து இழுத்தார். 'வேண்டாம், இன்றைக்கு வேண்டாம். நீங்கள் கோவிப்பியள்' என்று அவள் கத்தினாள். அவர் கேட்பதாயில்லை. ஓர் உத்வேகம் வந்துவிட்டது. அவசரத்தில் அவர் இழுத்தபோது பட்டன்கள் தெறித்தன. அப்படியும் அவள் ஒரு பொக்கிஷத்தை காப்பது போல சட்டை விளிம்புகளை இழுத்துப்பிடித்தபடி எதிர்ப்புக் காட்டினாள்.

இப்பொழுது அவர் எல்லை கடந்துவிட்டார். ஆவேசம் வந்து வலிந்து இழுத்தார். அது பிரிந்தது. தளும்பல் குறைவில்லாத மார்புகள்.

ஆனால் அவர் கண்ட காட்சி அவரைத் திடுக்கிட வைத்தது.

அவளுடைய இரண்டு மார்புகளிலும் பச்சை குத்தியிருந்தது. அந்த சைனாக்காரனின் டிராகன்கள் வாயை ஆவென்று விரித்துக் கொண்டு உறுமின. ஒரு பென்சில் கூட இடையில் புக முடியாத

நெருக்கமான மார்புகள், தன்னுடைய சொந்தப் பாவனைக்காகப் படைக்கப்பட்டவை என்று நினைத்திருந்தவை, யாரோ ஊர் பேர் தெரியாத நடைபாதை சைத்திரீகன் வரைந்த ஓவியங்களின் கனம் தாங்காமல் ஆடின.

இருண்ட வனத்திலே பதுங்கியிருந்த மிருகம் ஒன்று தாக்கியது போல உணர்ந்தார். மெல்ல பலமிழந்து சரிந்தார்.

அவள் மறுபடியும் கைகளினால் சட்டையை இழுத்து மூடிக் கொண்டாள். கடைவாயில் ஒரு சிரிப்பு தோன்றி அதே கணத்தில் மறைந்தது. இவர் கவனிக்கவில்லை.

இதுதான் அவர்களுடைய கடைசி சமர். இந்த வெற்றிதான் அவளுடைய கடைசி வெற்றி. இதற்குப் பிறகு அந்த வீட்டில் கதிரை வாங்கும் கதை எழும்பவே இல்லை. அவர்தான் இப்ப ஐந்தாவது கதிரை.

தில்லை அம்பலப் பிள்ளையார் கோயில்

எங்கள் வேலைக்காரச் சிறுமி ஓடிவிட்டாள்.

நான் சிறுவனாயிருந்தபோது நடந்த மறக்க முடியாத சம்பவங்களில் இதுவும் ஒன்று. இப்படி அவள் அடிக்கடி ஓடினாள். அவளுக்கு அது பழகிவிட்டது. எங்களுக்கும் பழகிக்கொண்டே வந்தது.

எங்கள் தகப்பனார் எங்களிலும் பார்க்க ஏழ்மையான ஒரு கிராமத்துக்குப் போய், எங்களிலும் பார்க்க ஏழ்மையான ஒரு வீட்டில் அவளைப் பிடித்து வந்திருந்தார். இங்கிலீஸ்காரன் எங்களை ஆண்டுகொண்டிருந்த அந்தக் காலத்திலேயே அவளுக்கு விலையாக ஆறாம் ஜோர்ஜ் மன்னர் படம்போட்ட ரூபாத் தாள்களில் அறுபது எண்ணிக் கொடுத்திருந்தார். மாதம் இரண்டு ரூபா வீதம் சம்பளம் பிடிப்பதாக ஏற்பாடு. இவள் மூன்றாவது தடவையாக இப்படி ஓடியபோது அந்தக் காசு அரை வாசிகூடக் கழிந்திருக்கவில்லை.

ஐயா வழக்கம்போலத் தனது படைகளை ஏவிவிட்டார். சின்ன மாமா பெரிய கடைப்பக்கம் புறப்பட்டார். அவரிடம் ஒரு மோட்டார் சைக்கிள் இருந்தது. இடி முழக்கத் துண்டுகளைக் கட்டியிழுப்பதுபோலச் சத்தம் போட்டுக்கொண்டே வருவார். இப்படியான ஒரு காரியத்துக்காகவே காத்திருந்தவர்போல அதில் கம்பீரமாக ஏறி, தேவைக்கு அதிகமான வேகத்தில் வெளிக்கிட்டார்.

புவியீர்ப்புக் கட்டணம்

இன்னும் மற்றவர்கள் அவரவர் தகுதிக்கும் ஆற்றலுக்கும் ஏற்றவகையில் திசைமானியில் இருக்கும் அத்தனை திசை களிலும் கிளம்பினார்கள். சீதையைத் தேடி வானர சேனை புறப்பட்டது மாதிரி இருந்தது.

அம்மாவின் கையிலே பிறந்து மூன்று மாதமேயான குழந்தை ஒரு ராட்சதத்தனமான கறுத்தப் புழு போல நெளிந்து கொண்டிருந்தது. பேர் என்னவோ தில்லை நாயகி என்று வைத்திருந்தார்கள். அதற்குக் காரணம் இருந்தது. தில்லை அம்பலப் பிள்ளையாருக்கு நேர்ந்து பிறந்த பிள்ளை. பிரசவம் சுகமாயிருந்தால் வெள்ளியில் தொட்டிலும் பிள்ளையும் செய்து தருவதாகப் பிரார்த்தனை. அந்த நேர்த்திக் கடனைத்தான் இன்னும் இரண்டு நாளில் சென்று நாங்கள் நிறைவேற்றுவதாக இருந்தோம்.

அதற்கு, பதின்மூன்று வயதுகூட தாண்டாத இந்த வேலைக்காரியால் ஆபத்து வந்திருந்தது. அவளைச் சுற்றித்தான் எங்களுடைய வீடு சுழன்றுகொண்டிருந்தது. அம்மாவின் வேலைகள், ஐயாவின் ஆணைகள், சின்ன மாமியின் மேற்பார்வைகள், என்னுடைய ஆக்கினைகள் என்று பலதை அவள் சமாளித்தாள். அபார ஞாபக சக்தி அவளுக்கு. எது தொலைந்தாலும் அவள்தான் எடுத்துத் தந்தாள்; எடுத்ததைத் தொலையாமல் பாதுகாத்தாள். வீட்டைப் பெருக்கினாள்; தண்ணீர் இறைத்தாள்; உணவு சமைத்து, துணி துவைத்து, பாத்திரம் கழுவினாள். இன்னும் நேரம் எஞ்சியிருந்தால் அடுப்படியில், நெருப்புத் தணல் அணைந்துபோன விறகு அடுப்புக்குப் பக்கத்தில், படுத்துக்கொண்டாள்.

எனக்குப் பெரிய சங்கடம் இருந்தது. இவளை எப்படி யாவது பிடித்து வராவிட்டால் எங்கள் கோயில் பயணம் தள்ளி வைக்கப்பட்டுவிடும். இந்தச் செய்தியை ஐயா ஏற்கனவே அறிவித்திருந்தார். இது எனக்குப் பெரிய அசௌகரியத்தைப் பள்ளிக்கூடத்தில் ஏற்படுத்தும்.

என்னுடைய தம்பி கவலைகளுக்கு அப்பாற்பட்டவன். இரண்டு மார்பிள்களை வைத்து விளையாடிக்கொண்டிருந்தான். அதில் ஒரு மார்பிள் அபூர்வமாக இருந்தது. ஆகாய நீலத்தில், வெள்ளைப் பூ வைத்து. அவற்றை உருட்டியும், எறிந்து பிடித்தும் விளையாடினான். அந்த மார்பிள்களை நான் அபகரிப்பதற்குப் பலமுறை முயன்று தோல்வியுற்றிருந்தேன். எனக்கு எரிச்சலாக வந்தது.

'அண்ணா வா, மார்பிள் விளையாடுவோம்' என்றான். இவனுக்கு அது விளையாட வராது. ஆனாலும் ஆசைப்படுவதை நிறுத்தமாட்டான்.

'நீ சின்னவன். உனக்கு மார்பிள் ஏன்? அண்ணாவுக்குத் தா, நல்ல பிள்ளை' என்றேன்.

அவன் காதுகளைப் பொத்தியபடி 'ஐயோ அண்ணா! அதை மட்டும் கேட்காதே, அதை மட்டும் கேட்காதே' என்று கெஞ்சினான். பரோபகார சிந்தை அந்தச் சமயம் என்னிடம் வழிந்து ஓடியபடியால் நான் அவனைப் போகட்டும் என்று விட்டுவிட்டேன்.

அம்மா காலை மடித்து, தலையிலே கை வைத்தபடி உட்கார்ந்திருந்தாள். பக்கத்திலே ஒரு தடுக்கில் கறுப்புப் புழு கிடந்தது. அதற்கு அருகில் போனால் வேப்பெண்ணெய் மணம் வரும். அம்மாவின் சமீபமாகப் போக இது நல்ல சமயம் அல்ல என்று எனக்குத் தோன்றியது. என் கவலை முழுக்க பொன்னியில் இருந்தது. ஒருவரும் அறியாமல் தில்லை அம்பலப் பிள்ளையாருக்கு அவள் விரைவில் பிடிபடவேண்டும் என்று என் கணக்கில் ஒரு நேர்த்திக்கடன் வைத்தேன்.

என் பிரார்த்தனைகள் தவறாமல் பலித்த காலம் அது. அன்றிரவே பொன்னியைப் பிடித்துவிட்டார்கள். சின்ன மாமாதான் இதைச் சாதித்தார். பெரிய கடை தெருக்களில் அலைந்துகொண்டிருந்தாளாம். கையிலே காசு இல்லாமல் அவள் அவ்வளவு தூரத்தையும் எப்படி நடந்து கடந்தாள் என்பதை வியந்து வியந்து பேசினார்கள்.

அம்மாவுக்கு உள்ளூரச் சரியான சந்தோசம். ஆனால் அதை வெளியே காட்டவில்லை. பொன்னியைத் திட்டிய படியே இருந்தாள். அவள் ஒரு வார்த்தை பேசவில்லை. சூடாக்கிய உலோகம்போல அவள் தேகத்திலிருந்து ஒரு விதமான நெடி வந்துகொண்டிருந்தது. தலை மயிர் அவிழ்ந்து குலைய, முழங்கால்கள் கண்களை மறைக்க, கைகளைக் கட்டி குறுகிப்போய் உட்கார்ந்திருந்தாள். அவளிடம் உயிர் இருப்பது இருபது விநாடிக்கு ஒருமுறை வந்த கேவலில் மட்டும் தெரிந்தது.

எப்படி ஓடினாள் "யார் சொல்லிப் போனாள்" எவர் ஆசை காட்டியது என்றெல்லாம் துருவினார்கள். அவள் வாய் திறக்கவில்லை.

"பசிக்குதா சாப்பிடுவியா?" என்று அம்மா கேட்டதற்கு மட்டும் தலையை ஆட்டினாள். அம்மா போட்டுக் கொடுக்க சாப்பிட்டாள். ஒரு பெரிய வெண்கல கும்பா நிறைய சோறும் கறியும் போட்டுப் பிசைந்து பிசைந்து உண்டாள். அவ்வளவு உணவையும் ஒரே அமர்வில், ஒரே தரத்தில் ஒருவர் சாப்பிட்டதைத்

தன் சீவியத்தில் தான் பார்க்கவில்லை என்று அம்மா வாய்விட்டுச் சொன்னாள். நானும் அப்படித்தான் நினைத்தேன்.

ஐயா சாப்பிட்டபின் சுருட்டுப் புகைத்தபடி சின்ன மாமாவிடம் பேசினார். அடுத்து வரும் திங்கட்கிழமை தில்லை அம்பலப் பிள்ளையார் கோவிலுக்குப் போவதாக முடிவு செய்யப்பட்டது. சின்னத்தம்பியின் காருக்குச் சொல்லும்படியும் ஐயா நினைவூட்டினார். திங்கட்கிழமை பள்ளிக்கு மட்டம் போடலாம் என்பதில் எனக்கு இரட்டிப்பு மகிழ்ச்சி. அதற்குப் பின் வந்த பல இரவுகள் எனக்குத் தூக்கமின்றிக் கழிந்தன.

எல்லோரும் இவ்வளவு சீக்கிரம் எழுந்துவிடுவார்கள் என்று எனக்குத் தெரியாது. நான் விழித்தபோது நடுச்சாமம் போல இருந்தது. தம்பியைப் பார்த்தால் அவன் எனக்கு முன்பாகவே எழுந்து, குளித்து வெளிக்கிட்டுத் தயாராக இருந்தான். இவனை விடக்கூடாது என்று பட்டது.

மெதுவாக அவனுடைய பழைய சட்டையில் தேடிப் பார்த்தேன். மார்பிள்களை ஞாபகமாக எடுத்துவிட்டான். அவனுடைய புதுச்சட்டையில் அவை கர்ண கடூரமாகக் கிலுங்கி ஒலிசெய்துகொண்டு இருந்தன.

அன்பொழுக 'தம்பீ!' என்று கூப்பிட்டேன். நான் கேட்கப் போவதை எப்படியோ முன்கூட்டியே உணர்ந்து, 'ஐயோ அண்ணா!' என்று அவன் காதுகளைப் பொத்தினான்.

அம்மாவிடம் ஒரு பிரயோசனமும் இல்லை. அங்கே கறுப்புப் புழுவுக்குப் பாலாபிஷேகம் நடந்துகொண்டிருந்தது. என்னைக் கண்டதும் 'பழிகாரா, இன்னும் நீ உடுக்கவில்லையா? கார் வரப் போகுது. ஓடு, ஓடு' என்றாள்.

பொன்னியைச் சுற்றி பல பாத்திரங்களும் சாமான்களும் இருந்தன. வெண்கல அண்டா, சருவச்சட்டி, புதுப்பானை, அரிசி, சர்க்கரை, பருப்பு என்று. ஓர் உலோபி காசு எண்ணுவது போல அவள் அவற்றைத் திருப்பித் திருப்பி எண்ணிக்கொண்டிருந்தாள். அவள்கூட பச்சைத் தாவணியும், வேறு யாருக்கோ அளவெடுத்து தைத்ததுபோல கைவேலை செய்யப்பட்ட மேலாடையும் அணிந்திருந்தாள். நாடா வைத்து இடையிலே இறுக்கிக் கட்டிய சீத்தைப் பாவாடை, கஞ்சி போட்டு மொட மொடவென்று, அவள் உதவி இல்லாமல் தனியாக நிற்கும் வல்லமை கொண்டதாகப்பட்டது. கரும்பழுப்பு நிறத்தில் அவள் முகம் இயல்பைவிட ஆழமாக மினுமினுத்தது. என்னைக் கண்டதும் அண்டரண்டப்பட்சி செட்டை விரிப்பதுபோலக் கைகளை

அகட்டி வீசி வீசி துரத்தினாள். அவளுடைய கணக்கைப் பிறகு தீர்க்கலாம் என்று குறித்து வைத்துக்கொண்டேன்.

அந்தக் காலத்தில் எங்கள் ஊரில் வாடகைக்கு இரண்டு கார்கள் கிடைக்கும். சின்னத்தம்பியின் காருக்கு ஐயா சொன்னதில் எனக்குப் பரம சந்தோஷம். அது ஒஸ்டின் செவன் பெட்டி வடிவக் கார். பல மாதங்களாக அதன் மகிமைகளை எங்கள் ஊர் பேசிக்கொண்டிருந்தது. ஆனால் அதைப் பார்க்கும் பாக்கியம் எனக்கு முதன்முதல் அப்போதுதான் கிடைக்கப் போகிறது.

கார் வந்து நிற்கும் சத்தம் கேட்டு படலைக்கு ஓடினேன். எனக்கு முன்பாகவே அங்கே காரைச் சுற்றிக் கூட்டம் சேர்ந்து விட்டது. சின்னத்தம்பி மிகுந்த மதிப்புக் கொடுக்கக்கூடிய ஒரு விளிம்பு வைத்த தொப்பியை அணிந்திருந்தார். என்னுடைய எதிர்பார்ப்புக்கு ஒத்துவராததாக ஒரு வேடிக்கைத்தன்மையுடன் அது இருந்தாலும், ஒரு ஒஸ்டின் செவன் பெட்டி வடிவக்கார் சாரதிக்கு அது பொருத்தமானதாகவே காணப்பட்டது. கழுத்திலே தலை இருக்கும்வரை அவர் அதைக் கழற்றுவதில்லை என்று பேசிக்கொண்டார்கள். அவர் குளிக்கும்போதும், சயனிக்கும்போதும் என்ன சாகசம் செய்து அதைக் காப்பாற்று வாரோ தெரியாது. நான் பார்த்தபோது வெளியே நின்று காரிலே சாய்ந்து பீடி பிடித்துக்கொண்டிருந்தார். நான் எப்பொழுதாவது கார் ஓட்டினால் அப்படி ஒரு தொப்பி அணிந்து, சாய்ந்து நின்று பீடி குடிக்க வேண்டும் என்று உடனேயே தீர்மானம் செய்தேன்.

காரைப் பார்த்ததும் எனக்கு மெய்சிலிர்த்தது. கோபத்துடன் உறுமியபடி ஆயத்தமாக எழுந்த ஒரு பெண் சிங்கம் போல அது நின்றது. முன்புறம் நிமிர்ந்து வளைந்த மட்கார்டுகளில் இரண்டு பெரிய லைட்டுகள் ஒளியைப் பாய்ச்சத் தயாராக இருந்தன. கால் வைத்து ஏறுவதற்கு ஏதுவாக இரண்டு கரையிலும் வுட்போர்ட் இருந்தது. சுருட்டி விடும் எஞ்சின் மூடிகள். கவனக் குறைவாகப் படைத்ததுபோல ஹோர்ன் என்னும் ஒலிப்பான் பந்துபோல உருண்டை வடிவில் காருக்கு வெளியே இருந்தது, ஒரு தனி உறுப்பாக. மினுங்கும் கறுப்பு வர்ணத்தைப் புழுதி மூடியதால் வெண் சாம்பல் நிறமாக மாறிய கார், பெற்றோலும் புழுதியும் கலந்த ஒரு அபூர்வ மணம் சூழ நின்றது.

கால் பெருவிரல்களை ஊன்றி உள்ளுக்கு எட்டிப் பார்த்தேன். சாணிக் கலரில் அகலமான இருக்கைகள். மற்றவர்களும் அப்படியே பார்க்க முயற்சித்தபோது அவர்களை விரட்டினேன். கார் பின் கண்ணாடியில் படிந்திருந்த தூசியில் யாரோ 'வதனி' என்று சிறு விரலினால் எழுதியிருந்தார்கள். வதனி என்னுடன் ஒரே வகுப்பில் படிப்பவள். அவளுடனான என் சினேகிதத்தை

மிகவும் ரகஸ்யமாக அதுவரைப் பாதுகாத்து வைத்திருந்தேன். அப்படியும் அது வெளியே தெரிந்துவிட்டது. எழுதியவன் யார் என்பதை அன்று முழுவதும் யோசித்தும் என்னால் கண்டுபிடிக்க முடியவில்லை.

சாரதியைத் தவிர்த்து அந்தக் காரில் ஒன்பது பேர் பிரயாணம் செய்வதாக இருந்தோம். முன்சீட்டில் மூன்று, பின்சீட்டில் ஐந்து, வுட்போர்ட்டில் சின்ன மாமா என்பது கணக்கு. நான் காருக்குள் ஏற வந்தபோது எல்லோரும் ஏற்கனவே இடம் பிடித்துவிட்டார்கள். பேராசைக்காரர்கள். அம்மா, சின்ன மாமி, மணி, பொன்னி, தம்பி.

அந்தக் காருக்குச் சன்னல் கண்ணாடிகள் இல்லை; சுருட்டி விடும் கன்வஸ் திரைகள்தான். சன்னல் பக்கத்தில் பொன்னி இருந்தாள். அவளின் மடியில் தம்பி இருந்து குற்ற உணர்வோடு என்னைப் பார்த்தான். இவன் எப்படி என்னுடைய சன்னல் கரையை எடுக்கலாம். அப்பாவின் காதுக்குக் கேட்காமல் 'இறங்கடா' என்றேன். பொன்னி அவனை இறுக்கிப் பிடித்திருந்தாள். அண்ணா என்று விசும்ப ஆரம்பித்தான். 'இறங்கடா, படுவா!'

நீண்ட விவாதங்களுக்குப் பிறகு ஒரு ஒப்பந்தம் ஏற்பட்டது. 'அண்ணா, போகும்போது நீ இரு; திரும்பி வரும்போது என்னை விடு' என்றான். அப்படியே நான் ஏறிக்கொண்டேன். அப்பாவும் முன்சீட்டில் அமர்ந்தார்.

இதற்காகவே காத்திருந்ததுபோல சின்னத்தம்பி பானா வடிவத்துக்குக் கைப்பிடிகள் வைத்ததுபோல காணப்பட்ட ஒரு இரும்புத் தண்டைக் காரின் முன் துளையில் நுழைத்து இரு கைகளாலும் பிடித்துத் தன் பலம் கொண்ட மட்டும் சுழற்றினார். கார் இரண்டு பக்கமும் அசைந்து குலுங்கியது. பொன்னி வாயை அகலத் திறந்தாள். தம்பி கிக்கீ என்று சிரித்தான். மூன்றாவது குலுக்கலின்போது கார் தன் இயல்பான ரீங்கார ஒலியை எழுப்பிக்கொண்டு ஸ்டார்ட் ஆகியது. டிரைவர் கம்பியை வைத்துவிட்டு உள்ளே ஏறினார். சின்ன மாமாவும் வுட்போர்ட்டில் தொற்றினார். கார் புறப்பட்டது.

உலகம் எல்லாம் எனக்குப் பக்கத்தால் உருண்டு ஓடுவதை நான் கண்டேன். எனக்கும் பொன்னிக்கும் இடையில் தலையைக் கொடுத்து தம்பியும் எட்டிப்பார்த்தான். ஒப்பந்தத்தை மீறுகிறான். ஒரு குட்டு வைத்தேன். உலகம் நேரானது.

அப்பா முன் சீட்டில் இருந்து சுருட்டைப் பற்ற வைத்தார். வுட்போர்டில் நின்றபடி ஒரு கை உள்ளே பிடிக்க, மறுகை வெளியே

தொங்க, சின்ன மாமா சிகை கலைய, அங்கவஸ்திரம் மிதக்க ஒரு தேவதூதன்போலப் பறந்து வந்தார். அந்தத் தருணத்தில் எனக்குச் சின்ன மாமாவிடம் இருந்த மதிப்பு பன்மடங்கு பெருகியது.

காரைக் கண்டதும் கட்டை வண்டிகள் எல்லாம் ஓரத்தில் நின்றன. சைக்கிள்காரர்கள் குதித்து இறங்கி வழி விட்டனர். மூட்டை சுமப்பவர்களும், பாதசாரிகளும் வேலிக்கரைகளில் மரியாதை செய்து ஒதுங்கினார்கள். இன்னும் பலர் வாயை ஆவென்று வைத்துக்கொண்டு, காரின் திசையை அது போய்ப் பல நிமிடங்கள் சென்றபின்னும், பார்த்தபடி நின்றார்கள். டிரைவர் பல சமயங்களில் பாதசாரிகளின் வேகத்தை ஊக்குவிக்கும் முகமாக பந்துபோல உருண்டிருக்கும் ஒலிப்பானை அமுக்கி ஓசை உண்டாக்கினார்.

கோயில் வந்தபோது எனக்குப் பெரிய ஏமாற்றம் காத்திருந்தது. அது ஒரு சிறிய கோயில். ஒரு குருக்களும், ஒரு மாடும், ஒரு சொறி நாயும், இரண்டு பிச்சைக்காரர்களும்தான் அதன் சொந்தக்காரர்கள். பூஜை நேரம் இன்னும் ஆட்கள் வருவார்கள் என்று சொல்லி எங்களை உற்சாகப்படுத்தினார்கள்.

அம்மாவுக்குக் கறுப்புப் புழுவுடன் நேரம் போனது. அதனால் சின்ன மாமியும், பொன்னியும்தான் கோயில் வேலைகளைக் கவனித்தார்கள். பொங்கிப் படைத்து, வடை மாலை சாத்த மதியம் ஆகிவிட்டது. பூஜை சமயம் இன்னும் சில கிராமத்து ஆட்கள் வந்து சேர்ந்துகொண்டார்கள். அந்த இடத்துக்கு முற்றிலும் பொருந்தாத வகையில் சரிகை வைத்த மஞ்சள் பட்டுப் பாவாடையும், அரக்குக் கலர் மேற்சட்டையும் அணிந்தபடி ஒரு சிறுமியும் வந்தாள். கொலுசுக் கால்கள் சப்திக்க இங்குமங்கும் ஓடினாள். அவளுடைய அம்மா வைத்த அதே அளவு மல்லிகைப் பந்தலை அவளும் தலையிலே சூடியிருந்தாள்.

பெற்றோர் பார்க்காத சமயத்தில் அவள் கோயில் நாயிடம் விளையாட நெருங்கினாள். அது உர்ர் என்று அதிருப்தியாக உறுமியது. சிறிது பின்வாங்குவதும் அணுகுவதுமாக இருந்தாள். அவளுடைய கெண்டைக் கால்களை நாயினுடைய கூரிய பற்கள் சந்திக்கும் தருணத்துக்காக நான் ஆவலுடன் காத்திருந்தேன். அந்தக் குட்டி சந்தோஷமும் அவளுடைய தகப்பன் திடீரென்று நாயை விரட்டியதால் கெட்டுப்போனது. கோயில் தளிசையை மட்டுமே தின்று வளர்ந்த அது, தன்னுடைய விசுவாசத்தை நிலைநாட்ட சிறிதுகூட பிரயாசை எடுக்காமல் மெதுவாக எழும்பிப் போனது எனக்கு மீளாத ஏமாற்றத்தைக் கொடுத்தது.

ஐயாவும் அம்மாவும் அர்ச்சனை தட்டில் வைத்து, சுத்த வெள்ளியில் ஆசாரியிடம் சொல்லிச் செய்த தொட்டிலையும்

பிள்ளையையும் குருக்களிடம் கொடுத்தார்கள். நானும் தம்பியும் முறை வைத்துக்கொண்டு கோயில் மணியை அடித்தோம். பூஜை முடிந்ததும், மண்டபத்திலேயே வாழை இலை பரப்பி பொங்கல், வடை என்று பரிமாறினார்கள். பொங்கல் விழுந்ததும் வாழை இலையின் நிறம் கறுப்பாக மாறியது. ஓரத்தில் ஆரம்பித்துப் பொங்கலை ஊதி ஊதி திருப்தியாகச் சாப்பிட்டோம். வெய்யில் ஆறியவுடன் திரும்பலாம் என்று ஐயா யோசனை கூறினார்.

அம்மா முகத்தில் இப்போதுதான் பல நாட்களுக்குப் பிறகு சந்தோஷம் தெரிந்தது. மடத்தின் குளிர்ச்சியான திண்ணையில் காலை நீட்டி உட்கார்ந்து வெற்றிலை போட்டாள். சின்ன மாமி பக்கத்தில் இருந்தாள். வெற்றிலை போட்ட அம்மாவின் வாய் சிவப்பாக இருந்தது. என்னைப் பார்த்ததும் 'என்னடா பழிகாரா, வா' என்று அன்பாகக் கூப்பிட்டாள். ஆமை தலையை நீட்டுவது போல அம்மா ஒருவித தந்திரம் செய்து தன் கழுத்து நீளத்தைக் கூட்டவும், குறைக்கவும் செய்வாள். அன்று நீளமாகிய கழுத்து அலங்காரமாக ஆடியது. அவசரம் காட்டாத புன்னகை ஒன்று அவளிடம் அப்போது தோன்றியது. அது விரிந்து ஒரு முடிவை அடையமுன் நான் மடத்தை விட்டுக் கீழே இறங்கிவிட்டேன்.

ஆலமரத்தின் கீழே சின்ன மாமா ஒரு மூன்று பரிமாண தேசப் படம் போல கால்களை மடித்து, கைகளை விரித்துப் படுத்திருந்தார். அவருக்குப் பக்கத்தில் இருந்து ஐயா சுருட்டுப் பிடித்தார். அவருடைய கண்கள் மேலே போய்ச் சொருகி யிருந்தன. தேசிக்காய் துவாரங்கள் போல அவர் மூக்கில் பல சிறு துவாரங்கள் தென்பட்டன. ஒரு நாகத்தின் பிளவுபட்ட நாக்குபோல மூக்கிலிருந்து மெல்லிய நீலப்புகை இரு பக்கமும் பிரிந்து வந்துகொண்டிருந்தது.

முகத்தை அப்பாவித்தனமாக மாற்றிக்கொண்டு பொன்னி யிடம் போனேன். அவள் பாவாடையைத் தொடை மட்டும் இழுத்துச் சுருக்கிக்கொண்டு குந்தியிருந்தாள். அவள் முகம் உப்பி அசைந்தது. தூரத்தில் இருந்து பார்த்தபோது ஒரு ராட்சத தவளை கால்களை அகட்டி வைத்து இளைப்பாறுவதுபோலக் தோன்றியது. ஆனால் நெருங்கியபோது அவள் வாய் முணுமுணுப்பது தெரிந்தது. சத்தம் வந்தது. ஆனால் வார்த்தை தெரியவில்லை. இன்னும் உற்றுக் கேட்டால் அது அவள் அடிக்கடி பாடும் அந்தக் காலத்தில் பிரபலமான ஒரு நாடகத்தில் வரும் பாட்டு.

காதுமணி களவெடுத்தேன்.
காதுமணி களவெடுத்தேன்.
கருணை புரியும் எங்கள் மருதடி பிள்ளையாரே,
காதுமணி களவெடுத்தேன்.

முன்னையும் ஒருநாள் மூக்குத்தி எடுத்தேன்,
முத்தாம்பி பெண்டிலின்ரை மூக்கையும் கடித்தேன்.
காதுமணி களவெடுத்தேன்.

இதையே திருப்பித் திருப்பிப் பாடினாள். அலுக்காமல் வேலை முடியும்வரை பாடினாள்.

குழந்தைகளைக் குளிப்பாட்டுவதுபோல ஒருவித வாஞ்சையுடன் பாத்திரங்களை ஒவ்வொன்றாக அலம்பினாள். அவளுடைய நகங்கள் பிறைச்சந்திர வடிவமாக எதிர்த்திசையில் தேய்ந்துபோய் இருந்தன. என்னைக் கண்டதும் புதிதாக ஒரு கோபம் கிடைத்ததுபோல முகத்தை உம்மென்று நீட்டினாள். முழங்கால் மூட்டில் ஏற்பட்ட பாவாடை நீக்கலுக்குள் நான் பார்த்துவிடாமல் இருக்க தன்னுடைய பின்பக்கம் என்னுடைய முகத்துக்கு நேராக வரும்படி பிரயத்தனமாகத் திருப்பி வைத்தாள்.

'பொன்னி, இனி எப்ப நீ டவுனுக்கு ஓடப்போறாய்?'

அவள் திரும்பினாள். அந்தப் பார்வை சீறி என்னைத் தொடுமுன் நான் எங்கள் இடைவெளியை அகலமாக்கினேன்.

மகரந்தத் தூள்களைக் குவித்ததுபோல மணல் பரவிக் கிடந்தது. கால்களை வைத்தபோது விரல்கள் எல்லாம் புதைந்தன. சூரிய ஒளியில் மினுங்கி மினுங்கி ஒளிவிட்டன. வீரம் மீண்ட சொறிநாய் நீர்ப்பறவை ஒன்றைத் துரத்தியது. அது எம்பி உயர்ந்து வானத்தைத் துடைத்துத் துடைத்துப் பறந்தது. எலும்பிலிருந்து தசைகளைத் தொங்கவிட்ட ஒரு பிச்சைக்காரன் இடது கையைத் தாமரை மலர்போல விரித்து, அதிலே வாழை இலையை வைத்து, தனது மதிய போசனத்தை வலது கையால் தின்றான்.

அந்த அருமையான பகல் பொழுது இப்படி வீணாவதை என்னால் பொறுக்க முடியவில்லை. கோயில் திண்ணையில் தம்பி மார்பிள் உருட்டி விளையாடிக்கொண்டிருந்தான். கிட்டப்போய், கைகளைப் பின்னே கட்டிக்கொண்டு 'வா' என்றேன். ஏதோ புதையல் எடுக்கக் கூப்பிட்டதுபோல சடாரென்று மார்பிள்களை எடுத்துப் பையிலே வைத்துக்கொண்டு புறப்பட்டான்.

அவன் கண்கள் ஆவலாகப் பரபரத்தன.

'அண்ணா, எங்கை போறம், சொல்லு அண்ணா?'

'அருமையான இடம்.'

'ஐயோ! அருமையான இடம்.'

கால் சட்டைக்குள் மார்பிள்கள் கிலுங் கிலுங் என்று சத்தம் போட அவசரமாக நடந்து வந்தான். அவன் அணிந்திருந்த நீல

வார்ச்சட்டை காற்றிலே பாய்மரம் போல விரிந்தது. சிவப்பான கொழுத்த கன்னங்கள். கறுத்த பெரிய பொட்டு. ஏதோ பெரிதாகச் சாதிக்கப் போவதுபோல விரைந்தான்.

திடீரென்று நான் நின்றேன். அதட்டும் குரலில் 'சொல்லுவியா?' என்றேன்.

'மாட்டன்.'

'சொல்லுவியா?'

'மாட்டன்.'

எதற்கும் பாதுகாப்பாக இருக்கட்டும் என்று அவனுடைய தலையிலே ஒரு குட்டு வைத்தேன். அவன் 'ஆஆ' என்று அழத் தொடங்கினான். 'சரி, சரி, சனியன், திரும்பிப் போ' என்றேன். 'இல்லை அண்ணா, இல்லை' என்று கெஞ்சினான். அவன் குரல் உருக்கமாக இருந்தது.

தலையைக் கீழே போட்டுக்கொண்டு கொஞ்ச தூரம் ஆழமாக யோசித்தபடி நடந்தான். பிறகு 'இஞ்சை பார்' என்று சிரித்தபடி நின்றான். விரித்த அவன் கைகளில் இரண்டு மார்பிள்கள் இருந்தன. அதை என்னிடம் முழுக்கையையும் நீட்டிக் கொடுத்தான். 'உண்மையாகவா?' என்றேன்.

'மெய். மெய். உனக்குத்தான், வைத்திரு' என்றான்.

'பிறகு திருப்பிக் கேட்க மாட்டாயே?'

'மாட்டன்' என்று உறுதி கூறினான்.

கர்ணன் போர் உக்கிரத்தில் கவச குண்டலங்களைக் கழற்றித் தானம் செய்ததுபோல இவனும் தந்தான். இன்னும் சரியாக ஒரு நிமிடத்தில் இவன் இறந்துவிடுவான் என்பது தெரியாமல் நான் அந்த மார்பிள்களை வாங்கி என்னுடைய பக்கட்டில் பத்திரமாக வைத்துக்கொண்டேன்.

குளம் வந்ததும் நான் கால்களை நனைத்தேன். அவன் எட்டியிருந்து பார்க்கலாம் என்று அனுமதித்தேன். அவனும் அப்படியே செய்தான்.

'கிட்ட வராதே.'

'வர மாட்டன்.'

'அண்ணா, நீ நீந்துவியா?' என்றான் திடீரென்று. உலகத்தில் உள்ள சகல கலைகளிலும் நான் தேர்ச்சி பெற்றிருக்க வேண்டும் என்று அவன் நினைத்தான். அந்தக் கேள்விக்கு நான் நேராகப்

பதில் சொல்லவில்லை. 'இந்தக் குளம் ஆழம் காணாது' என்றேன். 'கிட்ட வராதே.'

'கொஞ்சம் காலை வைக்கிறன், அண்ணா!'

அப்படித்தான் அவன் காலை நனைத்தான். சதித்தனமாகக் குளத்தில் இறங்கிவிட்ட பெருமை கண்களில் தெரிந்தது.

'அண்ணா, என்னைப் பார். என்னைப் பார்' என்றான்.

எனக்குக் கோபம் வந்தது. இவன் அளவுக்கு அதிகமாகக் குளத்தை அனுபவிப்பதை நான் விரும்பவில்லை. இவன் செய்வதிலும் பார்க்கக் கூடுதலான ஒரு யுக்தியை நான் செய்துகொண்டே இருக்கவேண்டும்.

'இதோ!' என்றேன்.

அப்போது என் கண்முன்னே கணுக்கால் வெள்ளத்தில் அவன் சரிந்துகொண்டிருந்தான். கனவிலே நடப்பதுபோல ஈர்க்கப்பட்டு அதையே பார்த்தேன். அவன் அப்படித் தத்தளித்த போது எட்டிக் கைகளைக் கொடுத்திருந்தாலோ, சத்தம் எழுப்பியிருந்தாலோ போதும். நான் செய்யவில்லை. விறைத்துப் போய் ஒரு நிமிடம் வரைக்கும் அசையாமல் அங்கே தோன்றிய நீர்ச்சுழலைப் பார்த்தவாறு நின்றேன். ஒரு மந்திரம்போல அவன் சிரித்தபடி கைகொட்டி எழும்புவான் என்ற நினைப்பு எனக்குள் இருந்தது.

அதற்குப் பிறகுதான் ஓவென்று கத்திக்கொண்டு அம்மாவிடம் ஓடியதாக ஞாபகம். தம்பியை மல்லாக்காகத் தூக்கிக் கொண்டு ஐயாவும், அம்மாவும், சின்ன மாமியும் காரிலே ஏறி ஆஸ்பத்திரிக்கு ஓடினார்கள். சின்ன மாமா எங்களை எல்லாம் திரட்டி, சாமான்களை மூட்டை கட்டி தலையிலே சுமத்தி, பஸ்ஸிலே கூட்டிக்கொண்டு ஊர் திரும்பினார்.

நாங்கள் வீடு திரும்பி சில மணி நேரத்திலேயே காரும் வந்து சேர்ந்தது. ஊர் சனம் எல்லாம் எங்கள் வீட்டை எப்படியோ நிறைத்துவிட்டார்கள். முதலில் ஐயா இறங்கினார். பதப்படுத்திய பலா மரத்தில் கடைந்தெடுத்த வீணையைப் பக்குவமாக ஒருவர் தூக்குவதுபோலத் தம்பியைப் பக்கவாட்டில் இரண்டு கைகளிலும் ஏந்தியபடி அவர் நடந்து வந்து நடு அறையில், நடுக் கட்டிலில் கிடத்தினார். திடீரென்று அந்த அறையில் இருந்த காற்றை யாரோ அகற்றிவிட்டார்கள். நான் வெளியே ஓடிவந்து மூச்சு விட்டேன்.

என்னுடைய ஐயா, அம்மா நல்லவர்கள். கடைசி வரைக்கும் என்ன நடந்ததென்று என்னைக் கேட்டுத் துளைக்கவில்லை.

புவியீர்ப்புக் கட்டணம்

அதனால் அந்த மரணத்துக்கான காரணத்தைச் சொல்லும் வாய்ப்பை நான் இழந்துவிட்டேன்.

தன்பாட்டுக்கு மார்பிள்களுடன் விளையாடிக்கொண்டிருந்தவனை ஆசைக் காட்டிக் குளத்துக்குக் கூட்டிக்கொண்டு போனதையோ, கணுக்கால் அளவு தண்ணீரில் அவன் அமிழ்ந்த போது கைகளை எட்டி நீட்டாததையோ, வட்டவட்ட குமிழிகள் எழும்பியபோது புதினமாகப் பார்த்தவாறு நின்றதையோ நான் ஒருவருக்கும் கூறவில்லை.

சுருட்டி விடும் கன்வஸ் திரைகள் கொண்ட, ஒஸ்டின் செவன் பெட்டி வடிவக் கார் சன்னல் கரை இருக்கையை, திரும்பி வரும்போது தருவதாக அவனுக்குக் கொடுத்த வாக்கை நான் காப்பாற்ற முடியாததையும் சொல்லவில்லை.

கொழுத்தாடு பிடிப்பேன்

ஓம் கணபதி துணை.

The Immigration Officer
200 St. Catherine Street, Ottawa, ON
K2P 2K9.
(Please translate to Sri Lankan Tamil language)

(இதை ஆங்கிலத்தில் மொழிபெயர்ப்பவர் வசனங்களின் ஓடரை மாற்றாமலும், எனது கருத்துக்கள் சரியாக வரும்படியும் தெட்டத் தெளிவாக எங்கள் கலாச்சார வித்தியாசங்களை விளங்கப் படுத்தியும் மொழிபெயர்க்கும்படி தாழ்மையுடன் வேண்டிக் கொள்கிறேன்.)

கனம் ஐயா அவர்களுக்கு,

சண்முகலிங்கம் கணேசரட்னம் ஆகிய நான் 90.03.18 அன்று மாலை ரொறொன்ரோ ஏர்போர்ட்டில் வந்து இறங்கினேன். எனக்குச் சொல்லித்தந்தபடி அங்கே இருந்த உத்தியோகத்தரிடம் நான் தஞ்சம் கேட்டு விண்ணப்பம் செய்தேன். என்னுடைய மனைவியின் தங்கச்சி விஜயலட்சுமியும், அவளுடைய புருசன் பாலச்சந்திரனும் என்னை ஏர்போர்ட்டில் வந்து சந்தித்தார்கள். விஜயாவை இதுவே முதல் முறை நான் நேருக்கு நேர் சந்திப்பது. அவவுடைய முகவெட்டு கிட்டத்தட்ட என்னுடைய மனைவியினுடையதைப் போலவே இருந்ததால் அவர்களை அடையாளம் காண்பதில் எனக்கு எவ்விதக் குழப்பமும் இல்லை.

என்னை அழைத்துக் கொண்டுபோய் தங்களுடன் இருக்க வைத்தனர். அந்தச் சிறிய

வீட்டில் எனக்காக ஒரு முழுஅறையை ஒதுக்கித் தந்தார்கள். நான் என் வாழ்க்கையில் அதற்குமுன் இப்படி ஒரு தனி அறையை அனுபவித்தவன் அல்ல. ஆகவே எனக்கு என் சகலனில் மரியாதை அதிகமாகியது.

என் சகலனாகட்டும், விஜயாவாகட்டும் என்னை வடிவாகவே பார்த்தார்கள். இங்கே எனக்கு எல்லாமே புதுமையாக இருந்தது. தபால்காரன் தபால்களை வீட்டிலேயே கொண்டு வந்து கொடுத்தான். எந்த இடத்திலும், எந்த நேரத்திலும் பைப்பில் இடது பக்கம் சுடு நீரும், வலது பக்கம் குளிர் நீரும் வந்தது.

பஸ்ஸிலே எப்படி றான்ஸ்பர் எடுப்பது, டெலிபோன் கார்ட்கள் எப்படி பாவிப்பது எல்லாம் எனக்குச் சொல்லித் தந்தார்கள். நான் வந்து நாலாவது கிழமையே ஒரு ரெஸ்ரோறன்டில் எனக்கு கைக்காசுக்கு கோப்பை கழுவும் வேலையும் கிடைத்தது.

வாழ்க்கை இப்படியே இருக்கும் என்று ஆரம்பத்தில் மகிழ்ந்து போனேன். விடியோ படங்கள் புதுசு புதுசாக வாடகைக்கு எடுக்கலாம். ஊரிலே சாப்பிட முடியாத உணவு வகைகள் எல்லாம் இங்கே கிடைத்தன. என் சம்பளத்தில் மாசா மாசம் சீட்டுப் போடச் சொன்னார்கள். அவர்களுக்கு றூம் வாடகை கட்டி, மாசச்சீட்டு 250 டொலர் போக மிச்சக் காசில் ஊருக்கும் அனுப்பினேன்.

என்னுடைய சகலனுக்கு இரண்டு வேலை. இரவு பதினொரு மணிக்குத்தான் வருவார். விஜயா கால்சட்டையும் கோட்டும் அணிந்து கைப்பையும் தூக்கிக்கொண்டு டேகேர் வேலைக்கு காலையிலேயே போய்விடுவா. அரை நாளுடன் அவவுடைய வேலை முடிந்துவிடும். என்னுடையது முதலாவது ஷிப்ட் முடிந்து மூன்று மணியுடன் வீட்டுக்கு வந்த கொஞ்சம் அயர்வேன். பிறகு ஏதாவது வீட்டு வேலைகள் செய்து கொடுப்பேன். அநேகமாக மார்க்கட்டுக்குப்போய் சாமான் வாங்கி வருவது என் பொறுப்பில்தான் இருக்கும்.

இரவு சகலன் வந்ததும் சேர்ந்து இருந்து சாப்பிடுவோம். விஜயா அழகாகச் சமைப்பா. அவவுடைய றால் குழம்பின் ரேஸ்ட் மறக்க முடியாதது. நான் றால் சாப்பிட்டது கடைசியாக அன்றுதான். என்னைப் பொலீஸ் பிடித்துக் கொண்டுபோன நாள். அதற்குப் பிறகு இரண்டு வருடங்கள் இந்த மறியலில் நான் அனுபவிக்காத சித்திரவதை இல்லை.

இங்கு தரும் சாப்பாடு வித்தியாசமானது. ஐந்து நேரங்களுக்கு இரண்டு முட்டை வீதம் பத்து முட்டை, நாலு நேரம் மீன்துண்டு, மூன்று நேரம் ஒவ்வொரு கோழிக்கால், நாலு நேரம் சாலட் என்று

சொல்லும் வேகவைக்காத கீரை வகை தருவார்கள். எனக்கு ஹைபிறசரும், சலரோக வியாதியும் உண்டு. நான் இப்போ நோயாலும் மன வேதனையாலும் மிகவும் கஸ்ரப்படுகிறேன்.

நான் கனடாவுக்கு உல்லாசப் பயணியாக வரவில்லை. என்னுடைய விண்ணப்பத்திலும், விசாரணைகளிலும், திருப்பித் திருப்பி சொன்னதுபோல எங்கள் நாட்டில் நடக்கும் யுத்தத்திலிருந்து தப்புவதற்காகச் சொந்த மனைவியையும், தேவதைகள் போன்ற பிள்ளைகளையும் விட்டு தப்பி ஓடி வந்தவன். என்னுடைய குடும்பத்தை ஒரு வழியாக ஒப்பேற்றி விடலாம் என்ற ஆசையிலே மூன்று மாதகாலம் பிரயாணம் செய்தேன். நேராக பிளேனில் ஏறி நேராக வந்து இங்கே இறங்கவில்லை. வள்ளத்திலும், ரயிலிலும், மேலே விழவிழ தள்ளி உட்கார்ந்து இரவு முழுக்க கண்விழித்து பலாப்பழ லொறியிலும், கொன்ரெய்னரிலும், பிளேனிலுமாக எண்பத்து ஒன்பது நாட்கள் பயணம் செய்து வந்தவன். கொலம்பஸ் அமெரிக்காவுக்கு வந்துசேர எடுத்தது 71 நாட்கள்தான். நான் என் கனவு மூட்டைகளைத் தவிர வேறு ஒரு மூட்டையும் கொண்டு வராதவன்.

என்ரை குஞ்சுகளை நான் ஊரிலே விட்டுவிட்டு வந்து இங்கே உத்தரிக்கிறேன். என்னை அவர்கள் மறந்துவிடுவார்கள். என் முகம் இன்னும் ஞாபகம் இருக்கோ தெரியாது. நான் ஊரை விடும்போது பெரியவனுக்கு 7 வயது, இரண்டாமவனுக்கு 5, பஞ்சலோகத்தில் செய்த என்ரை மகளுக்கு 4 வயது, கைக்குழந்தைக்கு 6 மாதம்தான்.

பெரியவன் வகுப்பில் வலுகெட்டிக்காரன். ஆமெணக் கெண்ணய் குடிக்க வைத்தால் நேரே ஓடலாம் என்ற அறிவுகூட இன்றி என்னையே சுத்தி சுத்தி ஓடுவான். சின்னவன் நான் கிணற்றில் தண்ணி அள்ளிக் குளிக்கும்போது எனக்குக் கீழே நின்று அந்தத் தண்ணியிலேயே குளிப்பான். வெள்ளை லேஸ் வைத்து அலங்காரம் செய்த சட்டையைப் போட்டுக்கொண்டு என் சின்ன மகள் தத்தக்க புத்தக்க என்று ஓடி வருவாள். பாயிலே படுக்கும் என்னைத் தொட்டுக் கொண்டு படுப்பதற்குச் சண்டை போடுவார்கள். இந்த தெய்வங்களை இனி எப்ப பார்க்கப் போறேனோ தெரியாது.

எங்கள் நாட்டில் தங்க நிறமான பூரணச் சந்திரன் வருவான். இங்கே நீல நிறத்தில் சந்திரன் தெரியும்போதே எனக்கு ஏதோ தீமை நடக்கப்போகுது என்று தெரிந்துவிட்டது. பக்கத்து அறையில் இருந்தவன் நேற்றிரவு என்ன காரணமோ திடீரென்று செத்துவிட்டான். அவனுக்கு நான் ஒரு முட்டை கடன்தர வேண்டும். அவனுடைய பெயர் தெரியாது. ஆனால் அவன்

புவியீர்ப்புக் கட்டணம்

சாவதற்குச் சம்மதிக்கவில்லை. திறந்த கண்களால் இன்னும் இந்த உலகத்தைப் பார்த்துக்கொண்டு இருந்தான்.

அவன் ஒரு பெயர் உச்சரிக்கமுடியாத ஆப்பிரிக்க நாட்டிலிருந்து வந்தவன். அங்கே சிவப்பு மாட்டுக்கு ஒரு சொல்லும், கறுப்பு மாட்டுக்கு இன்னொரு சொல்லும் இருக்கிறதாம். இடது கால் செருப்புக்கு ஒரு வார்த்தை என்றால், வலது கால் செருப்புக்கு இன்னொரு வார்த்தை என்றும் சொன்னான். ஒரு முட்டை கடன்தர வேணும் என்றால் ஒரு வார்த்தையும் இரண்டு முட்டை கொடுக்க வேணும் என்றால் அதற்கு இன்னொரு வார்த்தையும் அந்த நாட்டில் இருக்கலாம்.

இங்கே சில வசதிகள் உண்டு. இப்படி வசதிகளுக்கு முன்பே பழக்கப்பட்டிருக்காததால் நான் ஆரம்பத்தில் கஷ்ரப்பட்டு விட்டேன். திறப்புகளைத் தொலைக்காமல் வைப்பதற்குப் பழகியிருந்தேன். கனடாவில் எல்லாம் தானாகவே பூட்டி விடும் கதவுகள். இவை ஆபத்தானவை. நிறைய ஞாபக சக்தியை அவை உபயோகித்துவிடும். இங்கே தலையில் தொப்பி அணிந்து இடையில் குண்டாந்தடி செருகிய கார்டுமார் பெரும் சத்தம் போடும் இரும்புக் கதவுகளை எங்களுக்காகத் திறந்துவிடுவார்கள்; பின்பு பூட்டுவார்கள். நாங்கள் ஒன்றுமே செய்யத் தேவையில்லை. கதவுகள் தானாகவே பூட்டிக்கொள்ளுமோ என்ற அஞ்சி நடுங்க வேண்டாம். கைகளை ஆட்டிக்கொண்டு உள்ளே போவதும் வருவதுமே எங்கள் வேலை.

என்னுடைய சகலன் வீட்டில் நான் மிகவும் எச்சரிக்கையாகவே இருந்தேன். அங்கே தானாகவே பூட்டிக்கொள்ளும் கதவு. திறப்புகளைக் கையிலே காவியபடிய இருக்கவேணும். திறப்புகளைத் தூக்கிக்கொண்டு நாங்கள் எல்லோரும் எங்களுக்கு விதிக்கப்பட்ட நேரங்களில் வேலைகளுக்குப் போவோம், வருவோம்.

ஐயா, என் வாழ்க்கையில் இதுவே சறுக்கலான காலம். போகப்போக அவர்கள் பணம் பணம் என்று பறப்பது எனக்குத் தெரிய வந்தது. குடும்பச் சூழ்நிலையும் நல்லாக இல்லை. என்னுடன் விஜயா பழகுவது கொஞ்சம் பயத்தைக் கொடுத்தது. எப்படியும் என்னுடைய தஞ்சக் கோரிக்கை கேஸ் முடிந்தவுடன் வேறு வீடு மாறவேண்டும் என்று முடிவுசெய்தேன். இவ்வளவு உதவி செய்த சனங்களை மறக்காமல் கழரவேண்டும் என்று மனசுக்குள் தீர்மானித்து சமயம் பார்த்திருந்தேன். ஆனால் அது கடவுளுக்கு எப்படியோ தெரிந்துவிட்டது.

எங்களுக்குள் பிரச்சினை பின்னேரங்களில் ரீ.வி பார்ப்பதில்தான் தொடங்கியது. விஜயாவின் கதைகளும் போக்கும் சரியில்லை. பேசும்போது தேவைக்கு அதிகமான நளினம் காட்டினா. அவவுடைய விரல்களும் அதன் மிச்சப் பகுதியும் என் மனைவியை ஞாபகமூட்டின. ஒருநாள் நான் வேலையி லிருந்து அலுப்போடு வந்து நேரத்துக்குப் படுத்துவிட்டேன். எனக்கு விஜயா சிவப்பு முட்டை பொரித்து சாப்பாடு போட்டா. புருசன் வந்தபோது அவருக்கு வெறும் மரக்கறி சாப்பாடுதான். நான் படுத்திருந்தபோது அவர்கள் சண்டை போட்டது எனக்குக் கிளியராக கேட்டது.

இன்னும் ஒரு முக்கியமான விஷயம். இவர்களுக்கு ஒரே மகள். அவளுடைய பெயர் பத்மலோசனி. முதலில் அவளை பத்மா என்று அழைத்து அது ஸ்ரைல் இல்லாத படியால லோசனி என்று மற்றினார்கள். பிறகு அதுவும் சுருக்கப்பட்டு லோ என்றாகிவிட்டது. இது ஒரு மொத்தமான பிள்ளை. இவளை விஜயா அடிக்கடி கலைத்தபடியே இருப்பா. 'பெரியப்பாவை சும்மாவிடு அவர் களைப்பாக இருக்கிறார்' என்றோ 'போய்ப் படி' என்றோ 'கீழ் வீட்டிலே போய் புத்தம் வாங்கி வா' என்றோ விரட்டுவதுதான் வேலை.

இவள் சிறு பெண் என்றாலும் விவேகமானவள். படிப்பு கெட்டித்தனம் அல்ல. அவளுடைய மூளை கள்ளத்தனம் கொண்டது. நேராக ஒரு காரியத்தைச் செய்வாள் என்றில்லை. எப்பவும் விஷமமும், சூழ்ச்சியும் தந்திரமும்தான். அவளுடைய காதுகள் கூர்மையானவை. படிகளில் ஏறிவரும் சத்தத்தை வைத்தே வீட்டுக்கு யார் வருகிறார்கள் என்று ஊகித்து விடுவாள். இது அந்த அங்கிள், மேல் வீட்டுக்கு போறார். இது கீழ் வீட்டு அன்ரி, வீடியோ எடுக்க வாறா என்று சரியாகச் சொல்வாள். வீட்டிலே தமிழ் வீடியோப் படங்களைப் பார்க்கும் நேரங்களில் 'ஆ... சரி இனி கட்டிப்பிடிச்சு பாடப்போகினம்' என்று அவள் சொன்னால் அப்படியே நடக்கும்.

பின்னேரங்களில் ஹோலுக்குள் இருந்து ஹோம்வோர்க் செய்யுறன் எண்டு சொல்லி முழூசி முழூசிப் பார்த்துட்டு பெரியவர்களுக்கான ரீ.வி சானலை ஓன் செய்துவிடும். அதில் வரும் மோசமான காட்சிகளை மியூட் பட்டனை அழுத்திவிட்டு சத்தம் கேட்காமல் பார்க்கும். இப்படி பழகிப் பழகி இந்த விஷயங்களில் இதுக்கு ஒரு நாட்டம் வந்து விட்டது.

பெரியவர்களின் மூளையைக் காட்டிலும் இதுக்கு பத்து மடங்கு மூளை. ஒருநாள் தாய் வீடியோக் கடைக்குப் போறதாய்

சொல்லிப் போட்டு இறங்கிப் போய்விட்டா. இந்தப் பிள்ளை டெலிபோனில் ரீ டயல் பட்டனை அமுக்கி நம்பரைப் பார்த்துவிட்டு ‘இந்த அம்மா பொய் சொல்லி இருக்கிறா, இவ சீட்டு அன்ரியிட்டை சாறி பார்க்க போனவ’ என்று சொல்லி பிடிச்சுக் குடுத்துப் போட்டுது. இதை வெச்சுக்கொண்டு ஒரு கள்ளமும் செய்ய ஏலாது.

தானாகவே பட்டுபட்டென்று பூட்டிக்கொள்ளும் கதவுகள் கொண்ட இந்த வீட்டில் பாத்ரூம் கதவுகள் மட்டும் ஒழுங்காக வேலை செய்யாது. ஒரு நாள் தெரியாமல் நான் கதவைத் திறந்தபோது விஜயா குளித்துக் கொண்டிருந்தா. நான் பதகளித்துப் போனேன். இவ ஒன்றுமே நடக்காத மாதிரி மெல்லிசாய் சிரித்தபடி நின்றா. பக்கத்தில் கொழுவி இருந்த டவலை இழுத்து மூடலாம் என்ற எண்ணம்கூட இல்லாமல். நான் சொறி என்றுவிட்டு திரும்பிவிட்டன்.

இதை இந்தக் குண்டுப் பிள்ளை பார்த்துவிட்டது. ‘அம்மாவைப் பெரியப்பா நேக்கட்டாய் பார்த்திட்டார்’ என்று கத்தத் தொடங்கிவிட்டது. அவளுடைய வாயை அடைக்க பெரிய லஞ்சம் தேவைப்பட்டிருக்கும். எப்படியோ அன்று சகலன் வேலையில் இருந்து திரும்பியபோது இந்தப் பிள்ளை வாயைத் திறக்கவில்லை.

இது தெரியாமல் நான் செய்த தவறு. ஆனால் தெரிந்து ஒருநாள் தவறு செய்ய நேர்ந்தது. அதற்குப் பிறகு அப்படி செய்வதில்லை என்று கடுமையான தீர்மானமும் செய்தேன். அந்தத் தீர்மானத்தை எவ்வளவுக்கு வெற்றியாகச் செய்து முடித்தேன் என்று சொல்லமுடியாது. காரணம் அது நடந்து சில நாட்களுக்குள்ளேயே நான் பொலீஸில் மாட்டிவிட்டேன்.

விஜயா பின்னரேங்களில் காலுக்கு மேல் கால்போட்டு இருந்து ஓய்வெடுப்பா. இரண்டு பெசென்ற் பால் கலந்து கடும் சாயம் கொண்ட தேநீரைச் சிறு சிறு மிடறுகளாக உறிஞ்சிக் குடிப்பா. என் மனைவியும் அப்படியே. இது இன்பமான நேரம். சிரிக்கக்கூடிய சமயங்களை இவ வீணாக்குவதில்லை. சின்ன ஜோக்குக்கும் கிக்கிக் என்று குலுங்கி குலுங்கி சிரிப்பா.

இப்படி என் மனம் அடங்காத ஒரு நாளில் இவ உள்ளுக்குப் போய் உடுப்பு மாத்தினா. கதவு நீக்கலாக இருந்தது அவவுக்கு தெரியும் என்றே நினைக்கிறேன். ஒடுக்கமான ஜீன்ஸ் கால் சட்டையை ஒரு காலுக்குள் விட்டா, பிறகு மற்றக் காலையும் விட்டா. அது வேகமாக வந்து அவவுடைய அகலான உட்காரும் பகுதியில் தடைபட்டு நின்றது. இவ குண்டியை அற்புதமான

ஒரு ஆட்டு ஆட்டி ஜீன்ஸை மேலே இழுத்துக்கொண்டா. அந்த தொடைகள் ஜீன்ஸை ஒரு சுருக்கம்கூட இல்லாமல் நிறைத்தன. என் மனம் அன்று பட்ட பாட்டைச் சொல்ல முடியாது. ஒரு பெண்ணைத் தொட்டு எவ்வளவு காலமாகிவிட்டது. அப்பொழுது ஒரு பழக்கமான வாசனை அள்ளி வீசி என் தேகத்தைச் சுட்டது.

ஐயா, அந்த நேரம் பார்த்துத்தான் இது நடந்தது. அதைச் சொன்னால் உங்களுக்கு நம்புவது கஷ்டமாக இருக்கும். கடவுள் வந்து சொன்னால் ஒழிய யார் நம்புவார்கள். இந்தத் தொக்கைப் பிள்ளை என்னை ஓய்வெடுக்கவிடாது. கதவை சாத்தி வைத்தாலும் உள்ளே திறந்துகொண்டு வந்துவிடும். வந்தால் ஃபானைப் போடும், ரேடியோவைப் போடும். ஜன்னலைத் திறக்கும், பூட்டும். இருக்கிற சாமான்களை இடம் மாத்தி வைக்கும். ஆராயாமல் போகாது.

என்னுடைய கட்டில் கனடாவில் ஒரு கடையிலும் வாங்க முடியாதது. ஒரு தச்சனைக் கொண்டு செய்வித்த ஒடுக்கமான கட்டில். இந்தப் பிள்ளை அதில் ஏறித் துள்ளி விளையாடும். என்னுடைய நித்திரையை எத்தனை வழி வகைகள் இருக்கோ அத்தனை வழி வகைளையும் பாவித்து குழப்பிவிடும். அன்றைக்கும் அப்படித்தான். ஒரு துணிப் பொம்பையின் காலைப் பிடித்து இழுத்தபடி வந்து ஏதேண்டாலும் விளையாடுவம் என்று கரைச்சல் படுத்தியது. ‘குழப்படி செய்யாதே, போ. அம்மாவிட்டை சொல்லுவேன்’ என்று வெருட்டினேன். ‘அம்மா இல்லை. அவ கீழ்வீட்டு அன்ரியிடம் கதைக்கப் போட்டா’ என்றது. பிறகு ‘கொழுத்தாடு பிடிப்பேன்’ விளையாட்டை ஆரம்பித்தது. (இது எங்கள் ஊர் விளையாட்டு. இதை மொழிபெயர்ப்பாளர் விளக்க வேண்டும்.)

நான் ‘கொழுத்தாடு பிடிப்பேன்’ என்று சொன்னால் அது ‘கொள்ளியாலே சுடுவேன்’ என்ற கத்தியபடியே கட்டிலைச் சுற்றி சுற்றி வெருண்டபடி ஓடும். இப்படி மாறி மாறி விளையாடினோம். இந்த விளையாட்டு மும்முரத்தில் சாரம் நழுவியதை நான் கவனிக்கவில்லை. முந்தி நான் சொல்லி இருக்கிறேன், இந்தப் பிள்ளைக்குக் காது சரியான கூர்மை என்று. அன்று எப்படி தவறவிட்டதோ எனக்குத் தெரியாது.

திடீரென்று கதவை உடைப்பது போல யாரோ திறந்தார்கள். பார்த்தால் என்னுடைய சகலன் குழம்பிய தலையோடும், பொத்தான் போடாத சேர்ட்டோடும் வேகமாக வந்தார். எனக்குத் தெரிந்ததெல்லாம் அவருடைய மயிர் முளைத்த கறுப்புக் கைகளும், கட்டையான விரல்களும் தான். அவருடைய குத்து என் கழுத்திலேதான் வந்து விழுந்தது. நான் அள்ளுப்பட்டு

போய் சுவரிலே தலையை இடித்துக் கொண்டு ரத்தம் ஒழுகக் கிடந்தேன். இந்தப் பிள்ளை குழறி அழத் தொடங்கிவிட்டது. 'நான் ஒண்டும் செய்யவில்லை. எல்லாம் பெரியப்பாதான் செய்தவர்' என்று திருப்பி திருப்பிச் சொன்னது.

அவர் 911க்கு எப்ப அடிச்சாரோ தெரியாது. நான் நிமிர பொலீஸ் நிக்குது. கட்டிலிலே பிள்ளையின் நிக்கர் கிடந்தது. அவர்கள் அதைத்தான் முதலில் தூக்கிப் பார்த்தார்கள். என்ரை மண்டையிலே காயம் எப்படி வந்ததென்று அவர்கள் விசாரிக்கவில்லை. ரத்தம் ஒழுகி சேர்ட் எல்லாம் நெஞ்சோடு ஒட்டிக் காய்ந்த பிறகுதான் கட்டுப் போட்டார்கள். என்னைத் திரும்பிப் பார்க்க ஒரு நாய்கூட இந்த நாட்டில் வரவில்லை. என்ரை மனைவிக்கு என்ன எழுதி மனதைக் கெடுத்தார்களோ நான் அறியேன். நகை சுற்றிவரும் மெல்லிய தாள் போல ஒன்றில் இரண்டு பக்கமும் இங்க் தெரிய அவள் எழுதும் கடிதம் பிறகு வரவே இல்லை.

இந்த நரகத்திலிருந்து எனக்கு விமோசனமே இல்லை. அந்தப் பிள்ளையின் விவேகத்தைக் கணக்கு வைக்க முடியாது. அதனுடைய உடலும் பெரியது, புத்தியும் பெரியது. அநியாய மாய்ப் பிளான் பண்ணி என்னை மாட்டிவிட்டினம். என்னிடம் கையாடிய ஆறாயிரம் டொலர் சீட்டுக் காசை இனி நான் பார்க்க மாட்டேன். என்னை மறியலுக்கு அனுப்பி போட்டு வசதியாய் இருக்கினம். அங்கே நடந்த வண்ட வாளங்களை நான் ஒருத்தருக்கும் மூச்சு விடவில்லை. விட்டால் ஒரு குடும்பமே நாசமாகிவிடும்.

என்ரை அறையில் இருக்கும் மற்றவன் ஒரு கேய் என்று சொல்லுகினம். மிகவும் துக்கமானவன். எந்த நேரம் பார்த்தாலும் எட்டாக மடித்து வைத்த ஒரு கடிதத்தைப் பார்த்தபடியே இருப்பான். அந்த கடிதம் மடிப்புகளில் கிழிந்து தொங்கியது. 27ஆம் செல் டானியலை வச்சிருக்கிறான் என்று பேசிக்கொண்டார்கள். இவனிடம் உள்ள ஒரே குறை நான் எப்ப எங்கடை செல்லில் மூத்திரம் பெய்ய வெளிக்கிட்டாலும் அதே நேரத்தில் இவனும் பக்கத்தில் நின்றுகொண்டு செய்வான். இவன் நித்திரை செய்து நான் பார்த்ததில்லை. வெகு நேரம் தூங்காமல் அடிக்கடி சிலுவைக்குறி இட்டபடி எனக்கு மேல் கால்களைத் தொங்கப்போட்டபடி இருப்பான். நடு இரவுகளில் நான் விழித்துப் பார்த்தால் நீண்ட ஸ்டோக்கிங்ஸை தோச்சு காயப்போட்டது போல அவன் கால்கள் கட்டிலின் மேல் தொங்கும்.

இரவு வந்தவுடன் நிழல்களும் வந்துவிடும். எங்களுடன் ஒரு கரப்பான் பூச்சியும் வசித்தது. அது இடது கைப்பழக்கம்

கொண்டது. ஒரு நாள் இதைக் காணாவிட்டாலும் எங்கள் மனம் பதைபதைத்துவிடும். நாள் முழுக்கத் தேடுவோம். ஒல்லியான சுண்ணாம்புக் கலர் பேர்ச் மரம்தான் முதலில் இலைகளைக் கொட்டும். பிறகு மற்ற மரங்களும் இலைகளை உதிர்க்கும். சிறைக்கூடத்தின் முகப்புக் கோபுரத்தில் பறக்கும் கொடியின் நடுவில் உள்ள மேப்பிள் இலை மட்டும் எந்தக் காலமும் கொட்டுவதில்லை.

என்ரை தேவதைகளை என்னிடமிருந்து பிரித்துவிட்டார்கள். புத்தபிக்குகள் அணியும் அங்கிக் கலரில் கால் சட்டையையும் மேல் சட்டையையும் சேர்த்து தைத்த ஒரு நீளமான உடுப்பை 24 மணிநேரமும் அணிந்தபடி நான் அவர்களையே நினைத்துக் கொண்டிருக்கிறேன். 160 வருடங்களுக்கு முன்பு அடைத்து வைத்த முதல் ஐந்து கைதிகளின் பெயர்களை இங்கே பொறித்து வைத்திருக்கிறார்கள். நான் படுக்கும் படுக்கையில் இதற்குமுன் ஆயிரம் பேர்களாவது படுத்து எழும்பியிருப்பார்கள். படுத்த சிலர் எழும்பாமல்கூட விட்டிருப்பார்கள். கொலக்ட் கோல்கள் வாய்க்காத, கடிதங்கள் கிடைக்காத, விசிட்டர்கள் ஒருவருமே அனுமதிக்கப்படாத அந்நிய நாட்டு கைதி ஒருவன் இங்கே வாழ்ந்தான். அவன் பெயர் இது என்று பின்னால் பொறித்து வைப்பார்களோ தெரியவில்லை.

'ஜுலை 1, 1867ல் சில மாகாணங்கள் ஐக்கியமாகி கனடா என்ற புதிய நாட்டை ஏற்படுத்தின. இது தற்பொழுது 10 மாகாணங்களையும் 2 பிரதேசங்களையும் கொண்டுள்ளது. கனடாவின் முதல் பிரதமர் சேர் ஜோன் ஏ. மக்டோனல்ட். கனடாவின் ராணியாகிய மேன்மை தங்கிய இரண்டாவது எலிஸபெத்துக்கும், அவரின் வாரிசுகளுக்கும், அவரின் பின் பதவிக்கு வருபவர்களுக்கும் நான் சட்டத்திற்கு அடக்கமானவ னாகவும், விசுவாசமானவனாகவும், தேசபக்தி கொண்டவனாகவும் இருப்பேன் என்று சத்தியப் பிரமாணம் செய்கின்றேன்.'

மேன்மை தங்கிய ஐயா, எப்போதாவது எனக்குக் குடியுரிமை கிடைக்கும் என்ற எண்ணத்தில் மேலே சொன்னவற்றை நான் மனப்பாடம் செய்து வைத்திருக்கிறேன். என்ரை றிவியூ அப்பீலைத் தள்ளுபடி செய்து என்னைத் திருப்பி அனுப்புமாறு கெஞ்சிக் கேட்டுக் கொள்கிறேன். நான் இங்கு கள்ளமாக வந்து சேர்ந்தமாதிரியே என்னைக் கொன்ரெய்னரில் போட்டு அனுப்பினாலும் சம்மதமே.

என்ரை மனைவிக்கு ஐந்தாவது குழந்தை பிறந்திருப்பதாகச் செய்தி கிடைத்திருக்கிறது. என்னுடைய உதவியில்லாமல் இது நடக்க வழியில்லை. இது சுத்தப்பொய்.

இங்கிருந்து 10000 மைல் தொலைவில், இலுப்பைப்பூ கொட்டுகிற இரவில் எண்ணெயை மிச்சம் பிடிப்பதற்காகத் திரியைக் குறைத்து வைத்து ஏழு மணிக்கே படுக்கப்போகும் சனங்கள் கொண்ட ஒரு சிறு கிராமம் இருக்கிறது. விரித்தவுடன் சுருண்டு விடும் தன்மை கொண்ட ஒரு பாயை விரித்து, ஒரு பக்கத்தில் இரண்டு பிள்ளைகள், மறு பக்கத்தில் இரண்டு பிள்ளைகள் என்று சரி சமமாக தன்னைப் பிரித்துக் கொடுத்து, வானத்தில் ஹெலிகொப்ரர்கள் பறக்காத ஓர் இரவிலே, வெள்ளிகளுக்கு நடுவாகத் தோன்றும் ஒரு சிவப்புக் கிரகத்தைப் பார்த்தபடி படுத்திருக்கும் என் மனைவியைக் கொண்ட இந்த அற்புதமான கிராமத்துக்கு நான் திரும்பிப் போகவேண்டும். அங்கே ரோடு போடுபவர்களுக்குக் கல் சுமந்து கொடுத்து என்ரை வாழ்க்கையை ஓட்டிவிடுவேன். மீண்டும் உத்திரவாதம் தருகிறேன். இந்தக் கொழுத்த பிள்ளையின் வயது பத்து என்பது எனக்குத் தெரியவே தெரியாது.

நிச்சயமாகச் சொல்கிறேன். நான் குடியுரிமை கிடைக்கும் ஆசையில் கஷ்ரப்பட்டு மனப்பாடம் செய்த எல்லாவற்றையும் விரைவில் மறந்துவிடுவேன் என்றும் உறுதி கூறுகிறேன். என்னை எப்படியும் திருப்பி அனுப்பிவிடுங்கள்.

இப்படிக்கு,

உங்கள் கீழ்ப்படிவான,
சண்முகலிங்கம் கணேசரட்னம்
சிறைக்கூடம் எண் 37
Kingston Penetentiary
555, King Street W

அடுத்த புதன்கிழமை உன்னுடைய முறை

வாரத்தில் ஏழு நாட்கள் இருப்பதில்தான் முதல் பிரச்சனை ஆரம்பமானது. இதை மாற்றுவது அவனுடைய ஆற்றலுக்கு அப்பாற்பட்டது. வாரத்தில் ஆறு நாட்கள் இருந்திருக்கலாம். எட்டு நாட்கள்கூட பரவாயில்லை. ஒற்றைப் படையாக ஏழு நாட்கள் வந்ததில்தான் விவகாரம். 1700 வருடங்களுக்கு முன்பு ரோமாபுரி பெரும் சக்கரவர்த்தி கொன்ஸ்டன்ரைன் வாரத்தில் ஏழு நாட்கள் என்று தீர்மானித்ததை அவன் எப்படி மாற்ற முடியும்.

இதனால் மணமுடித்த ஆரம்பத்தில் சில தொந்திரவுகள் ஏற்பட்டுத் தீர்க்கப்பட்டன. அவன் மனைவி கருவுற்றபோது அவை இன்னும் தீவிரமடைந்தன. லவங்கி பிறந்தபோது கனவிலும் அவன் நினைத்திராத பல பிரச்சனைகள் உருவாயின. ஆனால் அவன் மனைவி பட்டியல் போடுவதில் திறமைசாலி. எந்தப் பிரச்சனையையும் பட்டியல் போட்டு தீர்த்துவிடுவாள். லவங்கி பிறந்தபோது ஏற்பட்ட மேலதிக வேலைகளுக்கும் பட்டியல் தயாரித்து அவற்றைச் சமமாகப் பங்கிட்டுக் கொண்டார்கள். குழந்தைக்கு உடை மாற்றுவது, குளிக்க வார்ப்பது, மழலைக் கீதம் பாடுவது, நித்திரையாக்குவது, உணவு பால் கொடுப்பது, விளையாட்டுக் காட்டுவது, நாப்பி மாற்றுவது எல்லாம் பட்டியலில் இருந்தன. எவ்வளவு எளிய வேலை என்றாலும் அது பட்டியலின் பிரகாரம் சரிசமமாகப் பிரிக்கப்பட்டது.

அப்போதுதான் புதன்கிழமை பிரச்சனை உருவானது. ஞாயிறு, திங்கள், செவ்வாய் அவனுடைய முறை. வியாழன், வெள்ளி, சனி அவளுடைய முறை. புதன்கிழமை நடுவே வந்தது. அதை யார் செய்வது, அதற்கும் அவள் வழி கண்டு பிடித்து சுமுகமாகத் தீர்த்துவைத்தாள். ஒரு மாதம் புதன்கிழமை அவன் வசம், அடுத்த மாதம் அவள் வசம்.

பிறந்து பத்து மாதங்களில் லவங்கியின் எடை 14 றாத்தல் கூடியிருந்தது. அதில் ஏழு றாத்தல் அவனுக்குச் சொந்தம், மீதி ஏழு றாத்தல் அவளுக்குச் சொந்தம். திங்கள் காலை ஏழு மணிக்கு அவன் லவங்கிக்குப் பால் கொடுத்து, ஆடையணிந்து காரின் பின் இருக்கையில் வைத்துக்கட்டி அவளைக் குழந்தைகள் காப்பகத்துக்கு எடுத்துச் செல்வான். மாலையில் அவள் லவங்கியை அழைத்து வருவாள். இந்த வேலைப் பங்கீடு கறாரான ஒழுங்குடன் நடைபெற்றது.

தவழத் தொடங்கியபோது லவங்கிக்குப் பெரிய குழப்பம் உண்டானது. அவளுடைய பொம்மை ஒன்றை நெடுநேரம் கூர்ந்து பார்ப்பாள். தவழும் நிலைக்கு வந்து தயாராவாள். பிறகு தலையைக் கீழே போட்டுக்கொண்டு உந்தி உந்தி பின்பக்கம் போய்விடுவாள். அந்தப் பொம்மை இன்னும் தூரமாகிவிடும். தன் இயக்கத்தில் ஏதோ தவறு இருப்பது லவங்கிக்கு வெகுகாலமாகத் தெரியவில்லை. இறுதியில் எப்படியோ முன்னுக்கு தவழப் பழகிவிட்டாள்.

புத்தகங்களில் லவங்கிக்கு அளவில்லாத பிரியம். அவன் படித்தால் கேட்டுக்கொண்டே இருப்பாள். சில வேளைகளில் வேண்டுமென்றே புத்தகத்தை அவன் தலைகீழாக வைப்பான். அதைத் திருப்பி வைக்கலாம் என்பது லவங்கியின் மூளையின் எல்லைக்குள் வராது. எதிர்ப்பக்கம் தவழ்ந்து போய் உட்காருவாள். அவன் மனைவியைப் பார்த்து 'உன் மூளை உன் மகளுக்கு' என்று சீண்டுவான். பட்டியல்காரி 'இல்லை, சரி பாதி' என்பாள்.

அவன் ஒரு பல்கலைக்கழகத்தில் விரிவுரையாளர். வேலை கனமில்லாதது, ஆனால் ஒரு சிக்கல் இருந்தது. அவனுடைய வீட்டிலிருந்து பல்கலைக்கழகம் ஒன்றரை மணி நேர கார் பயண தூரத்தில் இருந்தது. இப்படி ஒரு நாளில் அவனுக்கு மூன்று மணிநேரம் பிரயாணத்தில் செலவழிந்துவிடும். வீடு திரும்பும்போது மிகவும் களைத்துப்போய் வந்து சேர்வான்.

ஒரு தனியார் கணக்காய்வு நிறுவனத்தில் அவள் கடுமை யாக உழைத்தாள். தன் கைவசம் உள்ள வேலையெல்லாம் முடிவதற்கிடையில் நேரம் தீர்ந்துவிடுகிறது என்று தினமும்

முறைப்பாடு வைப்பாள். நாளுக்கு 12–14 மணி நேரவேலை. இது தவிர ஆலோசனைக் கூட்டங்களில் பங்கேற்பு, நெடுந்தூரப் பயணம் எல்லாம் உண்டு. எந்தவிதப் பிரச்சனைகளையும் முன்கூட்டியே அனுமானித்து அவற்றை எதிர்கொள்வது அவர்கள் வழக்கம். அதன்படியே நாளாந்தப் பட்டியல் தயாரித்து அவனுக்கு அவளுக்கு என்று பிரித்து சமாளிக்கப் பழகிக்கொண்டனர். மேலதிக வேலையாகக் கடமைகள் சரிவர நிறைவேற்றப்படுகின்றனவா என்பதையும் அவளே கவனித்துக்கொண்டாள்.

அவனுடைய மனைவி இரண்டு நாள் கருத்தரங்கு ஒன்றுக்கு ஆயிரம் மைல் தூரம் செல்கிறாள். இதுதான் அவள் முதல் தடவை லவங்கியை விட்டுப் பிரிவது. அவன் இரண்டு இரவுகளும் இரண்டு பகல்களும் லவங்கியைத் தனியாக கவனிக்கவேண்டும். அது ஒன்றும் பெரிய பிரச்சனை இல்லை. அவள் திரும்பிய பிறகு வேலைப் பங்கீடுகளை மீண்டும் சரிபண்ணிக்கொள்ளலாம்.

வழக்கம்போல டேகேரில் இருந்து லவங்கியைக் கூட்டி வந்தான். பால் கொடுத்துக் குளிக்க வார்த்துச் சரியாக ஏழு மணிக்கு படுக்கையில் போட்டான். வழக்கத்திலும் பார்க்க லவங்கி அன்று சோர்வுடன் காணப்பட்டாள். இரவு படுக்குமுன் லவங்கியின் அறைக்குச் சென்று பார்த்தான். அவள் அனுங்குவது கேட்டது. தொட்டுப் பார்த்தால் உடம்பு கணகணவென்று கொதித்தது. வீட்டிலே எப்பொழுதும் தயாராக இருக்கும் காய்ச்சல் மருந்தைக் கொடுத்தான். ஒரு மணி நேரம் பொறுத்துப் பார்த்தபோது காய்ச்சல் கொஞ்சமும் குறையவில்லை. ஆனால் மூச்சு முட்டல் அதிகமாகி சிணுங்கல் அழுகையாக மாறியிருந்தது.

லவங்கி இன்னும் இருபது றாத்தல் எடையை எட்டவில்லை. காரில், பின் பக்கம் பார்க்கும் சீட்டில் அவளைப் போட்டுக் கட்டி, அவசர சிகிச்சைப் பிரிவுக்கு விரைந்தான். மனைவி இருந்தால் குழந்தை பக்கத்தில் இருப்பாள். இன்று யாருமில்லை. பின் சீட்டில் இருந்த அவளைப் பார்க்க முடியாதது பெரிய குறையாகப்பட்டது. லவங்கி மூச்சுவிடத் திணறுவதும், முனகுவதும் கேட்டது. புறப்படுமுன் அவளுடைய காய்ச்சல் 103 டிகிரி. வேக எல்லைகளைக் கவனிக்காமலும், மஞ்சள் கோடுகளை மதிக்காமலும், அடிக்கடி மிருதுவான குரலில் 'லவங்கி, லவங்கி' என்று உச்சரித்தபடியே காரை ஓட்டினான்.

நேற்று லவங்கியிடம் அவன் மிகவும் கடுமையாக நடந்து கொண்டு விட்டான். பாத்திரம் கழுவியில் அவளுக்கு மோகம் அதிகம். அவன் மூடியைத் திறந்ததும் அவள் தவழ்ந்து வந்து ஏறி உட்கார்ந்துகொள்வாள். இறங்காமல் அடம் பிடிப்பாள். சத்தமாக

அவன் ஓர் அதட்டல் போட்டான். அவள் விம்மி விம்மி அழத் தொடங்கினாள். மிகச் சாதாரணமாக ஒரு இன்பத்தைத் தான் அவளுக்கு மறுத்ததை நினைத்தபோது என்னவோ செய்தது.

அவசரப் பிரிவில் லவங்கியைப் பரிசோதித்த டொக்டருடைய முகத்தைக் கூர்ந்து கவனித்தான். அவர் எல்லாவித சோதனைகளையும் செய்தார். காய்ச்சலைக் குறைக்க கடுமையான மருந்தொன்றைக் கொடுத்து ஒரு மணி நேரம் காத்திருக்கச் சொன்னார். அப்படியே செய்தான். இருந்தும் உஷ்ணம் குறையவில்லை. லவங்கி அடிக்கடி கண்களைத் திறந்து பார்த்தாள். அதற்குக் கூட போதிய பலம் இல்லாததால் மூடிவிட்டாள். இரும்புக் கதவை மூடுவது போல பெரிய சத்தத்துடன் சுவாசம் வந்துகொண்டிருந்தது. ஒவ்வொரு முறையும் இந்த சுவாசம்தான் கடைசி சுவாசமாக இருக்குமோ என்ற பயம் எழுந்து கொண்டே இருந்தது.

அவசர சிகிச்சைப் பிரிவுக்கு அம்புலன்ஸ் வாகனங்கள் அடிக்கடி வந்தபடியே இருந்தன. கை அறுந்து தொங்கியபடி ஒரு சிறுவனைக் கடைசியாக சில்லு வைத்த கட்டிலில் தள்ளிக் கொண்டு வந்தார்கள். பின்னால் பெற்றோர் ரத்தக்கறை உடையுடன் விரைந்தார்கள். இவனால் தொடர்ந்து மாறிக் கொண்டு வரும் வேதனைக் காட்சிகளைத் தாங்க முடியவில்லை. லவங்கியை நெருக்கமாக அணைத்தபடி காத்திருந்தான்.

மருத்துவர் மறுபடியும் வந்து புதிய பரிசோதனைகள் செய்ய வேண்டும் என்றார். ஒரு தாதி வந்து ரத்தம் எடுப்பதற்காக ஊசியைச் செலுத்தினாள். ஐந்து நிமிட நேரம் ஐந்து இடங்களில் கிண்டினாள். பல தடவை முயற்சி செய்தும் அவளால் ரத்த நாளத்தைக் கண்டுபிடிக்க முடியவில்லை, தலைமைத் தாதி போலத் தெரிந்த ஒருத்தி வந்து மீண்டும் முயற்சி செய்தாள். லவங்கி தன் கையைக் கொடுத்துவிட்டு இந்த உலகத்தில் தன்னைக் காக்க ஒருவருமே இல்லை என்பது போல உச்சக் குரலில் கதறினாள். போதிய ரத்தத்தை உறிஞ்சி எடுத்தபிறகு முன் யோசனையாக ஊசியை வெளியே எடுக்காமல் கையுடன் சேர்த்துக் கட்டுப்போட்டு வைத்தார்கள். இப்பொழுது லவங்கி அவன் கழுத்தைக் கட்டிப்பிடித்தபடி, கால்கள் இரண்டையும் அவன் இடுப்பில் பாம்பு போல சுற்றிக்கொண்டு, விம்மியபடியே இருந்தாள்.

அவளுடைய சின்ன உடம்பை வதைப்பதற்கு இன்னும் பல தயாரிப்புகள் நடந்தன. இப்பொழுது சிறுநீர் வேண்டும் என்றார்கள். பச்சைக் குழந்தையிடம் சிறுநீர் எடுப்பது எப்படி?

அவர்கள் விடுவதாக இல்லை. அதே தாதி வந்தாள். அவளுடைய கெட்டியாக நிற்கும் வெள்ளை கவுனை பார்த்த கணமே லவங்கி கத்தத் தொடங்கினாள். ஒரு மிக மெல்லிய ட்யூபை அவள் உடம்புக்குள் செலுத்தினாள். லவங்கியின் அலறல் எல்லையைக் கடந்துவிட்ட காரணத்தினால் உடலை வில்லுப் போல எதிர்ப்பக்கமாக வளைத்துத் திமிறித் தன் எதிர்ப்பைக் காட்டினாள்.

'இரவு அவர்கள் ஆஸ்பத்திரியில் தங்க வேண்டும்' என்றார் டொக்டர். லவங்கியின் சிறிய கையிலே ஒரு பிளாஸ்டிக் காப்பு மாட்டப்பட்டது. அதிலே அவளுடைய பெயரும், தேதியும், ஒரு நம்பரும் இருந்தது. லவங்கியைப் பற்றிய எல்லாப் பதிவுகளும் கம்ப்யூட்டரில் இந்த நம்பரின் கீழ் பதியப்படும் என்றார்கள். லவங்கியின் வீட்டு ஆடையைக் களைந்துவிட்டு, பின்னுக்கு முடிச்சுப்போடும் ஒரு தொளதொள நீலக் கவுனை அணிவித்தார்கள். தடுப்பு போட்ட உயரமான கட்டிலில் அவளைக் கிடத்தி, அந்தச் சின்னக் கையிலே குத்தியிருந்த ஊசியின் மூலம் சேலைன் சொட்டுகளை உடம்பிலே செலுத்தத் தொடங்கினார்கள். கால் பெருவிரலில் தொடுத்த வயர், அவளுடைய உயிர் விநாடிகளை, கம்ப்யூட்டர் திரையில் இருதயத் துடிப்பாகக் காட்டியது. மூக்கிலே பிராண வாயுவும் போனது. இவை எல்லாம் ஆயத்தங்கள்தான். சிகிச்சை இன்னும் ஆரம்பிக்கவில்லை என்றார்கள். கடுமையான வலியிலிருந்து அவள் மெல்ல மெல்ல விடுபட்டு வருவதுபோலத் தெரிந்தது. அவன் அவளுடைய முதுகை வருடியபடியே இருந்தான்.

இரவு மணி இரண்டிருக்கும். மறுபடியும் டொக்டர் வந்தார். சோதனையில் கிடைத்த தகவல்கள் சிகிச்சைக்குப் போதாது, லவங்கியின் சுவாசப் பைகளை எக்ஸ்ரே எடுக்க வேண்டும் என்றார். இதற்குமுன் எத்தனையோ பேர் படுத்த கட்டிலில் ஒரு பாவப்பட்ட ஜீவனைப்போல சுருண்டுபோய் லவங்கி அப்பொழுதுதான் சற்று அயர்ந்திருந்தாள்.

நூறு பின்னல்கள் செய்து மடித்துக் கட்டிய தலையோடு கறுப்பின இளைஞன் ஒருவன் வந்தான். எக்ஸ்ரே எடுப்பதற்கு அவனே வண்டியில் அவளைத் தள்ளிப் போனான். அவள் அணிந்திருந்த நீல நிற சைஸ் பெரிதான ஆஸ்பத்திரி கவுனை அகற்றினார்கள். ஓர் இரவிற்கிடையில் அவளுடைய விலா எலும்புகள் வரிவரியாகத் தள்ளிக்கொண்டு நின்றன. ஈயக் கவசம் அணிந்த ஊழியர் இருவர் லவங்கியைத் தூக்கிப் பிடித்து சதுரமான உலோகத்தில் நெஞ்சை அழுத்தி எக்ஸ்ரே எடுத்தார்கள். லவங்கி யாரோ துப்பாக்கியைக் காட்டியது போல இரண்டு கைகளையும்

தூக்கிப் பிடித்தபடி தலையைக் குனிந்து கதறினாள். ரத்தம் எடுக்கும் போதும், ரப்பர் குழாயை உள்ளே செலுத்தும் போதும் இல்லாத அழுகையாக இந்த அலறல் இருந்தது. அந்நியர்கள் இப்படி அமுக்கிப் பிடிக்க அனுமதித்த தன் அப்பாவை நம்ப முடியாத கண்களினால் கெஞ்சினாள். அந்தப் பரிதாபமான விழிகள் அவன் நெஞ்சத்தில் ஆழமாகப் பதிந்தன.

டொக்டர் காலை ஐந்து மணிக்கு வந்தார். மறுபடியும் பரிசோதனைகள். சேலைனுடன் சேர்த்து பொதுப்படையான மருந்து செலுத்தினார்கள். இதுவும் தற்காலிக ஏற்பாடுதான். சுவாசப்பையில் நீர் கட்டியிருக்கிறது, அதை அகற்றவேண்டும். பெரிய டொக்டரையும், ரேடியோலஜிஸ்டையும் கலந்துதான் முடிவுக்கு வரமுடியும் என்றார். அவனுக்குத் திக்கென்றது. என்றென்றைக்குமாக அவனைவிட்டு லவங்கி போய்விடுவாளோ என்ற திகில் பிடித்தது. அந்த நேரம் பார்த்து அவன் மனைவி கைபேசியில் அழைத்தாள். அன்றைய கருத்தரங்கில் அவள்தான் முதல் பேச்சாளர். அவளைக் கலவரப்படுத்த அவன் விரும்ப வில்லை. வீட்டிலே எல்லாம் ஒழுங்குமுறையாக நடக்கின்றன என்பதுபோல சொல்லி வைத்துவிட்டான்.

அவனுடைய பல்கலைக்கழகத்தை அழைத்து தகவல் விட்டான். அன்று அவனுக்கு மிகப் பிரதானமான ஒரு சந்திப்பு இருந்தது. கடந்த ஆறுமாத காலமாக முயற்சி செய்து கிடைத்தது. அதையும் கான்சல் பண்ணினான். இரண்டு அவுன்ஸ் பாலை போத்தலில் ஊற்றி அவளுக்குப் புகட்டப் பார்த்தான். லவங்கி மறுபக்கம் திரும்பிப் படுத்துவிட்டாள்.

லவங்கியின் காய்ச்சல் குறைந்தவிட்டதாகத் தாதி சொன்னது கொஞ்சம் ஆசுவாசமாக இருந்தது. மூச்சு சிரமப்பட்டு போனது. ஆனால் முந்திய மாதிரி திணறல் இல்லை. முனகல் மாத்திரம் இருந்தது. சுவாசப்பை *90* வீதம் வேலை செய்வதாக மீட்டர் சொன்னது. இருதயத்தின் ஒலியை கம்ப்யூட்டர் வரைபடமாகக் காட்டியது. அதில் ஏற்படும் சிறு ஒலி மாற்றமும் இவனுக்கு பகீரென்றது.

கடைசியில் ரேடியோலஜிஸ்ட் வந்தார். ‘சுவாசப்பையில் தண்ணீர் கட்டவில்லை. ஒரு சுவாசப்பை மடிந்து சுருங்கிவிட்டது. லவங்கி *24* மணி நேரமாக ஒரு சுவாசப்பையில்தான் உயிர் வாழ்ந்திருக்கிறாள். சேலைனுடன் சேர்ந்து புதிய மருந்தை உட்செலுத்தினால் சுவாசப்பை பழைய நிலமைக்கு மீண்டு விடும். பயப்படத்தேவை இல்லை’ என்றார்.

அவனுக்குக் கொஞ்சம் ஆறுதலாக இருந்தது. மெல்ல லவங்கியைத் தடவியபடியே பார்த்தான். பலவித வயர்களும், டியூபுகளும் அவள் உடலில் இருந்து மேலே போயின. கயிற்றிலே வேலை செய்யும் ஒரு பாவையை யாரோ எறிந்துவிட்டது போல நடுக் கட்டிலில் அநாதரவாகக் கிடந்தாள்.

பின்னேரம் நாலு மணியளவில் ஒரு திருப்பம் ஏற்பட்டது. சுவாசப்பை வேலை 100 வீதம் காட்டியது முதன்முதலாக அப்பொழுதுதான். இத்தனை மணி நேரத்துக்குப் பிறகு வாயைத் திறந்து லவங்கி புன்னகை செய்தாள். இயக்கமில்லாத நிலையிலும் தன் மெலிந்துபோன வயிற்றை மெத்தையிலிருந்து எம்பி எம்பிக் காட்டியபடியே சிரித்தாள். அவனுக்கு மனதை என்னவோ பிசைந்தது.

ஆறுமணிக்கு முதன்முதலாக பால் இரண்டு அவுன்ஸ் குடித்தாள். தாதி வந்து பார்த்துவிட்டு இனிமேல் பயப்பட ஒன்றுமில்லை, பசிக்கும்போதெல்லாம் பால் கொடுக்கலாம் என்றாள். அவனுக்குக் கொஞ்சம் நிம்மதி திரும்பியது. மனைவியைக் கூப்பிட்டுச் சொல்லுவோமா என்று நினைத்தான். மறுபடியும் இப்பொழுது சொல்லி என்ன பிரயோசனம், வந்த பிறகு பார்க்கலாம் என்ற எண்ணத்தை மாற்றிவிட்டான்.

அன்று இரவு பார்க்க வந்த டொக்டர் நல்ல முன்னேற்றம் என்றார். எல்லாப் பரிசோதனைகளையும் மீண்டும் செய்தார். மூச்சு சீராக இயங்குகிறது. இன்று இரவும் இப்படியே தாண்டி விட்டால் நாளை பெரிய டொக்டர் வீட்டுக்குப் போக அனுமதிப்பார் என்றார். வாழ்க்கையில் முன்னெப்போதும் கிடைக்காத ஓர் ஆறுதல் அப்போது கிடைத்தது.

ஆனால் புதிய அதிர்ச்சி ஒன்றை அன்று இரவு அவன் எதிர்பார்க்கவில்லை.

மனைவியிடம் இருந்து பத்து மணிக்குத் தொலைபேசி வந்தது. அவள் கலந்துகொண்ட கருத்தரங்கைப் பற்றி நிறையப் பேசினாள். மனது நிறைய சந்தோசமாக இருந்தாள். அடுத்த நாள் மாலை வந்துவிடுவதாகக் கூறினாள். அப்போதுகூட சொல்லிவிடலாம் என்று தோன்றியது. அவளுடைய அழகான நித்திரையைக் கெடுத்து என்ன பிரயோசனம் என்று தவிர்த்து விட்டான்.

குளிரூட்டப்பட்ட அறையின் நாற்காலியில் அமர்ந்தபடியே அன்று அவன் உறங்கினான். இரவு பன்னிரெண்டு மணியிருக்கும். ஆஸ்பத்திரியில் இவனுடைய இரண்டாவது இரவு. திடீரென்று

லவங்கி எழுந்து வீர் என்று அலறினாள். வயர்களும், டியூபுகளும் நாலு பக்கமும் இழுக்க நிலைகொள்ளாமல் துடித்தபடி படுக்கையில் சுருளத் தொடங்கினாள். இவன் அவசர மணியை அழுத்திவிட்டு தடுப்பைக் கீழே இறக்கி அவளை வேகமாக அள்ளினான். அவன் கையிலே லவங்கி வழுக்கியபடி துடித்துக் கொண்டிருந்தாள்.

இரண்டு தாதிமார் ஓடிவந்தார்கள். லைட்டைப் போட்டார்கள். ஊசி ஏற்றப்பட்ட அவளுடைய கை வீங்கிப் போய் மினுமினுத்தது. தாதி உடனே யோசிக்காமல் ஊசியை நீக்கி கட்டையும் அவிழ்த்துவிட்டாள். லவங்கியின் விரல்கள் பந்து போல் சுருண்டு, உள்ளங்கை ரேகைகள் மறைந்துவிட்டதைப் பிரமிப்புடன் பார்த்தான். அது அவளுடையது அல்ல வேறு யாருக்கோ சொந்தமான தனியுறுப்புபோல அசிங்கமாக ஊதிப் போய்க் கிடந்தது.

ஊசி நழுவி சேலைன் தசைக்குள் போயிருக்கிறது. தாதியர் வீக்கத்தை அடக்குவதற்குச் சிகிச்சை கொடுத்தார்கள். லவங்கி அப்படியே அழுது அழுது இனிமேல் இயலாது என்ற நிலையில் ஓய்ந்துபோனாள். இருந்தும் அவளுடைய உடல் வெகு நேரமாக நடுங்கிக்கொண்டிருந்தது. இந்த உலகத்தில் யாருமே இல்லை என்பது போன்ற தனிமையில் துயரமும், மௌனமும் அழுத்த அவன் சுவரை வெறித்தபடி உட்கார்ந்திருந்தான். அவனுடைய இருதயத்தைப் போலவே அவனுடைய மடியிலும் ஓர் உயிர் துடித்தது. ஒன்பதாவது மாடியின் அந்த அறைக்குள் சூரியனுடைய முதல் கிரணங்கள் நுழையும் வரை அவன் அசையவில்லை.

காலை டொக்டர் வந்து பார்த்தபோது வீக்கம் குறைந்திருந்தது. அதற்கான சிகிச்சைக்கு மருந்து எழுதினார். பிறகு பின்னேரம் வீட்டுக்குப் போகலாம் என்றார். நம்பமுடியாத திகைப்பும், மகிழ்ச்சியும் அவனுக்கு ஏற்பட்டது. ஏதாவது விளையாட்டு காட்டுவதற்கு லவங்கியை ஒரு சிறு தள்ளுவண்டியில் வைத்துத் தள்ளிக்கொண்டு அந்த வார்டைச் சுற்றி ரவுண்டு வந்தான். ஒரு மனித உடல் தாங்கக்கூடிய எல்லை மட்டுமான வலியை அவள் அனுபவித்துவிட்டாள். அதை எல்லாம் மறந்து பிரகாசமான ஒரு சிரிப்பு சிரித்தாள். அவள் என்ன கேட்டாலும் அந்த விநாடி அதைச் செய்வதற்கு அவன் சித்தமாயிருந்தான்.

நாலு மணியளவில் தாதி வந்தாள். அவளைக் கண்டதும் லவங்கி கண்களைத் தாழ்த்தி, அவன் தோள்களுக்குள் தலையைப் புதைத்து மறைந்துபோகப் பார்த்தாள். லவங்கியின் கையிலே மாட்டிய பிளாஸ்டிக் காப்பை வெட்டினாள். அடுத்த இரண்டு நாட்களும் என்ன மருந்து, எப்போது கொடுக்க வேண்டும் போன்ற விவரங்களை அவள் சொல்ல குறித்துக் கொண்டான்.

லவங்கிக்கு வந்தது நியூமோனியா. ஒரு சுவாசப்பை கொடூரமான கிருமிகளால் தாக்கப்பட்டிருந்தது. அடுத்த சுவாசப்பையும் எந்த நிமிடத்திலும் மடிந்திருக்கலாம். அவன் அவசர சிகிச்சைக்கு வந்ததால் குழந்தை பிழைத்தாள். இனிமேல் கவனமாய் இருக்க வேண்டும் என்றாள். கிடைக்க முடியாத பொக்கிஷம் ஒன்று கிடைத்ததுபோல லவங்கியை அள்ளி தூக்கிக்கொண்டான். பிரத்தியேகமான குழந்தை இருக்கையில் அவளை இருத்திக் கட்டி, 'லவங்கி, லவங்கி' என்று மெல்லிய குரலில் அழைத்தபடி காரைக் கிளப்பினான். அவளுக்கு பிடித்த பாட்டை வைத்தான். அந்த கீதம் காரை நிறைத்தது. லவங்கி மெதுவாக இரண்டு பக்கமும் தலையை ஆட்டியபடி தூங்க ஆரம்பித்தாள்.

வீடு வந்ததும் விழித்துக்கொண்டாள். தனது அறையையும், தனது பொம்மைகளையும் பார்த்து ஆரவாரப்பட்டாள். இதுவரை காணாத ஒரு புது உலகத்துக்குள் வந்தது போல மகிழ்ச்சி அவளை மூழ்கடித்தது. நாலு கால்களிலும் தவழ்ந்து தவழ்ந்து தன் முழு அறையையும் திருப்தி ஏற்படும் வரைக்கும் சோதித்து உறுதி செய்தாள்.

அவளுடைய பாலைச் சூடாக்கி பருக்கினான். இரவு உடைக்கு அவளை மாற்றினான். நீல மேற்சட்டை, மஞ்சள் காற்சட்டை. அப்பொழுதுதான் அவனுக்கு ஞாபகம் வந்தது, இரண்டு நாட்களாக தான் ஒன்றுமே உண்ணவில்லை என்பது. ஆனால் சமைத்துச் சாப்பிடும் மூடில் அவன் அப்போது இல்லை. ஏதாவது இலகுவான உணவு போதும். ஒரு சூப் டின்னைத் தேடி எடுத்து, ஒரு பாத்திரத்தில் இட்டு, நுண்ணலை அடுப்பில் வைத்து இரண்டு நிமிட பட்டனை அமுக்கினான். அது பாத்திரத்தைச் சுழலவிட்டது.

லவங்கி அவளுக்கு மிகவும் பிடித்தமான ஒரு விளையாட்டை ஆரம்பித்திருந்தாள். பிளாஸ்டிக் பைகளை பிசைந்து தலையிலே கவிழ்த்து விளையாடுவது. தடுக்கப்பட்ட விளையாட்டு என்றபடியால் அவளுக்கு அதிகமான ஆவல் ஏற்பட்டது. இந்தக் கட்டுப்பாடற்ற சுதந்திரம் அவளுக்குப் பிடித்திருந்தது. வெகு விரைவிலேயே இதற்கு ஒரு தடை வரும். அதற்கிடையில் அந்த விளையாட்டின் உச்சத்தை அடைந்துவிட எண்ணினாள். முகத்தில் தாங்கமுடியாத கள்ள சந்தோசம்.

அந்த நேரம் பார்த்து வாசல் அழைப்பு மணி கிர்ர்ங் என்று தொடர்ந்து ஒலித்தது. நிற்க அவகாசம் தராமல் அப்படி பொத்தனை அமுக்குவது வேறு யாரும் அல்ல. அவனுடைய மனைவிதான். மறுபடியும் வீட்டுச் சாவியை மறந்துவிட்டுப் போயிருக்கிறாள். மணிச்சத்தம் கேட்டு லவங்கி இருந்தபடியே

இடுப்புக்கு மேல் திரும்பி கைகள் இரண்டையும் பறவை போல ஆட்டத் தொடங்கினாள். வருவது அம்மா என்பது அவளுக்கு எப்படியோ தெரிந்துவிடும். அவள் குடிக்காமல் விட்ட மீதிப்பால் இரண்டு அவுன்ஸ் போத்தலில் அப்படியே பக்கத்தில் கிடந்தது. அவன் மனைவி உள்ளே வந்ததும் அவன் கன்னத்தில் சிறு முத்தம் கொடுப்பாள். அவனுடைய கன்னத்துக்கும் அவளுடைய உதட்டுக்கும் இடையில் நிறைய காற்று இருக்கும். கைப்பைகளைக் கீழே உதறும் அதே கணத்தில் 'லவங்கி' என்று ஆசையாகத் தாவி அவளை அணைப்பாள். இரண்டு அவுன்ஸ் பால் மிச்சம் விட்டதைச் சுட்டிக் காட்டுவாள். பிளாஸ்டிக் பைகள் தரும் ஆபத்தைப் பற்றி முறைப்பாடு வைப்பாள். தூக்க ஆடைகள் கீழுக்கு மஞ்சளும், மேலுக்கு நீலமுமாக மாட்ச் பண்ணாமல் இருக்கும் அபத்தத்தை உடனேயே மாற்றியாக வேண்டும் என்பாள். மிகக் கடினமான கணக்குகள் போட்டு அடுத்த நாளைக்கு யார் லவங்கியை டேகேரில் இருந்து அழைத்து வரவேண்டும் என்பதைச் சரியாகக் கண்டுபிடித்துச் சொல்வாள். அழைப்பு மணிச்சத்தம் அடிக்கத் தொடங்கி அது நிற்க எடுத்துக்கொண்ட நீண்ட நேரத்தில் அவன் இவ்வளவையும் நினைத்துக்கொண்டான்.

தாழ்ப்பாள்களின் அவசியம்

அம்மாவுக்குக் கனடாவில் நம்பமுடியாத பல விசயங்கள் இருந்தன. அதில் மிகப் பிரதானமானது வீடுகளில் பூட்டு என்ற பொருளுக்கு வேலை இல்லாதது. அம்மாவின் கொழும்பு வீட்டில் அலமாரிக்குப் பூட்டு இருந்தது. தைலாப் பெட்டிக்குப் பூட்டு இருந்தது. மேசை லாச்சிக்குப் பூட்டு இருந்தது. பெட்டகத்துக்குப் பூட்டு. வாசல் கதவுக்குப் பூட்டு. கேட்டிலே பெரிய ஆமைப் பூட்டு. இப்படியாகப் பூட்டு மயம்.

ஆனால் கனடாவில் குளிர்சாதனப் பெட்டிக்குக் கூடப் பூட்டு இல்லாதது மன்னிக்க முடியாத குற்றமாக அம்மாவுக்குப்பட்டது. எல்லா குளிர் சாதனப் பெட்டிகளும் பூட்டோடு வரும் என்றுதான் அவர் நினைத்தார். கொழும்பில் இருந்தபோது அவர் ஒரு வீட்டுக்குப் போயிருக்கிறார். அங்கே வரவேற்பு அறையில் விருந்தாளிகள் உட்கார்ந்து சம்பாசணை செய்யும்போது அவர்களுடைய குளிர்சாதனப் பெட்டியும் கலந்துகொண்டது. அதற்கு அடிக்கடி உயிர் வந்து சத்தம் எழுப்பும். பிறகு மௌனமாகிவிடும். அந்தக் குளிர் சாதனப் பெட்டியில் அம்மாவுக்கு மிகவும் பிடித்த அம்சம் அதில் தொங்கிய பூட்டுத்தான்.

விருந்து நடந்துகொண்டிருந்தபோது வீட்டுக்கார அம்மா வந்து சாவிபோட்டு குளிர்சாதனப் பெட்டியை திறந்து, வேண்டிய சாமான்களை எடுத்துப்போனது ஆடம்பரமாக இருந்தது. கனடாவில் பார்த்தால் அதற்குப் பூட்டு இல்லை. அதை வேறு மறைத்து வைத்திருந்தார்கள். சமையலறையில் குளிர்சாதனப்

பெட்டி இருக்கும் விசயம் மற்றவர்களுக்கு எப்படித் தெரியும் என்பதுதான் அம்மாவின் பெரிய கவலை.

அடுத்த சங்கதி குளியலறை. அதற்குப் பூட்டு இல்லாதது அம்மாவுடைய மூளையின் எல்லைக்கு அப்பாற்பட்டதாக இருந்தது. சரி, பூட்டு இல்லாவிட்டால் பரவாயில்லை. கதவையும் சாத்தமுடியாது. கதவைச் சாத்தினால் அது மெல்ல மெல்ல உயிர் பெற்றதுபோலத் தானாகவே அசைந்து நகரும். குளித்து முடித்து வெளியே வரும்போது, கதவு 'ஆ'வென்று திறந்தபடி இருக்கும். கதவுக்கு அவசரமாக ஒரு பூட்டு வாங்க வேண்டும். அல்லது குளிக்காமல் இருக்கவேண்டும்.

என்னிடம் ஒரு வார்த்தை சொல்லாமல் அம்மா நேராக என்னுடைய புத்தகத்தட்டுக்குப் போய் சி.சு. செல்லப்பா எழுதிய 'சுதந்திர தாகம்' மூன்று பாகத்தையும் எடுத்து வந்தார். எனக்கு அம்மாவிடம் இருந்த மதிப்பு மூன்று மடங்கு அதிகமாகியது. மூன்று பாகத்தையும் ஒரேயடியாகப் படிக்கப் போகிறாரா என்று நினைத்தேன். அவருடைய நோக்கம் வேறு. அட்டையில் எழுதியிருந்த தலைப்பைக்கூட அவர் பார்க்கவில்லை. குளித்துவிட்டுத் திரும்பி வரும்போது, பெரிய நிம்மதி அவர் முகத்தில் தோன்றியது. புத்தகம் நல்லதா என்று கேட்டேன். 'இந்தப் புத்தகம் தொக்கை காணாது. கதவுக்கு முண்டு கொடுப்பதற்கு இதனிலும் மொத்தமான புத்தகம் இருக்கிறதா?' என்றார்.

அம்மா தங்கியிருந்த மீதி நாட்கள் சுகமாக கழிந்தனவா என்றால் அதுவுமில்லை. ஒரு வீட்டின் வெளிக்கதவுக்குத் தாழ்ப்பாள் முக்கியம் என்ற விசயம் அம்மா சொல்லும் வரைக்கும் எனக்கு மறந்துபோனது. எங்கள் கொழும்பு வீட்டுவீதியில் எல்லா வீடுகளுக்கும் தாழ்ப்பாள் இருந்தது. உள்ளுக்கு ஒன்று, வெளியே ஒன்று. இரவு படுக்கப் போகும்போது, உள் தாழ்ப் பாளைப் போடுவோம். வெளியே போகும்போது, வெளி தாழ்ப்பாளை இழுத்துப் பூட்டுவோம். நாங்கள் குடும்பமாக பயணம் புறப்படும்போது, எனக்கு நடுக்கம் பிடித்துவிடும். கதவை இறுக்கிச் சாத்தி தாழ்ப்பாள் போட்டு அம்மா ஆமைப் பூட்டை கொழுவி பூட்டுவார். அந்த ஆமைப்பூட்டு ஒரு தேங்காயளவு பெரியது. அம்மா அதை இழுஇழுவென்று இழுத்துப் பார்த்தபிறகு புறப்படுவார். நாங்களும் தொடருவோம். ஒரு நூறு அடி போனபிறகு ஐயா ஏதோ யோசித்துத் திரும்பிவருவார். ஆமைப்பூட்டில் தன் முழுப்பாரத்தையும் போட்டுத் தொங்கிப் பார்ப்பார். அதன் பிறகுதான் எங்கள் பயணம் தொடங்கும்.

கனடாவில் அம்மா வெளிக்கதவுக்குத் தாழ்ப்பாள் வாங்கிப் பூட்டவேண்டும் என்று பிடிவாதம் பிடித்தார். தன்னால் இரவுகளில்

தூங்கமுடியவில்லை என்றும் கெட்ட கனவுகள் துரத்துகின்றன என்றும் முறைப்பாடு வைத்தார். 'கனடாவில் ஒருவரும் தாழ்ப்பாள் போடுவதில்லை. எங்கள் வீட்டுப் பாதுகாப்புக்கு அபாயமணி பூட்டியிருக்கிறது. திருடர்கள் வந்தால் இலகுவில் காட்டிக் கொடுத்துவிடும்' என்றேன்.

'அது எப்படி? அபாயமணி எப்போது ஒலிக்கும்? திருடன் உள்ளே வரமுன்னரா அல்லது வந்த பின்னரா?' 'உள்ளே திருடன் நுழைந்த பிறகுதான் அபாயமணி அடிக்கும்' என்றேன். அம்மா 'என்ன பிரயோசனம், திருடன் உள்ளே வராமல் அல்லவா பார்க்கவேண்டும்' என்றார். அதற்கு என்னிடம் பதில் இல்லை.

அம்மாவுடன் பல கடைகள் ஏறி இறங்கினேன். சிலருக்கு தாழ்ப்பாள் என்றால் என்னவென்றே தெரியவில்லை. அப்படித் தெரிந்தாலும் கதவுகளைப் பூட்ட பயன்படுத்தும் தாழ்ப்பாள்கள் பற்றி அவர்கள் கேள்விப்பட்டிருக்கவில்லை. கடைசியில் பழைய சாமான்கள் விற்கும் ஒரு கடையில், கடந்துபோன நூற்றாண்டைச் சேர்ந்த இரண்டு பெரிய தாழ்ப்பாள்களைக் கண்டுபிடித்தோம். அம்மாவுக்கு மெத்தப் பிடித்துப்போனது. அவற்றைப் பூட்டிய பிறகுதான் அம்மாவுக்கு நிம்மதியாக நித்திரை வந்தது.

ஆனால் என்னுடைய நிம்மதி குலைந்துபோனது. டெலிபோன் மணி அடித்தால் அம்மாவால் சும்மா உட்கார்ந்திருக்க முடியாது. ஓடி வந்து அதை எடுக்கவேண்டும். கனடாவில் ஒருவரும் டெலிபோனை எடுப்பதில்லை. அது ஒரு அழகுக்காகத்தான் வீட்டில் இருக்கிறது. அது அடிக்கடி மணியடித்து வீட்டைக் கலகலப்பாக்கும். இதை அம்மாவுக்கு எத்தனை தடவை சொன்னாலும் புரியவில்லை. எங்கள் வீடு ஒடுக்கமானது. ஆனால் அதை ஈடுகட்டுவதற்கு நீளமாக நிர்மாணித்திருந்தார்கள். வீட்டின் துவக்கத்தில் இருக்கும் காலநிலையும் வீட்டின் அந்தலையில் இருக்கும் காலநிலையும் வேறு வேறாக இருக்கும். அவ்வளவு நீளம். அம்மாவும் விடுவதில்லை. மணிச் சத்தம் கேட்க ஆரம்பித்ததும் ஓட்டப்பந்தயத்தில் ஓடுவது போல, மூச்சைப் பிடித்து ஓடிவந்து தொலைபேசியைத் தூக்குவார். தூக்கிய வீச்சில் தொலைபேசியின் வாயில் 'ஹா' என்று கத்தி நிறுத்தி மூச்சை ஒருதரம் உள்ளே இழுத்தபிறகு 'லோ' என்று சொல்லி முடிப்பார்.

என்னிடம் ஒரு செல்பேசி உண்டு. நண்பர்கள் என்னுடன் அதிலே உரையாடினார்கள். வீட்டுத் தொலைபேசி என்ற ஒன்றை நான் பாவிப்பதில்லை. அடித்தால் அதை எடுக்க மாட்டேன். விற்பனைக்காரர்களுக்காகவும் தவறான எண் டயல் பண்ணுகிறவர்களுக்காகவும் நன்கொடை யாசிப்பவர்களுக்காக வும் வேண்டாதவர்களுக்காகவும் அதை பராமரித்தேன். அவர்கள்

விடாப்பிடியாக அதில் அழைப்பதுமட்டுமில்லாமல் தகவல்களும் விட்டார்கள். ஒவ்வொரு ஞாயிற்றுக்கிழமையும் காலை பத்து மணிக்கு நான் டெலிபோனில் அந்த வாரம் சேர்ந்திருக்கும் தகவல்களை எல்லாம் ஒவ்வொன்றாக செவி மடுத்துப் பின்னர் அழிப்பேன். அதற்கு எனக்கு அரைமணி நேரம் எடுக்கும். அம்மாவால் அதைத் தாங்கமுடியவில்லை. தொடர்ந்து வேகமாக ஓடி டெலிபோன் மணி நிற்பதற்கிடையில் அதைக் கையிலே தூக்குவதை அவர் கடமை என்றே நினைத்தார். எதற்காக இப்படி அடித்துப் பிடித்து ஓடுகிறார் என்று கேட்டேன். 'மகனே, நீ என்னைக் கூப்பிடலாம் அல்லவா? இன்றைக்கு வெந்தயக்குழம்பு வைத்தீர்களா என்று நீ கேட்கக் கூடும் என்று நினைத்தேன்.'

'தொலைபேசி மணி அடித்தால் அதைத் தொடவேண்டாம்.' 'தொலைபேசி மணி அடித்தால் அதைத் தொடவேண்டாம்' என்று அம்மாவிடம் திருப்பித் திருப்பி சொன்ன நான், கதவு மணி அடித்தால் என்ன செய்யவேண்டும் என்பதைச் சொல்லித் தரவில்லை.

ஒருநாள் நான் வெளியே போய்விட்டு திரும்பி வந்தபோது, வீட்டில் பெரிய ஆரவாரமும் சிரிப்புச் சத்தமும் கேட்டது. நான் தவறான வீட்டுக்கு வந்துவிட்டேனோ என்று வீட்டு நம்பரை சரிபார்த்துக்கொண்டேன். விருந்தினர் அறையில் அம்மாவோடு மூன்று பேர் உட்கார்ந்திருந்தார்கள். அந்த ஆண் சாம்பல் நிற ஆடை அணிந்திருந்தார். மடிப்புகள் கலைந்த கோட்டும் விளிம்புகள் தேய்ந்துபோன கழுத்துப்பட்டியுமாக உட்கார்ந்திருந்த அவருக்கு ஐம்பது வயது மதிக்கலாம். மனைவி போலத் தோற்றமளித்த குள்ளமான பெண், சாம்பல் நிற உடையில் தலையிலே சண்டியர்கள் லேஞ்சி கட்டுவதுபோல கட்டியிருந்தார். பெரிய சோபாவைப் பாதி நிறைத்து ஓர் இளம்பெண் உட்கார்ந்திருந்தாள். இரண்டு பெண்களின் உடைகளும் சாம்பல் கலரில் சாக்குத் துணியில் தைத்ததுபோல வெட்டு இல்லாமல், உருவம் இல்லாமல், சுருக்கு இல்லாமல் கவர்ச்சியே இன்றிக் காணப்பட்டன.

அறிமுகப்படுத்தும்போது, அந்த இளம் பெண் தன் பெயரைச் சொன்னாள். அவளுடைய பாதணிகள் ஒரு முதலையினுடைய தலைபோல முன்னுக்கு ஒடுங்கிப்போய் இருந்தது எனக்கு விநோதமாகப்பட்டது. நான் கேட்காமலே தனக்கு 14 வயது நடக்கிறது என்றாள். நான் பார்த்ததிலே ஆக வயதுகூடிய 14 வயதுப்பெண் அவள்தான். கைகள் இரண்டையும் தொடைகளில் வைத்து கண்களை ஒரு கணத்துக்கு கீழே இறக்கி நாடகத் தனமாக மேலே தூக்கினாள். ஒரு விரலால் தோள் மயிரைச் சுண்டிவிட்டாள். அவளுடைய சாக்குத் துணி உடையைத்

தாண்டி ஒரு கவர்ச்சி அந்த நொடியில் வெளிப்பட்டது. என்னுடைய ரத்தம் உயிர்பெற்றுச் சுழலத் தொடங்கியது.

அந்த மனிதர் அடிக்கடி இருமலால் குரல்வளையை நிறைத்தார். பேசியபோது, நாய் நக்கிக் குடிக்கும்போது ஏற்படுவது போன்ற ஓர் ஒலி அவர் தொண்டையிலே உருவானது. பிரசாரகர்களுக்கு உள்ள எல்லாத் தகுதிகளும் அவருக்கு இருந்தன. அவர் விட்ட இடத்திலிருந்து தொடர்ந்து அம்மாவிடம் பேசினார். எங்கள் வீட்டுக்கு எனக்கு அறிவிக்காமல் வந்திருந்த விருந்தினர்களுக்கு அம்மா பாசத்தோடுப் பணிவிடை செய்தார். மேசையிலே புத்தகங்களும் சஞ்சிகைகளும் துண்டுப் பிரசுரங்களுமாக பரவிக் கிடந்தன. அந்த மனிதரின் கண்களையே அம்மா உற்று நோக்கிக்கொண்டிருந்தார். அது, ஒரு கன்றுக் குட்டி தாய்ப்பசுவை பார்க்கும் பார்வை.

வீட்டுக்கு விருந்தாளிகளை வரவிடக்கூடாது. அப்படி அவர்கள் தவறுதலாக வந்துவிட்டால் அவர்களை உபசரிப்பதற்கென்று ஒரு வரைமுறை இருக்கிறது. அதில் தவறாமல் இருக்கவே நான் முயன்றேன். அந்த பிரசாரகர் சளசளவென்ற குரலில் ஒரு நீளமான வசனத்தைச் சொல்வார். பிறகு பரிசோதிப்பதற்காக 'நான் என்ன சொன்னேன்' என்று அம்மாவிடம் வினவுவார். அம்மா, அவர் சொன்னதை மூன்றாம் வகுப்பு மாணவிபோலத் திருப்பி அப்படியே ஒப்பிப்பார். வசனத்தின் கடைசிப் பகுதியில் குரலை அவர் ஏற்றுவதுபோல அம்மாவும் ஏற்றுவார். பிரசாரகருக்கு ஒரு புதிய அடிமை கிடைத்துவிட்டது போலவே எனக்குத் தோன்றியது. அந்த இளம்பெண் மரத்தரை சப்திக்க அடிக்கடி காலை மாற்றி அமர்ந்தாள். அப்படியே கண்களை ஒருமுறை கீழே இறக்கி மேலே தூக்கலாம் என்று நான் காத்திருந்தேன். என் கோபத்தை அந்த ஒரு காரணத்துக்காக நான் தள்ளிவைத்துக்கொண்டே போனேன்.

அவர்கள் போனதும் நான் அம்மாவைப் பிடித்தேன். 'ரோட்டிலே போற வாற ஆட்களை எல்லாம் வீட்டுக் கதவை திறந்து உள்ளே அழைப்பீர்களா?' என்று கேட்டேன். அம்மாவின் முகம் வாடிவிட்டது. ஒன்றுமே புரியாமல் திகைத்துப் போனார். 'நீ என்ன சொல்லுறாய். போறவாற ஆட்களா? அவர்கள் வெள்ளைக்காரர்கள்' என்றார். அம்மாவின் அசைக்க முடியாத கருத்துப்படி வெள்ளைக்காரர்கள் என்றால் திருட மாட்டார்கள், பொய்சொல்லமாட்டார்கள். கொலைசெய்ய மாட்டார்கள். பெண்களின் உறுப்புகள் எல்லாம் அவர்கள் கண்களுக்குத் தட்டையாகவே தெரியும்.

நான் முற்றிலும் கோபம் தணிந்த பிறகு ஒரு நாள் இரவு உணவுக்காக மேசையின் முன் அமர்ந்தேன். வழக்கம்போல அம்மா நின்றுகொண்டிருந்தார். அரைமணி நேரத்தில் சமைக்க வேண்டிய உணவுக்கு அம்மா அரைநாள் எடுத்திருப்பார். எவ்வளவு சொன்னாலும் உட்காரமாட்டார். ஓர் அடி தூரத்தில் இருக்கும் உணவை அவர்தான் எடுத்து கோப்பையில் வைப்பார். அதை ரசித்துச் சாப்பிடும்போது, என் முகம் எப்படி போகிறது என்பதை உன்னிப்பாகக் கவனிப்பதே அவர் வேலை.

அம்மா மெதுவாக என்னிடம் 'மகனே, உனக்கு பரவச நிலையை எட்டியவர்களின் கடவுள் பெயர் தெரியுமா?' என்றார். நான் 'தெரியாது' என்று சொன்னேன். 'உலகத்தின் ஆதிக் கடவுள் யாவே. அது ஹீப்ரு வார்த்தை. அந்த மொழியில் உயிரெழுத்து கிடையாது. எல்லாமே மெய்யெழுத்துதான். ஆகவே, அந்த வார்த்தையை உச்சரிக்கும்போது நீ எப்படியும் உச்சரிக்கலாம். ஆனால் கடவுளின் உண்மையான பெயர் ஹீப்ரு மொழி தோன்றுவதற்கு முன்னரே தோன்றிவிட்டது. அந்தப் பெயர் தெட்ராகிரம்மட்டன். ஆதிக் கடவுளை ஆராதிப்பவர்கள் இறக்கும்போது நேராகச் சொர்க்கம் செல்வார்கள். எனக்காக அவர்கள் பிரார்த்தனை செய்வதாகச் சொல்லியிருக்கிறார்கள்.'

அந்த வருடம்தான் புளூட்டொ கிரகம் அல்ல என்று அறிவிக்கப்பட்டது. அந்த வருடம்தான் இலங்கை சமாதானப் பேச்சு வார்த்தை ஜெனீவாவில் முறிந்தது. அந்த வருடம்தான் பனிக்காலம் முன்னறிவித்தல் இன்றி கனடாவில் ஒரு மாதம் முந்தி வந்தது. மரங்கள் அவசர அவசரமாக இலைகளைக் கொட்டின. அம்மா தடித்த குளிர் ஆடை அணியாமல் குழம்பு தெறித்து கறைபட்ட மெல்லிய மேலாடை தரித்திருந்தார். அவருடைய உடம்பு மெல்ல நடுங்குவதை அவர் பொருட்படுத்தவில்லை. இரண்டு கைகளையும் கழுத்து எலும்பில் வைத்துக்கொண்டு என் முழங்கால்களைப் பார்த்து தான் திரும்பப் போகவேண்டும் என்று சொன்னார். நான் மறுக்கவில்லை. காரணம் தெட்ராகிரம்மட்டன் அல்லது சமையல் அல்லது பாவாடையாகவும் இருக்கலாம். சமைப்பதை அம்மா அளவுக்கதிகமாக நேசித்தார். அதிகாலை எழும்பி அடுப்பு பற்றவைப்பதுபோல இங்கேயும் செய்ய விரும்பினார். மனிதனுக்கு கிடைத்த 24 மணித்தியாலத்தில் அரைமணிக்குமேல் கனடாவில் யாரும் சமையலுக்குச் செலவிடுவதில்லை என்பதை நம்ப மறுத்தார். சமையல் சாமான்களுடைய விலையை உடனுக்குடன் இலங்கை காசில் மாற்றி, ஒரு நிமிடம் ஆச்சரியப்படாமல் அவர் கரண்டியைத் தூக்கியது கிடையாது. அன்றைய சமையலைக் குறிப்பிடும்போது, அதன் விலையையும் சேர்த்தே சொல்வார். எட்டாயிரம் ரூபாய் இறைச்சியை வதக்கி இன்றைக்கு கறி

வைத்தேன் என்பார் அல்லது எண்ணூறு ரூபாய் கீரையைத் தாளித்து கடைந்திருக்கிறேன் என்பார்.

அம்மா திரும்பிப்போய் ஒரு மாதம் ஆகிவிட்டது. எவ்வளவு ஆர்வத்துடன் என்னைப் பார்க்க 10,000 மைல் தூரம் கடந்து வந்தாரோ அந்த ஆர்வம் எல்லாம் வடிந்து குழம்பிப்போய் திரும்பினார். மிகக் கடுமையாக நடந்துகொண்டுவிட்டேனோ என்று சிலசமயம் நான் நினைத்ததுண்டு. ஒருநாள், அம்மா பின் தோட்டத்தில் பாவாடை காயப்போட்டதற்கு பக்கத்து வீட்டுக்காரன் முறைப்பாடு செய்து அது பெரிய விவகாரமாகிப் போனது. 'என் வீட்டுத் தோட்டத்தில், நான் கட்டிய சணல் கயிற்றில், என்னுடைய பாவாடையைத்தானே காயப் போட்டேன். அவன் தலையில் போட்டேனா?' என்று அம்மா ஒருநாள் முழுக்க அரற்றினார். அவரால் புரிந்துகொள்ள முடியவில்லை. கண்கள் நனைந்து பளபளத்தன. போவது என்ற தீர்மானம் அன்றே அவர் மனதில் உருவாகியிருக்க வேண்டும். கடைசித் துரும்பு என்று சொல்வார்கள், அப்படியும் இருக்கலாம்.

டெலிபோன் அடித்தால் எடுக்கக்கூடாது என்ற விதியும் அம்மாவைப் பெரிதும் வருத்திவிட்டது. குளிர்பானப் பெட்டியை பூட்டக்கூடாது, கதவுகளைத் திறக்கக்கூடாது. பாவாடை காயப் போடக்கூடாது. விருந்தினரை உள்ளே அழைக்கக்கூடாது. இப்படியான பல சட்ட திட்டங்களை அம்மாவால் எதிர் கொள்ள முடியவில்லை.

அவர் கடைசியாக விடைபெறும்போது, விமான நிலையத்தில் கேட்ட கேள்வி இன்னும் மனதில் நிற்கிறது. 'ஒவ்வொரு ஞாயிறு காலையும் பத்து மணிக்கு நீ டெலிபோன் தகவல்களை அழிக்கிறாயா?' நான் 'ஓம்' என்றேன். 'மறக்காமல் தகவல்களைக் கேட்டுவிட்டு செய்' என்றார். ஏன் அப்படிச் சொன்னார் என்பது எனக்குப் புரியவில்லை. முத்தமிடும்போது, என் முதுகைத் தடவி 'யாவே உன்னை ஆசீர்வதிக்கட்டும்' என்றார். நான் அவர் கன்னத்தைத் தொட்டேன். என்ன இது ஈரம் என்று கையைப் பார்த்தபோது, அவர் பாதுகாப்பு வளையத்துக்குள் மஞ்சள் கைப்பையுடன் நுழைந்துவிட்டார். ஒரு கணத்துக்கு அந்த மெலிந்துபோன தோள்மூட்டின் ஓரம் தெரிந்தது; பின்னர் மறைந்துபோனது.

மாலை ஏழு மணி இருக்கும். கதவை யாரோ தட்டினார்கள். இது யார், மணியை அடிக்காமல் கதவைத் தட்டுவது என்று யோசித்தேன். அந்த நேரத்தில் ஒருவருமே என் வீட்டுக்கு வருவ தில்லை. அவசரப்பட்டு கதவைத் திறந்தபோது, மூன்று பேர் கதவை ஒட்டிக்கொண்டு நின்றார்கள். வேறுயாருமில்லை. எனக்கு முன்பே

பரிச்சயமான பிரசாரக்காரர்கள்தான். அவரும் மனைவியும் வயது 14 என்று சொல்லிக்கொண்ட அந்தப் பெண்ணும்தான்.

மூவரும் அதே நிறத்தில் அதே உடையை அணிந்திருந்தார்கள். அவர் கையிலே பெண்கள் காவும் பை ஒன்றை வைத்திருந்தார். என் வாய்க்கு கிட்டவந்து 'அம்மா இருக்கிறாரா?' என்றார். திருத்த வேலைகள் முற்றுப் பெறாத அவருடைய பற்கள் பெரிதாக்கப்பட்டுத் தெரிந்தன. நான் காலை மடித்து கதவுக்கு குறுக்காக வைத்துக்கொண்டு 'அம்மா இலங்கைக்கு போய்விட்டாரே' என்றேன். அப்படியா என்று அதிசயப்பட்டவர், என்னை இன்னும்கூட அதிசயப்படவைக்க நினைத்தோ என்னவோ காலைத்தூக்கி கடவையைக் கடப்பதுபோலத் தாண்டி உள்ளே வந்தார். சற்று முன்னர் நான் உட்கார்ந்து குளோப் பேப்பர் படித்த அதே இருக்கையில் அமர்ந்து என்னையும் அமரலாம் என்பதுபோலப் பார்த்தார். அவர் மனைவி கையோடு கொண்டுவந்திருந்த புத்தகங்களையும் சஞ்சிகைகளையும் துண்டுப் பிரசுரங்களையும் அமைதியாக மேசை மேல் அடுக்கினார். 14 வயது என்று கூறி அறிமுகமாகிய பெண், அங்கேயிருந்த பெரிய சோபாவை அமுக்கி அமர்ந்தாள். அது ஓர் அடி ஆழம் கீழே புதைந்தது. விருப்பமில்லாத இடத்துக்கு அவளை யாரோ இழுத்து வந்துவிட்டதுபோல முழங்கால்களை ஒட்ட வைத்து, தோள்மூட்டுகளை பின்னே தள்ளி, முதலைக்காலணி காலை முன்னுக்கு நீட்டி உட்கார்ந்திருந்தாள்.

பிரசாரகர் 'உங்கள் தாயார் பெருந்தன்மையானவர்' என்றார் துடக்க வசனமாக. மற்ற இருவரும் ஆமோதிப்பதுபோலத் தலையை ஆட்டினார்கள்.

'அவருக்கு யாவேயைப் பற்றித் தெரியும்' என்றார்.

'அப்படியா?'

'உங்களுக்கு சொர்க்கம் போக விருப்பம் உண்டா?' அவரிடம் அதிகப்படியாக ஒரு டிக்கட் இருப்பதுபோல என்னைப் பார்த்தார்.

'நிச்சயமாக.'

'எப்படிப் போகவேண்டும் என்பது தெரியுமா?'

'என்ன intersection?' என்று சொன்னால் நான் எப்படியும் விசாரித்துப் போய்விடுவேன்.'

அவருடைய முகம் வாசல் கதவைத் தட்டி உள்ளே நுழைந்த போது பார்த்த முகம் அல்ல. மாறிவிட்டது. கண்கள் நொடியில் இரவுப் பிராணியின் கண்கள்போல சிவப்பாகிப் பளபளத்தன.

மனைவி குனிந்தபடி வதவதவென்று புத்தகங்களையும் இதழ்களையும் துண்டுப்பிரசுரங்களையும் மறுபடியும் அள்ளி பையினுள் அடைத்தார். யாரோ ரகஸ்ய பட்டனை அமுக்கியது போல 14 வயது என்று சொல்லிக்கொண்ட பெண், சோபாவில் இருந்து துள்ளி எழும்பி அமுங்கிய இருக்கை பழைய நிலைக்கு வருமுன்னர் அந்த நெடுந்தூரத்தைக் கடந்து வாசல் கதவருகில் போய் நின்றாள்.

அந்த மனிதரின் உடம்பு கீழே கீழே போனது. நாய் கோபம் கூடக்கூட பதிந்துகொண்டே போவது ஞாபகத்துக்கு வந்தது. மூச்சு என் காது கேட்கச் சத்தமாக வெளிவந்தது. அவர் தன் நிலை இழக்காமல் இருப்பதற்குப் பெரும் பிரயத்தனம் செய்தாரென்று நினைக்கிறேன். 'உங்கள் தாயார் அருமையான பண்பு நிறைந்தவர். அவருடைய சொர்க்கத்தை உறுதி செய்வதற்கு நாங்கள் தொடர்ந்து பிரார்த்தனை செய்வோம்.'

நான் 'கட்டணம் ஏதாவது உண்டா?' என்று கேட்டேன். மனிதர் 'டக்'கென்று எழுந்து நின்றார். அவருடைய முகத்துச் சதைகள் தனித் தனியாகத் துள்ளின. உதடுகளைத் திறக்காமல், என்னைப் பார்க்காமல், பற்களினால் விடை சொல்லிவிட்டு வாசலை நோக்கி விரைந்தார். என் வீட்டுக் கதவை திறந்து சொர்க்க வாசலை என் முகத்தில் அறைவதுபோலச் சத்தத்துடன் சாத்தினார். மூவரும் மறைந்துவிட்டார்கள்.

அம்மா போனபின் முதன்முதலாக உள்க்கதவுத் தாழ்ப்பாளை அன்றிரவு தூங்கப் போகமுன் இழுத்து போட்டுக் கொண்டேன்.

பத்து நாட்கள்

இஸ்லாமபாத் நகரம் எட்டுப் பிரிவுகளாக அமைக்கப்பட்டது. அதில், எஃப் பகுதியில் வீடு பிடிப்பது மிகக் கஷ்டம். அரசாங்க உத்தியோகத்தர்களும் ராணுவ அதிகாரிகளும் அரசியல் செல்வாக்குள்ளவர்களும் அங்கே வீடு கட்டி வாழ்ந்தார்கள். எப்போதாவது அந்தப் பகுதியில் வீடு வாடகைக்கு வரும். யாராவது பெரிய அரசாங்க அதிகாரியைப் பிடித்து ஆறுமாதம் காத்திருக்க முடியுமானால், ஒரு வீடு சில வேளை கிடைக்கலாம். அப்படித்தான் எனக்கு அந்த வீடு கிடைத்தது.

சுற்றிலும் மரங்கள் சூழ்ந்திருக்கும் வீடு. மாடியில் நின்று பார்த்தால் ஒரு நல்ல நாளில் மர்கலா மலைச் சிகரம் தெரியும். வீதிகள் ஒன்றையொன்று செங்குத்தாக குறுக்கறுத்து ஓடுவதால் குடியிருப்புகள் உயரத்தில் நின்று பார்க்கும்போது, நீள்சதுரங்களாகத் தோற்றமளிக்கும். எங்கள் வீதி நெடுகலும் நாவல் மரங்களை நட்டு வைத்திருந்ததால் அந்தப் பிராந்தியம் குளிர்மையாகவே இருக்கும். சுற்றுச்சூழல் மாசு கிடையாது. சுத்தமான வீதிகள். ஆனால் சந்தைகளும் கடைகளும் நகரின் மையப்பகுதியில் தூரத்தில் இருந்ததால் சில சங்கடங்களும் இருந்தன. ஒரு நல்ல வீட்டை தேடிக் கண்டுபிடிக்கும் போது, ஒன்றிருந்தால் ஒன்று இருக்காது என்பது எதிர்பார்த்ததுதான்.

சரியாக மாலை ஆறுமணியானதும் சோக்கிதார்கள் என்று அழைக்கப்படும் வாயிலோன்கள் ஒவ்வொரு வீடாக வந்து சேருவார்கள். அவர்கள் கைகளில் உருண்டையான கம்பும் போர்வையும் இரவு உணவுப் பொதியும்

சுட்டு விளக்கும் இருக்கும். ஒருவருக்கு ஒருவர் முகமன் கூறி விசாரிப்புகள் நடந்தபிறகு கூட்டமாக தொழுவார்கள். பின்னர், தனித்தனியாகவோ கும்பலாகவோ உட்கார்ந்து சாப்பிடுவார்கள். நிமிர்த்தி வைத்திருக்கும் கயிற்றுக் கட்டில்களை சாய்த்துப்போட்டு புகைப்பிடிப்பார்கள். வீட்டு எசமானர்கள் தூங்கப்போய் சரியாக ஐந்து நிமிடம் கழித்து அவர்களும் தூங்கிவிடுவார்கள். அடுத்தநாள் காலை வீட்டுக்காரர்கள் எழும்ப ஐந்து நிமிடம் முன்பாக எழும்பி தங்கள் வீடுகளுக்கு புறப்பட்டுப் போய்விடுவார்கள்.

எங்கள் வீதியில் ஒரு பெட்டிக்கடை இருந்தது. எனக்கு அந்த வீதியில் கிடைத்த முதல் நண்பன் பெட்டிக்கடைக் காரன்தான். பெயர் நவாஸ். காலை ஆறுமணிக்கு கடையை திறந்தான் என்றால் இரவு எட்டு மணிக்குத்தான் பூட்டுவான். வாரத்தில் ஏழு நாட்களும் வியாபாரம் நடக்கும். அவன் இல்லாமல் அந்த வீதி இயங்க முடியாது. காலை நேரத்தில் அவனிடம் புதினப்பத்திரிகை, பால், பாண், சிகரெட், பிளேட் என்று வாங்குவதற்காக வீட்டுக்காரர்கள் அவன் கடையை நோக்கி வந்தபடி இருப்பார்கள். நவாஸ் சிரித்தபடி வியாபாரத்தை சுறுசுறுப்புடன் கவனிப்பான்.

1960ல் அயூப்கான் இஸ்லாமபாத் நகரத்தை நிர்மாணித்த போது, பாகிஸ்தானின் தலைநகரத்தை இஸ்லாமபாத்துக்கு மாற்றினார். திட்டமிட்டு நேர்த்தியாகக் கட்டிய நகரம் என்ற படியால், பச்சைப்பசேல் என்ற நெடிய மரங்களும் சுற்றியிருக்கும் மலைகளும் இதன் அடையாளமாயின. நகரத்தின் தொடக்க காலங்களிலேயே நவாஸின் தகப்பன் அந்த பெட்டிக்கடையை அங்கே ஸ்தாபித்துக்கொண்டார். அவர் நோய்வாய்ப் பட்டபோது, கடையை ஏற்று அன்றிலிருந்து நடத்திக்கொண்டிருப்பதாக நவாஸ் ஒருநாள் என்னிடம் கூறினான்.

'எத்தனை வருடங்கள்?' என்றேன். 'எனக்கு 18 வயது நடக்கும்போது கடையை எடுத்தேன். இப்பொழுது முப்பத்தெட்டு நடக்கிறது. 20 வருடங்கள், வருடத்துக்கு 365 நாட்களும் வேலை. இங்கே குடியிருக்கும் அத்தனை பேரையும் எனக்குத் தெரியும். அவர்கள் பிள்ளைகள், பேரப்பிள்ளைகள் எல்லோரும் இங்கேதான் பிறந்தார்கள்.'

நவாசுடைய கிராமம் லைலாப்பூர். அது இஸ்லாமபாத்தில் இருந்து 160 மைல் தூரத்தில் இருந்தது. அவனுடைய வயதான பெற்றோர்களை அவன் பார்க்கப் போவதில்லை; அவர்கள்தான் வந்து அவனை பார்த்துவிட்டு திரும்புவார்கள். வருடம் முழுக்க வேலை செய்யும் ஒருவன் எப்படி போக முடியும் என்று என்னிடம் கேட்பான். 'நவாஸ், நீ ஏன் மணமுடிக்கவில்லை?' என்று ஒருநாள்

புலியீர்ப்புக் கட்டணம் ௸ 133 ௐ

கேட்டேன். ‘ஏழைகள் எடுத்தவுடன் மணமுடிக்க முடியாது. பெண்ணுக்கு பஃரி கொடுப்பதற்கு பணம் சேர்க்கவேண்டுமே’ என்றான். அப்படிச் சொல்லும்போதே, அவன் கண்கள் பெட்டிக்கடை மரப்பலகைகளில் ஒட்டி வைத்திருந்த பல ஹிந்தி நடிகைகளின் படங்களை ஒரு வினாடி பார்த்து மீண்டன. டிம்பிள் கப்பாடியா, நீத்து சிங், பர்வீன் பாபி, பூஜா பாட், சிறீதேவி, நீலம் என்று அப்போது பாகிஸ்தானில் பிரபலமாயிருந்த அத்தனை நடிகைகளும் அங்கே வரிசையாக அவனுக்காக காத்திருந்தனர்.

‘உன்னை பெற்றோர் பள்ளிக்கு அனுப்பவில்லையா?’ என்றேன். ‘ஏதோ அனுப்பினார்கள்? கொஞ்சம் உருது எழுத, வாசிக்கத் தெரியும். கணக்கில் கூட்டல், கழித்தல் மட்டும் செய்வேன். பெருக்கல் வராது. என் பெற்றோருக்கு வசதி கிடையாது. சிறுவனாயிருந்தபோது, எங்கள் வீட்டில் கோழிக்கறி சாப்பிட வேண்டுமென்றால் நான் நோயில் விழவேண்டும் அல்லது கோழி நோயில் விழவேண்டும்.’

நாவல் பழ பருவத்தில் வீதியில் நாவல் பழங்கள் கொட்டும். ஆனால் அதைப் பொறுக்குவதற்கு சிறுவர்கள்தான் இல்லை. அந்த வீதிக் குழந்தைகள் நாகரிகமானவர்கள், வீதியில் விழுந்தவற்றை பொறுக்குவற்கு அவர்களுக்கு அனுமதி கிடையாது. வெளியே நின்று வியாபாரத்தை கவனிக்கும் நவாஸின் தலை மேலே நாளுக்கு நூறு பழங்கள் விழும். அவனுடைய வெள்ளை நிற சல்வார் கமிஸ் ஊதா நிறமாக மாறிவிடும். அந்தச் சமயங்களில் சூரிய ஒளியில் ஒரு பஞ்சாபி நடிகனைப்போல சிவந்த உடம்புடன், பின்னுக்கு வாரி இழுத்த நீண்ட தலைமுடியுடன் பார்ப்பதற்கு அவன் அழகாகவே தோற்றமளிப்பான்.

இப்படியான நாவல்பழ பருவத்தின்போதுதான் ஒருநாள், நான் என் அலுவலகத்திலிருந்து திரும்பியபோது என் வீட்டைக் காணவில்லை. வீதியின் பெயர்ப்பலகையை பார்த்தேன். பெயர் சரியாக இருந்தது. அது என் வீதியேதான். ஆனால் வீதியை மூடி பந்தல் போட்டுவிட்டார்கள். நான் காரை வெளியே நிறுத்திவிட்டு என்ன செய்யலாம் என்று யோசித்தபோது, என்னுடைய முன் வீட்டுக்காரர், ஓய்வுபெற்ற ராணுவ மேஜர், வேலைப்பாடுகள் செய்து முன்னுக்கு வளைந்த செருப்பை அணிந்துகொண்டு, கைத்தடியையும் சுழற்றியவாறு என்னிடம் வந்தார். எனக்கு நடுக்கம் பிடித்தது.

ஆரம்பத்தில் நான் அடிக்கடி மேஜருடன் பேசியதுண்டு. என்ன ஒரு கருத்தை நான் சொன்னாலும் உடனே ஓர் எதிர் கருத்தை அவர் முன்வைப்பார். அப்படியே விவாதம் நீளும். மறந்துபோயும் பங்களதேஷ் – பாகிஸ்தான் போரை பற்றி

விவாதிக்கக்கூடாது. அப்படியே உணர்ச்சி பொங்கி நிலத்திலிருந்து ஓர் அடி எழும்பிவிடுவார். நான், அவர் சொன்ன கருத்துகளை எல்லாம் முழுமையாக ஒப்புக்கொண்ட பின்னர் கூட, அவர் விவாதத்தை அரை மணிநேரம் தொடருவார்.

அவர் ராணுவத்தில் வேலை செய்தவர் என்பது பார்த்தவுடனேயே தெரிந்துவிடும். உயரமாக, எக்கிய வயிற்றுடன் தோற்றமளிப்பார். முகம் மட்டும் அப்பொழுதுதான் யாரையோ கடித்துவிட்டு வந்ததுபோல இருக்கும். ஆனால் அன்று எப்படியோ ஒரு புன்னகையை வரவழைத்தபடி தன்னுடைய மகனின் திருமணத்துக்குத்தான் அந்த ஏற்பாடுகள் என்று கூறி சிரமத்துக்கு மன்னிப்பு கேட்டார். காரை, வீதி முனையிலே விட்டு விட்டு வீட்டுக்கு நடந்து போகும்படி வேண்டிக்கொண்டார். அப்பொழுது பார்த்தால் என்னைப்போல அந்த வீதியில் குடியிருந்த மற்றவர்களின் கார்களும் அங்கே நிறுத்தப்பட்டிருந்தன. கார்களைப் பாதுகாப்பதற்காக பிரத்தியேகமாக ஒரு காவலனையும் அவர் ஏற்பாடு செய்திருந்தார்.

அடுத்தநாள் காலை இன்னொரு அதிர்ச்சி காத்திருந்தது. பெட்டிக்கடையை காணவில்லை. அது நின்ற இடமும் வெறுமையாக இருந்தது. நவாஸ் எங்கே என்றால் பதில் சொல்லத் தயங்கினார்கள். அந்த வீதி குடியிருப்பாளர்களுக்கு அன்று பேப்பர், பாண், பால், சிகரெட் ஒன்றுமே கிடைக்கவில்லை. நகர மையத்துக்குத்தான் அவர்கள் போய் வாங்கி வரவேண்டும். பந்தல் போடுவதற்கு பெட்டிக்கடை இடைஞ்சலாக இருந்ததால் அதை அகற்றச் சொல்லி உத்தரவு போட்டார்கள். நவாஸ் இரண்டு நாள் அவகாசம் கேட்டான். அவர்கள் கொடுக்காமல் கடையையும் உடைத்து அவனையும் துரத்தி விட்டார்கள் என்று கேள்விப்பட்டேன். பாகிஸ்தானில் உரையாடும்போது, சாதாரணமாக உருதுவில்தான் பேசுவார்கள். யாரையாவது திட்டவேண்டும்போல தோன்றினால் பஞ்சாபியில் மாறிவிடுவது வழக்கம். ஏனென்றால், பஞ்சாபி திட்டுவதற்காக உண்டாக்கப்பட்ட மொழி. அன்று மேஜர் பஞ்சாபியில் திட்டினார் என்பதுதான் பெரிசாகப் பேசப்பட்டது.

மணவீட்டு அலங்காரங்கள் பிரம்மாண்டமாக இருந்தன. விதம்விதமான சாமியானாக்களும் வண்ண விளக்குகளும் சரிகை சோடனைகளும் கண்களைக் கூசவைத்தன. லாகூரிலிருந்து சிவப்பு, வெள்ளை, மஞ்சள் வண்ண ரோசாமலர்கள் வந்து குவிந்தன. நாலு நாள் கொண்டாட்டம் என்று அறிவித்திருந்தார்கள். என்னுடைய வீட்டு மீட்டரில் இருந்து மின்சாரம் கடன்வாங்கி தூண்களிலும் மரங்களிலும் குழாய்கள் கட்டி சினிமா பாடல்கள்

ஒலிபரப்பப்பட்டன. பாடல்கள் அலறத் தொடங்கியதும் வீடுகளில் ஒருவரோடொருவர் பேசுவதுகூட தடைபட்டது. 24 மணிநேரமும் அவை ஒலித்தன. அப்பொழுது தான் மாதுரி தீட்சித், சஞ்சய்தத் நடித்து வெளியான 'கல்நாயக்' படம் வெற்றிகரமாக இஸ்லாமபாத் திரை அரங்குகளில் ஓடிக்கொண்டிருந்தது. 'சோளிகே பீச்சே க்யா ஹை' என்ற பிரபலமான ஹிந்திப் பாடலை 200 தடவை வைத்துவிட்டார்கள். யாராவது வந்து சோளியை திறந்து காட்டினல் ஒழிய நிறுத்தமாட்டார்கள் போலத்தோன்றியது. என்னிடமிருந்து கடன் வாங்கிய மின்சாரத்தில்தான் இந்தப் பாடல் ஒலிக்கிறது. இதை, எந்த நிமிடத்திலும் நிற்பாட்டும் சக்தி என்னிடமிருக்கிறது என்று நினைத்தபோது எனக்கு சிரிப்புத்தான் வந்தது.

ஆனால் இவ்வளவு சங்கடங்களுக்கு மத்தியிலும் ஓர் ஆறுதல் இருந்தது. மாலையானதும் பெரிய பெரிய வெண்கல தாம்பாளங்களில் பலவிதமான உணவு வகைகள் பரிமாறப்பட்டு அவை அலங்காரமான வெள்ளிப்பேப்பரினால் மூடப்பட்டு அந்த வீதியில் உள்ள அத்தனை வீடுகளுக்கும் அனுப்பி வைக்கப்பட்டன. திருமணத்துக்காக வீதியை மூடிய நாலு நாட்களும் விதவிதமான, தேர்ந்த ருசியான பதார்த்தங்கள் மேஜரின் சமையலறையிலிருந்து எங்கள் வீடுகளைத் தேடி வந்தன. வீட்டுக்காரர்கள் சமைப்பதை நிறுத்திவிட்டார்கள். சோக்கிதார்கள் தங்கள் உணவுப் பொதிகளை மறந்தார்கள். திருமணத்துக்காக நந்திக்கோட்டில் இருந்து தருவிக்கப்பட்ட சிறப்பு சமையல்காரர்களின் சமையல் வாழ்நாளுக்கும் மறக்கமுடியாதது என்பதில் எங்களிடையே கருத்து வேற்றுமை கிடையாது.

மணமகளை வீட்டுக்கு அழைத்துவந்த அடுத்தநாள் இரவு, பிரபல கஜல் பாடகர் நுஸ்ரத் பஃடே அலிகான் தன் பரிவாரங் களுடன் வந்தார். அவர் பாடுவதற்கு வரவில்லை; மேஜருக்கு வேண்டியவர் என்று சொன்னார்கள். ஆனாலும் செய்தி பரவிவிட்டது. சனங்கள் ஒவ்வொருவராக வீதியில் சேரத் தொடங்கினார்கள். மேஜர், அவரை ஒரேயொரு பாடல் பாடச் சொல்லி வேண்டிக்கொண்டார். நுஸ்ரத் மணவிழாக்களில் பாடமாட்டார் என்பது எல்லோருக்கும் தெரியும். விதிவிலக்காக நண்பரின் வேண்டுகோளை ஏற்று ஒலிபெருக்கிகளை அணைத்து விட்டு ஒரேயொரு கஜல் பாடல் பாடினார். அவருடைய கண்டத்தில் இருந்து புறப்பட்ட கர்ஜனை போன்ற குரல் அந்த வீதியை ஒரு பனிமூட்டம்போல மூடியது. பாடல் முடிந்த பிறகு எழும்பிய கைதட்டல் வெகுநேரம் நீடித்தது. எங்கள் வீதியைத் தாண்டி பந்தலுக்கு வெளியேயும் ஆட்கள் நிரம்பி வழிந்தார்கள். 'இன்னும் வேண்டும்' என்று அவர்கள் கத்தினார்கள். எனக்கு

தில்லானா மோகனாம்பாள் படத்தில் சிங்கப்பூர் ஜமீன்தார் மாளிகைக்கு வெளியே சண்முகசுந்தரம் என்ற சிவாஜி கணேசன், சனங்களுக்கு நாதஸ்வரம் வாசித்த காட்சி நினைவுக்கு வந்தது.

ஐந்தாறு நாட்கள் கழித்து பந்தலைப் பிரித்தபோது, எங்கள் வீதி திடீரென்று வேறு வீதிபோல ஆகிவிட்டது. உடனேயே எங்களால் இயல்பு நிலைக்குத் திரும்ப முடியவில்லை. என்னிடம் மின்சாரம் கடன் வாங்கி ஒலித்த இசை நின்றுவிட்டது. இரைச்சலுக்கு பழகிய செவிகளால் அமைதியை எதிர்கொள்வது சிரமமாகவிருந்தது. வெண்கலத் தாம்பாளங்களில் சுவையான உணவு பரப்பி வருவதும் நின்று போனது. காலை வேளைகளில் ஒவ்வொரு வீட்டுக்காரரும் வெளியே வந்து பெட்டிக்கடை நவாஸ் வந்துவிட்டானா என்று எட்டிப் பார்த்தார்கள். பத்து நாட்களாக அவன் இல்லை. சரியாக 11வது நாள் நான் மேல் மாடியில் நின்று பார்த்தபோது, புதிய பெட்டிக்கடை ஒன்று திறந்திருந்தது. நவாஸ் ஒன்றுமே நடக்காததுபோல ஊதா நிறமாகிவிட்ட அவனுடைய சல்வார் கமிசை அணிந்துகொண்டு, வாரிய நீண்ட தலைமுடியுடன், ஒரு கிளையினால் பல்லை தீட்டியபடி நின்றான். நான்தான் அன்று அவனிடம் சென்ற முதல் ஆள். தினசரிப் பேப்பரும், பாணும் வாங்கினேன். அவன் இவ்வளவு நாளும் எங்கே போனான், ஏன் போனான் என்ற விவரங்கள் பற்றி என்னிடம் வாய் திறக்கவில்லை. ஆனால் அவன் கேட்ட முதல் கேள்வி விசித்திரமானது. 'சேர், பாஃடே அலிகான் பாடினாராமே, உண்மையா?'

'அருமையான இசை. அரைமணி நேரம் நிறுத்தாமல் பாடினார்' என்றேன். அவன் கண்கள் ஏக்கமாக மாறின. 'அப்படியா. அவர் என்னுடைய ஊர்க்காரர். அவர் குடித்த தண்ணீரை நான் குடித்தேன். அவர் சுவாசித்த காற்றை நான் சுவாசித்தேன். அவர் நடந்த மண்ணில் நான் நடந்தேன். ஆனால் அவருடைய பாடலை இன்றுவரை நான் நேரிலே கேட்டதில்லை.' அவனுடைய குரலில் பெருத்த சோகமும் ஏமாற்றமும் தொனித்தன.

நவாஸ் முகம் கொடுத்து பேசுவதாகத் தெரியவில்லை. கேட்ட கேள்விகளுக்கு கையிலே பிடித்திருந்த கிளையை பார்த்த படி பதில் சொன்னான். மணமுடித்த மேஜர் வீட்டுப் பையனை அவன் தோளிலே தூக்கிவைத்து விளையாடியதை என்னிடம் சொல்லியிருந்தான். சரியாக அந்த நேரம் பார்த்து மேஜரின் மகன் நித்திரை கலையாத நிலையில் அசைந்து அசைந்து வந்தான். நவாஸ் பரபரப்பானான். 'சிகரெட்' என்ற ஒரு வார்த்தை மட்டுமே இளைஞன் வாயிலிருந்து வந்தது. ஒட்டகம் படம் போட்ட சிகரெட் பெட்டியை எடுத்து அந்த ஒட்டகம் போலவே வளைந்துகொண்டு நவாஸ் நீட்டினான். இளைஞன்

கண்ணாடித்தாளை ஒரு சுழட்டில் கிழித்து சிகரெட் ஒன்றை எடுத்து வாயில் வைத்தான். லைட்டரினால் நவாஸ் அதை பற்றவைத்தபோது, இளைஞன் ஏதோ முணுமுணுத்தான். எனக்கு அப்போது அமெரிக்காவை தோற்றுவித்த பிதாமகர்களில் ஒருவரான பெஞ்சமின் பிராங்க்ளின் கூறியது நினைவுக்கு வந்தது. 'தன்மானம் வெளியேறிவிடுவதால் ஏழைகள் எப்பொழுதும் வளைந்துதான் காணப்படுவார்கள். எங்கேயாவது வெறும் சாக்குப்பை நிமிர்ந்து நிற்கமுடியுமா?'

பாணையும் பத்திரிகையையும் தூக்கிக்கொண்டு நான் வீட்டை நோக்கி நாவல் பழங்களின்மேல் நடந்து சென்றேன். அன்றிரவு படுக்கமுன் தொலைக்காட்சியில் டிஸ்கவரி பார்த்தேன். குளிர்காலம் தொடங்குவதற்கு முன்னர் கரிபோ மான்கள் வடதுருவப் பகுதியிலிருந்து தெற்காக இடம் பெயர்வதைக் காட்டினார்கள். நிலம் தெரியாதபடி அவை கூட்டம் கூட்டமாக நகர்ந்தன. அப்பொழுது, தூரத்தில் ஒரு பாறையில் ஒரேயொரு ஓநாய் தன் பாட்டுக்கு உட்கார்ந்திருந்தது. உடனே 30 லட்சம் மான்களும் ஒரு திசையை நோக்கி தலைதெறிக்க ஓடத்துவங்கின. நிருபர் 'ஏன் இவை இப்படி பாய்ந்து பாய்ந்து ஓடுகின்றன?' என்று கேட்டார். அதற்கு விஞ்ஞானி சொன்னார் 'அவற்றின் மரபணுக்களில் 'பயப்படு' என்ற தகவல் எழுதியிருக்கிறது' என்று. மனிதர்கள் சிலரிலும் இப்படியான தகவல்கள் மரபணுக்களில் பதிந்துகிடக்கும்போலும் என்று யோசித்தபடி நான் அன்று தூங்கிப்போனேன்.

வருடம் தவறாமல் 365 நாட்கள் வேலை செய்த நவாஸ், அந்த வருடம் 355 நாட்கள் மட்டுமே வேலைசெய்தான். நாவல் பழ பருவம் போய் குளிர்காலம் தொடங்கியபோது, நவாஸ் கடைக்கு காலையில் வரும் கூட்டம் குளிராடை அணிந்து வந்தது. மாலை நேரங்களில் வீதியில் நடை பயின்றார்கள். புதுமணத் தம்பதிகளையும் சில வேளைகளில் காணக் கூடியாக இருந்தது. மணநாள் அன்று அந்தப் பெண்ணை நான் நல்லாய் பார்க்கவில்லை. அவள் மயில் தோகை விரிப்பது போல தோள்களை விரித்து கவர்ச்சியாக காட்சியளித்தாள். கராச்சியில் இருந்து வருவிக்கப்பட்ட நாகரிகமான பெண். அவள், நெஞ்சை முன்னேவிட்டு பின்னால் நடந்தாள். அவளுக்குப் பின்னால் அவன் நடந்தான்.

நீண்ட இடைவெளிக்குப் பின்னர் ஒரு நாள் காலை அதிசயமாக மேஜரும் வீதியில் தோன்றினார். தொளதொளத்த மேலாடையை பல்லினால் கவ்விப்பிடித்தபடி சல்வாரின் கயிற்றை இறுக்கிக் கட்டியவாறு அவர் நவாஸ் கடையை நோக்கி நடந்தார்.

பிரசவக்கோடு போல ஒரு கறுப்புத் தழும்பு அவர் வெள்ளை உடலில் விழுந்திருந்தது. அவருடைய தேகம் ஓய்வு பெற்றாலும் வயிறு முப்பதை தாண்டவில்லை. பங்களா தேஷ் போரில் அவர் பெரும் சாகசம் தெய்தார் என்று கேள்விப்பட்டிருந்தேன். அவருடைய உச்சக்கட்ட வீரப்பிரதாபம் வேறு ஒன்றும் இல்லை. சிறைபிடிக்கப்பட்ட 91,000 பாகிஸ்தானியர்களின் பட்டியலில் அவருடைய பெயர் இல்லை என்பதுதான்.

பத்தடி தூரத்திலேயே மேஜரைக் கண்ட நவாஸ், ஓர் எலும்பில்லாத பிராணிபோல மாற்றமடைந்தான். தவழ்வது போல அவரை நோக்கி ஓடினான். தையல்காரர் ஊசியை வாயிலே வைத்துக்கொண்டு பேசுவதுபோல பல்லினால் மேஜர் எதையோ சொல்ல, நவாஸ் வயிற்றை இரண்டாக மடித்து விழுந்து சிரித்தான். போப்பாண்டவர் கிரிகோரி, 1582 ம் ஆண்டு ஒக்டோபர் மாதத்தில் பத்து நாட்களை உலக காலண்டரில் இருந்து கிழித்ததுபோல, இங்கேயும் யாரோ அந்த வருடம் பத்து நாட்களை அழித்துவிட்டார்கள் என்று நினைத்துக்கொண்டேன்.

புவியீர்ப்புக் கட்டணம்

கடிதத்தை உடைக்கும்போதே அவனுக்கு கை நடுங்கியது. அது எங்கேயிருந்து வந்திருக்கிறது என்பது தெரியும். இது மூன்றாவது நினைவூட்டல். மூன்று மாதங்களாக அவன் புவியீர்ப்புக் கட்டணம் கட்டவில்லை. இப்போது, உடனே கட்டவேண்டும் என்று இறுதிக் கடிதம் வந்திருக்கிறது. கடந்த இரண்டு வருடங்களாகத்தான் இந்தத் தொல்லை. அதற்கு முன் இப்படி விபரீதமான ஒரு துறை – புவியீர்ப்புத் துறை – உண்டாகியிருக்கவில்லை.

'அம்மையே!'

'சொல்லுங்கள், நான் உங்களுக்கு இன்று எப்படி உதவலாம்?'

'புவியீர்ப்புக் கட்டணத்தை கட்டும்படி மீண்டும் நினைவூட்டல் கடிதம் வந்திருக்கிறது.'

'நீங்கள் யார் பேசுவது?'

'நான் 14 லோரன்ஸ் வீதியிலிருந்து பேசுகிறேன்.'

'சரி, உங்களுக்கு என்ன பிரச்சினை?'

'இந்தக் கட்டணம் அதிகமாக இருக்கிறது. இன்னொருமுறை பரிசீலிக்கமுடியுமா?'

'இதோ கணினியில் உங்கள் கணக்கைத் திறந்திருக்கிறேன். சென்ற மாதமும் உங்களோடு பேசியிருக்கிறேனே. அதற்கு முதல் மாதமும் இதே கேள்வியைக் கேட்டிருக்கிறீர்கள். ஆரம்பத்தில் இருந்து ஒழுங்காக பணம் கட்டி வந்த உங்களுக்கு திடீரென்று என்ன நடந்தது?'

‘என்னுடைய நிதிநிலைமை மோசமாகிவிட்டது.’

‘அதற்கு நாங்கள் என்ன செய்யமுடியும்? எங்கள் துறையின் விதிமுறைகள் அடங்கிய கையேட்டை உங்களுக்கு அனுப்பியிருந்தோமே. அதன் பிரகாரம்தான் கட்டணம் அமைத்திருக்கிறோம்.’

‘அம்மையே, உங்கள் கையேடு மிகவும் பாரமாக உள்ளது. எழுத்துகள் எறும்புருவில் படித்து முடிப்பதற்கிடையில் ஓடிவிடுகின்றன. உங்கள் கட்டண அமைப்பும் ஒன்றுமே புரிய வில்லை. மிக அநியாயமாக இருக்கிறது.’

‘புரியாதது எப்படி அநியாயமாகும்? நீங்கள் தண்ணீருக்குக் கட்டணம் செலுத்துகிறீர்கள். மின்சாரக் கட்டணம், சமையல் வாயு கட்டணம், சூரியஒளி வரி, காற்றுத்தூய்மை வரி என்று சகலதும் கட்டுகிறீர்கள். தொலைக்காட்சி, தொலைபேசி, செல்பேசி எல்லாம் பட்டுபட்டென்று தீர்த்துவிடுகிறீர்கள். இதிலே மாத்திரம் என்ன குறை கண்டீர்கள்?’

‘அம்மையே, புவியீர்ப்புக்கும் எனக்கும் என்ன சம்பந்தம். ஆதியிலிருந்து அது இருந்துகொண்டுதானே இருக்கிறது. நியூட்டன் அதைக் கண்டுபிடிப்பதற்கு முன்னர்கூட இருந்திருக்கிறது என்று சொல்கிறார்களே. இவ்வளவு நாளும் அதற்கு வரி விதிக்க வில்லை. இப்பொழுது இரண்டு வருடங்களாக அதற்கும் வரி கட்டவேண்டுமென்றால், எப்படி?’

‘ஐயா, நீங்கள் சொல்வது ஆச்சரியமாக இருக்கிறது. இந்தக் கேள்வியை இரண்டு வருடத்திற்கு முன்னரே கேட்க உங்களுக்குத் தோன்றவில்லை? தண்ணீரை உங்கள் வீட்டுக்கு கொண்டுவருகிறோம். காற்றைத் தூய்மையாக்கிச் சுவாசிக்க வழங்குகிறோம். கூரையிலே விழும் சூரிய ஒளியில் உங்கள் சாதனங்கள் இயங்குவதற்கு அனுமதிக்கிறோம். சமையலுக்கு வாயு தருகிறோம், மின்சாரம் தருகிறோம். எல்லாவிதக் கட்டண மும் கட்டிவிடுகிறீர்கள். ஆனால் புவியீர்ப்புக்கு மட்டும் எதிர்ப்பு தெரிவிக்கிறீர்கள். யோசித்துப் பாருங்கள், புவியீர்ப்பு இல்லாமல் உங்களால் ஒரு நிமிடம்கூட வாழ முடியுமா? கார் ஓட்ட முடியுமா? நடக்க முடியுமா? உங்கள் பிள்ளைகள் ஓடியாடி விளையாடமுடியுமா? ஒன்றுக்குப் போவதுபோல ஒரு சின்னக் காரியம்கூட உங்களால் செய்யமுடியாதே?’

‘அம்மையே, என்னுடைய சுண்டெலி மூளையில் இவையெல்லாம் புரிய தாமதமாகிறது. ஆனால் உங்கள் துறை என்ன செய்கிறது? புவியீர்ப்பைச் சுத்தம் செய்கிறதா அல்லது

வீடு வீடாய்க் கொண்டுபோய் அதை இறக்குகிறதா? இது மிகப் பெரிய அநியாயமாகப் படவில்லையா?"

'அமெரிக்காவில் உள்ள அத்தனை பேரும் புவியீர்ப்புக் கட்டணம் கட்டுகிறார்கள். ஐரோப்பா கட்டுகிறது. சில ஆப்பிரிக்க நாடுகளும் கட்டத் தொடங்கிவிட்டன. உலகம் படுவேகமாக முன்னேறிக் கொண்டிருக்கிறது. நீங்கள் ஒரு தேசப்பற்றாளராக நடக்கவில்லை. புவியீர்ப்பின் முக்கியத்துவத்தை உணர்ந்தும் அதனை முற்றிலும் பயன்படுத்தியும் அதற்கானக் கட்டணத்தை நீங்கள் கட்டத் தயங்குவது விசனத்துக்குரியது. இதைப் பற்றி நான் மேலிடத்துக்கு முறைப்பாடு செய்யவேண்டியிருக்கும்.'

'அம்மையே, உங்கள் இனிமையான குரலும் 'முறைப்பாடு' என்ற வார்த்தையும் ஒரே வாசகத்தில் வரலாமா? இந்தத் துறை துவங்கிய காலத்திலிருந்து நான் கட்டணத்தைச் சரியாகக் கட்டி வந்தேன். எனக்கு தேசப்பற்றும் பூமிப்பற்றும் புவியீர்ப்புப் பற்றும் அதிகம் உண்டு. புவியீர்ப்பு கவிதை ஒன்றாவது படிக்காமல் நான் தூங்கப் போவதில்லை. அம்மையே, எப்படியும் கட்டிவிடுகிறேன். சிரமத்துக்கு மன்னிக்கவும். வணக்கம்.'

'வணக்கம்.'

'ஹலோ.'

'ஹலோ.'

'அது யார்? 14 லோரன்ஸ் வீதிதானே? வீட்டுச் சொந்தக் காரரா பேசுவது?'

'நான்தான், சொல்லுங்கள்?'

'ஐயா, நான் புவியீர்ப்புத் துறையிலிருந்து பேசுகிறேன். நீங்கள், கடந்த நாலு மாதம் கட்டணம் கட்டாமல் எங்கள் சேவையைப் பயன்படுத்தி வருகிறீர்கள். உங்கள் மேல் நடவடிக்கை எடுக்கவேண்டிய கட்டம் நெருங்கி வருகிறது என்பதை வருத்தத்துடன் தெரிவித்துக்கொள்கிறேன்.'

'அம்மையே, இது என்ன அநியாயம். நான் பணக் கஷ்டத்திலிருக்கிறேன், கொஞ்சம் கருணை காட்டுங்கள். நான் கட்ட முடியாது என்று சொல்லவில்லையே, எனக்குச் சிறிது அவகாசம் கொடுங்கள். புவியீர்ப்பு முடிவதற்கிடையில் எப்படியும் கட்டி விடுவேன்.'

'நீங்கள் இடக்காகப் பேசுவதாக நினைக்கிறீர்கள். உங்களுக்கு இத்துடன் எட்டு அவகாசம் கொடுத்தாகிவிட்டது. எங்கள் தரவுகளின் அடிப்படையில் பார்த்தால் நீங்கள் ஏமாற்றும் பேர்வழி

என்று தெரிகிறது. நீங்கள் உடனடியாக முழுப்பணத்தையும் கட்டாவிட்டால் பாரதூரமான விளைவுகளைச் சந்திக்க நேரிடும்.'

'அம்மையே, பெரிய வார்த்தை சொல்லலாமா? ஏமாற்றுவது என்ற வார்த்தையை எழுத்துக்கூட்டக்கூட எனக்கு வல்லமை போதாது. நான் அப்படியான ஆளும் அல்ல. சின்ன வயதில் அம்மாவின் கோழிக்குஞ்சு ஒன்றை அவருக்குத் தெரியாமல் திருடி விற்றது பற்றி யாரோ சொல்லியிருக்கிறார்கள். தேவ சங்கீதம் போல ஒலிக்கும் உங்கள் குரலில் இந்த வார்த்தைகள் வரலாமா? நான் இந்த மாதம் முழுக்காசையும் கட்டிவிடுகிறேன்.'

சரி, அப்படியே செய்யுங்கள். அடுத்த மாதம் எங்கள் துறையிலிருந்து ஒருவர் உங்களை அழைக்காமல் பார்த்துக் கொள்ளுங்கள்.

'மெத்தச் சரி. அம்மையே, ஒரு விளக்கம் கூறவேண்டும்.'

'சொல்லுங்கள்.'

'ஒவ்வொரு மாதமும் இந்தக் கட்டணம் ஏறிக்கொண்டே வருகிறதே, அது ஏன்?'

'நாங்கள் அனுப்பிய சுற்றறிக்கை 148.8 ஐ நீங்கள் படிக்கவில்லையா?'

'இல்லை, அம்மையே.'

'அதில் 48ஆவது பக்கத்தைப் படிக்கவேண்டும். புவியீர்ப்பை நீங்கள் பயன்படுத்துகிறீர்கள். உங்கள் மனைவி பயன்படுத்துகிறார். உங்கள் இரண்டு பிள்ளைகளும் பயன்படுத்துகிறார்கள். உங்கள் எடை மாதாமாதம் கூடுகிறதல்லவா, அதுதான் காரணம். உங்கள் எட்டு வயது மகனைக் கேட்டிருந்தால் அவன் பதில் சொல்லியிருப்பானே.'

'உங்களுக்கு எப்படி என் மகனின் வயது எட்டு என்று தெரியும், இது பெரிய அநியாயமாக இருக்கிறதே.'

'ஐயா, எங்களுக்கு எல்லாம் தெரியும். உங்கள் மகன் பிறந்தது அல்பெர்ட் மார்ட்டின் மருத்துவமனையில், அவனுடைய எடை பிறக்கும்போது 7 றாத்தல் 8 அவுன்ஸ் என்பதும் பதிவாகியிருக்கிறது. உங்கள் மனைவியின் சுற்றளவு அதிகமாகி வருகிறதே, அதைக் கவனித்தீர்களா?'

'நீங்கள் எல்லைமீறிப் பேசுகிறீர்கள்?'

'ஏன் கட்டணம் கூடுகிறது என்று கேட்டீர்கள், அதற்குக் காரணம் கூறினேன். இந்தத் திட்டத்தால் பயன்

பெற்றவர்கள் அதிகம். சிலர் தங்கள் எடையைக் கணிசமாகக் குறைத்துவிட்டார்களே.'

'அம்மையே, எங்கள் எடை எப்படி உங்களுக்குத் தெரியும்?'

'நீங்கள் சுற்றறிக்கை 133.6 ஐ படித்திருக்கவேண்டும். உங்களுடைய இன்றைய எடை 174, கடந்த மாதம் அது 172 ஆக இருந்தது. உங்கள் வீட்டு மூலைகளில் பொருத்தியிருக்கும் மந்திரக் கண்கள் இந்தத் தகவல்களை எமக்கு அனுப்புகின்றன.'

'அம்மையே, நாங்கள் இரண்டு வாரகாலம் இந்த நாட்டில் இல்லை. வெளிநாட்டுக்குப் பயணம் போயிருந்தோம். அதற்குக் கழிவு ஒன்றும் இல்லையா? நாங்கள் இந்த நாட்டு புவியீர்ப்பைப் பயன்படுத்தவில்லையே?'

'ஐயா, இதையெல்லாம் எங்கள் துறை முன்கூட்டியே ஆழமாகச் சிந்தித்திருக்கிறது. உங்கள் சட்டத்தரணிமூலம் ஒரு சத்தியக்கடதாசி தயாரித்து அனுப்பிவிடுங்கள். இந்தத் தேதியிலிருந்து இந்தத் தேதிவரை நாங்கள் இந்த நாட்டு புவியீர்ப்பை பாவிக்கவில்லை. நாங்கள் பயணம் சென்ற தேசத்தில் அவர்களுக்குச் சேரவேண்டிய புவியீர்ப்பு கட்டணத்தைச் செலுத்திவிட்டோம். இப்படி எழுதி அனுப்புங்கள். நாங்கள் அதற்கானக் கழிவை உங்கள் கணக்கில் சேர்த்துவிடுவோம்.'

'நன்றி அம்மையே, நன்றி. உங்கள் அறிவுக்கூர்மை என் நெஞ்சைத் துளைத்தாலும் உங்கள் குரல் இனிமை என்னை திக்குமுக்காடவைக்கிறது. இன்னும் ஒரேயொரு கேள்வி கேட்க அனுமதிப்பீர்களா?'

'சரி, கேளுங்கள்.'

'என்னுடைய மாமியார் படுத்த படுக்கையாக இருக்கிறார். அவர் ஒரு கட்டிலில் தூங்குகிறார். அவருக்குப் பக்கத்தில் ஒரு கிளாசில் அவர் பல் தூங்குகிறது. அவர் புவியீர்ப்பைப் பாவிப்பதே இல்லை. அதற்கு ஏதாவது சலுகை உண்டா?'

'இப்படி ஒரு கேள்வி கேட்கிறீர்களே. நான் வெட்கப் படுகிறேன். உங்கள் மாமிக்கு புவியீர்ப்பு இல்லையென்று வையுங்கள். அவரால் கட்டிலில் படுத்திருக்கமுடியுமா? இப்பொழுது செவ்வாய் கிரகத்தைத் தாண்டியல்லவோ பறந்து போய்க்கொண்டிருப்பார்.'

'மன்னியுங்கள். என்னுடைய மூளையைப் பிரகாசிக்க வைத்து விட்டீர்கள். இன்றே புவியீர்ப்புக் கட்டணத்தை கட்டிவிடுவதாக வாக்குறுதியளிக்கிறேன்.'

'முதலில் செய்யுங்கள்.'

'ஹலோ'

'ஹலோ'

'ஐயா, உங்கள் வாக்குறுதியும் செவ்வாய் கிரகத்தைத் தாண்டி பறந்துகொண்டிருக்கிறது. இறுதி எச்சரிக்கை தருவதற்காக வருந்துகிறேன். இன்னும் ஒரு வாரத்திற்குள் நீங்கள் நிலுவைக் கட்டணம் முழுவதையும் கட்டிவிடவேண்டும்.'

'அம்மையே, இது என்ன இப்படி வெருட்டுகிறீர்கள். நான் என்ன வைத்துக்கொண்டு இல்லையென்கிறேனா? காற்று வரி கட்டினேன், வாயு கட்டணம் கட்டினேன், தண்ணீர் கட்டணம் கட்டினேன், மின்சாரக் கட்டணம் கட்டினேன்.'

'அதைத்தான் நானும் கேட்கிறேன். எல்லாத் துறைகளுக்கும் கட்டுகிறீர்கள், புவியீர்ப்புக் கட்டணத்தைக் கட்டுவதற்கு மட்டும் தயக்கம் காட்டுகிறீர்கள்.'

'அதன் காரணம் உங்களுக்குத் தெரியும்தானே.'

'இல்லை, தெரியாது. தயவுசெய்து என் அறிவைக் கூட்டுங்கள்.'

'மின்சாரக் கட்டணம் கட்டாவிட்டால் இணைப்பைத் துண்டித்துவிடுவார்கள். தண்ணீர்க் கட்டணம் கட்டாவிட்டால் தண்ணீரை வெட்டிவிடுவார்கள். காற்று, தொலைபேசி, வாயு எல்லாத்தையும் வெட்டிவிடுவார்கள். புவியீர்ப்புக் கட்டணம் கட்டாவிட்டால் அதைத் துண்டிப்பீர்களா? நியூட்டன் திரும்பப் பிறந்து வந்தால்கூட அதைச் செய்யமுடியாதே.'

'ஐயா, சுற்றறிக்கை வாசிக்கத் தெரியாத நீங்கள் இவ்வளவு சிந்திப்பீர்கள் என்றால் இந்தத் துறையை நடத்தும் விஞ்ஞானிகள் எவ்வளவு சிந்திப்பார்கள். சென்றவாரம் செய்தித்தாள் படித்தீர்களா?'

'நீங்கள் என்னுடைய நாலாம் வகுப்பு உபாத்தினிபோல கேள்விக்கு மேல் கேள்வி கேட்கிறீர்கள்.'

'ஐயா, நீங்கள் சுற்றறிக்கைதான் படிப்பதில்லை, பேப்பர் என்ன பாவம் செய்தது, அதைப் படிக்கலாம் அல்லவா?'

'அம்மையே, என் கனவில் துர்தேவதைகள் வந்து என்னை ஆட்டிப்படைக்கின்றன. நான் என்ன செய்ய?'

'சரி, துர்தேவதைகள் போனபிறகு பேப்பரைப் படித்துத் தெரிந்துகொள்ளுங்கள்.'

புவியீர்ப்புக் கட்டணம்

'அம்மையே, என் ஆவலைப் பெருக்கவேண்டாம். தாங்க முடியவில்லை. பேப்பரில் என்ன செய்தி வந்தது, தயைகூர்ந்து செப்புங்கள்.'

'செப்புகிறேன். ஒருவர் எட்டுமாதத்துக்கு புவியீர்ப்புக் கட்டணம் கட்டாமல் உங்களைப்போல ஏமாற்றிக்கொண்டே வந்தார்.'

'அப்படியா?'

'அவருக்குத் தண்டம் விதித்தோம், அவர் அதையும் கட்ட வில்லை. ஆகவே புவியீர்ப்பை அவர் இனிமேல் பாவிக்கக் கூடாது என்று தீர்மானித்தோம்.'

'பிறகு என்ன நடந்தது?'

'அவரை விண்வெளிக்கலத்தில் ஏற்றிச்சென்று புவியீர்ப்பு இல்லாத இடத்தில் இறக்கிவிட்டோம். மனிதர் ஒரு தடவை பூமியைச் சுற்றி வந்தார். அதற்கிடையில் மனது மாறிச் சம்மதித்து விட்டார். திரும்பவும் அவரை பூமியில் கொண்டுவந்து இறக்கிவிட நேர்ந்தது.'

'உண்மையாகவா!'

'மனிதர் முழுக்காசையும் கட்டினார்; தண்டத்தையும் கட்டினார்; வட்டியையும் கட்டினார். ஆனால் ஒரு பிரச்சினை?'

'அது என்ன?'

'விண்வெளிக்கலத்தில் ஏற்றிச்சென்ற பயணச் செலவு, விண்வெளி உடையின் விலை, இன்ன பிற செலவுகளை மாதாமாதம் கட்டுகிறார். 2196 மாதங்களில் கட்டிமுடித்து விடுவார்.'

'2196 மாதங்களா?'

'ஓமோம், கட்டிமுடிக்க 183 வருடங்கள் ஆகும்.'

'அவ்வளவு வருடம் வாழ்வாரா?'

'அது தெரியாது. அவருடைய பிள்ளைகள் நிலுவைக் கணக்குக்கு உத்திரவாதம் கொடுத்திருக்கிறார்கள்.'

'அம்மையே, நான் இன்றே உங்கள் கட்டணத்தை ஒருசதம் மிச்சம் வைக்காமல் கட்டிவிடுகிறேன்.'

'ஹலோ.'

'ஹலோ.'

'உங்களைப் பற்றி புவியீர்ப்புத்துறையினர் சிலாகித்துச் சொன்னார்கள். நீங்கள் கட்டணத்தை உடனுக்குடன் கட்டி விடுவதாகப் புகழ்கிறார்கள்.'

'நன்றி. நீங்கள் யார் பேசுவது? தொண்டை அடைத்த வாத்தின் குரல்போல இருக்கிறதே!'

'நான்தான் பூமிப்பயணத்துறையில் இருந்து பேசுகிறேன்.'

'இது என்ன புதுத்துறையா?'

'என்ன ஐயா எங்களுடைய கடிதம், சுற்றறிக்கை ஒன்றும் கிடைக்கவில்லையா? மூன்று மாதக் கட்டணம் நிலுவையில் இருக்கிறதே.'

'என்ன கட்டணம்?'

'பூமிப் பயணக் கட்டணம். அதாவது பூமி சூரியனைச் சுற்றி வருவது உங்களுக்குத் தெரியும். ஒருமுறை பூமி சூரியனைச் சுற்றும்போது, நீங்கள் 149,600,000 மைல்களைக் கடக்கிறீர்கள். நினைத்துப் பாருங்கள், இத்தனை மைல்கள் நீங்கள் இலவசமாகப் பயணம் செய்கிறீர்கள். ஒரு சதம் செலவு இல்லாமல். இனிமேல் இது இலவசம் கிடையாது. பயணத்துக்குக் கட்டணம் கட்டவேண்டும்.'

'அப்படியா. அருமையான விசயம். இனிமேல் நாள் நாளாக எண்ணாமல் மைல் மைலாக எண்ணலாம். நினைத்துப் பார்க்கும் போதே புல்லரிக்கிறது.'

'முதலில் மூன்று மாதக் கட்டணத்தை அனுப்பிவிடுங்கள். பிறகு புல்லரியுங்கள். நீங்கள் பயணம் செய்த தூரம் 37,400,000 மைல்கள்.'

'அதற்கென்ன. பாட்டுப் பாடிக்கொண்டு ஒரு காசோலை எழுதி ஒப்பம் வைத்து அனுப்பிவிடுகிறேன். ஒரு கேள்வி அம்மையே. இதிலே, விமானத்தில் இருப்பதுபோல முதலாம் வகுப்பு, இரண்டாம் வகுப்பு, மூன்றாம் வகுப்பு என்று இருக்கிறதா?'

'இல்லை. இல்லவே இல்லை. எல்லோரும் சரிசமம்தான்.'

'மிச்சம் நல்லது. சமத்துவம் என்றால் எனக்குப் பிடிக்கும். என்னுடைய அம்மாவுக்கும் பிடிக்கும்.'

'உங்களுக்கு ஒரு சலுகையும் இருக்கிறது.'

'அப்படியா, சொல்லுங்கள்.'

'லீப் வருடத்தில் ஒரு நாள் அதிகம் அல்லவா? ஆனால் நாங்கள் கட்டணத்தைக் கூட்டப்போவதில்லை. லீப் வருடத்திலும் அதே கட்டணம்தான்.'

'நம்பவே முடியவில்லை. இந்த நற்செய்தி கொடுத்த உங்களுக்கு ஒரு முத்துமாலை பரிசளித்தாலும் தகும். அல்லாவிடில் புள்ளி விழாத சிவந்த அப்பிள் கொடுத்தாலும் தகும். கேட்கும்போதே மனம் புளகிக்கிறது. அம்மையே, பணக்காரர்களுக்கு நல்ல வசதியிருக்கிறது. அவர்கள் அதிகக் கட்டணம் கட்டலாம் அல்லவா?'

'பாருங்கள், உங்கள் மூளை சுறுசுறுப்பாக வேலை செய்கிறது. உங்களைப்போல ஆட்கள்தான் பூமிக்குத் தேவை. நீங்கள் விமானத்தில் போகும்போது, அளவுக்கு அதிகமான பொதி கொண்டுபோனால் மிகை கட்டணம் கட்டவேண்டும். அப்படித் தான் இங்கேயும்.'

'உதாரணமாக?'

'ஒரு பணக்காரரிடம் நாலு வீடுகள், ஐந்து கார்கள், அப்படி ஏராளமான பொருள்கள் இருந்தால் அவர் மிகைகட்டணம் கட்டவேண்டும். சாதாரண குடும்பத்தவர்கள் மிகைகட்டணம் கட்டத் தேவையில்லை. உங்களுக்கு அந்த அபாயம் கிடையாது.'

'அம்மையே, உங்களை எப்படிப் பாராட்டுவது என்றே தெரியவில்லை. இன்றே என் பயணக் கட்டணத்தை அனுப்பி விடுவேன்.'

'நல்லது. அது என்ன சத்தம்?'

'ஒன்றுமில்லை. பூமி பிரண்டு மறுபக்கம் திரும்பும் சத்தம்.'

'சரி, நீங்கள் என்னிடம் பத்து நிமிடம் பேசியபோது 11000 மைல்கள் பிரயாணம் செய்துவிட்டீர்கள். அதற்கும் சேர்த்து பணத்தைக் கட்டிவிடுங்கள்.'

'உடனே, உடனே செய்வேன். இதனிலும் பார்க்க மகிழ்ச்சி தரும் விசயம் எனக்கு வேறு என்ன இருக்கிறது? இன்னொன்று.'

'என்ன?'

'நான் ஒரு சுற்றுலா போவதற்குத் திட்டமிட்டிருந்தேன். இந்தப் பெரிய பிரபஞ்ச பயணம் போகும்போது, சின்னஞ்சிறு சுற்றுலா என்ன கேடு என்று அதை நிறுத்திவிட்டேன். அந்தக்

காசை மிச்சம் பிடித்து பூமிப் பயணக் கட்டணத்தை உடனேயே கட்டிவிடுகிறேன்.'

'பூமிப் பற்றாளர் என்றால் நீங்கள்தான்.'

'அம்மையே, ஓர் ஆலோசனை. நட்சத்திரங்கள் சும்மா சும்மா மினுங்கிக்கொண்டு கிடக்கின்றன. அதற்கு ஒருவரும் வரி கட்டுவதில்லை. சந்திரன் வளர்வதும் தேய்வதுமாய் இருக்கிறான். அவனையும் வளைத்துப் போடவேண்டும். ஒருவருமே கவனிப்பதில்லை.'

'அருமையான யோசனை. கவனிக்கிறோம். கவனிக்கிறோம்.'

மட்டுப்படுத்தப்பட்ட வினைச்சொற்கள்

பச்சை, மஞ்சள், வெள்ளை பரிசாரகி உடையணிந்து நிற்பவள் ஓர் அகதிப் பெண்; இலங்கை அல்லது இந்தியப் பெண்ணாக இருக்கும். கயானாவாகக்கூட இருக்கலாம். கறுப்பு சருமம், கறுப்பு தலைமயிர், கறுப்பு கண்கள். அவள் உதட்டுச் சாயம், நகப்பூச்சுக்கூட கறுப்பாகவே இருந்தது. அவள் பெயர் நீளமாகவும் அதிக மெய்யெழுத்துக்கள் நிரம்பியதாகவும் இருந்திருக்கக் கூடும். அதைச் சுருக்கி 'ரத்ன' என்று தன் உடையின் ஒரு பக்கத்தில் குத்தி வைத்திருந்தாள்.

பரிசாரகப் பயிற்சி வகுப்பில் சொல்லிக் கொடுத்தது போல அவள் மேசைக்கு சற்று தூரத்தில் நின்றாள். கண் பார்க்கக்கூடிய தூரம், காது கேட்கக்கூடாத தூரம். அதுவே விதி.

இன்னும் பல விதிகள் அவளுக்குத் தெரியும்.

உணவை மேசையின் மேல் வைக்கும்போது, அதை விருந்தினரின் இடது பக்கத்தில் நின்று வைக்க வேண்டும். விதி 12.

மீதமான உணவை மேசையில் இருந்து எடுக்கும்போது அதை விருந்தினரின் வலது பக்கத்தில் நின்று எடுக்க வேண்டும். விதி 11.

விருந்தினரின் நாற்காலியை இழுத்து வசதிசெய்து கொடுக்கும்போது இடது பக்கமாக நிற்கவேண்டும். விதி 26.

நாப்கினை மடித்து பிளேட்டின் இடது பக்கத்தில் வைத்தால் விருந்தினர் முடித்துவிட்டார் என்று அர்த்தம். விதி 7.

நாப்கினை மடித்து பிளேட்டின் நாற்காலியின் மேல் வைத்தால் விருந்தினர் இன்னும் முடிக்கவில்லை என்று அர்த்தம். விதி 9.

சாப்பிட பயன்படுத்தும் உபகரணங்கள் வெளியில் இருந்து உள்ளுக்கு குறைந்துகொண்டே வரவேண்டும். விதி 19. இன்னும் இருக்கின்றன. அவளுக்கு எல்லாமே மனப்பாடம்.

அவளுக்கு தொல்லை கொடுப்பது விதிகள் அல்ல. ஆங்கில வகுப்பு. பெயர் சொற்களையே அவளுடைய ஆசிரியர் படிப்பிக்கிறார்; அவையே முக்கியம் என்றும் சொல்கிறார். சாலட், நாப்கின், சீஸ், கூகம்பர், கிளாம் சூப், ஒலிவ், லெட்டுஸ். வினைச்சொற்கள் இப்போது தேவை இல்லை, அவை தானாகவே வந்து இணைந்துகொள்ளும் என்கிறார். எப்போது, எந்தத் தேதியில் வந்து சேரும் என்பதை அவர் சொல்லவில்லை. ஸ்தோத்திரம்போல அவள் ஓர் ஒற்றை ரூல் கொப்பி நிறைய பெயர்ச் சொற்களையே எழுதி வைத்து பாடமாக்குகிறாள். வினைச்சொற்கள் இல்லாமல் அவற்றை எப்படி பயன்படுத்துவது? ஆனால் அவள் ஆசிரியர் சொன்னால் அது சரியாகத் தான் இருக்கும்.

அவளுடைய அறைச் சிநேகிதி அவள் படிக்கும் முறையை பரிகாசம் செய்கிறாள். இதனிலும் உத்தமமான ஒரு வழி அவளுக்குத் தெரிந்திருக்கும். ஒரு காதலன் கிடைத்தபிறகு அவள் காலண்டரில் புள்ளடி போட்டு வைக்கத் தொடங்கியிருந்தாள். அந்த தினங்களில் அகதிப் பெண் பதினொரு மணிக்கு முன்னர் அறைக்கு திரும்பமுடியாது. காதலர்கள் சந்திக்கும் புனித கணத்துக்கு அவளால் கெடுதல் வரக்கூடாது என்கிறாள். தகரக் குழாய் சத்தத்தில் அவள் காதலன் பேசுகிறான். அவன் கையை நீட்டும்போது அது திராட்சைக் குலைபோல தொங்கும். அவள்தான் அதைப் பிடித்துக் குலுக்கவேண்டும். அவன் கண்களும் அவள் முகத்தை நேரே பார்க்காமல் அவனுடைய வலது தோளுக்கு மேலால் பார்க்கின்றன.

அன்றைய விருந்தை கனடாவின் அதி செல்வந்தர்களில் ஒருவர் ஏற்பாடு செய்திருந்தார். அவர் வீட்டிலே நாளுக்கு ஒரு தடவை திரைச் சீலைகளையும் இரண்டு தடவை படுக்கை விரிப்புகளையும் எட்டு தடவை பல்புகளையும் மாற்றுவார்களாம். அவ்வளவு பெரிய பணக்காரர். மணி பதினொன்றைக் கடந்து வெகு நேரமாகிவிட்டது. அவளுக்கு மணித்தியாலத்துக்கு

இவ்வளவு என்று சம்பளம். திருமண விருந்து, பிறந்ததின விருந்து போன்ற கொண்டாட்டங்களின்போது அவள் மிகவும் எச்சரிக்கையாக இருப்பாள். அவளுடைய மேலாளர் தவறுகளை அனுமதிப்பதில்லை. கறுப்பு ஸ்டொக்கிங்க்ஸ் அணிந்து, கைகளை ஒரு பறவை பறக்க ஆயத்தம் செய்வதுபோல விரித்து, தட்டு தட்டென்று அறையினுள் நுழையும்போது மேலாளர் அளவு கன அடி காற்று வெளியேறிவிடும். இதைக் கண்டுபிடிப்பதற்கு ஆர்க்கிமெடிஸ் தேவையில்லை. அகதிப் பெண்ணே அதைச் செய்துவிடுவாள்.

திடீர் திடீரென்று மேலாளர் பரீட்சை வேறு வைப்பார்.

'இதற்கு என்ன பெயர்?'

'புட்டிங்.'

கரண்டியால் ஒரு துண்டை வெட்டி வாயிலே வைத்துச் சுவைப்பார்.

'இப்போது இதற்கு என்ன பெயர்?'

'எச்சில் உணவு.'

'இதை என்ன செய்யவேண்டும்?'

'குப்பையில் வீச வேண்டும்.'

அவள் பரீட்சையில் பாஸ்.

புத்தகத்தில் சொல்லப்பட்ட ரூல்கள் தவிர தனிப்பட்ட முறையில் அவளுக்கும் சில விதிகளை மேலாளர் உண்டாக்கியிருந்தார்.

விருந்தினர்களுடன் இன்முகமாய் இருக்கவேண்டும். அது அவளுக்குத் தெரியும்.

விருந்தினர்கள் குறிப்பறிந்து அவர்களை திருப்திப்படுத்த வேண்டும். அது அவளுக்குத் தெரியும்.

விருந்தினர்களுக்கு எரிச்சலூட்டும் காரியத்தைச் செய்யக் கூடாது. அது அவளுக்குத் தெரியும்.

அகதிப் பெண்ணின் ஆங்கிலம் குறைபாடுள்ளது. ஆகவே விருந்தினர்களுடன் அவள் பேசுவதைத் தவிர்க்கவேண்டும். அவர்கள் ஏதாவது கேட்டால் புன்னகையை தாராளமாக செலவு செய்யலாம். இந்தக் கடைசி விதி அவசியமில்லாதது என்றே அவள் நினைத்தாள். வினைச்சொற்கள் இல்லாத வசனங்களை அவள் பேசும்போது அவை யாருக்குமே புரிவதில்லை.

பிரதம மேசைக்கு எதிர் மேசையில் இருந்த குடும்பம் வினோதமாக இருந்தது. தாய்போல தோற்றமளித்தவளுக்கு வயது 30 இருக்கலாம். தகப்பனுக்கு 50. மகனுக்கு 18, மகளுக்கு 8 என்று அவள் கணக்கு போட்டாள். அப்படியானால் அந்த மனைவி இரண்டாம் தாரமாக இருக்கலாம். மகன் முதல் தாரத்துக்குப் பிறந்திருக்கவேண்டும். எல்லாம் ஒரு ஊகம்தான். ஊகிப்பதில் அவள் மிகவும் கெட்டிக்காரி.

அவர்களுடைய மேசை அவள் பொறுப்பில் இருந்தது. அது மிகவும் கலகலப்பானது. ஐந்து நிமிடத்துக்கு ஒருமுறை ஏதோ பேசி சிரித்து சத்தம்போட்டு மகிழ்ந்தார்கள். அவர்கள் பேசியது போலந்து மொழியாக இருக்கலாம். அதில் நிறைய மெய்யெழுத்துக்கள் கலந்து கிடந்தன, ஆனால் அவை பெயர்ச் சொற்களா, வினைச்சொற்களா என்பது தெரியவில்லை. ஒரு ஐம்பது வயது தகப்பனுக்கும் முப்பது வயது மனைவிக்கும் 18 வயது மகனுக்கும் 8 வயது மகளுக்கும் இடையில் பொதுவாக என்ன இருக்கும். அவர்களைப் பார்க்கும் போதெல்லாம் பரிசாரகிக்கும் சிரிப்பு தொற்றியது.

அப்பொழுதுதான் அவன் அவளைப் பார்த்தான். அவளை ஒருவருமே பார்ப்பதில்லை. இந்த பதினெட்டு வயது, சிவப்பு தலைமுடிக்காரன் அவளைப் பார்க்கிறான். அவன் கண்கள் துளைத்துவிடும்போல இருக்கின்றன. அந்த விருந்தில் கலந்து கொண்ட எத்தனையோ இளம் பெண்கள் அங்கே இருந்தார்கள். ஆனால் இவளையே அவன் பார்த்தான். விதிகள் என்ன சொல்கின்றன. மேலாளர் இதைப்பற்றி என்ன நினைப்பார். அவள் அந்தப் பார்வையை திருப்பித்தர முடியுமா? அவளுக்குத் தெரியவில்லை. தன் வேலையை அவள் இன்னும் சிரத்தையுடன் கவனித்தாள்.

இதற்கு முன் என்றும் ஏற்பட்டிராத வகையில் அவள் மனதில் ஏதோ குறுகுறுவென்று ஓடியது. தன் தங்கையுடன் முகத்தை திருப்பி பேசிப் பேசி சிரித்தான் சிவப்பு முடிக்காரன். அந்த சிரிப்பின் மிச்சத்தை அவள் பக்கம் திரும்பி முடித்துக் கொண்டான். அவள் அவர்களுக்கு ஏதாவது பரிமாறப் போகும் போதெல்லாம் அவன் கண்கள் அவளைத் தொட்டு வாசல்வரை கொண்டுவந்து விடுவது வழக்கமானது.

அவன் சாப்பிட்டுக் கொண்டிருந்தபோது அவன் மடியிலிருந்த நாப்கின் மெதுவாக நழுவி கீழே விழுந்தது. அப்படி விழுவதற்கு அவன் விரல்கள் உதவிசெய்தன என்றே நினைத்தாள். அதற்கும் ஒரு விதி இருக்கிறது. அவள் நாப்கினை குனிந்து எடுத்து அவன் கையில் கொடுத்தாள். அவன் நன்றி என்று வாங்கிக்கொண்டான்.

அப்படிச் சொன்ன அதே நேரம் அவன் கைவிரல்கள் அவள் உள்ளங்கையை ஒருவித சந்தேகத்துக்கும் இடமில்லாமல் அழுத்தின. நடுக்கம் வழக்கம்போல அடிக்காலில் இருந்து தொடங்கியது. ஒன்றுமே நடக்காதது போல அவள் மறுபடியும் தன்னிடத்துக்கு நகர்ந்தாள். அவளைச் சுற்றியிருக்கும் காற்றைக் கலைத்துவிடக்கூடாது என்பதுபோல நின்றாள். மேசையில் பேசுவது கேட்கக்கூடாத தூரமாகவும் அவர்கள் பார்க்கக்கூடிய தூரமாகவும் அது இருந்தது. அது ரூல் 17.

இப்பொழுது நடனம் ஆரம்பமாகிவிட்டது. அவனுடைய தாயும் தகப்பனும் எழுந்து மேடைக்குப் போய்விட்டார்கள். தாய் சுழன்று சுழன்று ஆடினாள். ஆடலறை முழுக்க அவள் நிறைந்து இருந்தாள். தகப்பன் ஆகக் குறைந்த அங்க அசைவுகளை வெளிப்படுத்தி தன் பங்கு நடனத்தை கச்சிதமாக நிறைவேற்றினார். அவன் தங்கை நாற்காலியை நகர்த்தி வைத்து நடனத்தையே கண் கொட்டாமல் பார்க்கத் தொடங்கினாள்.

திடீரென்று அவன் முகத்தில் புன்னகை தோன்றியது. கையை உயர்த்தி அவளை அழைத்தான். ரூல் 16. அவள் விரைந்து சென்று பணிவுடன் ஒரு குளவியின் இடைபோன்ற தன் இடையை கண் மதிக்கமுடியாத அளவுக்கு வளைத்து 'எஸ்' என்றாள். அந்த வார்த்தை பேசுவதற்கு அவளுக்கு அனுமதி இருந்தது.

அவன் 'கொஃபி, டீ காஃப், டூ சுகர்' என்றான். அவன் அந்த வார்த்தைகளை சொன்னது, அவளுடைய பெயரை யாரோ கனிவுடன் உச்சரித்ததுபோல இனிமையாக இருந்தது. 'கொஃபி, டீகாஃப், டூ சுகர்' அவன் நாக்கில் தொடாமல் அந்த வார்த்தைகள் உருண்டு வந்து விழுந்தன.

அன்று விருந்து முடிவதற்கிடையில் அவன் மூன்றுதரம் கொஃபி ஓடர் பண்ணிவிட்டான். அவளுடைய கடமை அவன் கேட்டதை பரிமாறுவது. ரூல் 22. அவன் இன்னும் 20 தடவை கேட்டாலும் அவள் பரிமாறத் தயாராக இருந்தாள்.

விருந்தினர்கள் ஒவ்வொருவராக புறப்பட்டுப் போயினர். இவர்களும் விரைவில் போய்விடுவார்கள். அவனுடைய தாயார் கைப்பையை திறந்து ஏதோ சரிசெய்தபடி அதை தோள்மூட்டிலே மாட்டி தயாரானாள். இவன் தன் நாப்கினை எடுத்து நாலாக மடித்து தன் பிளேட்டின் மேல் அவளைப் பார்த்தபடியே வைத்தான். பிறகு கண்களால் சைகை காட்டினான்.

இவள் ஒரு விதியையும் மீறவில்லை. நிதானமாக எல்லா கோப்பைகளையும் ஒவ்வொன்றாக அகற்றினாள். அவன் முறை வந்தது. அவன் உற்றுப் பார்த்துக்கொண்டே இருந்தான்.

அவனுடைய பிளேட்டை எடுத்துக்கொண்டு உள்ளே போனாள். நாப்கினை அகற்றியபோது கீழே ஐந்து டொலர் நோட்டு இருந்தது. பேனையால் நாப்கினில் ஒரு டெலிபோன் நம்பர் வேறு எழுதியிருந்தது. அவள் அந்த நம்பரை தன் உள்ளங்கையில் உடனேயே எழுதி வைத்தாள். அன்று இரண்டாம் முறையாக அவளுடைய உள்ளங்கை அவளுக்கு பயன்பட்டது.

அறைச் சிநேகிதியை காணவில்லை. கையைத் திருப்பி நம்பரைப் பார்த்தாள். அது இன்னும் அழியவில்லை. உரத்து அந்த இலக்கத்தைச் சொன்னாள். அந்த இலக்கம்கூட இனிமையாக ஒலித்தது. அவள் மனம் என்றும் இல்லாதவிதமாக அந்தரத்தில் உலாவியது. சிவப்பு முடிக்காரன் இப்பொழுது என்ன செய்வான். அவளை நினைப்பானா? அறை அமைதியாக இருந்தது. ஒருமுறை அவனை அழைத்தால் என்னவென்று தோன்றியது. அந்த நடுநிசியில் யாரும் பேச மாட்டார்கள் என்றே நினைத்தாள். ஆகவே, ஒவ்வொரு தானமாக மெதுவாக டயல் பண்ணினாள்.

மறுமுனையில் இருந்து ஒரு குரல் உடனேயே ஒலித்தபோது, இவளுக்கு புரிந்துவிட்டது அவன்தான் என்று. 'கொஃபி, டீ காஃப், டூ சுகர்' என்று உச்சரித்த அதே உருண்டையான குரல். ஆனால் அவளுடைய கைகள் நடுங்கின, வாய் நடுங்கியது. தொடைகள் நடுங்கின. உடனே அவள் டெலிபோனை திருப்பி வைத்துவிட்டாள். ஆனால் சரியாக ஒரு நிமிடத்தில் தொலை பேசி திரும்பவும் ஒலித்தது. கடைசியாக வந்த நம்பர் பட்டனை அவன் அமுக்கியிருக்கிறான். அவள் தொலைபேசியை எடுக்க வில்லை. சுருண்டுபோய் இருக்கும் ஒரு பாம்பை பார்ப்பது போல எட்டத்தில் நின்று அதைப் பார்த்தாள். அது அடித்துக் கொண்டே போனது. இறுதியில் அவனிடம் இருந்து வந்த ஒரு தகவலை டெலிபோன் சேமித்து வைத்துக்கொண்டது.

அவள் அந்தத் தகவலை ஓடவிட்டுக் கேட்டபோது பாதி தான் புரிந்தது. அவன் குரலில் தகவலை சரியான இடத்தில் விடுகிறோமோ என்ற தயக்கம் தெரிந்தது. யார் அழைத்தது என்ற ஊகமும் இருந்தது. அவளை திருப்பி அழைக்கும்படி மன்றாட்டமாகக் கேட்டிருந்தான்.

அவள் அவனை அழைக்கவில்லை. ஆனால் வேண்டிய போது அவனுடைய குரலை ஓடவிட்டுக் கேட்டாள். தினம் ஒரு சடங்குபோல அதைச் செய்து வந்தாள். அது எப்படியோ அவளுடைய அறைவாசிக்குத் தெரிந்துவிட்டது. அவளுக்கு எரிச்சலைக்கூட உண்டாக்கியிருக்கலாம். ஒருநாள் அவள் இல்லாத நேரம் பார்த்து அந்த அற்புதமான குரலை அறைவாசி

அழித்துவிட்டாள். அகதிப் பெண் அன்று துடியாய் துடித்துப் போனாள்.

அவர்கள் வசித்த அறை ஒரு கூரை, ஒரு கதவு, ஒரு யன்னல் கொண்டது. அவளுடைய கட்டிலுக்குப் பக்கத்தில் அவள் சிநேகிதியின் கட்டில் இருந்தது. கையை நீட்டினால் சிநேகிதி முகத்தில் அது இடிக்கும். ஆகவே, அகதிப் பெண் சுவருடன் முட்டிக்கொண்டு படுப்பாள். இன்னும் பல இன்னல்கள் இருந்தன. தகரக் குழாய் குரல்காரன் அவளைப் பார்க்கும் விதம் அவளுக்குப் பிடிக்கவில்லை. அவள் சிநேகிதி இல்லாத சமயங்களில் டெலிபோனில் கூப்பிட்டு சிநேகிதியைப் பற்றி விசாரிப்பான். அவள் இல்லையென்ற பிறகு தொலைபேசியை கீழே வைக்கவேண்டியதுதானே. அவன் செய்வதில்லை, ஒரு சம்பாசணையை உண்டாக்கப் பார்ப்பான்.

தோள்மூட்டுக்கு மேல் சூரியன் உயர எழும்பாத ஒரு பனிக்காலத்து பகல் வேளை. அவளுடைய அறைத் தோழியும், காதலனும் அவளுக்கு ஒரு விருந்து கொடுத்தார்கள். அவள் எப்படி மறுத்தும் அவர்கள் கேட்கவில்லை. அவளை அன்றுடன் ஒரு வழி பார்த்துவிடவேண்டும் என்பதுபோல வருந்தி அழைத்தார்கள். சரி என்று அவளும் போனாள். அவளை இம்சிப்பது தான் அந்த விருந்தின் முழு நோக்கமும் என்பது பின்னாலே தான் அவளுக்குத் தெரிந்தது. மதிப்புக்காக கறுப்புக்கண்ணாடிகளை தங்கள் தங்கள் தலைகளில் குத்தி வைத்துக்கொண்டு காதலர்கள் இருவரும் அடிக்கடி கண் ஜாடையில் பேசினார்கள். திடீரென்று பெருங்குரலில் சிரித்தார்கள். அவளுக்குப் புரியவில்லை. சிரிப்புக்கு காரணம் பல சமயங்களில் அவள் தானோ என்றும் தோன்றியது.

அவளுக்கு அது பிடிக்கவில்லை. தினம் ஒரு விருந்து என்று வெட்டி முறிகிறாள். அவளுக்கே ஒரு விருந்தா? ஆவு ஆவென்று அலுவலக மண்டபத்துக்கு அன்று வந்து சேர்ந்த போது இன்னும் சில நிமிடங்களே இருந்தன. வழக்கத்தில் வேலை தொடங்க ஐந்து நிமிடம் முன்பாகவே வந்து சீருடை அணிந்து தயாராகிவிடுவாள். ரூல் 16. எந்த மண்டபத்துக்கு வேண்டுமானாலும் அவளை அவர்கள் அனுப்புவார்கள். ரூல் 18. அவளைப்போல பரிசாரகி வேலைகேட்டு வந்த சிலர் அங்கே காத்திருந்தார்கள். யாரையோ பழிவாங்கத் துடிப்பது போல அன்று பத்து மணி நேரம் தொடர்ந்து வேலை செய்தாள். ஒரு நிமிடம்கூட உட்காரவில்லை. கால்கள் கெஞ்சின. கைகள் பாரமான தட்டங்களை தூக்கியபடி அலைந்து சோர்ந்தன. அது அவளுக்கு பழக்கமாகிப் போயிருந்தது.

நடுநிசி தாண்டியும் விருந்து முடிந்தபாடில்லை. அப்படியான வேளைகளில் மேலாளருக்கு கருணை பிரவாகம் எடுக்கும். ஐந்து நிமிடம் ஓய்வு தருவார். சாப்பாட்டுக் கூடத்துக்கும், விருந்து மண்டபத்துக்கும் இடையில் ஒரு சின்ன ஒடுக்கமான அறை. அங்கே சுழட்டி டயல் பண்ணும் கறுப்பு டெலிபோன் ஒன்று இருந்தது. அதைக் கடந்து போகும் போதெல்லாம் அவள் மனம் அலைபாய்ந்தது; திக்திக்கென்று அடித்தது. என்றும் இல்லாதவாறு அன்று அவளுக்கு அவன் நினைவு வந்துகொண்டே இருந்தது.

பல வாரங்களுக்கு முன் முதல் தடவையாக அவனை அழைத்த பிறகு மேலும் மூன்று முறை அழைத்திருக்கிறாள். அப்பொழுதெல்லாம் ஒரு முரட்டு ஆண்குரல் பேசியது. அவனுடைய தகப்பனாக இருக்கலாம். அவள் உடனே தொலை பேசியை வைத்துவிடுவாள். அன்று என்னவோ அவன் குரலை ஒரு முறையாவது கேட்கவேண்டும் என்றுபட்டது. கையிலே இருந்த தட்டத்தை கீழே வைத்துவிட்டு டெலிபோனை சுழட்டி டயல் பண்ணினாள். விரல்கள் நடுங்கின. நெஞ்சு, இன்னும் சில கணங்களில் நின்றுவிடப்போகும் ஒரு குருவியின் இருதயம் போல, படபடவென்று அடித்தது.

அதிசயமாக அவன் குரல் கேட்டது. அவன்தான். அவளுக்கு சந்தேகமே இல்லை. உடனேயே உலகம் வறண்டுவிட்டது. வாயிலே சத்தம் வருவது நின்றுவிட்டது. அவன் ஹலோ ஹலோ என்று விடாமல் ஒலித்தான். என்ன பேசுவது? என்ன பேசுவது? எந்த வார்த்தையைச் சொல்வது, என்ன சுருதியில் ஆரம்பிப்பது, ஒன்றையுமே அவள் சிந்திக்கவில்லை. அவனுடைய குரலைக் கேட்டாலே போதும் என்று நினைத்திருந்தாள். அவன் மீண்டும் ஹலோ என்றான்.

‘மொஸரல்லா சாலட்’

‘லெட்டூஸ்’

‘ப்ரூஸெட்’

‘சுப்படீ வங்கோல’

‘லாசன்யா’

அவளிடம் வினைச் சொற்கள் இல்லை. சில வாரங்களுக்கு முன்பு அவன் சாப்பிட்ட அத்தனை உணவு வகைகளையும் ஒப்பித்தாள். மறுபக்கத்தில் இருந்து சிரிப்புக்கு நடுவில் ஒரு சத்தம் கேட்டது. அத்துடன் பரிசாரகி டெலிபோனை துண்டித்துவிட்டாள்.

இது நடந்து மூன்று நாட்கள் ஆகிவிட்டன. அவள் படுக்கையில் கால்களை நீட்டி, ஒன்றோடொன்று பின்னிக்கொண்டு, சிவப்பு முடிக்காரனின் முகத்தை ஞாபகத்துக்கு கொண்டுவர முயன்றாள். திடீரென்று அவளுடைய சிநேகிதி கதவைத் திறந்து பிரவேசித்தாள். அவள் கதவை அடித்துச் சாத்தும் சத்தத்திலும் பார்க்க திறக்கும் சத்தம் கூடுதலாக இருக்கும். இதை எப்படிச் சாதிக்கிறாள் என்பது தெரியவில்லை. நின்ற கோலத்தில் கால்களை உதறி சப்பாத்துகளை கழற்றினாள். கைப்பையை வீசி எறிந்தாள். அவள் உதடுகள் மேலும் கீழும் இமைகள் துடிப்பதுபோல அடித்தன, ஆனால் சத்தம் வரவில்லை.

அகதிப் பெண் வாயே திறக்கவில்லை. அப்போதுதான் விழித்ததுபோல மறுபக்கம் சுழன்று கழுத்தை இரண்டு பக்கமும் திருப்பி பார்த்தாள். மிக மட்டமான அறை; மட்டமான சிநேகிதி; மட்டமான போர்வை; மட்டமான மணம். எந்தப் பக்கம் திரும்பினாலும் ஒரு சுவரைக் காணக்கூடிய அந்த அறையில் அவள் கண்களை மூடிக்கொண்டு மீண்டும் அவனுடைய முகத்தை நினைவில் மீட்டாள். அவனுடைய சொண்டுகள் உருண்டு வார்த்தைகள் வழுக்கி விழுந்ததை எண்ணிப் பார்த்தாள்.

'கொஃபி, டீகாஃப், டூ சுகர்'

'கொஃபி, டீகாஃப், டூ சுகர்'

அப்படியே அவள் தூங்கிப்போனாள்.

டெலிபோன் சம்பாசணை வெட்டுப்பட்ட பிறகு அவன் சும்மா இருக்கவில்லை. விருந்தில் அவன் சாப்பிட்ட அத்தனை உணவு அயிட்டங்களையும் சொன்னது பரிசாரகி என்பதை ஊகிக்க அவனுக்கு சில நிமிடங்களே எடுத்தன. ஆனால் அவள் வேலை செய்யும் கம்பனியை கண்டுபிடிக்க கொஞ்ச அவகாசம் தேவைப்பட்டது. அந்தக் கம்பனி, தன் ஊழியர்களை எந்த விருந்து மண்டபத்துக்கு, எப்போது அனுப்புகிறது என்பதையும் தெரிந்துகொள்ள வேண்டி இருந்தது. ஆனாலும் அவன் முயற்சியைக் குறைக்கவில்லை. அடுக்கடுக்காக பல விருந்து மண்டபங்களுக்குப் போய் அவளைத் தேடினான். அது ஒன்றும் அகதிப் பெண்ணுக்கு தெரியாது.

படிக்கட்டுகள் முடிவுக்கு வந்த உச்சிப் படியில் அவன் நின்றான். அகதிப் பெண் கீழே நின்றாள். அவன் இவளைப் பார்க்கமுன் இவள் அவனைப் பார்த்தாள். அவனும் இப்போது பார்த்துவிட்டான். அவனுடைய பார்வையில் போலந்திலிருந்து அவன் கொண்டுவந்திருந்த அத்தனை வார்த்தைகளும் இருந்தன.

அவளுடைய பார்வையில் பெயர்ச் சொற்கள், வினைச் சொற்கள், இன்னும் இலக்கணத்தில் சொல்லப்பட்ட அத்தனை வகையான சொற்களும் இருந்தன. அவனுக்கு அவை எல்லாம் தேவைப்பட்டன.

அவள் தன் கையிலே வைத்திருந்த தட்டத்தை பச்சை, மஞ்சள், வெள்ளை மார்போடு சேர்த்துப் பிடித்துக் கொண்டாள். சீருடையில் அவள் தேவதைபோல காட்சியளித்தாள். இரண்டு இரண்டு படியாக அவன் பாய்ந்து நெருங்கியபோது, அவர்களுக்கிடையில் அந்த தட்டம் இடைஞ்சலாக இருந்ததைக் கண்டான். அவள் அதை இறுக்கிப் பிடித்திருந்தாள். அவன் கீழே பார்த்தான். அவள் இரண்டு கைகளாலும் காவிய தட்டத்தில் இன்னும் சில நிமிடங்களில் யாரோ சாப்பிட்டு முடிக்கப் போகும் உணவு வகை இருந்தது.

அவள் விதி 27 ஐயும், 32 ஐயும், 13 ஐயும் ஒரே சமயத்தில் முறித்தாள்.

மயான பராமரிப்பாளர்

உலகத்தை சுற்றி வரவேண்டும் என்று அவன் திட்டமெல்லாம் போட்டது கிடையாது. தற்செயலாக அது அமைந்தது. அவுஸ்திரேலியாவுக்கு பயணிக்க வேண்டுமென்று அவன் சொன்னதும் பயண முகவர் தான் அந்த புத்திமதியை வழங்கினார். முகவர் ஓர் ஆப்பிரிக்கர். பார்த்தால் முட்டாள்போல தோற்றமளிப்பார் ஆனால் அதி புத்திசாலி. எப்பொழுதும் வயிற்றின் மேலே பை வைத்த ஒரு நீண்ட அங்கியை அணிந்திருப்பார். அதற்குள் வலது கையையும் இடது கையையும் ஒரே சமயத்தில் நுழைக்கலாம். 'நீங்கள் உலகம் சுற்றும் டிக்கட் ஒன்று எடுங்கள். அதுதான் மலிவு' என்றார். வலது கையை வெளியே எடுத்து நீங்கள் வலது பக்கத்தால் உலகை வலம்வரலாம். இடது கையை வெளியே எடுத்து நீங்கள் இடது பக்கத்தாலும் சுற்றி வரலாம். இரண்டும் ஒன்றுதான்' என்றார்.

இரண்டும் ஒன்றல்ல என்பது அவனுக்குத் தெரியும். சிறுவயதில் '80 நாட்களில் உலகத்தைச் சுற்றி' என்ற ஆங்கிலப் புத்தகம் அவனுக்கு பாட நூலாக இருந்தது. அதிலே கதாநாயகனாக வரும் ஃபிலியஸ் ஃபொக் என்பவர் 80 நாட்களில் உலகத்தைச் சுற்றி வரப்போவதாக பந்தயம் கட்டுவார். இங்கிலாந்திலிருந்து கிழக்கு நோக்கி இந்தியா, அமெரிக்கா என்று சுற்றி மறுபடியும் இங்கிலாந்துக்கு, அவர் கணக்குப்படி சரியாக 80 நாட்களில், திரும்பி வந்து சேருவார். உண்மையில் அவர் ஒரு நாள் முந்தி, 79 நாட்களில் உலகத்தைச் சுற்றி முடித்திருப்பார். மேற்கு நோக்கி உலகத்தை

சுற்ற புறப்பட்ட மகெல்லன், அவருடைய மொத்த பயண நாள் கணக்கில் ஒரு நாளை கூட்டவேண்டி நேர்ந்தது. சர்வதேச தேதிக்கோட்டை தாண்டும் போது ஏற்படும் குழப்பம்தான் இதற்கெல்லாம் காரணம் என்பது அவனுக்குத் தெரியும்.

லொஸ் ஏஞ்சல்ஸிலிருந்து புறப்படும் விமானம், இடையில் நிற்காமல் ஒரேயடியாக பறந்து அவுஸ்திரேலியாவின் சிட்னி நகரத்தை அடையும் என்று பயண முகவர் கூறியிருந்தார். அவன் புறப்பட்ட வெள்ளிக்கிழமை மாலை விமான நிலையம் பரபரப்பாக இயங்கியது. தரை தெரியாமல் பனி கொட்டியிருந்த படியால் நூற்றுக்கணக்கான பனி அகற்றும் மெசின்கள் பெரும் இரைச்சலுடன் வேலைசெய்தன. தங்கும் அறை சிட்னிக்குப் போகும் பயணிகளால் நிறைந்திருந்தது. அவர்கள் எல்லோருக்கும் ஒரு கஷ்டம் இருந்தது. லொஸ் ஏஞ்சல்ஸில் கடும் குளிர். ஆகவே பயணிகள் நீண்ட மேலங்கிகளும் தொப்பிகளும் கையுறைகளுமாகக் காட்சியளித்தனர். இதே பயணிகள் அவுஸ்திரேலியா போய் இறங்கியதும் அங்கே கோடைக்கால வெயில் வாட்டியெடுக்கும். ஆகவே, அங்கே அணிவதற்கு மெல்லிய பருத்தி ஆடைகள் தேவைப்படும். இரண்டு கால நிலைகளுக்கும் பொருத்தமான ஆடைகளால் அவர்கள் ஆடைப்பெட்டிகள் நிரம்பி வழிந்தன.

அவனுக்குப் பக்கத்தில் அமர்ந்திருந்தவருக்கு வயது 30–35 இருக்கும். முகம் அப்படிச் சொன்னது. ஆனால் அவருடைய உடல் பருமன் சும்மா உட்கார்ந்திருக்கும்போதே அவரை ஆசு ஆசுவென்று மூச்சு விடவைத்தது. மேல்க்கோட்டு அணிந்திருந்தாலும் அவருடைய சேர்ட் பித்தான்கள் இறுக்கி பூட்டப்பட்டு, இடையில் காணப்பட்ட பிளவில் உள்சதை தெரிந்தது. அவருடைய மேல் கோட்டின் வலது கைவழியாக பாம்பு ஒன்று எட்டிப் பார்த்தது. அப்படி உடம்பில் பச்சை குத்திவைத்திருந்தார். அவர் கையை அசைக்க அசைக்க பாம்பு வெளியே வருவதும் உள்ளே போவதுமாக இருந்தது. அவருக்குப் பக்கத்தில் ஐந்து வயது மதிக்கத்தக்க பெண் குழந்தை புதிய உடை, புதிய சப்பாத்து, புதிய மேலாடை, புதிய தொப்பி தரித்து உட்கார்ந்திருந்தது. பயிற்சி இல்லாத ஒருத்தர், பொருத்த மில்லாத ரிப்பனையும் நிறம் ஒத்துவராத காலுறையையும் அதற்கு அணிவித்து அலங்காரம் செய்திருந்தாலும் குழந்தையின் அழகு கொஞ்சம்கூடக் குறையவில்லை. சற்று நேரத்துக்கு முன்னர் குழந்தை அழுதிருக்கவேண்டும். கண் துடைத்து பளபளவென்று மின்னியது. குழந்தை அந்த மனிதருடைய கையை விடாமல் இறுக்கிப் பிடித்திருந்தது விநோதமாகப்பட்டது. அவரும் அடிக்கடி குனிந்து குழந்தையிடம் ஏதோ சொன்னார். அது

சரியென்று தலையாட்டியது. அவர் தன்னுடைய கன்னத்தை தொட்டுக் காட்ட அந்த இடத்தில் முத்தமிட்டது.

ஏதாவது பேசவேண்டுமே என்பதற்காக 'நீங்களும் சிட்னிக்கா பயணிக்கிறீர்கள்?' என்று கேட்டுவைத்தான். என்ன கேள்வி இது? இடையில் ஓர் இடத்திலும் நிற்காமல் நேராகப் பறக்கும் குவாண்டஸ் விமானம் அது. ஒரு சம்பாசணையின் ஆரம்பக் கேள்விதான்.

'சிட்னி பயணம் எனக்குப் பிடிக்கும். நீண்ட தூக்கம் போட வசதியானது' என்றார் அந்த தொக்கையான மனிதர்.

'நான் தூங்கப் போவதில்லை. விமானம் சர்வதேச தேதிக் கோட்டை கடக்கும்போது, ஒரு முழுநாள் மறைந்துவிடும் என்று சொன்னார்கள். ஆகவே முழித்திருப்பது என்ற தீர்மானத்தில் இருக்கிறேன்' என்றான்.

'ஓ, அப்படியா. நான் கிறீன்விச் நகரத்தில் மெரிடியன் கோடு கீறி வைத்திருக்கும் இடத்துக்குச் சென்றிருக்கிறேன். ஒவ்வொரு நாளும் சரியாக ஒரு மணிக்கு கறுப்பு பந்து ஒன்றை கோபுரத்தின் உச்சியிலிருந்து போடுவார்கள். அதை பார்ப்பதற்கு தினமும் நூற்றுக்கணக்கானோர் அங்கே கூடுவார்கள்' என்றார்.

'பசிபிக் சமுத்திரத்தில் இரண்டு தீவுகள் பக்கத்து பக்கத்தில் இருக்கின்றனவாம். ஒன்றின் பெயர் சமோவா, மற்றதின் பெயர் ரொங்கோ. அந்த தீவுகளை சர்வதேச தேதிக்கோடு பிரிக்கிறது. சமோவாவில் திங்கள் காலை ஆறு மணி என்றால் ரொங்கோவில் செவ்வாய் காலை ஆறுமணி. ஐந்து நிமிட தூரம் மட்டுமே ஆனால் 24 மணிநேர வித்தியாசம். ஒரு விசித்திரம் தான்' என்றான்.

'இது எல்லாம் மனித மூளையில் உதித்த கற்பனைதான். கற்பனைக் கோட்டை நாங்கள் எங்கேயும் கீறி வைக்கலாம். இன்னும் ஒரு வாரத்தில் புதுவருடம் பிறக்கிறது, அதை உலகமே கொண்டாடும். புதுவருட நாள்கூட ஒரு கற்பனைதானே' என்றவர், தன்னுடைய பைகளையும் சிறுமியையும் பார்த்துக் கொள்ளமுடியுமா, தான் பாத்ரூம் போகவேண்டும் என்று அவனைக் கேட்டார். அவன் தாராளமாக என்று சொன்னான். குழந்தை கைகள் இரண்டையும் முன்னே நீட்டி முறுக்கி கோர்த்துவைத்து அவனைப் பார்த்து சிரித்தது. அதனுடைய மணிக்கட்டுகள் மெலிந்து உடைந்து விழுந்துவிடும்போல இருந்தன. அவனுக்கு தன் குழந்தையின் ஞாபகம் வந்தது.

என்ன பேர் அம்மா உனக்கு?

டிலன்.

என்ன படிக்கிறாய்?

முதலாம் வகுப்பு.

இதுதான் உன் முதல் விமானப் பயணமா?

இல்லையே. பறந்திருக்கிறேனே.

அவுஸ்திரேலியாவுக்கு போயிருக்கிறாயா?

இல்லை. இப்போதுதான் அம்மாவிடம் போகிறேன். ஆனால் திரும்பி வரமாட்டன்.'

ஏன்? அப்ப அப்பா?

அவருடைய மயானம் இங்கேதானே இருக்கிறது.

அவனுக்கு திக்கென்றது. சின்னக்குழந்தையிடம் துருவித் துருவிக் கேட்பதற்கும் கூச்சமாகவிருந்தது. குழந்தை தலையை குனிந்து கண்களை மட்டும் உயர்த்தி அவனையே பார்த்தது.

அந்த நேரம் பார்த்து தகப்பன் மூச்சிரைக்க வந்து சேர்ந்தார். அவரைக் கண்டதும் இரண்டு வருடங்களாக பிரிந்திருந்தது போல குழந்தை அவரை நோக்கி ஓடிப்போய் கட்டிப்பிடித்தது. அவர் கையிலே அழகான ஒரு குழந்தை பொம்மை இருந்தது. பொன்தலை முடியும் நீலக் கண்களும் குட்டிக் கால்களும். குழந்தை ஆவலுடன் பொம்மையை வாங்கி தன் மடியிலே வைத்துக்கொண்டது.

'டாடி உங்களுக்கு எப்படித் தெரியும். நான் இந்தப் பொம்மையை வாங்கவேண்டுமென்று கனவு கூட கண்டிருக்கிறேன். என்னுடைய வகுப்பு சிநேகிதிகளிடம் இது இருக்கிறது. முதுகு பட்டனை தட்டிவிட்டால் இது பாடும்.' 'தாங்யூ டாடி, தாங்யூ' என்று எம்பி அவர் கன்னத்தில் குழந்தை முத்தமொன்று பதித்தது.

'என்ன பெயர் வைப்பாய்?' என்றார் தகப்பன்.

'தெரியாது, டாடி. நான் நிறைய யோசிக்கவேண்டும்.'

குழந்தையின் முகத்தில் பூரணமான சந்தோஷம். அது அந்த பொம்மையை தாலாட்டுவதும் அதனுடன் பேசுவதும் அதை தூங்கவைப்பதுமாக விளையாடியது. அவர் குழந்தையிடம் ஏதோ சொல்ல அது பக்கென்று சிரித்தது. இரண்டு கைகளையும் நீட்டி குழந்தையை பரிவுடன் தடவிக் கொடுத்தபடி அவன் பக்கம் திரும்பி 'இவளுடைய தாயார் அவுஸ்திரேலியாவில் இருக்கிறார். அவரிடம் நான் இவளை ஒப்படைக்க வேண்டும். கோர்ட் உத்திரவு' என்றார்.

புவியீர்ப்புக் கட்டணம்

விமானத்தில் பயணிகள் ஏறவேண்டும் என்ற அறிவிப்பு ஒலித்தது. அந்தக் குழந்தை தன் பையையும் பொம்மையையும் தூக்கிக்கொண்டு தகப்பனுடன் புறப்பட்டது. விமானப் பணிப் பெண் அவர்களுக்கு சரியான இருக்கைகளை அடையாளம் காட்டி உதவினாள். மிகப்பெரிய விமானம் அது. எங்கே முடிகிறது என்பதே தெரியவில்லை. அவனுக்கு பக்கத்து இருக்கையில் மூதாட்டி ஒருவருக்கு இடம் கிடைத்தது. மறுபுறத்தில் குழந்தையின் தகப்பன். யன்னல் கரை இருக்கையில் குழந்தை உட்கார்ந்து அடுத்த நிமிடமே பொம்மையின் தலைமயிரை குலைத்து விதவிதமான அலங்காரம் செய்து விளையாடத் தொடங்கியது.

விமானத்தின் ஆரவாரம் அடங்கியதும் அவன் 'உங்களுக்கு குழந்தையை விட்டு பிரிந்திருப்பது கஷ்டமாக இருக்குமே?' என்றான்.

'என்ன செய்வது? கடந்த ஒருவருடமாக குழந்தை என்னிடமே வளர்ந்தது' என்றார்

'அதற்கு முன்னர்?'

'மனைவியும் என்னுடன் இருந்தார். ஒரு ஞாயிற்றுக்கிழமை காலை வழக்கம்போல என் மனைவி நடைப்பயிற்சிக்கு புறப்பட்டு போனவர் திரும்பி வரவேயில்லை.'

'ஏன் அப்படிச் செய்தார்?'

'அதுதான் இன்றுவரை யாருக்கும் தெரியாது. நாங்கள் பொலீசுக்கு அறிவித்தோம். பகல் முழுக்க அவர் போன ரோட்டிலும் சுற்றியிருக்கும் பார்க்கிலும் காட்டிலும் ஆற்றிலும் கூட தேடினோம்.

'என்ன கண்டுபிடித்தீர்கள்?'

'அன்று இரவே எனக்கு காரியம் துலங்கிவிட்டது. என்னுடைய மனைவி மற்றவருக்கு ஆச்சரியம் தருவதற்கென்றே பிறந்தவர். படுக்கையறையில் அவருடைய உடுப்புகளையும் காலணிகளையும் காணவில்லை; பாஸ்போர்ட்டும் மறைந்து விட்டது. உடனேயே பொலீசாருக்கு தகவல் கொடுத்தேன். ஆனால் உண்மையான அதிர்ச்சிக்கு நான் அடுத்தநாள் மத்தியானம் வரை காத்திருக்கவேண்டியிருந்தது.'

'என்ன நடந்தது?'

'வங்கி சேமிப்பில் இருந்த அத்தனை பணத்தையும் அவர் எடுத்துப் போயிருந்தார். 20,000 டொலர்களுக்கு மேலே.'

'திட்டமிட்டு செய்ததுபோல இருக்கிறதே!'

'திட்டமிடுவதற்கு என் மனைவியிலும் பார்க்க சிறந்தவர் இந்த உலகத்தில் கிடையாது. விலகுவதற்கு ஆறுமாதம் முன்பே அவர் திட்டமிட்டுவிட்டார். உடைகளையும் நகைகளையும் காலணிகளையும் கைப்பைகளையும் ஒவ்வொன்றாக வெளியேற்றி எங்கேயோ சேகரித்து முன்பே சூட்கேசில் அடைத்து வைத்திருந்தார். ஞாயிற்றுக்கிழமை காலை குழந்தையை அலங்கரித்து தயாராக இருக்கும்படி சொல்லிவிட்டுத்தான் நடைப் பயிற்சிக்குப் புறப்பட்டார். அவர் திரும்பியதும் அவளை பூங்காவுக்கு கூட்டிப்போவதாக சொல்லியிருந்தார். அது சும்மா எங்களை திசை திருப்புவதற்கு. மகளும் வெளிக்கிட்டு காத்துக்கொண்டு மாலைவரை வாசலில் நின்றாள். மனைவியோ அந்த நேரம் விமானத்தில் அவுஸ்திரேலியாவுக்கு பறந்துகொண்டிருந்தார்.'

'மிகக் கொடூரமாக இருக்கிறது.'

'இன்னும் இருக்கிறது. அவரிடம் இருபதுக்கு மேற்பட்ட கடன் அட்டைகள் உண்டு. எல்லாமே என் பெயரில்தான். நான்தான் பணம் கட்டவேண்டும். அவர் போனபிறகும் பில்கள் வந்தபடி இருந்தன. அவற்றுக்கு பணத்தைக் கட்டி அட்டைகளையும் ரத்து செய்தேன். அவர் புது அட்டைகளை உண்டாக்கினார். அவற்றுக்கும் பணம் கட்டினேன். மணவிலக்கு கிடைத்த பிறகுதான் கொஞ்ச நிம்மதி எனக்கு கிடைத்திருக்கிறது.'

'நீதிமன்றத்தில் முறையிடவில்லையா?'

'நீதிமன்றம் எப்பவும் பெண்கள் பக்கம்தானே. உங்களுக்குத் தெரியுமா, அவருடைய வழக்கறிஞருக்கும் நான்தான் பணம் கட்டினேன்.'

'அநியாயமாக இருக்கிறதே! உங்கள் மனைவி வேலைக்கு போவதில்லையா?'

'என்னிலும் உயர்ந்த படிப்பு அவருக்கு. ஆனால் வேலை செய்யப் பிடிக்காது. புருசனின் வேலை பெண்ணை பராமரிப்பது என்று அவர் நினைக்கிறார்.'

'எதற்காக வீட்டை விட்டு ஓடினார் என்றாவது கூறினாரா?'

'நான் சம்பாதிப்பது அவருக்குப் போதவில்லை என்று நினைக்கிறேன். மயானங்களை சுத்தமாக வைத்திருக்கும் ஒப்பந்தம் எடுப்பது என் தொழில். 20 பேர் என்னிடம் வேலை செய்கிறார்கள். 12 மயானங்கள் வைத்திருக்கிறேன். வீட்டுக்கு வரும்போது, தினம் என்மேல் பிணவாடை அடிக்கிறது என்று குற்றம் சொல்வார்.

என் அருகே நிற்கும்போது பல தடவை அவர் மூச்சைப் பிடித்துக்கொண்டு நிற்பதை நான் அவதானித்திருக்கிறேன்.'

'நீங்கள் பொறுமையானவர்.'

'அது உண்மைதான். என் வாழ்க்கையிலேயே அதிமகிழ்ச்சியான நாட்களை கடந்த ஒரு வருடத்தில்தான் நான் அனுபவித்திருக்கிறேன். ஓடும் தண்ணீரில் முகம் பார்க்கமுடியாது. இப்போதுதான் எல்லாம் ஓய்ந்து நிம்மதியாக இருக்கிறேன்.'

'மனைவியிடம் உங்களுக்கு வருத்தம் இல்லையா?'

'என்ன வருத்தம்? இறப்பில் எல்லா மனிதரும் சமம். அடையாளம் இல்லாத புதைகுழிகள் பலதை நான் பார்த்திருக்கிறேன். அந்தப் புதைகுழிகளை நிரப்பியவர்கள் இறந்தபோது அவர்களுக்கு கூட்டம் இல்லை; பிரார்த்தனை இல்லை; மலர் வளையம் இல்லை. ஒரேயொரு சின்னப் பத்திரம்தான் அவர்கள் இந்தப் பூமியில் தரித்ததற்கான அடையாளம். அவர்கள் புதைகுழிகளை நான் அதே கவனத்துடன் பராமரிக்கிறேன். இறந்துபோனவர்கள் சமம் என்னும்போது இருப்பவர்களும் சமம்தானே. என் மனைவியை நான் இன்னமும் நேசிக்கிறேன் என்றுதான் நினைக்கிறேன்.'

'நேசிக்கிறீர்களா?'

'நேசிப்பதற்கு காரணமே தேவையில்லை, நண்பரே.'

விமானம் உயரத்தில் பறந்து சமநிலையை அடைந்து விட்டிருந்தது. நீண்ட பயணம் என்பதால் மூன்று திரைப்படங்கள் திரையிடப்போவதாக அறிவித்திருந்தார்கள். பாடுவதுபோல இனிமையான குரலில் பேசிய பணிப்பெண்கள் சுறுசுறுப்பாக உணவு பரிமாறினார்கள். என் பக்கத்திலிருந்த மூதாட்டி உணவு வேண்டாம் என்றுவிட்டார். தகப்பனும் மகளும் தங்கள் தெரிவுகளை பணிப்பெண்ணிடம் சொன்னார்கள். உணவு உண்ணும் போதுகூட குழந்தை பொம்மையை விட்டு பிரியவில்லை. தகப்பன் விமானப் பணிப்பெண்ணிடம் தனக்கு வெள்ளை வைன் கொண்டுவரும்படி பணித்தார். பக்கத்தில் இருந்த மகளை போர்வையால் மூடி 'இனி போதும், படு கண்ணே' என்றார். நீண்டு வளைந்த கிளாஸில் அவர் ரசித்து வைன் குடிப்பதை அவன் பார்த்தபோது, அவருடைய மூக்கு மிகப் பெரிதாகிவிட்டதுபோலத் தோன்றியது. அவனுடைய பக்கம் திரும்பி 'நீங்கள் திரைப்படத்தைப் பாருங்கள். நான் தூங்கப் போகிறேன். நாளைக் காலை சந்திப்போம்' என்று கூறிவிட்டு இருக்கையை பின்னால் சாய்த்து கண்ணை மூடினார்.

ஹடாரி அவன் ஏற்கனவே பார்த்திருந்த திரைப்படம். அதன் ஆரம்ப காட்சிகள் திகைப்பூட்டின. காண்டாமிருகத்தை பலமுறை துரத்தி தோல்வியடைந்து கடைசியில் பிடித்துவிடுகிறார்கள். யானைக்குட்டி ஒன்றை துரத்திக்கொண்டு கதாநாயகி ஓடுகிறாள். திடீரென்று யானைக்குட்டியை விட்டுவிட்டு அவன் முகத்துக்கு கிட்டவாக குனிகிறாள். பிடரியோடு வெட்டிய தலைமுடி. சிறுமி போன்ற தோற்றம். வசீகரமான கண்கள். என்ன சாப்பிடுகிறீர்கள் என்று கேட்கிறாள். உணவுத் தட்டில் உருண்டை ரொட்டி, முட்டைப்பொரியல், வேகவைத்த தக்காளி, பச்சைக் காளான், மஞ்சள் நிறமான தோடம்பழச் சாறு இருந்தது. அப்பொழுதுதான் அவனுக்கு நினைப்பு திரும்பியது. விடிந்துவிட்டது. யன்னல் வழியாக மஞ்சள் வெளிச்சம் பாய்ந்து வந்துகொண்டிருந்தது. வெள்ளி இரவு புறப்பட்ட விமானம் ஓர் இரவில் ஞாயிற்றுக்கிழமையை அடைந்துவிட்டது. ஒரு முழு சனிக்கிழமைக்கு என்ன ஆனது என்பது தெரியவில்லை.

அவனுக்கு உணவில் மனம் செல்லவில்லை. பக்கத்து இருக்கையில் தகப்பன் இரண்டு கைகளையும் பாவித்து உணவை வாய்க்குள் செலுத்திக் கொண்டிருந்தார். சிறுமி ஆழ்ந்த நித்திரை யிலிருந்தாள். அவளுடைய திறந்த வாயில் ஒரு மயிர்க்கற்றை விழுந்து கிடந்தது. பொம்மை அவள் நெஞ்சில் உறங்கியது. அவளுடைய உடம்பு மூன்று இடங்களில் தகப்பனை தொட்டுக் கொண்டிருந்தது. ‘உங்கள் மகளின் கண்களில் இன்னும் துயரம் நிரம்பியிருக்கிறது. ஓர் ஐந்து வயதுப் பெண்ணின் கண்களில் நான் இவ்வளவு பாசத்தைக் கண்டதில்லை’ என்றேன். அவர் குழந்தையின் தலையை அன்புடன் தடவிக் கொடுத்தார். ‘இவள் தாய் இவளை நல்லாக வளர்ப்பாள்.’

‘சர்வதேச தேதிக் கோட்டை விமானம் கடந்தபோது விமான ஓட்டி ஒலிபெருக்கியில் அதை அறிவித்தார். பயணிகள் கைதட்டி ஆரவாரித்தார்கள். சிலர் தங்கள் கைக்கடிகாரங்களை ஞாயிற்றுக்கிழமைக்கு மாற்றினார்கள்’ என்றார்

‘அப்படியா’ என்றான் அவன்.

‘நீங்கள் அப்போது ஆழ்ந்த தூக்கத்தில் இருந்தீர்கள்.’

‘பாருங்கள். ஆவலாகத் திட்டம்போட்டேன், எனக்கு பார்க்க வாய்க்கவில்லை.’

‘நீங்கள் துக்கப்படக்கூடாது. ஓர் அறிஞர் சொன்னார், இன்றைக்கு உலகம் அழியப் போகிறது என்று பயம் கொள்ளாதே. அவுஸ்திரேலியாவில் ஏற்கனவே ‘நாளைக்கு’ நடந்துகொண் டிருக்கிறது என்று. ஆகவே நானும் மகளை நினைத்து கவலைப்படப்

போவதில்லை. தினம் சூரியனை நான் பார்க்கும் முன்பு என் மகள் அதை சிட்னியில் பார்த்துவிடுவாள். எந்த சர்வதேச தேதிக் கோட்டினாலும் எங்களை பிரிக்கமுடியாது.'

'மகளைப் பிரிந்து வாழ்வதற்கு உங்களை தயார் செய்து விட்டீர்கள் என்று நினைக்கிறேன்.'

அவர் உடனே பதில் சொல்லவில்லை. தன் உணவுத் தட்டத்திடம் ஆலோசனை கேட்பதுபோல அதையே உற்றுப் பார்த்தார்.

'எனக்கு இப்பொழுது வயது 33. யேசுவை சிலுவையில் அறைந்த வயது. என்னுடைய சிலுவை இந்தப் பிரிவுதான். இதை நான் என் எஞ்சிய வாழ்நாள் முழுவதும் காவுவேன்.'

ஒரே இடத்தில் இருந்துகொண்டு அனைத்தையும் உண்ணும் எருது என்று ஒரு பழைய பாடல் உண்டு. அது போல இருக்கையில் அமர்ந்தபடி ஓர் அடி நகராமல் 400 பயணிகளும் இரவு உணவு, காலை உணவு, மதிய உணவு என்று சகலதையும் முடித்துக்கொண்டனர். பொம்மை பாடும் பாட்டை திருப்பி திருப்பி குழந்தை கேட்டது. இடைக்கிடை தகப்பன்மேல் பாய்ந்து கைகளைக் குவித்து ஏதோ ரகஸ்யம் பேசியது. விமானம் லயம் மாறி கீழே இறங்கத் தொடங்கியது. இன்னும் சில நிமிடங்களில் தரை தொட்டுவிடும் என்று விமானி அறிவித்தார். வாழ்நாள் முழுக்க அவனை நினைவில் வைக்க விரும்புவது போல அவன் கையை இறுக்கிப் பிடித்து விடைகொடுத்தார். எதிர்பாராத விதமாக குழந்தை தகப்பனிடம் மெள்ள ஏதோ சொல்லி சிணுங்க ஆரம்பித்தது. தகப்பன் அதற்கு ஆறுதல் வார்த்தை சொல்லிக் கொண்டிருந்தார்.

குடிவரவு, சுங்கம் கடவைகளை தாண்டி அவன் தன் பயணப்பெட்டிகளை தள்ளுவண்டியிலே வைத்து தள்ளிக் கொண்டு போனபோது, வரவேற்பாளர்களைச் சந்திக்கும் இடத்தில் மறுபடியும் அவர்களைக் கண்டான். தகப்பனுக்கும் மகளுக்கும் ஆரம்பித்த விவாதம் இன்னும் முடிவுக்கு வரவில்லை. மாறாக உச்சநிலையை நோக்கி நகர்ந்துகொண்டிருந்தது. குழந்தை இரண்டு கால்களையும் பரப்பி வைத்து அங்கேயே நெடுநாட்களாக தங்க திட்டமிட்டது போல நின்றது. மயான பராமரிப்பாளர் தன் பெரிய உடம்பை வளைத்து, குனிந்து அவளுடைய மஞ்சள் தலைமுடியுடன் கெஞ்சுவதுபோல பேசினார்.

'ஹனி, இதுதான் நாங்கள் ஒன்றாயிருக்கும் கடைசி ஐந்து நிமிடம். நான் உனக்கு பொய் சொன்னேன் என்ற நினைப்போடு

நீ போகக்கூடாது. அப்படிப் போனால் அதைச் சரி செய்ய எனக்கு சந்தர்ப்பமே கிட்டாது.'

'சனிக்கிழமை முழுக்க என்னுடன் இருக்கப்போவதாக சொன்னாய்?'

'இன்றைக்கு ஞாயிற்றுக்கிழமை.'

அந்த இரண்டு வார்த்தைகளையும் அப்பொழுதுதான் முதன்முதலாக கேட்பதுபோல குழந்தை குழப்பத்துடன் அவரைப் பார்த்தது.

'அந்த சனிக்கிழமை உனக்கு கிடைக்காது. அது போய் விட்டது. என்றென்றைக்குமாக.'

'நீ பொய் சொன்னாய்.'

'இல்லை. நீ பெரியவளானதும் ஒருநாள் புரிந்துகொள்வாய். இனி அம்மாதான் உனக்கு எல்லாம். அவர் வந்தவுடன் சிரித்துக் கொண்டு போகவேண்டும். சரியா. எங்கே சிரி.'

அந்தக் குழந்தை புறங்கையால் துடைக்க துடைக்க கண்களில் நீர் பெருகிக்கொண்டே வந்தது.

'டாடி, என்னுடைய பிறந்தநாள் உனக்கு ஞாபகம் இருக்குமா?'

'இருக்கும் கண்ணே, அதை மறப்பேனா?'

அப்பொழுது தூரத்தில், விளம்பரங்களில் வருவதுபோன்ற அழகான பெண், கூந்தல் பின்னுக்கு எழும்பி எழும்பி விழ, குதிக் காலணியில் டக்டக்கென்று கத்தரிக்கோல் போல நடந்து வந்தாள். மண்புழுவின் நிறத்தில் அவள் சருமம் இருந்தது. நடு வயிற்றை தொடும் நீளமான முத்துமாலை. மெல்லிய சாம்பல் ஆடையின் இரண்டு கழுத்து பித்தான்களையும் திறந்து விட்டிருந்தாள். பார்த்தவுடனேயே அவள்தான் தாயென்று தெரிந்தது. அவள் உடல் அசைவு, இனிய சுபாவத்துடன் ஒத்துப் போகாதது. மயானம் பராமரிக்கும் மனிதருக்கும் இந்தப் பெண்ணுக்கும் ஒருவித பொருத்தமும் இல்லையென்று அவனுக்குத் தோன்றியது. இருவரும் ஒரேயொரு சொல் பரிமாறிக் கொண்டார்கள்.

ஹலோ

ஹலோ

குழந்தையின் முதுகில் ஒரு விரலை வைத்து அம்மாவின் முன் தள்ளினார். அந்தக் குழந்தையின் உடம்பு சுருங்கியது. உயரம் சரி பாதியானது. தோள்மூட்டுகள் உயர்ந்து காதுகளை மறைத்தன.

மயானம் பராமரிப்பவர் மறுபடியும் ஒருமுறை குழந்தையின் இரண்டு கன்னங்களிலும் கையை வைத்து அள்ள முயன்றார். முடியவில்லை. சாதாரண முத்தம் ஒன்றைக் குழந்தைக்கு கொடுத்துவிட்டு முகத்தை திருப்பிக்கொண்டார்.

ஒரு கையில் பொம்மையையும் மறுகையில் நீளமான கைப்பிடி வைத்த பையையும் பிடித்துக்கொண்டு, அது காலிலும் தரையிலும் இடற, குழந்தை அவசரமாக தாயைப் பின் தொடர்ந்தது. திடீரென்று நின்று, தானியத்தை கொத்துவதற்கு குருவி தயங்குவதுபோல யோசித்தது. தகப்பனிடம் திரும்பி வந்து பொம்மையை கொடுத்து, 'நீயே வைத்திரு' என்று சொன்னது.

'சரி, நான் பொம்மைக்கு உன் ஞாபகமாக நல்ல பெயர் சூட்டுகிறேன். *I will call her Saturday.*' (நான் அவளை சனிக்கிழமை என்று அழைப்பேன்.) வலது கையை தூக்கி அவர் ஆட்டியபோது பாம்பும் ஆடியது. குழந்தை பதில் பேசவில்லை. முகத்தைத் திருப்பி ஓர் அமெரிக்கக் குழந்தை ஆம் என்று சொல்வதற்கு எப்படி தலையசைக்குமோ அப்படி அசைத்தது.

அமெரிக்கக்காரி

ஒரு நாள் அவளுக்கொரு காதலன் இருந்தான்; அடுத்த நாள் இல்லை. அவன் வேறு ஒரு பெண்ணை தேடிப்போய்விட்டான். இது அவளுடைய மூன்றாவது காதலன். இந்தக் காதலர்களை எப்படி இழுத்து தன்னிடம் வைத்திருப்பது என்று அவளுக்குத் தெரியவில்லை. அவர்கள் தேடும் ஏதோ ஒன்று அவளிடம் இல்லை. அல்லது இருந்தும் அவள் கொடுக்கத் தவறிவிட்டாள் என்பது தெரிந்தது.

பார்ப்பதற்கு அவள் அழகாகவே இருந்தாள். விசேஷமான அலங்காரங்களோ, முக ஒப்பனைகளோ அவள் செய்வதில்லை. செய்வதற்கு நேரமும் இருக்காது. மற்ற மாணவிகளைப் போலத்தான் அவளும் உடுத்துகிறாள்; நடக்கிறாள். ஆனால் அவர்களைப்போல பேசுகிறாள் என்று சொல்லமுடியாது. இலங்கை, யாழ்ப்பாணத்திலிருந்து அமெரிக்க பல்கலைக் கழக உதவிப் பணம் பெற்று நேராகப் படிக்க வந்தவள். ஆகவே, அவளுடைய உச்சரிப்பில் மூக்கால் உண்டாக்கும் ஒலிகள் குறைவாகவே இருக்கும். அமெரிக்க மாணவர்களுக்கு புரியாத பல புதிய வார்த்தைகளும் இருந்தன. அவள் *sweet* என்பாள் அவர்கள் *candy* என்பார்கள்; அவள் *lift* என்பாள் அவர்கள் *elevator* என்பார்கள்; அவள் *torch* என்பாள் அவர்கள் *flashlight* என்பார்கள். அதுவெல்லாம் ஆரம்பத்திலேதான், ஆனால் வெகுவிரைவிலேயே அவள் தன்னை திருத்திக் கொண்டாள். அவளுடைய நுட்பமான அறிவை அவள் வேதியியல், கணிதம், இயற்பியல் போன்ற பாடங்களுக்கு மட்டும் பயன்படுத்துவதில்லை.

கறுப்பு எறும்புகள் நிரையாக வருவதுபோல பையன்கள் அவளை நோக்கி வந்தார்கள். அவளுடைய கரிய கூந்தலும், கறுத்து சுழலும் விழிகளும் அவர்களை இழுத்தன. ஆனால் வந்த வேகத்திலேயே அவர்கள் திரும்பினார்கள் அல்லது அவளை விட்டுவிட்டு வேறு பெண்களிடம் ஓடினார்கள். முதலில் வந்தவன் கேட்ட முதல் கேள்வியை நினைத்து அவள் இன்றைக்கும் ஆச்சரியப்படுவாள். 'யாரோ தேசியகீதம் இசைப்பது போல நீ எதற்காக எப்போதும் தலைகுனிந்து நிற்கிறாய்?' அவள் எப்படி பதில் சொல்வாள்? 17 வருடங்கள் அவள் அப்படித்தான் நிலத்தைப் பார்த்தபடி பள்ளிக்கூடத்துக்குப் போனாள், வந்தாள். அதை திடீரென்று அவளால் மாற்ற முடியவில்லை. ஆனால் கேள்வி கேட்டவனை அவளுக்குப் பிடித்துக்கொண்டது. அவளுடைய வகுப்பில் அவனும் சில பாடங்களை எடுத்தான். நடக்கும்போது அவனுக்கு அவளுடன் ஒட்டிக்கொண்டு நடந்துதான் பழக்கம்.

அன்று நடந்த கூடைப்பந்து போட்டியை பார்க்க அவளை அழைத்தான். அவளுக்கு அந்த விளையாட்டைப் பற்றிய ஞானம் இல்லை, கூடைக்குள் பந்தைப் போடவேண்டும் என்பது மட்டுமே தெரியும். தொடை தெரியும் கட்டையான பாவாடைகளும் நீளமான சிவப்பு காலுறைகளும் அணிந்த பெண்கள் உற்சாகமாக துள்ளி குதித்து ஆரவாரித்தார்கள்; சிலவேளைகளில் பந்தை கூடையில் போடாதபோதும்கூட கைதட்டினார்கள். இவளும் தட்டினாள். திரும்பும் வழியில் அவன் ஐஸ்கிரீம் வாங்கிக் கொடுத்தான். ஒரு துளி அவள் உதட்டிலே சிந்தியபோது அதை ஒரு விரலால் துடைத்து விட்டான். மூன்றாவது நாள் அவளுடன் சேர்ந்து படிக்க வேண்டும் என்று அழைத்தான். அவனுடைய அறிவுக்கூர்மை அவளை திகைப்படைய வைத்தது. அவளைப்போல அவன் ஒன்றுமே மனப்பாடம் செய்யவில்லை. தர்க்கமுறையில் சிந்தித்து மிகச் சிக்கலான வேதியியல் சாமாந்திரங்களை உடனுக்குடன் எழுதினான். மூன்றாவது நாள் அவன் அறை நண்பன் இல்லையென்றும் அவளை அந்த இரவு தன் அறையில் வந்து தங்கும்படியும் கேட்டான். அவள் மறுத்த பிறகு அவனைக் காணவில்லை.

இரண்டாவதாக அவளைத் தேடி வந்தவன் துணிச்சல்காரன்; குறும்புகள் கூடியவன். அவளுக்கு பென்ஸீன் அணு அமைப்பு தெரியும், அவனுக்கு தெரியாது. அப்படித்தான் அவர்கள் நட்பு உண்டானது. ஒருநாள் அவள் படித்துக் கொண்டிருந்தபோது திடீரென்று உண்டாகி அவள் முன்னால் நின்றான். அவனுடைய நிழல் அவள்மேல் பட்டு அவள் நிமிர்ந்து பார்த்தபோது அவள் உட்கார்ந்திருந்த சுழல் கதிரையை சுழலவிட்டான். அது மூன்றுதரம் சுற்றிவிட்டு அவன் முன்னால் வந்து நின்றது. 'பார், எனக்கு பிரைஸ்

விழுந்திருக்கிறது. நீ என்னுடன் கோப்பி குடிக்க வரவேண்டும்' என்றான். அவளுக்குச் சிரிப்பு வந்தது, சம்மதித்தாள். கோப்பி குடிக்கும்போது 'நீ உங்கள் நாட்டு இளவரசியா?' என்றான். 'இல்லை. அங்கேயிருந்து துரத்தப்பட்டவள். இனிமேல்தான் நான் ஒரு நாட்டை தேடவேண்டும்' என்றாள். 'நீ அரசகுமாரி மாதிரி அழகாக இருக்கிறாய்' என்று சொன்னான் அந்த அவசரக்காரன். அன்றிரவே அவள் அறையில் தங்கமுடியுமா என்று கேட்டான். அதற்கு பிறகு அவனும் மறைந்துபோனான்.

இவர்கள் அவளிடம் எதையோ தேடினார்கள். அவள் அமெரிக்காவில் வாழ்ந்தாலும் இன்னும் இலங்கைக்காரியாகவே இருந்தாள். அவள் அமெரிக்காவுக்கு வரமுன்னரே அவளுடைய கிராமத்தில் அவர்கள் அவளை 'அமெரிக்கக்காரி' என்று அழைத்தது இங்கே யாருக்கும் தெரியாது. அவளுடைய பெயரே அவளுக்கு மறந்துவிட்டது. வீட்டிலும், பள்ளிக்கூடத்திலும், வீதியிலும் அவளை 'அமெரிக்கக்காரி' என்றே அழைத்தார்கள். அவளுடைய இரு அண்ணன்மார்களிலும் பார்க்க அவள் புத்திசாலி என்று அம்மா சொல்வாள். அவளுக்கு நாலு வயது நடக்கும்போதே ஆங்கிலம் வாசிக்கக் கற்றுக்கொண்டாள். அவளுடைய அண்ணன்மார் கொண்டுவரும் அமெரிக்க கொமிக் புத்தகங்கள் அனைத்தையும் படித்துவிட்டு அந்தக் கதைகளை தன் வகுப்பு தோழிகளுக்குச் சொல்வாள். ஆர்க்கி, சுப்பர்மான் பாத்திரங்களாக மாறி தான் அமெரிக்காவில் வாழ்வதாகவே அவள் கற்பனை செய்வாள்.

சின்ன வயதிலேயே தாயாரிடம் கேட்பாள், 'நான் அமெரிக்கக்காரியா?' தாய் சொல்வார், 'இல்லை, நீ இலங்கைக் காரி.' 'அப்ப நான் எப்படி அமெரிக்கக்காரியாக முடியும்?' 'அது முடியாது.' 'நான் அமெரிக்காவுக்குப் போனால் ஆக முடியுமா?' 'இல்லை, அப்பவும் நீ இலங்கைக்காரிதான்.' 'நான் ஒரு அமெரிக்கனை மணமுடித்தால் என்னவாகும்?' 'நீ அமெரிக்கனை மணமுடித்த இலங்கைக்காரியாவாய். நீ என்ன செய்தாலும் அமெரிக்கக்காரியாக முடியாது.' அப்போது அவளுக்கு வயது பத்து. அவளுக்கு பெரிய ஏமாற்றமாகப் போய்விடும்.

மூன்றாவதாக அவளைக் காதலித்தவன் கொஞ்சம் வசதி படைத்தவன். அவள் அப்போது இரண்டாவது வருட மாணவி. ஒரு வகுப்பு முடிந்து வெளியே வந்தபோது, அவன் வந்து தானாகவே தன்னை அறிமுகம் செய்துகொண்டான். உடனேயே பல பெண்களின் கண்கள் அவளை பொறாமையோடு பார்த்தன. அவன் விடுதியில் தங்கி படித்துக்கொண்டிருப்பதாகச் சொன்னான். அவனுடைய பெற்றோர் போர்ட்லண்டில் வசித்தனர். அவனிடம்

கார் இருந்தபடியால் ஒவ்வொரு வார முடிவிலும் அவர்களிடம் அவன் போய்வருவான்.

அவன் காரில் இருந்து இறங்குவது விசித்திரமாக இருக்கும். காரை நிறுத்திவிட்டு இரண்டு கால்களையும் ஒரே நேரத்தில் தரையில் ஊன்றி எழுந்து நடந்துவருவான். நேற்று வகுப்பில் என்ன பாடம் நடந்தது, இன்று என்ன நடக்கிறது, நாளை என்ன நடக்கும் என்ற கவலையே அவனிடம் கிடையாது. பல்கலைக்கழகம் ஒரு விளையாட்டு மைதானம் என்பது அவன் எண்ணம். அவள் பின்னாலேயே அவன் திரிந்தான். ஒருநாள் அவளை கண்ணை மூடச்சொன்னான். அவன் ஏதாவது பரிசுப் பொருள் தரும்போது அப்படித்தான் செய்வான். அவள் மூடினாள். வாயை திற என்றான். ஏதோ சொக்லட்டோ, இனிப்போ தரப்போகிறான் என்று நினைத்து வாயைத் திறந்தாள். அவளுடைய அம்மா மருந்து தரும்போதும் அப்படித்தான் திறப்பாள். அவன் குனிந்து அப்படியே திறந்த வாயில் முத்தம் கொடுத்துவிட்டான். அவளுக்கு அது பிடிக்கவில்லை. 'இது என்ன பெரிய விசயம். நான் உன் கையிலே முத்தம் கொடுத்திருக்கிறேன். உன் நெற்றியிலே முத்தம் தந்திருக்கிறேன். நெற்றியில் இருந்து இரண்டு அங்குலம் கீழே உன் வாய் இருக்கிறது. இது இரண்டு அங்குலத் தவறுதான்' என்றான்.

நன்றிகூறல் நாள் விருந்துக்கு தன் வீட்டுக்கு வரும்படி அழைத்தான். கடந்த வருடம் அவள் தன் சிநேகிதி வீட்டுக்குப் போயிருந்தாள். நன்றிகூறல் நாளன்று விடுதியில் ஒருவருமே இருக்கமாட்டார்கள் என்பதால் அவள் சம்மதித்து, இரண்டு மணிநேரம் அவனுடன் காரில் பிரயாணம் செய்தாள். இதுதான் அமெரிக்காவில் அவளுடைய ஆக நீண்ட கார் பயணம்.

அவனுடைய பெற்றோர்கள் கண்ணியமானவர்கள். தகப்பன் நடுவயதாகத் தோன்றினாலும் தாயார் வயதுகூடித் தெரிந்தாள். மீன் வெட்டும் பலகைபோல அவள் முகத்தில் தாறுமாறாகக் கோடுகள். மகனின் சிநேகிதி இலங்கைக்காரி என்பதை எப்படியோ தெரிந்து வைத்துக்கொண்டு சமீபத்தில் பத்திரிகைகளில் வெளியான இலங்கைச் செய்தி துணுக்குகளை அவளுக்காக வெட்டி வைத்து அவளிடம் தந்தது அவள் மனதைத் தொட்டது. விருந்து மேசையிலே இலங்கைப் போரை பற்றியே பேச்சு நடந்தது. இந்திய ராணுவம் இலங்கையை ஆக்கிரமித்து இரண்டு வருடங்கள் அப்போது ஓடியிருந்தன. அவள் தன்னுடைய அம்மா மூன்று இடங்கள் மாறிவிட்டதால் அடிக்கடி கடிதம் எழுதும் விலாசத்தை தான் மாற்றவேண்டியிருக்கிறது என்று கூறினாள். தன்னுடைய அண்ணன்மார் இருவரும் ஒருவருடம் முன்பாக போரில் இறந்துபோனதை அவள் சொல்லவில்லை.

இரவானதும் சோபாவை இழுத்து கட்டிலாக்கி அதில் அவளை படுக்கச் சொல்லிவிட்டு அவன் மேலே போனான். அவள் அயர்ந்து தூங்கினாள். நடுச்சாமம் போல ஒரு மிருதுவான கை அவள் வாயை மெல்ல மூடியது. பார்த்தால் இவன் நிற்கிறான். அவளுக்கு பயம் பிடித்தது. உடல் வெடவெட வென்று நடுங்கி இரவு உள்ளாடை வேர்வையில் நனைந்து விட்டது. அவனை துரத்திவிட்டாலும் மீதி இரவு அவள் தூங்கவில்லை. மறுநாள் அவனுடன் காரில் பிரயாணம் செய்தபோது, இரண்டு மணி நேரத்தில் அவள் அவனுடன் இரண்டு வசனம் மட்டுமே பேசினாள்.

அவளுடைய பல்கலைக்கழக வாழ்வில் பெரும் மாற்றம் மூன்றாவது வருட முடிவில்தான் நிகழ்ந்தது. பல்கலாச்சார கலை நிகழ்வில் அவள் கலந்து கொள்ளாமல் இரண்டு வருடங்கள் கடத்திவிட்டாள். இம்முறை தப்ப முடியவில்லை. இலங்கையிலிருந்து வந்து படிக்கும் மாணவி அவள் ஒருத்திதான். ‘பாரம் பரிய நடனம்’ என்று தன் பெயரைக் கொடுத்தாள். அவளிடம் ஒரு சேலை இல்லை, நல்ல நடன ஆடைகூடக் கிடையாது. ஒரு பஞ்சாபிப் பெண்ணின் உடையை கடன் வாங்கி இயன்றளவு ஒப்பனை செய்து தயாரானாள். அவள் பள்ளிக்கூடத்தில் ஆடிய ‘என்ன தவம் செய்தனை’ பாடலுக்கு அபிநயம் பிடிப்பது என்று தீர்மானித்தாள். பாடலை முதலில் பாடி நாடாவில் பதிவு செய்து வைத்துக்கொண்டாள். மேடையிலே அவள் நின்றதும் திரை இரண்டு பாதியாக பிளந்து நகர்ந்தது. மெல்லிய நடுக்கம் பிடித்தாலும் துணிச்சலுடன் பாடலை விளக்கி இரண்டு வரிகள் பேசிவிட்டு ஆடினாள். மாணவர்கள் எதிர்பாராத விதத்தில் கைதட்டி வரவேற்றார்கள்.

அவளுடைய நாட்டியத்துக்கு முன்பு நடந்த நிகழ்ச்சியில் ஒரு வியட்நாமிய மாணவன் கம்பி வாத்தியத்தை இசைத்தபடி பாடினான். இவள் ஒப்பனையை கலைத்துவிட்டு வெளியே வந்தபோது அந்த வியட்நாமிய மாணவன் இவளுடைய நடனத்தை வெகுவாகப் பாராட்டினான். இவளும் பேச்சுக்கு அவனுடைய வாத்தியம் அபூர்வமானதாக இருந்தது என்றாள். அவன் 16 கம்பிகள் கொண்ட அந்த பெண்கள் வாத்தியத்தை தன்னுடைய இறந்துபோன வியட்நாமிய அம்மாவிடம் கற்றுக் கொண்டதாகக் கூறினான். எப்போதாவது தாயார் ஞாபகமாக தான் அதை வாசிப்பதாகச் சொன்னான். ஆயிரம் கண்ணாடிகள் வைத்து இழைத்த நீண்ட உடை தரித்து, தலையிலே வட்டமான தொப்பி அணிந்த அவனை பார்ப்பதற்கு வேடிக்கையாக இருந்தது. பேசும்போது அவளுடைய ஆயிரம் பிம்பங்கள் அவனில்

தெரிந்தன. இறுதி ஆண்டில் ஆங்கில இலக்கியம் படிக்கும் அவனுடைய பெயர் லான்ஹங் என்றான்.

அடுத்தநாள் காலை லான்ஹங் 27,000 மாணவர்கள் படிக்கும் அந்த பல்கலைக் கழகத்தில் அவளை எப்படியோ தேடிக் கண்டுபிடித்துவிட்டான். 'உங்கள் பெயரை நீங்கள் நேற்று சொல்லவே இல்லை?' என்றான். அவள் மதி என்றாள். அவளுடைய குடும்பப் பெயர் என்னவென்று கேட்டான். இந்த மூன்று வருடங்களில் ஒருவர்கூட அவளிடம் குடும்பப் பெயர் கேட்டதில்லை. அவளுக்கு சிரிப்பு வந்தது. 'என்னுடைய குடும்பப் பெயர் மிகவும் நீண்டது. அதை நீ மனனம் செய்வதற்கு அரை நாள் எடுக்கும்' என்றாள். 'அப்படியா, மதி என்றால் உங்கள் மொழியில் என்ன பொருள்?' அவள் 'புத்தி' 'சந்திரன்' என இரண்டு பொருள் இருப்பதாகச் சொன்னாள். 'வியட்நாமியருக்கு சந்திரன் பவித்திரமானது. அவர்கள் விழாக்களில் சந்திரனுக்கு முக்கிய பங்கு உண்டு' என்றவன் தொடர்ந்து 'நேற்று உங்கள் நடனம் மிக அழகாக இருந்தது. வியட்நாமிய நடன அசைவுகளுடன் ஒத்துப்போனது' என்றான். 'அப்படியா? நன்றி' என்றாள். 'தவழ்வதுபோல அபிநயம் பிடித்தீர்களே, அது என்ன?' இவன் பேசும் சந்தர்ப்பத்தை நீட்டுவதற்காக கேட்கிறானா அல்லது உண்மையான கேள்வியா என்பதில் அவளுக்குச் சந்தேகம் இருந்தது.

'கண்ணனை உரலில் கட்டி வாய் பொத்தி கெஞ்ச வைத்தாயே' என்ற வரிகளை விளக்கிக் கூறினாள். அவன் அமெரிக்காவில் பிறந்து வளர்ந்தவன். இவள் அர்த்தம் சொன்னதும் அப்படியா என்று கேட்டுவிட்டு 'அந்த தாய் உண்மையில் அமெரிக்காவில் பிறக்காததால் அதிர்ஷ்டம் செய்தவள்தான். மூன்று வயது பாலகனை உரலில் கட்டி வைத்தால் அந்த தாயை சிசுவதை சட்டத்தின் கீழ் அமெரிக்காவில் கைதுசெய்து சிறையில் அடைத்து விடுவார்கள்' என்று சொல்லிவிட்டு பெரிய பற்களைக் காட்டிச் சிரித்தான். அவளும் நிறுத்தாமல் சிரித்தாள். அவள் கண்களை அவன் அதிசயமாக முதன்முறை பார்ப்பதுபோல பார்த்தான். அவள் வாய் சிரிக்க ஆரம்பிக்க முன்னரே அவள் கண் இமைகள் சிரித்ததை அன்று முழுவதும் அவனால் மறக்க முடியாமல் இருந்தது.

இப்படி அவர்கள் அடிக்கடி சந்தித்துக்கொண்டார்கள். மூன்றாவது, நாலாவது சந்திப்புக்குப் பின்னரும் அவன் அவளுடைய அறையில் வந்து இரவு தங்கவேண்டும் என்று கேட்காதது அவளுக்கு ஆச்சரியமாக இருந்தது. அவளுக்கு அது பிடித்துக்கொண்டது. அவனுடன் இருக்கும்போது அவள்

இயல்பாக உணர்ந்தது ஏனென்று தெரியவில்லை. அவனுடன் சேர்ந்து வெளியே நடக்கும்போதோ, உட்காரும்போதோ, பேசும்போதோ முயற்சி எடுக்கத் தேவையில்லை. அவனை மகிழ்ச்சிப்படுத்த அவள் வேறு எதுவித முயற்சியும் செய்யத் தேவையில்லை. ஏனோ அவள் இருதயம் அவன் அண்மையில் வித்தியாசமாகத் துடித்தது.

ஒவ்வொரு மாதமும் அவள் தாயாருக்கு கடிதம் எழுதுவாள். தாயார் இருக்கும் இடத்தில் டெலிபோன் வசதி கிடையாது என்றபடியால் அவர் இரண்டு மூன்று மாதத்திற்கு ஒரு தடவை வெளிக்கிட்டு பட்டணத்துக்கு போய் அங்கிருந்து அழைத்து மூன்று நிமிடம் மகளுடன் பேசுவார். சரியாக மாலை ஆறு மணிக்கு அந்த அழைப்பு வரும். தாயார் எழுதும் நீல நிற வான்கடிதங்களும் தவறாமல் வந்தன. ஒரு கடிதத்திலாவது அவர் தன் கஷ்டங்களை சொன்னதில்லை. அந்த மாதம் ராணுவம் கொக்கட்டி சோலையில் நிறையப் பேரைக் கொன்று குவித்திருந்தது. அவர் அதுபற்றி மூச்சுவிடவில்லை. மாதக் கடைசியில் தன் பதில் கடிதத்தை எழுதி மதி இப்படி முடித்திருந்தாள். 'அம்மா நான் உன் மகளாய்ப் பிறந்து உனக்கு ஒன்றுமே செய்யவில்லை. உனக்கு பிடித்த ஒன்றைக்கூட வாங்கித் தரவில்லை. நேற்று குளிருக்கு ஒரு சப்பாத்து வாங்கினேன். அதன் விலை நாப்பது டொலர். அந்தக் காசை உனக்கு அனுப்பினால் அது உனக்கு மூன்று மாத குடும்பச் செலவுக்கு போதுமானதாக இருக்கும். நான் அங்கேதான் அமெரிக்கக்காரி, இங்கே வெறும் இலங்கைக்காரிதான். எனக்கு விநோதமான பெயர் கொண்ட நண்பன் ஒருவன் கிடைத்திருக்கிறான். லான்ஹங். டெலிபோன் புத்தகத்தில் அப்படி பெயர் ஒன்றேயொன்றுதான் உண்டு. மிக நல்லவன். நான் உன்னை திரும்பவும் பார்க்கவேண்டும். அதற்கிடையில் செத்துப்போகாதே.'

லான்ஹங் அடிக்கடி சொல்லும் வார்த்தை 'என்னை ஆச்சரியப்படுத்து.' இரவு நேரத்தில் இருவரும் உணவருந்த சேர்ந்து போவார்கள். இவள் என்ன ஓடர் கொடுக்கலாம் என்று கேட்பாள். அவன் 'என்னை ஆச்சரியப்படுத்து' என்பான். சினிமாவுக்குப் போவார்கள். 'என்ன படம் பார்க்கலாம்?' என்பாள் இவள். அவன் 'என்னை ஆச்சரியப்படுத்து' என்பான்.

ஒருமுறை, லான்ஹங் அவளைத் தேடி வந்தபோது அவள் பார்க்காததுபோல கம்புயூட்டரில் தட்டச்சு செய்து கொண்டிருந்தாள். அவன் அவள் தட்டச்சு செய்வதையே வெகுநேரம் உற்றுப் பார்த்தான். அவளுடைய விரல்கள் மெலிந்த சிறிய விரல்கள். அவை வேகவேகமாக விசைப்பலகையில்

விளையாடுவதைப் பார்த்தான். அவளுடைய விரல் ஒரு விசையை தொடும்போது, அந்த விசையில் மீதி இடம் நிறைய இருப்பதாகச் சொன்னான். அப்படிச் சொல்லியபடி ஒரு விரலை எடுத்து கையில் வைத்து தடவினான். இவளுக்கு என்ன தோன்றியதோ எழுந்து நின்று பற்கள் நிறைந்த அவன் வாயில் முத்தமிட்டாள்.

மழை பெய்து ஓய்ந்த மாலை நேரம் ஒரு பேர்ச் மரத்து நிழலில் அமர்ந்து அவள் தாயாரை நினைத்துக்கொண்டாள். தாயார் காலையில் பள்ளிக்கூடத்துக்கு படிப்பிக்கச் செல்லும் போது சேலையை வரிந்து உடுத்தி, கொண்டைபோட்டு, அதற்கு மேல் மயிர் வலை மாட்டி, குடையை எடுத்துக்கொண்டு போகும் காட்சி மனதில் வந்தது. இப்போது அங்கேயும் மழை பெய்திருக்குமா என்று எண்ணிக்கொண்டிருந்த சமயம் லான்ஹங் ஈரமான மண்ணில் சப்பாத்து உறிஞ்சி சப்தமெழுப்ப நடந்துவந்தான். குட்டையில் தேங்கிய தண்ணீரைக் கண்டதும் ஒரு பழங்காலத்துப் போர்வீரன் போல துள்ளிப் பாய்ந்து அவள் முன் வந்து குதித்தான். 'இந்தச் சின்னக் குட்டைக்கு இவ்வளவு பெரிய பாய்ச்சலா?' என்றாள் மதி. அவள், உடலை ஒட்டிப்பிடிக்கும் கண்ணாடித்தன்மையான ஆடையில் வசீகரமாக காட்சியளித்தாள். அவன் அவளை குனிந்து ஸ்பரிசித்துவிட்டு 'இன்றைக்கு உன் சருமம் இறகு போன்ற உன் ஆடையிலும் பார்க்க மிருதுவாக இருக்கிறது' என்றான். 'அது இருக்கட்டும். என்னால் இன்று உன்னை ஆச்சரியப்படுத்த முடியாது. ஒரு மாற்றத்துக்கு நீ என்னை ஆச்சரியப்படுத்து' என்றாள்.

'இன்று ஆங்கில இலக்கியத்தில் என்ன படித்தேன் தெரியுமா?'

'எனக்கு தெரியாது, நீ சொல்' என்றாள் அவள். 'ரஸ்ய எழுத்தாளர் ரோல்ஸ்ரோயுக்கு பதின்மூன்று பிள்ளைகள். அது உனக்கு தெரியுமா?'

'இல்லை. இப்பொழுதுதான் தெரியும். மேலே சொல்.'

'பதின்மூன்றாவது பிள்ளை ஒரு பையன். அந்தச் சிறுவன் இறந்தபோது ரோல்ஸ்ரோய் என்ன செய்தார் தெரியுமா? சைக்கிள் விடப் பழகிக்கொண்டிருந்தார். அப்பொழுது அவருக்கு வயது அறுபது.'

'இதை ஏன் எனக்கு சொல்கிறாய்?'

'நீ ஆச்சரியப்படுத்து என்று சொன்னாயே, அதுதான்.'

அவள் மெதுவாக முறுவலிக்க ஆயத்தமானாள்.

'பார், பார் உன் இமைகள் சிரிக்கத் தொடங்குகின்றன.'

அவள் முனைவர் படிப்பை தொடங்கியபோது, அவன் பட்டப் படிப்பை முடித்துவிட்டு ஆசிரிய வேலையை ஏற்றுக் கொண்டான். அவன் ஓர் அறை கொண்ட சின்ன வீட்டை வாடகைக்கு பிடித்தபோது அதிலே இருவரும் சேர்ந்து வாழ்வதென்று தீர்மானித்தார்கள். அவள் தன்னிடம் இருந்த கட்டிலையும் மேசையையும் மற்றும் உடமைகளையும் எடுத்துக்கொண்டு அவனுடைய வீட்டுக்கு மாறினாள். அவளுடைய கட்டிலை அவனுடைய கட்டிலுக்குப் பக்கத்தில் போட்டபோது அது உயரம் குறைவாக இருந்தது. 'ஆணின் இடம் எப்பவும் உயர்ந்தது என்பதை நினைவில் வைத்துக்கொள்' என்றான் அவன். முதலில் பதிவுத் திருமணம் செய்து, அதற்குப் பிறகு அவளுடைய அம்மா அனுப்பிய தாலியை சங்கிலியில் கோத்து அவளுடைய கழுத்தில் அவன் கட்டினான். 'வியட்நாமிய சடங்கு இல்லையா?' என்றாள் அவள். முழுச்சந்திரன் வெளிப்பட்ட ஓர் இரவில் சந்திரனில் தோன்றிய கிழவனை சாட்சியாக வைத்துக்கொண்டு அவன் இஞ்சியை உப்பிலே தோய்த்து கடித்து சாப்பிட்டான். மீதியை அவள் கடித்து சாப்பிட்டாள். அத்துடன் அவர்களுடைய திருமண வாழ்க்கை சந்திரக் கிழவனின் ஆசியுடன் சிறப்பாகத் தொடங்கியது.

மணமுடித்த நாளிலிருந்து அவள் தலையணை பாவிப்பதில்லை, சற்று உயரத்தில் படுத்திருக்கும் அவனுடைய ஒரு புஜத்தில் தலையை வைத்து படுக்க பழகிக்கொண்டாள். லான்ஹங் ஆசிரியத் தொழிலுடன் வீட்டு வேலைகளையும் கவனித்தான். அவன் ஓர் அருமையான கணவன். ஆனால் வீட்டைச் சுத்தமாக வைக்கத்தான் அவனால் எப்படி முயன்றும் முடியவில்லை. இப்படியும் ஒரு பெண் படிப்பாளா என்று ஆச்சரியப்படுவான். அவளுடைய ஆராய்ச்சி நூல்களும் நோட்டுப் புத்தகங்களும் குறிப்பெழுதும் காகிதங்களும் படுக்கையில் கிடக்கும், சமையலறையில் கிடக்கும், பாத்ரூமில் கிடக்கும், படிப்பு மேசையில் கிடக்கும். எப்படித்தான் இவளால் படிக்கமுடிகிறதென்று ஓயாமல் வியப்பான். இரண்டு மணி நேரமாக வீட்டை துப்புரவு செய்து, சாமான்களை ஒழுங்கு படுத்தி அவன் நிமிர்ந்த இரண்டு நிமிடத்திற்கிடையில் அவள் வீட்டை மறுபடியும் நிறைத்துவிடுவாள்.

முனைவர் படிப்புக்கு அவள் நீண்ட நேரம் பரிசோதனைக் கூடத்தில் கழிக்கவேண்டியிருந்தது. சிலநாட்களில் இருபது மணிநேரம் தொடர்ந்து ஆராய்ச்சி செய்தாள். ஆனாலும் தாயாருக்கு மாதம் தவறாமல் கடிதம் எழுதுவாள். 'அம்மா உனக்கு ஒரு விசயம் தெரியுமா? நான் உன் வயிற்றில் கருவாக உதித்தபோது என் வயிற்றில் ஏற்கனவே கருக்கள் இருந்தன.

அப்படி எனக்கு ஒரு குழந்தை பிறந்தால் அது உனக்குள்ளே இருந்து வந்ததுதான்.'

ஒரு சனிக்கிழமை மதியம் பரிசோதனைக்கூடத்துக்கு அவள் போகவில்லை. அவள் ஆராய்ச்சியை முடித்து ஆய்வுக் கட்டுரையை பூர்த்திசெய்யும் தறுவாயில் இருந்தாள். படுக்கையறைக்கு வந்த லான்ஹங் அப்படியே அசைவற்று நின்றான். படுக்கையில் நாலு பக்கமும் நூல்கள் இறைந்து கிடந்தன. காலை உணவு எச்சில் பிளேட் அகற்றப்படவில்லை. பாதி குடித்த கோப்பி குவளையை மடியில் வைத்துக்கொண்டு அவள் குறிப்பேட்டில் குனிந்து எழுதிக்கொண்டிருந்தாள். லான்ஹங் புத்தகங்களை தள்ளி படுக்கையில் இடம் உண்டாக்கி அதிலே அமர்ந்து அவள் கைகளைப் பிடித்தான். 'இந்த உலகத்தில் ஆகச்சிறந்த மாணவி நீதான். அதில் சந்தேகமில்லை. எங்களுக்கு மணமாகி நாலு வருடங்களாகியும் பிள்ளை இல்லை. அதையும் நீ யோசிக்க வேண்டும். நாங்கள் ஒரு மருத்துவரை பார்க்கலாம்' என்றான். அவள் அவன் முகத்தை ஏறிட்டு பார்த்தாள். இதற்கு முன் அவள் பார்த்திராத அவனுடைய இரண்டு கன்ன எலும்புகளும் இப்பொழுது துல்லியமாகத் தள்ளிக்கொண்டு தெரிந்தன.

மருத்துவர் இருவரையும் நீண்ட பரிசோதனைகளுக்கு உட்படுத்தினார். அவர் கண்டடைந்த முடிவை அவர்கள் எதிர்பார்க்கவில்லை. 'என்னை ஆச்சரியப்படுத்து, என்னை ஆச்சரியப்படுத்து' என்று அடிக்கடி கூறும் அவள் கணவன் உச்சமான ஆச்சரியத்தை பரிசோதனை முடிவுகள் வெளியான அன்று அடைந்தான். மருத்துவர் பரிசோதனை முடிவுகளை எடுத்துவர உள்ளேபோனார். அவருடைய சப்பாத்து ஓசை குறையக் குறைய இவர்களுடைய இருதயம் அடிக்கும் ஒலி கூடிக்கொண்டுபோனது. குழந்தை உண்டாக வேண்டுமென்றால் ஓர் ஆணுக்கு மில்லிலிட்டர் ஒன்றுக்கு இரண்டு கோடி உயிரணுக்கள் உற்பத்தியாக்கும் தகுதி இருக்கவேண்டும். அவனுக்கு அதில் பாதிகூட இல்லை. அவளுக்கு அவன் மூலம் கருத்தரிக்கும் வாய்ப்பு இல்லை என்று மருத்துவர் கூறிவிட்டார்.

அவ்வளவு நாளும் ஒரு குழந்தை இருந்தால் நல்லாயிருக்கும் என்று நினைத்திருந்த இருவருக்கும் எப்படியும் ஒரு குழந்தையை பெற்றெடுக்கவேண்டும் என்ற வெறி உண்டானது. மதியின் தயாருடைய கடிதங்கள் 'நீ கர்ப்பமாகி விட்டாயா' என்று கேட்டு வரத் தொடங்கியிருந்தன. வழக்கம் போல அவனுக்கு வலது பக்கத்தில் படுத்திருந்த அவளிடம், 'ஏ, இலங்கைக்காரி, நீ ஏன் என்னை மணமுடித்தாய்?' என்றான். 'பணக்காரி, பணக்காரனை முடிப்பாள். ஏழை ஏழையை முடிப்பாள். படித்தவள் படித்தவனை

முடிப்பாள். ஒன்று மில்லாதவள் ஒன்றுமில்லாதவனை முடிப்பாள்.' அவள் வாய் சிரித்தாலும் முகத்தில் துக்கம் தாளமுடியாமல் இருந்தது. 'இங்கே என்னைப் பார். அஞ்சல் நிலையத்து சங்கிலியில் பேனாவை கட்டிவைப்பதுபோல நான் உன்னை கட்டி வைக்கவில்லை. நான் வேண்டுமானால் விலகிக்கொள்கிறேன். நீ யாரையாவது மணமுடித்து பிள்ளை பெற்றுக்கொள்' என்றான். அவள் ஒன்றுமே பேசாமல் அவனுடைய கட்டிலில் துள்ளி ஏறி அவனுடைய புஜத்தை இழுத்துவைத்து அதன்மேல் இன்னும் கூட தலையை அழுத்தி படுத்துக்கொண்டாள்.

அன்று காலையிலிருந்து தொலைக்காட்சியின் எந்த சானலைத் திருப்பினாலும் அதில் கிளிண்டன் – மோனிகா விவகாரமே விவாதிக்கப்பட்டது. ரேடியோவிலும் அதையே சொன்னார்கள். பத்திரிகைகளும் பக்கம் பக்கமாகப் புலம்பின. ஒன்றிலுமே அவளுக்கு மனது லயிக்கவில்லை. மாலையானதும் அவள் தன்னறையில் உட்கார்ந்து யன்னல் வழியாக ரோட்டைப் பார்த்துக்கொண்டிருந்தாள். ஆய்வுக்கட்டுரையை மூன்றுநாள் முன்னர் சமர்ப்பித்துவிட்டதால், கொடிக்கயிற்றில் மறந்துபோய்விட்ட கடைசி உடுப்புபோல அவள் மனம் ஆடிக்கொண்டிருந்தது. ஒரு பொலீஸ் கார் சைரன் சத்தம்போட வேகமாக கடந்து சென்றது. ஒரு நாளில் அவ்வளவு நேரத்தையும் வைத்துக் கொண்டு என்ன செய்வது என்று அவளுக்குத் தெரியவில்லை. திடீரென்று ரோட்டிலே காலடி ஓசைகள் கேட்கத்தொடங்கின. பாஸ்கட்போல் போட்டி முடிந்து மாணவர்களும், மாணவிகளும் கூட்டம் கூட்டமாக நகர்ந்தனர். ஒரு பெண்ணை ஒருவன் தோளின்மேல் தூக்கிவைத்து நடந்தான். எல்லோருமே மகிழ்ச்சியாக காணப்பட்டார்கள். அதிலே யார் தோற்றவர், யார் வென்றவர் என்பதை அவளால் கண்டுபிடிக்க முடியவில்லை. உள்ளே சமையலறையில் லான்ஹங் பாத்திரங்கள் சத்தம் எழுப்ப அவளுக்காக வியட்நாமிய சூப் தயாரித்துக் கொண்டிருந்தான். அதன் மணம் சமையலறையைக் கடந்து, இருக்கும் அறையைக் கடந்து அவளிடம் வந்தது. நீண்ட ஆடையின் நுனியில் சூப் கோப்பையை வைத்து தூக்கிக்கொண்டு லான்ஹங் வந்தபோது அவள் நாற்காலியில் உட்கார்ந்தபடியே தூங்கிவிட்டாள்.

அடுத்த நாள் காலை இருவரும் சேர்ந்து ஒரு முடிவுக்கு வந்தார்கள். அவர்கள் வீடு வாங்குவதற்காக சேமித்து வைத்திருந்த அத்தனை பணத்தையும் கொடுத்து *IVF* கருத்தரிக்கும் முறையை பரிசோதிப்பது என தீர்மானித்தார்கள். அவனுடைய பள்ளிக்கூடத்தில் படிப்பித்த ஓர் ஆப்பிரிக்க ஆசிரியர்

தன்னுடைய உயிரணுக்களை தானம் செய்ய முன்வந்தார். மருத்துவர்கள் பல பரிசோதனைகளை மேற்கொண்டார்கள். நிறைய சட்டதிட்டங்கள் இருந்ததால் மூவரும் பலவிதமான பாரங்களில் கையொப்பமிட வேண்டியிருந்தது. ஆறு மாத காலமாக அவளை தயார் செய்தார்கள். 28 ஹோர்மோன் ஊசிகள் நாளுக்கு ஒன்று என்ற முறையில் செலுத்தி, அவளுடைய மாத விலக்கு முடிந்த மூன்றாம் நாள் பரிசோதனைக் கூடத்தில் உருவாக்கிய கருவை அவள் உள்ளே செலுத்தினார்கள். பத்து நாள் கழித்து மருத்துவ மனையில் போய் சோதித்துப் பார்த்த போது அவள் கர்ப்பமாகியிருப்பது உறுதியானது. அன்றே தாயாருக்கு ஒரு கடிதம் எழுதிப் போட்டாள். 'நான் கர்ப்பமாயிருக்கிறேன். உனக்கு ஒரு பேரனோ பேத்தியோ பிறந்த செய்தி விரைவில் வரும். காத்திரு.'

அவளுக்கு பல சந்தேகங்கள் இருந்தன. மருத்துவ பரிசோதனைகள் நடத்திய பெண்ணிடம் தன் பிரச்சினைகளை சொன்னாள். ஒருநாள் கேட்டாள், 'ஓர் இலங்கைப் பெண்ணுக்கும், வியட்நாமிய ஆணுக்குமிடையில் ஆப்பிரிக்க கொடையில் கிடைத்த உயிரணுக்களால் உண்டாகிய சிசு என்னவாக பிறக்கும்?' அதற்கு அந்தப் பெண் ஒரு வினாடிகூட தாமதிக்காமல் 'அமெரிக்கனாக இருக்கும்' என்றாள். சரியாக 280 நாட்களில் அவளுக்கு அழகான குழந்தை பிறந்தது. சுகமான மகப்பேறு. அவள் தன்னுடன் கொண்டுவந்திருந்த கைப்பையில் தயாராக வைத்திருந்த பேப்பரையும் பேனாவையும் எடுத்து தாயாருக்கு ஒரு கடிதம் எழுதினாள். 'எனக்கு ஒரு அமெரிக்க பிள்ளை பிறந்திருக்கு.' ஒரேயொரு வசனம்தான். அந்தக் கடிதத்தை உடனேயே அனுப்பிவிடும்படி கணவனிடம் கொடுத்தாள். வடகிழக்கு மூலையில் தபால்தலை ஒட்டிய அந்தக் கடிதம், வீதி பெயரில்லாத, வீட்டு நம்பர் இல்லாத அவளுடைய தாயாரிடம் எப்படியோ போய்ச் சேரும். அவள் தாயார் அந்தக் கடிதத்தை அமெரிக்க தபால்தலை தெரியக்கூடியதாக மற்றவர்கள் காணத் தூக்கிப் பிடித்துக்கொண்டு அன்று முழுக்க கிராமத்தில் அலைவாள்.

இருபது நாள் கழித்து மாலை சரியாக ஆறு மணிக்கு அவள் தாயாரிடமிருந்து ஒரு தொலைபேசி வந்தது. அது அவள் எதிர்பார்த்ததுதான். அந்த டெலிபோன் செய்வதற்காக அவளுடைய அம்மா அதிகாலை ஐந்து மணிக்கு எழும்பியிருப்பாள். ஆறுமணிக்கு முதல் பஸ்சை பிடித்து பட்டணத்துக்கு போய் டெலிபோன் நிலையத்துக்கு முன் காத்திருந்து, கதவு திறந்தபோது முதல் ஆளாக உள்ளே நுழைந்திருப்பாள். அங்கே அப்போது காலை ஏழு மணியாக இருக்கும்.

இருபது நாள் வயதான குழந்தை அவள் மடியிலே கிடந்தது. அம்மாவின் குரல் கேட்டது. 'மகளே, என்ன குழந்தை, நீ அதை எழுதவில்லையே?'

'பொம்பிளைப் பிள்ளை, அம்மா, பொம்பிளைப் பிள்ளை.'

'அம்மா, அவள் அழுகிறாள், சத்தம் கேட்குதா?' குழந்தையை தூக்கி டெலிபோனுக்கு கிட்டப் பிடித்தாள். 'மகளே, குழந்தைக்கு என்ன பேர் வைத்தாய்?' அவளுக்கு அம்மாவின் குரல் கேட்கவில்லை, அவளுடைய சுவாசப்பை சத்தம்தான் கேட்டது.

'அம்மா, அவள் முழுக்க முழுக்க அமெரிக்கக்காரி. நீ அவளை பார்க்கவேணும். அதற்கிடையில் செத்துப்போகாதே.'

இருவரும் ஒரே சமயத்தில் பேசினார்கள். அவர்கள் குரல்கள் அட்லாண்டிக் சமுத்திரத்தின் மேல் முட்டி மோதிக் கொண்டன.

அவள் மடியிலே கிடந்த குழந்தையின் முகம் அவள் அம்மாவுடையதைப் போலவே இருந்தது. சின்னத் தலையில் முடி சுருண்டு சுருண்டு கிடந்தது. பெரிதாக வளர்ந்ததும் அவள் அம்மாவைப்போல கொண்டையை சுருட்டி வலை போட்டு மூடுவாள். தன் நண்பிகளுடன் கட்டை பாவாடை அணிந்து கூடைப்பந்து விளையாட்டு பார்க்கப் போவாள். சரியான தருணத்தில் எழுந்து நின்று கைதட்டி ஆரவாரிப்பாள்.

'என் அறையில் வந்து தூங்கு' என்று ஆண் நண்பர்கள் யாராவது அழைத்தால் ஏதாவது சாட்டுச் சொல்லி தப்பியோட முயலமாட்டாள்.

பல்கலைக்கழக கலாச்சார ஒன்று கூடலில் 'என்ன தவம் செய்தனை' பாடலுக்கு அபிநயம் பிடிப்பாள் அல்லது பதினாறு கம்பி இசைவாத்தியத்தை மீட்டுவாள். ஒவ்வொரு நன்றிகூறல் நாளிலும் புதுப்புது ஆண் நண்பர்களைக் கூட்டி வந்து பெற்றோருக்கு அறிமுகம் செய்துவைப்பாள். அவர்களின் உயிரணு எண்ணிக்கை மில்லி லிட்டருக்கு இரண்டு கோடி குறையாமல் இருக்கவேண்டுமென்பதை முன்கூட்டியே பார்த்துக் கொள்வாள்.

தீர்வு

அடகு வைப்பதற்கு வீட்டிலே ஒன்றும் இல்லாவிட்டால், எல்லாப் பெறுமதியான பொருள்களும் முடிந்துவிட்ட நிலையில், குறுக்கு மூளை அப்பா அவனை அடகு வைப்பார். அவன் பெயர் உக்கோ. ஏப்ரல் மாதம் வரும்போது அவன் தயாராகிவிடுவான். ஆப்பிரிக்காவில் ஏப்ரல் மாதக் கடைசியில்தான் மழைக்காலம் ஆரம்பமாகும். அடகு வைத்தால் மூன்று நான்கு மாதம் கழித்துத் தான் அவன் மீட்கப்படுவான். ஒரு பிளாஸ்டிக் பையை எடுத்து தன் உடுப்புகளை அதற்குள் அடைத்தான். உடுப்புகள் என்பது அவன் பள்ளிக்கு அணியும் ஒரு கால் சட்டையும் ஒரு சேர்ட்டும் தான். மீதி இடத்தில் அவன் புத்தகங்களை நிரப்பினான். என்ன நடந்தாலும் அவன் படிப்பைக் கைவிடக் கூடாது என்பதில் உறுதியாக இருந்தான்.

உக்கோ பள்ளிக்கூடத்துக்கு வருகிறானோ இல்லையோ, வகுப்பில் அவன்தான் எப்பொழுதும் முதல். தலைமையாசிரியருக்கு அவன் பள்ளிக் கூடத்திற்கு வராவிட்டால் அவனை அடகு வைத்து விட்டார்கள் என்பது தெரியும். அவனிடம் அவர் நிறைய அன்பு வைத்திருந்தார். அவனுக்குப் பதினொரு வயது நடந்தபோது அந்தப் பிராந்தியத்தில் நடந்த பரீட்சையில் அவன் முதலாவதாக வந்தான். தலைமையாசிரியர் தன் சொந்தக் காசில் அவனுக்கு ஒரு கைக்கடிகாரம் வாங்கிப் பரிசளித்தார். முள்கள் சுழன்று ஓடும் கடிகாரம். வாழ்க்கையில் அது வரைக்கும் அவன் கட்டியது விளையாட்டுக் கடிகாரம்தான். முதலில் நேரத்தைப் பார்த்துவிட்டுப்

பின்னர் முள்ளைத் திருப்பி வைக்க வேண்டும். ஆனால் இதில் சின்ன முள்ளும் பெரிய முள்ளும் தானாகவே ஒன்றை ஒன்று துரத்தின. அவன் தனது இடது கையில் ஒரேயொரு நாள் அதைக் கட்டினான். அடுத்த நாள் அவனுடைய அப்பா அதை எடுத்துப்போய் சந்தையில் விற்று விட்டார். அம்மா அவரை 'குறுக்குமூளை மனுசன்' என்று திட்டினார். அந்தப் பெயர் பின்னர் நிலைத்துவிட்டது.

உக்கோவுக்கு மூன்று அம்மாக்கள், நாலு பாட்டிகள், ஒரு அப்பா. அப்பாவுக்கு அவனுடைய அம்மா இரண்டாவது மனைவி. அப்பாவின் மூன்று மனைவிகளுக்கும் பிள்ளைகள் இருந்தார்கள். ஆனால் அடகு வைப்பது என்று வரும்போது உக்கோவையே அப்பா தெரிவு செய்வார். ஒருநாள் அப்பா விடம் அம்மா கேட்டுவிட்டார். அதற்கு அவர் சொன்ன பதில்தான் ஆச்சரியமானது. 'எனக்குத் தெரியும், நீ பேசாமல் இரு. எத்தனை நாள் அடகு வைத்தாலும் இவன் படிப்பை விடமாட்டான். முதலாவதாக வந்துவிடுவான்.' அதைக்கேட்டதும் உக்கோவுக்குக் கொஞ்சம் பெருமையாக இருந்தது. தாயாரிடம் பலமுறைக் கெஞ்சியிருக்கிறான். 'அப்பா குடித்துவிட்டு ரோட்டில் சண்டை போடுவது எனக்கு அவமானமாயிருக்கு. நண்பர்கள் பரிகசிக்கிறார்கள். நீ ஏன் அவரைத் திருத்தக் கூடாது?' அம்மா சிரிப்பார். 'கோழிக் குஞ்சின் பிரார்த்தனை பருந்தை ஒன்றும் செய்யாது. நீ சின்னப்பிள்ளை' என்பார்.

முதல் முறை அவனை அடகு வைத்தபோது அவனுக்கு வயது 11. அப்பா அவனை லெபனிஸ் வியாபாரிகளிடம்தான் அடகு வைப்பார். லெபனானில் யுத்தம் தொடங்கிய பின்னர் நிறைய கிறிஸ்தவர்களும் முஸ்லிம்களும் ஆப்பிரிக்காவுக்கு வந்து சேர்ந்தார்கள். ஏதாவது வியாபாரத்தைத் துவங்கி அதை லாபகரமாக நடத்தினார்கள். பெரிய வீடுகளில் ஆறு ஏழு வேலைக்காரர் களை வைத்துக்கொண்டு வசதியாக வாழ்ந்தார்கள். அவன் பின்வாசல் கதவு வழியாகத்தான் உள்ளே நுழைவான். காலையில் எசமானின் சப்பாத்துகளை மினுக்கி வைப்பது அவனுடைய முதல் வேலை. அறைகளைத் துப்புரவாக்க வேண்டும், ஆனால் துடைப்பத்தால் கூட்டமுடியாது. சிறுபையன் கூட்டினால் வீட்டிலே பேய் பிடித்துவிடும் என்றார்கள். ஆகவே கைகளினால் பொறுக்குவான். எசமானுக்கு நல்ல நாள் என்றால் அவனுக்கும் நல்ல நாள். அவருக்குக் கெட்ட நாள் என்றால் அவனுக்கு ஆகக் கெட்ட நாள். எசமானின் அறையில் ஒரு படம் மாட்டியிருந்தது. துப்பாக்கியை வலது கையில் தூக்கிப் பிடித்துக்கொண்டு அவர் நின்றார். இடது கால் இறந்துபோன மானின் முதுகில் இருந்தது. அதன் கண்கள் திறந்தபடியே இருந்தன. எசமானின் கண்களும்

திறந்த படி இருந்தன. அவர் காலைத் தூக்கினால் மான் எழும்பி ஓடிவிடும் என்பதுபோல அவனுக்குத் தோன்றும். சாப்பாடு மூன்று நேரமும் அலுமினியத் தட்டில் கிடைக்கும். அதனால் அவனுக்கு மகிழ்ச்சி. ஆனால் இரவு நேரங்களில் அம்மாவை நினைத்து அழுவதை அவனால் நிறுத்தமுடியவில்லை.

அடுத்த தடவை குறுக்குமூளை அப்பா அவனை அடகு வைத்தது ஒரு லெபனிஸ்காரருடைய மருந்துக்கடையில். அங்கே தினம் பத்து மணிநேரம் வேலை. முதலாளி உயரமாக பெரிய வயிறு முன்னுக்குத் தள்ள நீண்ட டிஸ்டாஸா அங்கி அணிந்திருப்பார். தையல்காரனிடம் சொல்லி அவர் அங்கியை முன்னுக்கு நீளமாகவும் பின்னுக்குக் கட்டையாகவும் தைப்பிப்ப தாகப் பேசிக்கொள்வார்கள். ஒருவாரம் முடிவதற்கிடையில் அவன் மருந்தின் பெயர், என்ன வியாதிக்கான மருந்து, அதன் பக்க விளைவுகள், விற்பனை விலை இன்ன பிற விவரங்களை மனனம் செய்துவிட்டான். வாங்குபவருக்குப் பொறுமையாக மருந்தைச் சாப்பிடும் முறைபற்றி விளக்கிச் சொல்வான். முக்கியமாக மருந்தைத் ‘திருப்பிக் கொண்டுவரவேண்டாம்’ என்று நினைவூட்ட வேண்டும். அது முதலாளியின் கட்டளை. அவன் கட்டளைகளைச் சரிவர நிறைவேற்றியபடியால் முதலாளிக்கு அவன்மீது பிடிப்பு வந்துவிட்டது. அவனுக்குச் சம்பளம் கிடையாது. தங்க இடமும் சாப்பாடும்தான். உக்கோவுடைய ஒப்பந்தம் முடிந்து வீட்டுக்குப் போகும்போது அவனுக்குச் சம்பளம் தருவதாகக் கூறியிருந்தார். ஆனால் அவன் செய்த ஒரு முட்டாள்தனம் எல்லாத்தையும் கெடுத்துவிட்டது.

அங்கே ஒரு வழக்கம் இருந்தது. ஆறு மாதத்திற்கொரு முறை காலாவதியான மருந்துகளை ஒரு பெட்டியில் அடுக்கிச் சுகாதார மந்திரியின் அலுவலகத்துக்கு எடுத்துச் செல்வார்கள். மந்திரி மருந்துகளின் ஆயுளை மேலும் ஒரு வருடத்துக்கு நீட்டிக் கடிதம் கொடுப்பார். கணிசமான பணத்தைக் கொடுத்துத் தான் அந்தக் கடிதத்தைப் பெறமுடியும். காலாவதியான மருந்துகளை விற்பதில் உக்கோவுக்குச் சம்மதமில்லை. ஒரு நாள் மூச்சுத் திணறியபடி நோயாளி ஒருவர் கேட்டு வந்த மருந்து காலாவதியாகிவிட்டது. விற்க மறுத்தால் முதலாளிக்குக் கோபம் வரும். விற்றாலோ நோயாளிக்குப் பலன் கிடையாது. இப்படியான இக்கட்டான சமயங்களைக் கடந்துபோக உக்கோவிடம் ஒரு யுக்தி இருந்தது. இருபது மட்டும் ஒவ்வொன்றாக எண்ணுவான். அதற்குள் யாராவது புது வாடிக்கையாளர் கதவைத் திறந்து வந்தால் மருந்தை விற்கலாம். வராவிட்டால் கொடுக்கக் கூடாது. வேகமாக எண்ணினான். ஒருவருமே வரவில்லை. மருந்து இல்லையென்று நோயாளியை அனுப்பிவிட்டான். இந்த விசயம் எப்படியோ

முதலாளிக்குத் தெரிய வந்து அவனைத் தாறுமாறாக வைதார். தகப்பன் அவனை மீட்க வந்தபோது உக்கோவினால் பெரும் நட்டப்பட்டதாக முறையிட்டு, ஏதோ மருந்து விற்பதுபோல அவனை 'திருப்பிக் கொண்டுவரவேண்டாம்' என்று கடுமை யாகச் சொல்லித் துரத்திவிட்டார்.

அவனுக்கு 15 வயதானபோதுதான் அவனுடைய குறுக்கு மூளை அப்பா அவனைப் பால்தாஸர் வீட்டில் அடகு வைத்தார். அவர் பெரிய வைர வியாபாரி. மிக நல்ல மனிதர். இலையான்கள் செய்வதுபோலக் கைகளை ஒன்றுடன் ஒன்று உரசிக்கொண்டு தான் பேசுவார். ஒருநாள் முழுக்க அவர் பக்கத்தில் நின்றாலும் நாலு ஐந்து வார்த்தைகளுக்குமேல் பேசமாட்டார். உக்கோ அவன் வாழ்நாளில் அத்தனைப் பெரிய வீட்டைக் கண்டதில்லை. வீட்டைச் சுற்றி உதை பந்தாட்ட மைதானம்போலப் பெரிய புல்வெளியும் தோட்டமும். தோட்டத்திலே இரண்டு கருப்பு வெள்ளை நாரைகள், சிவந்த அலகுடன் உலவிக்கொண்டிருக்கும். முதலாளி நல்ல மனிதர். அவனுக்குப் புதிய உடையும் காலுக்கு அணிவதற்குச் செருப்பும் கிடைத்தன. எந்த நேரமும் தோய்த்து மடித்த சீரான உடையில்தான் வீட்டுக்குள் நடமாட வேண்டும் என்பது கட்டளை. காலை எட்டு மணியிலிருந்து வியாபாரிகள் வந்த வண்ணமே இருப்பார்கள். அவர்களுக்குச் சின்னச் சின்ன கிண்ணங்களில் காபியும், மெஸ்ஸே, ஹாமுஸ், லாப்னே என்று சிற்றுண்டி வகைகளும் தந்து உபசரிக்க வேண்டும். மாலையானதும் மதுபானம்தான். அந்த வீட்டில் இருந்ததோ மூன்று பேர்தான். அவர்களைப் பராமரிக்க 17 வேலைக்காரர்கள் உழைத்தார்கள். அவர்களிலே உக்கோவும் ஒருத்தன்.

எசமானின் மகள் பெயர் ஜூலியானா. அவளைக் கண்ட முதல் நாள் அவன் திகைத்துப்போய் நின்றான். அவன் வேலை செய்த வீடுகளில் பல அழகிகளைக் கண்டிருக்கிறான். ஆனால் இப்படியும் இந்த உலகத்தில் அழகிருக்கலாம் என்பதை அவன் அறியவில்லை. இன்னொருவர் முந்த முடியாத அழகு. கூந்தலை எதிர்ப்பக்கமாக வாரி உருட்டி அலங்கரிப்பதால் உயரமாகத் தெரிவாள். அந்தப் பெரிய வீட்டில் உள்ள 20 அறைகளில் அவள் எங்கோ வசித்தாள். அபூர்வமாகக் கண்ணில் தென்படுவாள். சமையலறைக்கும் வரவேற்பறைக்கும் இடையில் ஓடிக் கொண்டிருக்கும்போது. ஒரு நாள் காலை நேரம் அவளை நேருக்கு நேர் கண்டபோது நடுங்கிவிட்டான். நிமிர்ந்து பார்க்க முடியாமல் கண்கள் கூசின. அழகுகூட ஒருவருக்கு அச்சத்தை ஏற்படுத்தும் என்பதை அன்றுதான் உணர்ந்தான். 'உக்கோ' என்றாள். அவளுக்கு அவன் பெயர் தெரிந்திருந்தது மட்டுமில்லாமல் அது ஞாபகத்திலும் இருந்ததை அவனால் நம்ப

முடியவில்லை; பெருமையாகவிருந்தது. வேலையில் சேர்ந்த அன்றே அவனுக்கு ஒரு கட்டளை பிறப்பிக்கப்பட்டிருந்தது. எசமானை அவன் 'மாஸ்டர்' என்றும் எசமானியை 'மாடம்' என்றும் மகளை 'ஸ்மோல் மாடம்' எனவும் அழைக்கவேண்டும்.

'எஸ், ஸ்மோல் மாடம்' என்றான். அவன் தலை குனிந்திருந்தது. அவள் மாட்டியிருந்த வெள்ளிச் சருகை வேலைப்பாடு செய்த சப்பாத்துகளையே அவன் கண்கள் கண்டன. அவன் அணிந்திருந்த இறுக்கமான உடை பாதி நனைந்துவிட்டது. 'நீ படிக்கிறாயாமே. என்ன படிக்கிறாய்?' என்று கேட்டாள். அவன் மூளை படபடவென்று வேலை செய்தது. சில நாட்களுக்கு முன்னர் அவள் மேசையிலே கிடந்த புத்தகங்களைப் பார்த்திருக்கிறான். அவளுக்கு அவனிலும் பார்க்க இரண்டு வயது கூட இருக்கும். ஆனால் ஒரு வகுப்பு கீழே படிக்கிறாள். இடுப்பிலே கையை வைத்துக்கொண்டு பதிலுக்காக நின்றாள். இந்தச் சின்னக் கேள்விக்கு இவ்வளவு தாமதமான பதிலா என்று அவள் யோசித்திருக்கலாம். வெள்ளை கொலர் வைத்த மெல்லிய பச்சைக் கவுண் அணிந்திருந்தாள். அதே வெள்ளைக் கலரில் அகலமான பெல்ட் அவள் இடுப்பைச் சுற்றி இறுக்கியிருந்தது. அவன் புத்தியாக அவளிலும் பார்க்க ஒரு வகுப்பைக் குறைத்துச் சொன்னான். 'சரி போ' என்றாள். அப்படிச் சொன்ன போது அவளுடைய தலை 40 பாகை தோள் பக்கம் சரிந்தது. விடுதலை பெற்றவன்போல அந்த இடத்தை விட்டு அகன்றான். அகன்றதும் ஏதோ பெரும் இழப்பு வந்து அவனை மூடிக்கொண்டது. மீதி நாள் முழுக்க அவனுக்கு நரகமாகவே கழிந்தது.

அவனுடைய குறுக்குமூளை அப்பா அந்தத் தடவை அவனை அடகுவைக்க வந்தபோது அவனுடைய அம்மா எதிர்த்துப் போராடினார். அவர் படுத்த படுக்கையாகக் கிடந்தார். அவரை பார்த்துக்கொண்டது மூன்றாவது அம்மா. வேறு ஒருவரும் எட்டிப் பார்ப்பதில்லை. மருத்துவர்கள் கைவிட்டுவிட்டார்கள். வலியில் அம்மா துடித்தபடியே 'உச்சரிக்கமுடியாத வியாதி வந்துவிட்டதே' என்று புலம்புவார். 'உக்கோ உக்கோ' என்று நிமிடத்துக்கு நாலு தடவை அழைப்பார். அவன் ஒன்றுமே செய்யத் தேவையில்லை. அம்மாவின் பக்கத்தில் உட்கார்ந்தாலே போதும். இலையான்களின் தொல்லைதான் தாங்கமுடியாமல் இருந்தது. அம்மாவின் கண்களை அவை விடாமல் தாக்கின. எசமான் வீட்டிலே இலையான்களே இல்லை. அவைகளுக்கு எப்படி ஏழை வீடு, பணக்கார வீடு தெரிகிறது என்பது அவனுக்குப் புரியவில்லை. தன்னால் ஒன்றுமே செய்யமுடியவில்லையே என்று நினைத்தபோது அவனுக்கு வாழ்க்கையில் முதல் தடவையாக வெறுப்பு வந்தது. எப்பொழுது அவனுடைய குறுக்குமூளை அப்பா வந்து தன்னை மீட்பார்

என்று தினமும் எதிர்பார்த்துக்கொண்டிருந்தான். ஆனால் இப்போது அவர் வந்துவிடுவாரோ என்ற அச்சம் ஏற்பட்டது. அதை நினைக்க அவனுக்கு வெட்கமாயிருந்தது.

இந்த உலகத்தில் அவனிடம் உண்மையான அன்பு காட்டுபவர்கள் இரண்டே இரண்டு பேர்தான். ஒன்று அம்மா. மற்றது அவனுடைய தலைமையாசிரியர். 'நீ நல்லாய்ப் படி. உனக்கு அபூர்வமான மூளை. நீ வெளிநாடு போய் பெரிய படிப்பெல்லாம் படிக்க வேண்டும்' என்று இங்கிலாந்து மாப்பை விரிப்பார். அவன் உடனேயே விம்மத் தொடங்குவான். 'ஒரு வரைபடத்தைப் பார்த்து அழுவது இந்த உலகத்தில் நீ ஒருவன் மட்டுமே' என்று எரிச்சலுடன் சொல்லிவிட்டு மாப்பை மறுபடியும் சுருட்டி வைப்பார். அவனால் வரைபடங்களைப் பார்க்க முடிவதில்லை. 'வெளிநாடு போகமாட்டேன் சேர்' என்பான் அவன். 'உன் மூளை பெண்டுலம்போல வேலை செய்கிறது. கூர்த்த மதி கொண்டவனாய் ஒரு கணம் தெரிகிறாய். அடுத்த கணம் முழு மூடனாகிவிடுகிறாய். கிளையிலேயே உட்கார்ந்திருக்கும் பறவைக்குச் சோளம் எங்கே இருக்கிறது என்பது தெரியாது. தேனி பூப்பூவாய்ப் போய்த் தேனை திரட்டுவது போல நீ அறிவைத் திரட்டவேண்டும்' என்பார். உக்கோவின் தலை குனிந்திருக்கும்.

ஒருநாள் கதவு மணி அடித்தது. அந்த ஒலி அதிர்வு அடங்குவதற்கிடையில் மறுபடியும் ஒலித்தது. உக்கோ ஓடிச்சென்று கதவைத் திறந்தான். இரண்டு இளம் பெண்கள், அவர்களைத் தோளோடு தோள் ஒட்டிவிட்டதுபோல, நெருக்கமாக நின்றார்கள். உக்கோ சிரித்தான். ஆனால் அவர்கள் திருப்பிச் சிரிக்கவில்லை. அவனைத் தள்ளி விழுத்துவதுபோல உள்ளே நுழைந்தனர். ஜூலியானாவுடன் படிப்பவர்கள் என்பது உடனே புரிந்தது. படபடவென்று காரியங்கள் துவங்கின. ஒருத்தி கரண்டி ஒன்றை வாய்க்கு முன் பிடித்துக் கொண்டு (அதுதான் ஒலிவாங்கி) பாடினாள். அந்தப் பாட்டுக்கு மற்றவள் நடுக்கூடத்தில் நடனம் ஆடினாள். அது அரேபியர்கள் நடனம் என்பது அவனுக்குப் பின்னர் தெரிந்தது. அவள் முறையாக அரேபிய நடனம் கற்றவள் போலிருந்தாள். பின்னர் ஜூலியானாவின் முறை வந்தது. இடுப்பிலே நீலம் சிவப்பு என ரிப்பன்களை இறுக்கி கட்டி இன்னும் இடையைச் சிறிதாக்கிக்கொண்டு ஆடினாள். நடனத்தின் முக்கியமான பகுதி இடையை ஆட்டுவதுதான். ஒரு கால் நேராக நிற்க மற்றக் காலைச் சாய்த்து வைத்து, ஒரு கையை இடுப்பிலே ஊன்றிக்கொண்டு நின்ற நிலையிலேயே இடையை மட்டும் தூக்கித் தூக்கி எறிந்தாள். அது மேலும் கீழும் ஆடியது. அவன் அவர்களுக்கு மெஸ்ஸே பரிமாற வந்தபோது பாடிய பெண் கரண்டியைப் பின்னுக்கு ஒளித்தாள். வாயை ஒன்றும்

செய்யமுடியவில்லை. அவன் திரும்பியபோது ஜூலியானா என்னவோ மெல்லச் சொல்ல இருவரும் ஒரே நேரத்தில் திரும்பி அவனைப் பார்த்தார்கள். அவனுக்கு என்னவோபோல ஆகிவிட்டது. சமையலறைக்கு ஓடி வந்த பின்னரும் அவனுடைய தொடைகள் ஆடின. அவள் என்ன சொல்லியிருப்பாள் என்று அன்று இரவு முழுக்க தூங்க முடியாமல் மண்டையைப் போட்டு அவன் உடைக்க வேண்டியிருந்தது.

அவளிடம் எண்ணிக் கணக்கு வைக்க முடியாத ஆடைகள் இருந்தன. இரவு ஆடை, வீட்டு ஆடை, பள்ளி ஆடை, விளையாட்டு ஆடை, குளிக்கும் ஆடை, வெளி ஆடை, விருந்து ஆடை என்று பல வகை. ஒருமுறை அணிந்ததை இன்னொரு தடவை அணிவதை அவன் பார்த்தது கிடையாது. சிலசமயம் விருந்து ஆடையை வீட்டுக்கு உடுத்தி அலங்காரம் செய்து கண்ணாடியில் தன்னையே நெடுநேரம் பார்ப்பாள். பின்னுக்கு இழுபடும் மெல்லிய நீல நிற உடையில் இளவரசிபோல, உயர்ந்த கால்செருப்பு சத்தமிட, உலவுவாள். ஒருநாளைக்குப் பலமுறை உடைமாற்றுவாள். கழற்றிய உடை கழற்றிய இடத்திலேயே வட்டமாகக் கிடக்கும். அவற்றைப் பொறுக்கிக் கூடையில் உக்கோ பலதடவை போட்டிருக்கிறான். அந்த உடைகளின் மிருதுத்தன்மை விரல்களில்படும். சில கணங்கள் அவன் மனதில் பல மணிநேரம் தங்கும். அவளைத் தொடுவதுபோல மிகவும் மரியாதையுடன்தான் அவற்றைத் தொட்டிருக்கிறான்.

எசமான் வீட்டில் இரண்டு தோட்டக்காரர்கள் புல் வெட்டுவார்கள். உருளையான மெசினைத் தள்ளிக்கொண்டு போக அது பெரும் சத்தம் எழுப்பியபடிப் புல்லை வெட்டிச் சேகரிக்கும். புல் வெட்டும் நாட்களில் ஜூலியானா அழைத்தால் கேட்காது. அந்த வீட்டில் உள்ள 20 அறைகளில் எந்த அறையில் இருந்தும் அவள் கூப்பிடுவாள். அந்தச் சத்தம் சுவர்களில் எதிரொலித்து எதிரொலித்து அவனிடம் வந்து சேரும்போது பாதி பலம் இழந்துவிடும். அவன் ஒவ்வொரு அறையாக அவளைத் தேடிக்கொண்டு அலைவான். அன்று அவள் தீவிரமாக ஏதோ படித்துக்கொண்டிருந்தாள். வீட்டுப் பாடம் செய்கிறாள் என்று பட்டது. எட்டிப் பார்த்தான். பாஸ்கல் முக்கோணத்தில் ஒரு கணக்கு. 'எஸ் ஸ்மோல் மாடம்' என்றான். தேநீர் கொண்டுவரச் சொன்னாள். மாடிப்படிகளில் இறங்கிச் சமையலறைக்குச் சென்று எடுத்து வந்து பூச்செண்டு கொடுப்பதுபோல எட்ட நின்று நீட்டினான். அவள் கோப்பையை வாங்கிய பின்னரும் அவன் கைகள் நீண்டபடியே இருந்தன. ஆறிவிட்டது என்றாள். அவன் மறுபடியும் சமையல் அறைக்கு ஓடி இன்னொன்று எடுத்து வந்தான். அதுவும் சரியில்லை. மூன்றாவது தடவை

இரண்டு இரண்டு படியாகத் தாவி ஏறிக் குதிரைபோல மூச்சுவிட்டுக்கொண்டு ஓடிவந்தான். அவள் ம்ம்ம் ஆறிவிட்டது என்றாள். தேநீர் கோப்பையைத் தொட்டுக்கூடப் பார்க்கவில்லை. 'ஸ்மோல் மாடம். நீங்கள் என்மீது ஏதோ கோபமாயிருக்கிறீர்கள்' என்றான். 'கோபமா? உன்மீதா? போ போ' என்று கையை நீட்டி விரட்டினாள். அவன் தடுமாறிப் பின்பக்கமாக விழுந்து தன் மீது தேநீரைக் கொட்டிக்கொண்டான். இதை அவள் எதிர்பார்க்க வில்லை. பதைபதைத்தபடி வந்து 'ஓ என்னை மன்னித்துவிடு' என்று அவன் கையைப் பிடித்துத் தூக்கிவிட்டாள். அந்த மிருது வான விரல்கள் அவனைத் தொட்டது ஒரு கணம்தான். சிப்பியின் உள்பக்கம் போல பளபளவென்ற வெள்ளை நகங்கள். அவள் விரல்களை விடுவித்த பின்னும் அந்தச் சிலிர்ப்பு விடவில்லை. யன்னலைத் துளைத்துக்கொண்டு புதிய சூரிய வெளிச்சம் திடீரென்று உள்ளே பாய்ந்தது. புல்வெட்டும் சத்தம் பெரிதாகி அவர்களைச் சூழ்ந்துகொண்டது. அவனுடைய மீதி வாழ்நாள் முழுக்கப் புல்வெட்டும் சத்தம் கேட்கும் போதெல்லாம் அவனுக்கு அவள் ஞாபகம் வரும்.

அவன் மனதில் கள்ளம் புகுந்துவிட்டது. அன்று முழுக்க அவள் கண்களில் படுகிறமாதிரி உலவினான். கால்களிலே புதிய சுறுசுறுப்பு வந்தது. என்றுமில்லாத விதமாக அவள் அம்மாவின் கழுத்தைப் பாம்பு சுற்றுவதுபோலக் கைகளால் சுற்றிப் பிடித்துக்கொண்டு ஏதோ அரேபிய மொழியில் சொன்னாள். பின்னர் அவனைத் திரும்பிப் பார்த்ததுபோல இருந்தது. வழிப்பறிக் கொள்ளைக்காரன்போல திடீரென்று அவள் பாதையில் குறுக்கிடச் சொன்னது அவன் மனம். எங்கே அவள் நின்றாலும் அவளைப் பார்க்கவேண்டும் என்று தோன்றியது. கண்ணை வெட்டினால் அவள் மறைந்துவிடுவாள் என்று பயந்தான். அடுத்த நாள் அவள் பள்ளிக்கு போகும்போது அவன் வாசலில் ஏதோ வேலை உண்டாக்கி நின்றான். காரில் ஏறப் போகும் முன்னர் திரும்பிப் பார்த்தாளா என்பதை அவனால் நிச்சயிக்க முடியவில்லை. அவள் பள்ளியிலிருந்து திரும்ப வரும் நேரத்தைக் கணித்து அதே இடத்தில் காத்திருந்தான். அன்று அவனைத் திகைக்கவைத்த சம்பவம் நிகழ்ந்தது. குறுக்கு மூளை அப்பா வந்து அவனை மீட்டுக்கொண்டு போய்விட்டார்.

அந்த வருடம் சோதனையில் அவன் நாட்டில் முதலாவதாக வந்திருந்தான். பிரிட்டிஷ் கவுன்சில் இங்கிலாந்தில் மேல் படிப்புப் படிப்பதற்கு அவனுக்கு உதவித்தொகை அறிவித்திருப்பதாகத் தலைமையாசிரியர் சொன்னார். 'எனக்கா?' என்று மட்டும் கேட்டான். அவனால் வேறு ஒன்றுமே பேசமுடியவில்லை. கண்ணீர் ஒழுகத் தொடங்கியிருந்தது. வீட்டுக்கு ஓடிவந்து மூச்சு வாங்க

அம்மாவிடம் செய்தியைச் சொன்னான். சொன்னதும் தன் தவறை உணர்ந்துகொண்டான். ஆறுமாதமாக அவர் படுக்கையைவிட்டு எழுந்திருக்கவில்லை. வலியில் முனகிக் கொண்டு அவன் தலையைத் தடவி 'நீ என்னை விட்டுவிட்டு போகப்போகிறாயா?' என்றுமட்டும் கேட்டார். அதன்பிறகு அவனுடன் பேசவில்லை. அம்மாவுக்கு மூன்று மொழிகள் தெரியும். அவருடைய கிராமத்து ஃபுலானி மொழி. குறுக்கு மூளை அப்பாவிடம் பேசும் ரிம்னி மற்றும் கிரியோல். அம்மா மூன்று மொழியிலும் அவனிடம் மௌனம் சாதித்தார்.

சந்தை பஸ் நிலையத்துக்குப் போய் இரண்டாவது பாட்டியை அழைத்துவரும்படிக் குறுக்குமூளை அப்பா கட்டளை இட்டிருந்தார். பாட்டி வந்தால் அம்மா உற்சாகமாகிவிடுவாள். ஹமட்டான் காற்று வீசும் காலை நேரம். சகாரா பாலைவனத்துக் குளிரை அப்படியே அள்ளிக் கொண்டுவந்திருந்தது காற்று. அவன் மூச்சு விடும்போது அவனுடைய சுவாசப்பை அளவு உருண்டையான புகை மேகங்கள் அவனுக்கு முன்னால் போயின. எந்த நேரம் என்ன பஸ்ஸில் பாட்டி வருவார் என்ற தகவல் அவனுக்குச் சொல்லப்படவில்லை. ஒவ்வொரு பஸ்ஸாக அவன் தேடிக்கொண்டு வந்தான். அவனுக்கு முன்னால் ஒரு பெண்ணும் யாரையோ தேடினாள். முதுகிலே ஒரு குழந்தையைக் கட்டியிருந்தாள். அதே அளவு இன்னொரு குழந்தையை வாளியிலே காவினாள். பஸ்கள் வந்து வந்து போய்க்கொண்டிருந்தன. பஸ் வாசகங்களைப் படித்தபடி அவன் பாட்டிக்காகக் காத்து நின்றான்.

'மடியில் உட்காராவிட்டால் முழு டிக்கட்.'

'கடவுள் மேலே இருக்கிறார். அவசரமாகச் சந்திக்க வேண்டுமென்றால் அடுத்த பஸ்ஸில் ஏறுங்கள்.'

'பிணங்களை ஏற்றிப்போவது சட்டவிரோதம்.'

கடைக்கண்ணில் ஒளிபட்டதுபோல அதிர்ச்சி. ஒரு மூச்சுத் தவறியது. அதற்குப் பின்னர்தான் கண்டான். ஜூலியானா. அவனுடைய சிரிப்பைத் திருப்பிக் கொடுக்காத இரண்டு சிநேகிதிகளுடன் வந்திருந்தாள். வீதியின் மறு பக்கத்தில் அவள் நடந்த போது அவளுடைய ஆடை நடைக்கு ஏற்பச் சுழன்றது. உக்கோ தன் உடையைக் குனிந்து பார்த்தான். இறுக்கமான காக்கிக் கால்சட்டை, ஒருவாரம் முழுக்கப் போட்டு ஊத்தையான பழுப்பு மேல் சட்டை. கினிக்கோழிப் புதருக்குள் பதுங்குவது போல மெல்ல பின்பக்கமாக நகர்ந்து பஸ்ஸின் பக்கவாட்டில் மறைந்துகொண்டான். அவளோ ஒரு கவலையும் இல்லாமல் கைகளை ஆட்டிச் சிரித்துப் பேசிக்கொண்டு போனாள். அவள்

உருவம் மறைந்த பின்னர் அவளை மறுபடியும் பார்க்க மனம் அவாவியது. பிரபஞ்சத்தை அவள்தான் இயக்குகிறாள் என்பது போன்ற நடை. என்ன ஒய்யாரம். சிநேகிதிகள் பக்கம் திரும்பி, கழுத்தைச் சாய்த்து ஏதோ சொன்னாள். வந்ததுபோலவே திடீரென்று மறைந்தும் போனார்கள். பின்னர் அவளை அவன் வாழ்நாளில் காணவில்லை.

தலைமையாசிரியர் அவனைத் தேடி வீட்டுக்கு வந்து விட்டார். அவர் கோபமாக இருந்தார். 'உண்மைதானா? நீ போகப்போறதில்லையா? எத்தனைப் பெரிய அதிர்ஷ்டம். இந்தக் கிராமத்துக்கே உன்னால் பெருமை கிடைத்திருக்கிறது.' உக்கோ நிலத்தைப் பார்த்தபடி சொன்னான். 'அம்மாவுக்கு விருப்பமில்லை, சேர்.' 'என்ன பேசுகிறாய்? நான் சந்திரனைச் சுட்டிக் காட்டுகிறேன். நீ என் விரல் நுனியைப் பார்க்கிறாய். உன் அம்மாவைப் பார்த்துக்கொள்ள பாட்டி இருக்கிறார்.' அன்று தலைமையாசிரியர் அவனுடன் நீண்ட நேரம் பேசினார். 'எல்லா ஏற்பாடுகளும் முடிந்துவிட்டன. நீ தலைநகரத்துக்குப் புறப்படவேண்டியது மட்டும்தான்' என்றார். 'என்னால் முடியாது சேர்' என்றான் அவன். 'கதவு திறந்திருக்கிறது. நீ சாவித்துவாரம் வழியாகப் பார்க்கிறாய்' என்று கோபமாகச் சொல்லிவிட்டு எழுந்து போய்விட்டார். அவர் அப்படிக் கோபித்து அவன் கண்டதில்லை. தாயார் அவனையே வெறித்துப் பார்த்தார். 'நான் விரைவில் செத்துப் போய்விடுவேன்' என்றார். 'நான் உன்னைவிட்டுப் போகமாட்டேன் அம்மா' என்று உக்கோ அவரைக் கட்டிப்பிடித்தான். பழுதாகிப்போன சருமத்தின் மணம் வந்தது.

மூன்று நாட்களாக அவனால் தூங்க முடியவில்லை. நடுச்சாமம் சாடையாகக் கண்ணயர்ந்தபோது நெற்றியை யாரோ தடவினார்கள். கண்விழித்தபோது பக்கத்தில் அம்மா இருந்தார். கிண்டி எடுத்த இஞ்சிக் கிழங்குபோல விரல்கள் அவன் நெற்றியை வருடின. உதடுகள் வெள்ளையாகக் காட்சியளித்தன. இவரா ஒரு காலத்தில் அவனுக்குப் பால் ஊட்டி வளர்த்தார். அவருடைய தோளில் அவன் தொட்டபோது கத்திபோலக் கூராகவிருந்தது. அம்மாவின் வாயில் காணப்பட்ட அத்தனைப் பற்களும் பெரிதாகி எண்ணெய் விளக்கு ஒளியில் அவனைப் பயமுறுத்தின. 'ஏன் அம்மா நித்திரை வரவில்லையா?' என்றான். 'நான் தூங்கினால் நீ போய் விடுவாய், எனக்குத் தெரியும்' என்றார். 'நான் போகமாட்டேன், அம்மா' என்று அவன் உறுதிகூறித் தூக்க மருந்தை எடுத்துக் கொடுத்தான். அவர் அதைச் சாப்பிட்டுவிட்டு அமைதியாகத் தூங்கினார்.

புவியீர்ப்புக் கட்டணம்

காலை ஐந்து மணிக்கு அவன் வீட்டை விட்டு புறப்பட்ட போது தாயார் ஆழ்ந்த தூக்கத்தில் கிடந்தார். பையைத் தூக்கிக் கொண்டான். இத்தனைப் பொய்களை அவன் தாயாரிடத்தில் சொன்னது கிடையாது. அவன் போனது தெரிந்ததும் அவர் மனம் என்ன பாடுபடும் என்பதை அவனால் நினைத்துக்கூடப் பார்க்கமுடியவில்லை. பஸ் தரிப்பில் ஒருவருமே இல்லை. ஒரு நாய் மாத்திரம் படுத்திருந்தது. வீட்டுக்குத் திரும்புவோமா என மனம் தடுமாறியது. தலைமையாசிரியர் கோபித்துக்கொண்டுச் சட்டென்று எழுந்துபோனதை எண்ணி வருந்தினான். அவனுக்கு இருப்பது ஒரு அம்மா மட்டுமே. படிப்பு தடைபட்டால் நாளை இன்னொரு படிப்பு கிடைக்கும். ஆனால் அம்மாவுக்கு அவன் எங்கே போவான். இனி மேல் அவரைப் பார்க்கவே முடியாது என்று எண்ணியபோது மனம் நடுங்கியது. அந்த எண்ணத்தைத் தள்ளிக்கொண்டு வேறொரு நினைப்பு வந்தது. சிப்பியின் உள்பக்கம் போலப் பளபளக்கும் நகங்களுடன் கழுத்தைச் சரித்து மெல்லச் சிரிக்கிறாள் ஜூலியானா. அந்த நினைப்பு அவனைப் பதைபதைக்க வைத்தது.

நாயைப் பார்த்தான். அதுவும் அவனை மேல் கண்ணால் பார்த்தது. இன்னும் சில நிமிடங்களில் பஸ் வந்துவிடும். அதற்கு முன்னர் நாய் எழுந்துபோனால் அவன் வீட்டுக்குத் திரும்புவான். போகாவிட்டால் அவன் பஸ் ஏறுவான். மூன்று மாதங்களாக அவனை வாட்டியெடுத்தப் பிரச்சினைக்கு ஒரு தீர்வு கிடைத்தது இப்படித்தான்.

எல்லாம் வெல்லும்

பிரிகேடியர் துர்க்கா பூமியில் வாழப்போகும் கடைசி நாளன்று திடுக்கிட்டு விழித்தபோது காலை ஐந்து மணி. அவர் மூன்றாவது நாளாகப் பதுங்கு குழியில் இரவைக் கழித்திருந்தார். வழக்கமாகத் தோய்த்து அயர்ன் பண்ணி விறைப்பாக நிற்கும் அவருடைய சீருடை சேற்று நிறமாக மாறிவிட்டது. சப்பாத்துகளைக் கழற்றி மண்ணை உதறி மறுபடியும் அணிந்துகொண்டார். சுவரில் சாத்திவைத்த S-97 துப்பாக்கியின் மேல் வண்டு அளவிலான இலையான் ஒன்று உட்கார்ந்திருந்தது. அதை அடிக்கக் கை ஓங்கியவர் மனதை மாற்றி ஆயுத உறையைக் கையிலெடுத்துத் திசை காட்டியும் சங்கேத வார்த்தைத் தாளும் இருப்பதை உறுதி செய்தபின்னர் இடுப்பிலே கட்டினார். நிரையாக நீண்டுகிடந்த பங்கர்களைப் பார்த்தார். ஆள் நடமாட்டமே இல்லை. வெளியே வந்து அவசர அவசரமாகக் காலைக் கடன்களை முடித்தார். முந்தைய நாள் போரில் மிஞ்சிய புகைமணம் காற்றிலே நிறைந்து கிடந்தது. இரண்டு வாரங்களுக்கு முன் அவர் முள்ளிவாய்க்காலில் இருந்ததை நினைத்துப் பார்த்தார். இத்தனை அழிவு இவ்வளவு சீக்கிரத்தில் வந்துவிட்டதை அவரால் நினைத்துக்கூடப் பார்க்கமுடியாததாக இருந்தது.

முள்ளிவாய்க்காலில் காலையில் எழும்பியதும் துர்க்காவின் கண்ணில் படுவது அகிலா என்ற சிறுமிதான். வழக்கம்போல அரைமணி நேரம் யோகாசனம் செய்தபின்னர் மேஜர் சோதியாவின் படத்துக்கு மெழுகுத்திரி கொளுத்தி வணங்குவார். ஒரு சுற்று நடந்து கூடாரங்களைப் பார்வையிடுவார்.

சிலர் இன்னமும் தூக்கத்தில் இருப்பார்கள். சிலர் எழுந்து தேநீர் தயாரிப்பார்கள். அகிலாவுக்குக் குண்டு விழுந்து ஒரு கை போய் விட்டது. அதிலே கட்டுப்போட்டிருந்தார்கள். அவள் ஒருவிதக் கவலையுமில்லாமல் குனிந்து புற்களுக்கிடையில் ஏதோ ஒரு பூச்சியைத் துரத்திக்கொண்டிருந்தாள். துர்க்காவைக் கண்டதும் விறைப்பாக நின்று 'துர்க்காக்கா' என்று மகிழ்ச்சி பொங்கக் கத்தி மிஞ்சியிருந்த இடது கையால் ஒரு சல்யூட் அடித்தாள். 'இங்கே நிற்கக்கூடாது, ஓடு ஓடு' என்றார். 'எல்லாம் வெல்லும், அக்கா.' 'எல்லாம் வெல்லும்' என்று துர்க்காவும் ஒரு சல்யூட் வைத்தார்.

அகிலா, நித்தியா, அபிராமி, சுகன்யா, கன்னிகா, குழலி எல்லோரும் காயம் பட்டவர்கள். கை இல்லாமலும், கால் இல்லாமலும், கண் போயும் கட்டுக்களோடு வாழப் பழகிய சிறுமியர். அவர்கள் போர்முனையில் தங்கக்கூடாது. மாற்று ஏற்பாடுகள் செய்யும்வரை அங்கே இருக்க அனுமதி கொடுக்கப்பட்டிருந்தது. குண்டுவீச்சில் பெற்றோரை இழந்து, உறவு என்று சொல்ல ஒருவருமே இல்லை அவர்களுக்கு. நித்தியாவுக்கு இரண்டு கண்களிலும் கட்டுப்போட்டிருந்தது. குண்டு வீச்சும், எறிகணையும், துப்பாக்கிச் சூடும் ஆறு மணித்தியாலங்கள் தொடர்ந்து நடந்து அப்போதுதான் ஓய்வுக்கு வந்திருந்தது. தினம் இரண்டு மணிநேரம் ஜெனரேட்டர் போடப்பட்டு அந்த நேரம் சனங்கள் அத்தியாவசியமான காரியங்களைச் செய்யப் பழகிக்கொண்டார்கள். சிலவேளைகளில் துர்க்கா நினைப்பதுண்டு குண்டுகள் விழும்போது நேராகப் பதுங்கு குழிகள் மேல் விழுந்தால் நல்லாயிருக்கும் என்று. ஒரு பிரச்சினையுமின்றி இறந்துபோகலாம். அந்தப் பதுங்கு குழியைச் சிறுமியர்தான் நிறைத்திருந்தனர். இரண்டு கை போன மேனகாவும் அங்கேதான் இருந்தாள். ஒருமுறை கிபீர் இரைந்து கொண்டு தாழப்பறந்து வந்தது. மூன்றுவயதுக் குழந்தைகூட அது கிபீர் விமானம் என்று சத்தத்தை வைத்தே சொல்லிவிடும். அதனுடைய வேகம் ஒலியின் வேகத்தைப்போல இரண்டு மடங்கு. விமானம் போனபின்னரே அதன் ஒலிவந்து சேரும். விமானத்தின் பேரிரைச்சலில் கத்திப் பேசினாலும் கேட்காது. சிறுமிகள் பதுங்கு குழிகளுக்குள் நீச்சல் குளத்துக்குள் குதிப்பதுபோலப் பாய்ந்துவிட்டார்கள். பக்கத்தில் குண்டு விழுந்து மண் எல்லாம் சரிந்து மூடிவிட்டது. ஆழமான குழி அது. நாலுபேர் அவசர அவசரமாகக் கிண்டியதில் உயிர்களைக் காப்பாற்ற முடிந்தது. அப்படியும் சுவர்ணலதா மூச்சுத்திணறி இறந்துவிட்டாள். எப்பவும் திருநீறு பூசி, பொட்டு வைத்து, இரட்டைப் பின்னலுடன் சிரித்தபடி இருக்கும் சிறுமி அவள். காலையில் எழுந்தவுடனேயே சீப்பைத் தூக்கிக்கொண்டு 'அக்கா,

அக்கா' என்று யாராவது பெரிய பெண்ணைத் தேடித்திரிவாள், தலையை இழுத்துவிடச் சொல்லி.

தினம் மின்சாரம் வேலை செய்யும் இரண்டு மணி நேரத்தில் முக்கியமானச் செய்திகளை மக்களுக்காக ஒலிபரப்பினார்கள். வெளிநாடுகளுக்குச் செய்திகளும், தகவல்களும், படங்களும் அனுப்பப்பட்டன. பதுங்கு குழியில் காயம்பட்டு வேதனையோடு முனகிக்கொண்டிருந்த குழந்தைகள் விஜய் நடித்து வெளிவந்த 'சிவகாசி' படத்தை டிவியில் பார்த்தார்கள். பசியையும் வேதனையையும் மறந்து அவர்கள் படத்தில் ஆழ்ந்து போய் இருந்ததைப் பார்த்தபோது துர்க்காவுக்கு மனதைப் பிசைந்தது. எந்தத் தாய்மார் பெற்ற பிள்ளைகளோ. அவர்களுக்கே தாயின் முகம் மறந்துவிட்டது. அடுத்த நேர உணவு என்னவென்று தெரியாது. அது எங்கேயிருந்து கிடைக்கும் என்பதும் தெரியாது. குண்டு எங்கே விழும், அப்போது யார் யார் மிஞ்சுவார்கள் என்பதும் தெரியாது. இரண்டு கையும் போய் மெலிந்து, இழுத்து இழுத்து மூச்சு விட்டுக்கொண்டிருக்கும் கன்னிகா சொல்கிறாள்: 'அக்கா, தள்ளி நில்லுங்கோ, படத்தை மறைக்காமல்.'

துர்க்கா வானத்தை நிமிர்ந்து பார்த்தார். சூரியன் அன்றைய நாளைத் தயக்கத்துடன் துவங்கினான். மரங்கள் புகைமூட்டமாகத் தெரிந்தன. காலநிலை பகல் மப்பாகவும் பின்னேரம் மழையாகவும் இருக்கும் என்று அவருக்குப் பட்டது. முழங்காலை மடித்துச் சப்பாத்துக் கயிறை இழுத்துக் கட்டினார். இடைப்பட்டியை மூன்றாவது ஓட்டைமட்டும் இறுக்கிய பின்னர் தொப்பியை தலைமேல் அணிந்தார். கைத்துப்பாக்கியை உறையினுள் செருகினார். 'ரெடியாக இரு' என்று சொல்வது போல செகண்டுக்கு 700 மீட்டர் வேகத்தில் சுடக்கூடிய S-97 யப்பான் துப்பாக்கியை ஆதரவாகத் தொட்டு தன் இருப்பை உணர்த்தினார். குறிசூட்டுத் திறனில் அவர் பல முறை பரிசுபெற்றவர். தீச்சுவாலை நடவடிக்கையின்போது வயிற்றிலே குண்டு பட்ட பிறகும் அந்தத் துப்பாக்கி அவரைக் கைவிடவில்லை. அந்த நிலையிலும் 1500 மீட்டர் தூரத்தில் அவருடைய துப்பாக்கி பலதடவை குறி தப்பாமல் சுட்டிருக்கிறது. இரண்டு வார காலமாக அரிசிக் கஞ்சியை மாத்திரம் சாப்பிட்டு வந்ததில் அவர் உடல் மெலிந்துபோய் இருந்தது, ஆனால் வலிமை குன்றவில்லை. அண்ணாந்து பார்த்தபோது ஒரு பறவையைக்கூடக் காணமுடியவில்லை. ஒரு பறவையின் சத்தமாவது கேட்கிறதா என்று காது கூர்ந்து கேட்டார். போர் தொடங்குவதற்கு முன்னால் அந்த நேரம் எத்தனைப் பறவைகளின் ஒலி வானத்தை நிரப்பியிருக்கும். எல்லாமே இடம்

பெயர்ந்துவிட்டன என எண்ணினார். முதலில் இடம்பெயர்வது பறவைகள், பின்னர் மிருகங்கள். கடைசியில்தான் மனிதர்.

அவரிடமிருந்த நைக்கொன் காமிராவினால் துர்க்கா நூற்றுக்கு மேற்பட்ட பறவைகளைப் படம் பிடித்திருந்தார். தன்னுடைய மடிக் கணினியில் படங்களைச் சேமித்து வைத்ததும் அல்லாமல் அவற்றைப் பற்றிய விவரமான குறிப்புகளையும் எழுதியிருந்தார். பறவைகளின் நிறங்கள், செய்யும் ஒலி, பழக்கவழக்கங்கள், உணவு என அவர் அவதானித்த அத்தனைத் தகவல்களையும் எழுதிப் பாதுகாத்தார். இந்தத் தகவல்களையும் படங்களையும் ஒலிகளையும் ஒரு நாளைக்கு காணொளித் தகடாக வெளியிடவேண்டும் என்பது அவருடைய திட்டம். அவ்வப்போது கம்ப்யூட்டரில் பதிந்து வைத்தவைகளை வெளிநாட்டுக்குப் பாதுகாப்புக்காக அனுப்பவும் அவர் தவறவில்லை.

அருள்மதி போராளியாக விருப்பப்பட்டு ஒருநாள் தானாக வந்து அவர்களுடன் சேர்ந்திருந்தாள். அவளைப் பார்த்தபோது துர்க்காவுக்குச் சிரிப்பாக வந்தது. இருபது வயதிருக்கும், உருண்டையாக இருந்தாள். உடம்பில் எந்தப் பாகத்தை எவ்வளவு ஆழமாகக் கிள்ளினாலும் அவள் எலும்பைத் தொடமுடியாது. மூன்று மாதக் கடும் பயிற்சியில் தசைகள் கரைந்து உடம்பு முறுகிவிட்டது. அவளைப் போர்க்களத்துக்குத் துர்க்கா அனுப்பியதில்லை. அருள்மதியின் அம்மா ஆங்கில ஆசிரியை. ஆங்கிலம் தமிழ் இரண்டிலும் அருள்மதிக்கு நல்ல புலமை. கணினியில் பயிற்சி இருந்ததால் அவளைத் தகவல் தொழில் நுட்பத்தில் துர்க்கா பயன்படுத்தினார். கணினி மூடியில் தன் தாயிடமிருந்து வந்த கடிதத்தின் ஒரு வசனத்தை வெட்டி ஒட்டியிருப்பாள் அருள்மதி. தாய்க்கு அவள் ஒரே ஆசை மகள். *Please come home. There is only one you.* கணினியைத் திறக்கும் போதெல்லாம் தாயின் ஞாபகம் வரும். தாயைப் பிரிந்த கடைசி நாள் தாயின் வயிற்றில் குறுக்காகத் தலைவைத்துப் படுத்திருந்ததை நினைப்பாள். தாய் அவளைக் கொஞ்சுவதில்லை. கழுத்தை ஆழமாக முகர்ந்து பார்ப்பதோடு சரி. போர்ச் செய்திகளைத் தினமும் கணினிமூலம் வெளிநாடுகளுக்கு அனுப்புகையில் தாயின் நினைவு வந்துவிடும். அத்துடன் வெளிநாடுகளில் என்ன நடக்கிறது என்ற விவரங்களை அன்றாடம் திரட்டித் தருவது அவள் பொறுப்பு. ஒரு வாரத்திலேயே காட்டு வாழ்க்கைக்கு பழகி விட்டாள். நடக்கும்போது ஒரு சருகு அசையாது; சுள்ளி முறியாது. துர்க்கா ஓய்வாக இருக்கும் சமயங்களில் முக்கியமான மொழிபெயர்ப்புகளை அருள்மதி எடுத்து வருவதுண்டு. பின்னர் அதுபற்றிப் பேசுவார்கள். முடிந்ததும் பாம்பு சுருள் அவிழ்ப்பதுபோல ஓசையின்றி எழுந்து அருள்மதி செல்வாள்.

சிறுவயதிலேயே துர்க்காவுக்கு மரங்கள், செடிகள், விலங்குகள், பறவைகள் என்று இயற்கையில் ஓர் ஈர்ப்பு. தாவரவியல் பாடங்களை முதலிலேயே படித்து ஆசிரியையிடம் வகுப்பில் கேள்விகளாகக் கேட்டபடி இருப்பாள். பறவைகளில் அவளுக்கு இருந்த ஆர்வம் அப்பொழுதே தொடங்கிவிட்டது. மருத்துவம் படிப்பது என்று தீர்மானித்தாள். ஒருநாள் பள்ளிக்கூடத்தில் இருந்து திரும்பும்போது பஸ்ஸிலிருந்து இறங்கியவள் வீட்டுக்கு வரவில்லை. எல்லோரும் தேடினார்கள். அடுத்த நாள் என்ன பாடம் என்று ஆசிரியையிடம் கேட்டு அதைப் படிப்பதற்கான புத்தகங்களுடன் பள்ளியிலிருந்து புறப்பட்டவள் என்னவானாள் என்பது தெரியவில்லை. பிறகுதான் செய்தி பரவியது, அவள் இயக்கத்தில் சேர்ந்துவிட்டாள் என்று. யாரோ அவளிடம் கேட்டபோது அவள் சொன்ன பதில் 'எல்லோரும் பந்தியில் உட்கார்ந்தால் பரிமாறுவதற்கு யாராவது வேண்டாமா?'

கிளிநொச்சி விழுந்த அன்று துர்க்கா அருள்மதிக்குச் சொன்னது நினைவுக்கு வந்தது. 'நீ ஆயுதத்தைத் தொடக்கூடாது. வரலாற்றைச் சொல்வதற்கு எங்களுக்கு ஒருவர் வேண்டும்.' அருள்மதி 'இதற்குத்தானா இவ்வளவு பயிற்சி எடுத்தேன்?' என்றாள். ஒரு பாறையிலிருந்து இன்னொரு ஆபத்தான பாறையின் மேல் பாய்வதற்கு முன்னர் ஆயத்தம் செய்வதுபோலத் துர்க்கா தயங்கினார். 'நான் போரில் இறந்தால் என் உடல் அவர்களுக்கும் கிடைக்கக்கூடாது. உயிருடன் என்னைப் பிடித்தால் என்னை எப்படிப் பாதுகாப்பது என்று எனக்குத் தெரியும். ஆனால் என்னுடைய இறந்த உடல் அவர்கள் கையில் அகப்பட்டால் அதற்கு என்ன நடக்கும் என்று உனக்குத் தெரியும். என் உடலின்மேல் அவர்கள் கைகள் ஊர்வதை என்னால் நினைத்துக்கூடப் பார்க்க முடியாது. நீ எப்படியாவது என்னைப் புதைத்துவிடு. அல்லது எரித்துவிடு. எது அந்த நேரத்துக்குச் சுலபமோ அதைச் செய்.'

போரிலே பங்குபற்றக்கூடாது என்று துர்க்கா சொன்னது அருள்மதிக்குப் பெரிய ஏமாற்றத்தைத் தந்தது. 'சரி, ஆனந்தபுரம் போர்த்திட்டத்தையாவது சொல்லுங்கள். விவரம் எனக்குத் தெரியவேண்டாமா?' என்றாள் அருள்மதி. 'உரிய நேரம் வரும்போது நீயாகவே தெரிந்து கொள்வாய். அவசரப்படாதே.' 'கிழக்குப் பக்கம் என்று கூறுகிறீர்கள். எவ்வளவு தூரம் கிழக்குப் பக்கமாக முன்னேறவேண்டும்?' என்று கேட்டாள் அருள்மதி. 'கிழக்குப் பக்கம் முடியுமட்டும். அல்லது அவர்கள் எங்களை நிறுத்துமட்டும்.' அந்த நேரம் பார்த்து கைரேடியோ சடசடவென ஒலித்தது. சங்கேத வார்த்தைகள். அருள்மதிக்கு ஒன்றும் புரியவில்லை, துர்க்கா கோபமானது மட்டும் தெரிந்தது. பின்பக்கத்தைக்

காட்டிக்கொண்டு துர்க்கா விடைபெறாமல் நடந்தார். அதுவே கடைசிச் சந்திப்பு.

ஜெயதீசனைத் துர்க்காவால் மறக்கமுடியாது. அவரைப் பார்த்தவுடனேயே சிரிப்பு வரும். காலையில் முதல் வேலையாக ஒருகையால் கீழே நழுவும் கால்சட்டையைப் பிடித்தபடி, மறுகையில் பனம்பழங்கள். எங்கேயோ போய்ப் பொறுக்கிக் கொண்டு வந்திருப்பார். அவை சிறுமிகளுக்கு. ஜெயதீசனுடன் யாருமே கோபிக்கமுடியாது. எங்கேயெல்லாம் போகக்கூடாதோ அங்கேயெல்லாம் போவார். அவருடைய நாடு அவுஸ்திரேலியா. தன்னுடைய நாட்டைவிட்டு வந்து அநாதைக் குழந்தைகளுக் காக அவர்களுடன் வாழ்ந்தார். எல்லோரும் கழித்துவிட்ட ஒரு பழைய காரில் மாற்றங்கள் செய்து அதை ஆமணக்கு விதை எண்ணெயில் ஓடுகிறமாதிரித் தயாரித்திருந்தார். அதற்காகவே இரண்டு ஏக்கர் நிலத்தில் ஆமணக்குச் செடிகளைப் பயிரிட்டு வளர்த்தார். அவர் பெரிய விஞ்ஞானி, சேவையாளர், பரோபகாரி. குழந்தைகளுக்கு மகிழ்ச்சிநேரம் ஒதுக்கி ஆடல் பாடல் என்று அவர்களைச் சந்தோசப்படுத்தினார். கடந்த இரண்டு வாரங்களாக அவரைப் பற்றிய ஒரு தகவலும் இல்லை. குழந்தைகளையும் அழைத்துக்கொண்டு முள்ளிவாய்க்காலை விட்டு நகர்ந்தாரா என்பது தெரியவில்லை.

நாலு வருடங்களுக்கு முன்னர் தலைவருடைய 51ஆவது பிறந்த நாள் வந்தபோது துர்க்கா ஆச்சரியமான ஒரு பரிசு தந்தார். 16 வருடங்களாகக் காடுகளில் அலைந்து திரிந்து எடுத்த நூறுவிதமான பறவைகளின் படங்களை அச்சடித்துத் தட்டியில் ஒட்டி அதன் கீழே பறவைகளின் பெயர்களை எழுதி, 'ஈழத்துப் பறவைகள்' என்று தலைப்பிட்டுத் தலைவரிடம் நேரே கொடுத்தார். அந்தத் தடவை தலைவர் துர்க்காவையும், விசேடப் பயிற்சியில் இருந்த சில பெண் போராளிகளையும் சந்திப்புக்கு அழைத்திருந்தார். பயிற்சியில் இருந்த ஓர் இளம் பெண் – அவளுடைய பெயர் மாலதியோ என்னவோ – வெகுவான கூச்சத்துடன் அமர்ந்திருந்தாள். ஒரு பூனை வந்து அவ்வளவு பேர் இருக்க மாலதியின் மடியில் ஏறி உட்கார்ந்தது. மாலதி பயத்தில் நெளிந்துகொண்டிருந்தார். தலைவர் பார்த்துச் சிரித்துவிட்டு 'புலி பூனைக்குப் பயப்பிடுவதா?' என்று சொன்னார். பின்னர் பூனையை வாங்கி, கூட்டம் முடிவுக்கு வரும்வரை தன் மடியில் வைத்துத் தடவியபடியே இருந்தார்.

துர்க்கா கொடுத்த பரிசைத் திறந்து பார்த்ததும் திடுக்கிட்டார். 'நன்றி! நன்றி! இத்தனைப் பறவைகளா? எனக்குத் தெரிய வில்லையே?' என்று தலைவர் வியந்தார். ஒவ்வொரு பறவையின்

பெயரையும் உரத்துச் சொன்னார். மைனா, வாலாட்டி, வானம்பாடி, தையல்காரி, பிலாக்கொட்டை, சிட்டுக்குருவி, தகைவிலான், புளினி, வானம்பாடி, புறா, குயில், மரங்கொத்தி, கரிக்குருவி, குக்குறுப்பான், செண்பகம், நாகணவாய் என்று சொல்லிக்கொண்டே அவர் வர எல்லோரும் அதிசயமாகப் பார்த்தார்கள். 'நூறு பறவைகளை மாத்திரம்தான் நான் படம் பிடித்திருக்கிறேன். ஆனால் 240 பறவை வகைகள் இருக்கின்றன' என்றார் துர்க்கா. தலைவர் 'இவையெல்லாம் எங்கள் பறவைகள். சுதந்திரமானவை. தடையின்றி அவை எங்கேயும் பறக்கலாம்' என்று பெருமையோடு சொன்னார். சிரிதேவி குறுக்கிட்டு ஒரு பறவையைச் சுட்டிக்காட்டி 'இது என்ன பறவை? புதிசாக இருக்கிறதே' என்றாள். துர்க்கா பதில் சொல்வதற்குள் தலைவர் சிரிதேவியைப் பார்த்து சிரித்துக்கொண்டு, 'இது தெரியாதா? ஆறுமணிக் குருவி, காலை ஆறு மணிக்குச் சத்தம் போடும்' என்றார். எல்லோர் கண்களும் தலைவர் பக்கம் திரும்பின. 'சிரிதேவி காலை ஆறுமணிக்கு எழும்பினால்தானே தெரியும்' என்று அவர் சொன்னதும் எல்லோரும் சிரித்து அந்த இடம் கலகலப்பானது. எத்தனையோ சந்திப்புகள், ஆனால் அந்தச் சம்பவத்தை மாத்திரம் துர்க்காவால் மறக்க முடியவில்லை.

ரேடியோவில் அறிவிப்பாளராகச் செயல்பட்டவர் இறைவன். தினம் அவருக்குக் கிடைக்கும் இரண்டு மணி நேரத்தில் செய்தி வாசிப்பதோடு சுவையான தகவல்களையும் கூறி அந்த ரேடியோ நேரத்தை உபயோகமுள்ளதாக மாற்றி விடுவார். அவருக்கு இஸ்ரேல் நாட்டு முன்னாள் போர்த் தளபதி மோசே தயான் மீது அளவற்ற பற்று. அவரைப்பற்றிய ஏதாவது கதை ஒன்றைச் சொன்ன பிற்பாடுதான் இறைவன் அன்றைய நிகழ்ச்சியை முடிவுக்குக் கொண்டுவருவார். மோசே தயான் இளைஞனாகப் பிரிட்டிஷ் ராணுவத்தின் விசேடப் பிரிவில் பணியாற்றியபோது ஒரு கண்ணை இழந்தவர். ஒரு நாள், விதிக்கப்பட்ட வேகத்துக்கு மேலாகக் கார் ஓட்டிக் கொண்டு போனபோது பொலீஸ் அவரைப் பிடித்துவிட்டது. அவர் சொன்ன பதில்: 'எனக்கு ஒரு கண்தான் இருக்கிறது. நான் எதைப் பார்ப்பது. ரோட்டையா அல்லது வேகம் காட்டும் கருவியையா?' பொலீஸ் அவரை ஒன்றும் செய்யாமல் விட்டு விட்டது. இப்படிச் சின்னச் சின்னத் தகவல்களைத் தருவார்.

சில போராளிகள் இறைவனைப் பரிகசிப்பார்கள். 'இஸ்ரேல் தளபதி பற்றிப் புகழ் பாடுகிறீர்கள். இஸ்ரேலின் கிபீர் விமானம் தான் இரண்டு மடங்கு ஒலிவேகத்தில் பறந்து குண்டுகளைப் போட்டு எங்கள் மக்களைக் கொல்கிறது. கிபீர் என்றால் பொருள் இளம் சிங்கம். சிங்கக்கொடி ராணுவம் இளஞ்

சிங்கங்களை எங்கள் மீது ஏவி விடுகிறது. நீங்கள் அவரைப் போற்றுகிறீர்கள்.' அதற்கு இறைவன் சொல்லுவார். 'உங்கள் கேள்விக்கு பதிலும் மோசே தயான் சொன்னதுதான். ஒரு ராட்சதக் கோலியாத்தை வெல்ல சிறு பையன் தாவீது போதும்.'

பல நாட்கள் முன்பு முள்ளிவாய்க்காலில் மறுபடியும் அகிலாவைப் பார்த்ததும் துர்க்கா திடுக்கிட்டார். அவள் சொல் வழி கேட்காதவள். எவ்வளவு சொல்லியும் அவள் கூடாரத்துக் குத் திரும்பிப் போகவில்லை. 'அக்கா, ஆறுமணிக் குருவியை பார்த்தேன்' என்றாள். 'பொய் சொல்லாதே. அது வலசை போற குருவி. இந்த மாதம் அது இங்கே இருக்க முடியாது.'

'இல்லை அக்கா. எனக்குத் தெரியும் வாருங்கோ' என்று கூட்டிப்போனாள். அவள் சொன்னது உண்மைதான். கட்டை யான நீல வால் குருவி. மேலுக்கு பச்சை, கீழுக்கு சிவப்பு உடம்பு. வெள்ளை கழுத்து. சப்பாத்து லேஸ் துளைபோல சின்னக் கண்கள். அத்தனை அழகான குருவியை மரத்திலே கண்டதுதான், நிலத்திலே அவ்வளவு சமீபத்தில் துர்க்கா பார்த்ததில்லை. அது இலைகளைத் தள்ளி புழுக்களைக் கொத்தித் தின்று கொண்டிருந்தது.

'ஏன் அக்கா திகைச்சுப்போய் நிற்கிறீங்கள்?'

'பாவம் இது. தவறிப்போய்விட்டது. இதன் ஆங்கிலப் பெயர் *Indian Pitta*. ஒவ்வொரு வருடமும் இமயமலைக்குப் பறந்து முட்டையிட்டுக் குஞ்சு பொரித்து, பின்னர் அங்கே பனிக்காலம் ஆரம்பிக்கும்போது இங்கே பறந்து வந்துவிடும். இந்த வருடம் எப்படியோ அது தனித்துவிட்டது.'

'கூட்டத்தோடு பறக்கவில்லையா? அப்ப என்ன நடக்கும்?'

'இந்த நிலத்தில் அப்படி ஒரு பற்று ஆக்கும். பார், எங்களை விட்டுப் போக விருப்பமில்லை. ஓடிப்போய் என்னுடைய காமிராவை எடுத்து வாறியா.' துர்க்கா பேசி முடிக்கமுன்னர் அகிலா எடுத்தாள் ஓட்டம். அவள் திரும்பி வந்தபோது குருவி பறந்துவிட்டது.

'எங்கே அக்கா குருவி?'

'இங்கேதான் எங்கேயோ, அது தனிய மாட்டிவிட்டது. இந்த வெய்யில் சூட்டில் அது நிச்சயம் செத்துப்போகும், ஐயோ பாவம்' என்றார். இரண்டு இமைகளும் சந்திக்கும் இடம் ஈரமாகியது.

'அது தப்பிவிடும் அக்கா, பயப்பிடாதையுங்கோ' என்றாள் அகிலா, ஏதோ பெரிய ஆள்போல.

ஒவ்வொருவராகத் தன் அணியிலிருந்தவர்களைத் துர்க்கா இழந்துகொண்டு வந்தார். ஒரு கணினி செய்யவேண்டியதை அகல்மதி செய்வாள். கழுத்து எலும்பு தெரியும் ஒல்லியான தேகம். அதிவேகமாக ஓடக்கூடியவள். சொற்களைக் கையினால் மறைத்துக்கொண்டுதான் பேசுவாள். அந்தக் காலத்து விதூஷகன் போல துர்க்காவுக்குச் சிரிப்பு மூட்டுவதுதான் அவள் வேலை. அவள் சிரித்தால் போதும், விடிவதைப்போல அந்த இடத்தில் ஒளியுண்டாகும். திட்டத்தைத் துர்க்கா விளக்கியதும் போராளிகள் தங்கள் தங்கள் கடிகாரங்களைச் சரிபார்த்துக்கொண்டார்கள். ஒரு ரகஸ்யப் பொறியை நோக்கி ராணுவ கவசவாகனங்களைத் திருப்பிவிடுவதுதான் உத்தி. பீரங்கிக் குண்டுகள் வந்து விழும் திசையையும், அவற்றின் இரைச்சலையும், வேகத்தையும் வைத்து எவ்வளவு தூரத்தில் ராணுவம் நகருகிறது, எந்தத் திசை நோக்கிச் செல்கிறது, இலக்கையடைய எவ்வளவு நேரம் எடுக்கும் போன்ற விவரங்களைக் கணிப்பதில் அகல்மதி தேர்ச்சி பெற்றவள். அன்று இரண்டு கவசவாகனங்களை அழித்திருந்தார்கள். எந்த நேரமும் உற்சாகமாக இருப்பவள் அன்று என்னவோ மாதிரி இருந்தாள். ‘அக்கா, வெற்றி கிட்டுமா?’ என்றாள். தொண்டையில் நிறைய சொற்கள் சேர்ந்துவிட்டதால் அது அடைத்துப்போய் கிடந்தது. துர்க்கா அவளை உற்றுப் பார்த்து அடிக்கடித் தலைமைப் பீடம் சொல்லும் வாசகத்தைச் சொன்னார். ‘வெற்றி முக்கியமில்லை. அவர்கள் தோல்விதான் முக்கியம்.’ துர்க்கா வாய் திறந்து பேசி முடிந்ததும் கிபீர் விமானத்திலிருந்து குண்டு வெளிச்சமாக வந்து விழுந்தது. ஒரு கணத்துக்கு முன்னர் அகல்மதி கையில் ஏகே 47 துப்பாக்கியுடனும், தூரக்கண்ணாடியுடனும் நின்றாள். அடுத்த கணம் பெரும் குழிதான் கிடந்தது. அவள் இருந்த சுவடு முற்றாக அழிக்கப்பட்டுவிட்டது. சூழ்ந்த புகைமூட்டத்தில் சதை எரியும் மணம் ஒன்றே துர்க்காவுக்கு மிஞ்சியது.

அடுத்தப் பெரிய இழப்பு செவ்வானம். அவளும் மற்றவர்களைப்போல வெளிநாட்டுக்குப் போயிருந்தால் இன்றைக்கு ஒரு புகழ்பெற்ற மருத்துவராகி நிறையப் பணம் சம்பாதித்துக் கொண்டு இருந்திருப்பாள். எத்தனையோ வாய்ப்புகள் வந்தும் போக மறுத்துப் போரிலே காயம் பட்டவர்களுக்கு வைத்தியம் பார்ப்பதற்காகத் தங்கிவிட்டாள். அவளுக்கு மிஞ்சிப்போனால் 27 வயதுதான் இருக்கும். கெக்கரிக்காய்போன்ற நேரான உடம்பு, ஒரு வளைவுகளும் இல்லை. காதிலே ஓட்டை உண்டு, தோடு கிடையாது. மூக்கிலே துளை உண்டு, மூக்குத்தி கிடையாது. விரலிலே நகம் உண்டு, பூச்சு பூசமாட்டாள். ஒரு நாளில் 18 மணித்தியாலத்துக்குக் குறையாமல் வேலை செய்தாள். நோர்வேயில் இருந்த அவளுடைய தம்பி அவளுக்கு ஒரு மடிக்கணினி அனுப்பியிருந்தான். ஒரு

குழந்தையைத் தூக்குவது போல அதைத் தூக்கிக்கொண்டு இரண்டு நாட்களாக அலைந்தாள். எப்படித் திறப்பது என்றுகூட அவளுக்குத் தெரியவில்லை. ஒருநாள் அருள்மதியிடம் இரவு பத்து மணிக்குக் கம்ப்யூட்டர் கற்றுக்கொள்ள வந்தாள். எல்லா விசயங்களையும் ஒரே நாளில் கற்றுவிட வேண்டும் என்ற அவா. கம்ப்யூட்டரில் அவள் எழுதிய முதல் கடிதத்திற்கு இணையத்தொடர்பு கிடைக்க வில்லை. ஜெனரேட்டர் நேரம் முடிந்துவிட்டபடியால் கடிதத்தை அடுத்தநாள் அனுப்பலாம் என்று மூடிவைத்தாள். அவள் அடித்த கடிதம் கம்ப்யூட்டரில் கிடந்தது. அதிகாலை ஆஸ்பத்திரிக்கு உடுத்திப் போனாள். போன சிறிது நேரத்திலேயே கொத்துக் குண்டு ஒன்று ஆஸ்பத்திரியின் மேலே விழுந்து 40 பேர் பலியானார்கள். அதில் செவ்வானமும் ஒருத்தி. ஒரு மரக்கொப்பு முறிந்ததுபோல நடுவிலே முறிந்துபோய்க் கிடந்தவளைப் பார்க்க முடியவில்லை. இறந்தவர்களில் 20 பேர் குண்டு விழாவிட்டாலும் இறந்து போயிருப்பார்கள் என்று பேசிக்கொண்டார்கள். செவ்வானம் இறந்த செய்தியைத் தொலைபேசியில் நோர்வேயிலிருந்த அவளுடைய தம்பிக்கு அறிவித்தார்கள். இரண்டு நாள் கழித்து அவள் எழுதிக் கம்ப்யூட்டரில் சேமித்து வைத்த கடிதத்தை மின்னஞ்சலில் அவனுக்கு அனுப்பிவைத்தாள் அருள்மதி.

பிரிட்டிஷ் ராணுவத்தின் விசேடப்பிரிவில் பணியாற்றி அதி உயர் விருதுகளைப் பெற்றவர் ஆண்டி மக்நாப். அவருடைய இரண்டு புத்தகங்களை மொழிபெயர்ப்பில் தலைமைப்பீடம் படித்திருந்தது. ஒன்று *Bravo Two Zero* அடுத்தது *Immediate Action.* துர்க்காவும் இயன்றமட்டும் அவற்றை இரவிரவாகப் படித்து முடித்துவிடுவார். ஆண்டி மக்நாபில் பற்று அப்படித்தான் ஏற்பட்டது. அருள்மதி பகுதி பகுதியாக மொழிபெயர்த்தது *Col. James Mrazek* என்ற அமெரிக்கர் எழுதிய *The Art of Winning Wars* என்ற புத்தகத்தைத்தான். அதன் 5ஆவது அதிகாரத்தை மொழிபெயர்க்கச் சொல்லி அவசர கட்டளை ஒரு நடு இரவில் வந்தது. அருள்மதி இரவிரவாக மொழிபெயர்த்துக் கையினால் எழுதி அதை கம்ப்யூட்டரில் அச்சடிக்கக்கூட நேரமின்றி அப்படியே சுரேஷ் மாஸ்ரரிடம் கொடுத்து அனுப்பினாள். அந்த மொழிபெயர்ப்பில் சொல்லப்பட்ட ஒரு வசனம் துர்க்காவினால் மறக்கமுடியாதது. ‘போர்கள் ஆயுத பலத்தினால் அல்ல, புத்தியினால் வெல்லப்படுகின்றன.’

இருபது வருட போர் வாழ்க்கையில் துர்க்கா பல போராளி களைப் பார்த்திருக்கிறார். ஆனால் லெப். கேர்ணல் மொழியரசி போன்ற ஒரு போராளியைக் கண்டது கிடையாது. அபூர்வமானவர். அழகான தோற்றம் கொண்ட அவருக்கு ஒரு கால் கிடையாது. பதிலுக்குக் கரடுமுரடான ஒரு மரக்கால் பொருத்தியிருந்தது.

போர்க்களத்திலோ, தனிப்பட்ட வாழ்க்கையிலோ தான் எந்தவிதத்திலும் குறைவுபட்டதாக அவர் உணர்ந்ததில்லை. குளிக்கப் போனால் ஒரு மணித்தியாலம் மற்றவர்கள் அவருக்காக ஒதுக்குவது வழக்கமாகிவிட்டது. ஒட்டி வெட்டி மிச்சமாயிருந்த கூந்தலை எண்ணெய் வைத்து ஊறவிட்டுச் சீயக்காயுடன் செவ்வரத்தம் பூக்களையும் அரைத்துப் பூசி ஒரு பாட்டம் முழுகிவிட்டு பின்னர் வாசனை சோப் போட்டு மீண்டும் ஒருதடவை குளிப்பார். விருந்துக்குப் புறப்பட்டதுபோல முகத்தை ஒப்பனை செய்வார். 'சாம்பிராணிப் புகை வேண்டுமா, அக்கா' என்று யாராவது இளம் பெண் சீண்டினால் மரக்காலைக் காட்டுவார். மற்றவர்கள் ஞாபகப்படுத்தினால் ஒழிய அவருக்கு தான் போராளி என்பது மறந்துபோகும். விடிந்து, அன்றைய நாள் தொடங்கிய பிறகு ஒரு தடவையாவது தன் அம்மாவின் றால் குழம்பைப் பற்றி பேசாமல் அவரால் இருக்க முடியாது. ஒருநாள் துர்க்கா கேட்டார், 'மொழி, என்ன அலங்காரம் உச்சமாயிருக்கிறது. உம்முடைய எதிரிகளைத் துப்பாக்கியால் விழுத்தப் போகிறீரா அல்லது இமை வெட்டினால் சரிக்கப் போகிறீரா?' 'பாவம். என் அழகைப் பார்ப்பதற்கு அவர்களுக்கு வாய்ப்பே கிடைக்காது. என்னுடைய பிகே துப்பாக்கி 1500 மீட்டர் தூரத்திலேயே அவர்களைக் கண்டுபிடித்துக் கொன்று விடும்.' 'அப்படியானால் இவ்வளவு செவ்வரத்தம் பூக்களை ஏன் வீணாக்குகிறீர்?' 'எனக்குத்தான். என் தலைக்காகத்தான் அவை பூக்கின்றன.'

போர் என்றதும் அங்கே ஏதோ றால் குழம்பு பரிமாறு கிறார்கள் என்ற நினைப்புத்தான். பாதி துள்ளுவார். மற்றவர்களைத் தள்ளிவிட்டு முன்னுக்கு நிற்பது மொழியரசிதான். போர் முடிவதற்கு முன்னர் இரவு தொடங்கிவிடக்கூடும் என்பது போலச் செயலாற்றுவார். துப்பாக்கியைத் தூக்கிச் சுடும் அந்த நேரத்திலும் விரலால் துப்பலைத் தொட்டுப் புருவத்தை நேராக்க மறக்கமாட்டார். எதையாவது அவசரமாகச் செய்து விட்டுத்தான் மூளையைப் பாவிப்பார். 'மொழி, எதற்காக இவ்வளவு ரிஸ்க் எடுக்கிறீர்?' என்று துர்க்கா கோபிப்பார். 'எதுக்குப் பயப்படவேணும். கடவுளுக்குத்தான் என்னை கூப்பிட வேண்டிய நேரம் தெரியும்.' 'அது சரி. நீர் ஏன் கடவுளுக்கு உதவி செய்கிறீர்?' என்று துர்க்கா கடிந்து கொள்வார்.

'எல்லாம் வெல்லும், அக்கா.'

'எல்லாம் வெல்லும்.'

லெப். கேர்ணல் மொழியரசி டக்டக்கென்று மரக்காலை நிலத்திலே உதைத்து நடந்துபோவார். அவர் இறந்து ஒரு வருடமாகிவிட்டது.

ஆனந்தபுரம் போர் யுத்தியை இரண்டு வாரகாலமாகத் திட்டமிட்டார்கள். ஆயிரம் போராளிகள் பங்குபற்றிய இந்த நகர்வில் இடப்புற அணியின் பொறுப்பைப் பிரிகேடியர் துர்க்கா ஏற்றிருந்தார். அவருக்குத் துணையாக வாகை ஒன்று, வாகை இரண்டு போரணிகள் இருந்தன. இணைப்படையாக அவருக்குப் பின்னால் பிரிகேடியர் விதூஷாவின் படை நின்றது. வலப்பக்கத்து நுனியில் பிரிகேடியர் மணிவண்ணனும், பிரிகேடியர் தீபனும் இருந்தனர். நடுவில் பொறுப்பாக நின்றது கேர்ணல் அமுதாவும் கேர்ணல் தமிழ்ச்செல்வியும். போர் தொடங்கிய சிறிது நேரத்தில் கேர்ணல் அமுதாவும் கேர்ணல் தமிழ்ச்செல்வியும் உள்வாங்கும் அதே சமயம் இடம் வல அணிகள் மடிந்து எதிரியை வளைத்துப் பிடித்துவிடவேண்டும். 2200 வருடங்களுக்கு முன்னர் ஹனிபால் பயன்படுத்திய அதே யுத்தி. போர்த் தளவாடங்கள், 50 கலிபர்கள், உந்து கணை செலுத்திகள், ஆர்ட்டிலறிகள், மோர்ட்டார்கள், யந்திரத் துப்பாக்கிகள் என சகலதும் தயார் நிலையில் இருந்தன.

துர்க்கா இடப்புறத்து முனையில் முன்னேறினார். அவருடைய துணைப்படைகள் அவரை ஒட்டியபடி நகர்ந்து பாரிய தாக்குதல் நடத்துவதற்கான உத்தரவுக்காகக் காத்து நின்றபோது ராணுவத்தின் தாக்குதல்கள் தொடங்கின. ஆகாயத்திலிருந்து குண்டுகள் விழுந்து அணியைச் சிதறடிக்க முயன்றன. அவற்றையெல்லாம் சட்டைசெய்யாமல் துர்க்கா முன்னேறிக் கொண்டிருந்தார். திடீரென்று சடசடவென இடப்புறமிருந்து குண்டுகள் பாய்ந்து வந்தபோது துர்க்கா துணுக்குற்றார். அவர் அதை எதிர்பார்க்கவில்லை. லெப்.கேர்ணல் மோகனா இடது புறத்தில் நின்றார். உடம்பின் ஓர் அங்கம் போலாகிவிட்ட மோகனாவின் துப்பாக்கி இலக்கில் அசையாமல் நேராக நின்றது. துர்க்கா திரும்பிப் பார்த்தபோது மோகனாவின் பாதித் தலையைக் காணவில்லை. இலங்கை ராணுவமும் பெரிய போர்த்திட்டத்தை வகுத்திருந்தது. இரவிரவாக நகர்ந்து இரண்டு கிலோமீட்டர் தூரத்துக்கு அது பெட்டியடித்திருந்தது. போராளிகளின் படை அதற்குள் சிறைபட்டிருப்பது அப்போதுதான் துர்க்காவுக்குத் தெரியவந்தது.

அருள்மதி பத்து நாட்களுக்கு முன்னர் மொழிபெயர்த்துக் கையினால் எழுதி அனுப்பிய அமெரிக்க கேர்ணல் ரசேக்கின் ஐந்தாவது அதிகாரத்தைத் தலைமைப்பீடத்திடம் சுரேஷ் மாஸ்ரர் கொடுத்தாரா என்பது தெரியவில்லை. அது முக்கியமான மொழிபெயர்ப்பு. மோகனாவின் சிவப்பு ரத்தம் ஊர்ந்து வந்து துர்க்காவின் சப்பாத்தை நனைத்ததும் திடுக்கிட்டு நிமிர்ந்து நேரத்தைப் பார்த்தார். திசைகாட்டி பொருத்தப்பட்ட அந்தக்

கஸியோ கைக்கடிகாரம் தலைமைப்பீடம் அவருக்கு பரிசாகக் கொடுத்தது. இனியும் தாமதிக்க முடியாது. அவர்கள் தீர்மானித்த நேரம் நெருங்கிக்கொண்டிருந்தது. அந்தத் திடல் நூறு அடி உயரம்தான் இருக்கும். இரண்டே நிமிடத்தில் அதன்மீது ஏறிவிடலாம். இருபது வருடப் பயிற்சி இந்த தருணத்திற்காகத் தான். ஒரேயொரு கட்டளைதான் தேவை. எல்லோரும் பின்வாங்கி இன்னொரு சமருக்குத் தயார் செய்யலாம். அல்லது நினைத்துப் பார்க்க முடியாத அளவுக்கு அழிவை எதிரிகளுக்கு உண்டாக்கலாம்.

கைரேடியோவில் அவ்வளவு நேரமாக எதிர்பார்த்திருந்த கட்டளை கடைசியில் வந்தது. மூன்றே மூன்று சங்கேத வார்த்தை கள்தான். 'அதிகம் இழந்தவர்கள் தோற்றவர்கள்.' சுருக்கமான தெளிவான உத்திரவு. துர்க்காவின் உடலில் இதற்கு முன்னர் ஒருமுறையும் அனுபவித்திராத மாற்றம் நிகழ்ந்தது. அளவுக் கதிகமான அட்ரனலீன் அவர் உடம்பில் பாய்ந்து சுவாசவேகம் கூடி அந்தரத்தில் மிதப்பதுபோல ஆனார். அவர் காதுக்குள் இருதயம் அடித்தது. ஆயிரம் யானை பலம் உண்டானது போன்ற உணர்வு. முன்னே கால் வைத்தால் போதும். ஒரு போதும் திரும்ப முடியாத ஒரு கட்டத்துக்குள் அவர் நுழைந்து விடுவார். அவருடைய இருதயத்தின் இரண்டு துடிப்புகளுக்கு இடைப்பட்ட நேரத்தில் பாய்ந்து அவருடைய ஆயுளையும், 1000 போராளிகளின் ஆயுளையும், ஒரு தேசத்தின் ஆயுளையும் தீர்மானிக்கப்போகும் அந்த ஓர் அடியைத் துர்க்கா வைத்தார்.

எதிரிகளின் நாலு டாங்கிகளும் எட்டுக் கவச வாகனங்களும் புள்ளிகளாகத் தெரிந்தன. தனித்தனியாக ஆடிய கைவிரல் களால் துர்க்கா S–97 துப்பாக்கியைத் தொட்டுத் தூக்கினார். சற்று நிதானித்து நேராக்கிக் குறிபார்த்து விசையை அமுக்கினார். எதிரிகள் விழுந்துகொண்டே இருந்தார்கள். இனி அவர் நிறுத்தப்போவதில்லை. யாராவது அவரை நிறுத்தினால் ஒழிய. ராணுவத்தின் வலப் பக்க முனையும் இடப்பக்க முனையும் நகர்ந்து இடைவெளியைக் குறுக்கி வந்தபோது இலங்கை ராணுவத்தினர் தங்கள் படையில் ஒருவரை ஒருவர் சுட்டுத் தள்ள ஆரம்பித்தார்கள். இப்படி ஒரு மூடத்தனமான நகர்வு ஒருவரும் எதிர்பார்க்காதது. இதைச் சாதகமாக்காமல் விடுவது அதனிலும் கூடிய மூடத்தனம். ராணுவம், தங்கள் படையைக் கொல்லும் அதே வேகத்தில் போராளிகளையும் கொன்றது. எங்கேயோவிருந்து இலக்கு வைத்துச் சுடப்பட்ட குண்டு ஒன்று துர்க்காவைத் தாக்கியது அவருக்குத் தெரியவில்லை. உதிரம் நெற்றியிலே வழிந்து, கழுத்திலே இறங்கி, நெஞ்சை நனைத்தபோது குனிந்து பார்த்தார்.

அன்றைய நாள் 2009 ஏப்ரல் 4ஆம் தேதி. போர் முடிவுக்கு வந்தபோது போராளிகளில் 700 பேர் கொல்லப்பட்டுவிட்டனர். இலங்கை ராணுவத்தின் இழப்பு 3000 பேருக்கு மேலாக இருந்தது. அந்த விவரம் துர்க்காவுக்கு என்றென்றைக்குமே தெரியப்போவதில்லை. அவர் துப்பாக்கியைக் கையிலே இறுக்கிப் பிடித்தவண்ணம் புரண்டு ஆகாயத்தைப் பார்த்தபடிக் கிடந்தார். அது சொல்லமுடியாத தூய வெண் நிறத்தில் காணப்பட்டது. ஓர் அபூர்வமான நறுமணம் மூக்கைத் துளைத்தது. மேஜர் சோதியாவும், லெப். கேர்ணல் செல்வியும் கண்களுக்குத் தெரிந்தனர். அருள்மதிக்கு விடைசொல்லாமல் புறப்பட்டது ஞாபகத்துக்கு வந்தது. வெகுதூரத்தில் பூட்ஸ் ஒலிகளும் மனிதக் குரல்களும் கேட்டன. பிரிகேடியர் துர்க்கா மரணத்தைத் தழுவ முன்னர் கடைசியாகப் பார்த்தது ஆகாயத்தை மறைத்து நூறு பறவைகள் சிறகடித்துப் பறந்த காட்சியை. அவருடைய கண்கள் அந்தக் கூட்டத்தில் ஆறுமணிக் குருவியைத் தேடின.

'எல்லாம் வெல்லும்': போராளிகள் சந்திக்கும்போது சொல்லும் முகமன் வார்த்தை.

அ. முத்துலிங்கம்

சூனியக்காரியின் தங்கச்சி

'அந்தப் புதன் கிழமை என் வாழ்க்கையில் மறக்க முடியாத நாள். அன்று ஒருவரும் சாகவில்லை. ஏறக்குறைய ஆறுமாதத்தில் ஆக அதிர்ஷ்டம் கூடிய நாள் அதுதான். வழக்கமாக நாளுக்கு ஒன்று, இரண்டு, ஐந்து, பத்துப்பேர் என செத்துக்கொண்டு இருந்தோம். அப்போது தான் தீர்மானித்தேன். எப்படியாவது நாட்டை விட்டு வெளியேறிவிட வேண்டும் என்று.' அகதி ஒரு நாற்காலியில் கைப்பிடிகளில் முட்டாமல் நடுவே ஒடுங்கி உட்கார்ந்திருந்தான். அமண்டா ஒரு சோபாவில் காலை நீட்டியபடி அவன் சொல்வதைக் கேட்டுக்கொண்டிருந்தாள்.

ரொறொன்ரோவின் லொப்லோஸ் சுப்பர் மார்க்கெட்டுக்கு முன்னே அவனை அமண்டா சந்தித்தாள். அவனுக்கு 25 வயது இருக்கும். ஒரு விளம்பரத் துண்டை அவளிடம் நீட்டினான். அசிரத்தையாக அதைப் படித்தபோது அதில் இப்படி எழுதியிருந்தது. 'நான் ஓர் அகதி. உங்கள் வீட்டு பராமரிப்பு வேலை, தோட்ட வேலை, கார்ப்பாதை பழுதுபார்க்கும் வேலை சகலதையும் மலிவு விலைக்கு என்னால் செய்யமுடியும்.' அமண்டா வீட்டில் திருத்த வேலைகள் நிறைய இருந்தன. அகதியிடம் வீட்டு முகவரியைக் கொடுத்து அடுத்தநாள் வரச்சொன்னாள். சுவர்களுக்கு வர்ணம் பூசவேண்டும். குறித்த நேரத்துக்கு அவன் வந்தான். அவன் கையிலே வேலைக்கான உபகரணங்களும் வாயிலே வினோதமான கதைகளும் இருந்தன. அவளுக்கு அவனைப் பிடித்துக் கொண்டது.

பல நாட்கள் அகதி அமண்டா வீட்டில் வேலை செய்தான். தனக்குள் பேசிக்கொண்டு அடிக்கடி சிரிப்பான். அவன் சிரிக்கும்போது கண்கள் மறைந்துவிடும். கார்ப்பாதையைச் செப்பனிட்டான். தோட்ட வேலை செய்தான். ஒருநாள் அமண்டா புத்தக அலமாரி வேண்டும் என்றாள். அந்த வீட்டில் புத்தக அலமாரிகள் பல இருந்தாலும் எல்லாமே நிறைந்துவிட்டதால் புத்தகங்கள் நிலத்திலே குவிந்து கிடந்தன. அவள் நிறையப் படித்தாள். அலுவலகமே போவதில்லை. மீதிநேரம் கணினியில் தட்டச்சு செய்தாள். மரங்கொத்திகள் கொத்துவதுபோல 102 விசைகளில் அவள் விரல்கள் வேகமாக ஓடின. இடைக்கிடை அவன் வேலை செய்வதைப் பார்வை யிட்டாள். அளவெடுத்துப் பலகைகள் வாங்கிச் செய்த அலமாரி அவளுக்குப் பிடித்துக்கொண்டது. இப்படி வாரத்தில் மூன்று நாலு நாட்கள் அகதி தொடர்ந்து வேலை செய்தான்.

ஒரு நாள் அகதி 'மாம், ஓர் உதவி செய்யமுடியுமா?' என்று கேட்டான். அவளுக்கு ஆச்சரியமாகவிருந்தது. அவன் கேள்வி கேட்பதில்லை; பதில் கூறித்தான் பழக்கம். 'என்ன?' என்றாள். அவனுக்கு ஒரு கடன் அட்டை தேவை. வங்கி அவனுடைய விண்ணப்பத்தை நிராகரித்துவிட்டது. அவள் உத்திரவாதம் கொடுத்தால் அவனுக்குக் கடன் அட்டை கிடைக்கக்கூடும். அமண்டா அவனுடன் சென்று வங்கி மனேஜரைச் சந்தித்து வைப்பு நிதியாக 500 டொலர் அவன் பெயரில் கட்டினாள். வங்கிக் கடன் அட்டை கொடுத்தபோது அவன் அடைந்த மகிழ்ச்சியை வர்ணிக்க முடியாது. 'மாம், இந்த நாளை நாம் கொண்டாடவேண்டும். ஒரு கோப்பி என்னுடன் சாப்பிட முடியுமா?' என்றான். அவளும் சம்மதித்தாள். கோப்பிக் காசை கடன் அட்டைமூலம் தீர்த்தான். அவன் முகத்தில் தோன்றிய பெருமை அவளை அதிசயிக்க வைத்தது.

'நீ எப்படி அகதியாக இங்கே வந்து சேர்ந்தாய்?' என்று அமண்டா கேட்டாள். 'என் நாட்டில் பல வருடங்களாகப் போர் நடக்கிறது. நான் ஆறு வருடங்கள் போரில் சண்டை பிடித்தேன். நாளுக்குக் குறைந்தது ஒரு சாவு நிச்சயம். ஒரு கட்டத்தில் துணிந்து கள்ள பாஸ்போர்ட் எடுத்து நல்ல எதிர்காலம் தேடிக் கனடாவுக்கு வந்தேன். என் அகதிக் கோரிக்கை நிராகரிக்கப்பட்டுவிட்டது. இப்போ வழக்கறிஞர் அப்பீல் செய்திருக்கிறார்.'

அமண்டா அவன் முகத்தை புது பிரமிப்புடன் பார்த்தாள். அதில் திருத்துவதற்கு ஒன்றுமே இல்லை. அத்தனை லட்சணமாக இருந்தது. அவள் பார்வையைத் தாங்கமுடியாமல் அவன் மெல்லச் சிரித்து தலை குனிந்தான். ஒட்டவெட்டிய தலை மயிர். கைகளை அசைக்கும்போது தானாகவே உருண்டு திரளும் புஜங்கள்.

ஒடுங்கிய வயிறு. அவன் அணிந்திருந்த ஜீன்சும், வர்ணம் உதிர்ந்த ரீசேர்ட்டும் உடலுடன் உச்சமாகப் பொருந்தியிருந்தன. அவன் ஒரு போர்வீரன்தான் என்பதில் அவளுக்கு ஒருவிதச் சந்தேகமும் இல்லை.

‘நீங்கள் யார், மாம்?’

‘சூனியக்காரியின் தங்கச்சி.’

‘வேடிக்கை வேண்டாம், மாம். நீங்கள் என்ன செய்கிறீர்கள்? கம்ப்யூட்டர் முன்னே எப்பவும் உட்கார்ந்திருக்கிறீர்களே. அதுதான் உங்கள் வேலையா?’

‘நான் ஒரு பதிப்பகத்தில் வேலை செய்கிறேன். அவர்களுக்கு எழுத்தாளர்கள் அனுப்பும் அச்சுப் பிரதிகளை படித்து அபிப்பிராயம் சொல்வது என் வேலை. நான் நல்லது என்று சொன்னால் மட்டுமே அவர்கள் பிரசுரிப்பார்கள். மீதி நிராகரிக்கப்படும்.’

‘அப்படியா? உங்கள் வேலை சுவாரஸ்யமானதுதான். நல்ல நல்ல நாவல்களை இலவசமாகப் படிக்கலாம். அதற்கு சம்பளம் தருவார்கள். இதுவல்லவோ வேலை.’ என்றான்

‘அப்படிச் சொல்லமுடியாது. சில நாவல்களைப் படிக்க முடியாது. அவ்வளவு மோசமாயிருக்கும். படித்து முடிப்பது எனக்கு பெரிய தண்டனை. ஆனால் இந்த எழுத்தாளர்கள் இருக்கிறார்களே அவர்கள் எல்லோருமே தாங்கள் பெரிய படைப்பைச் செய்துவிட்டதாகவே நினைக்கிறார்கள்.’

‘சமீபத்தில் ஏதாவது நல்ல நாவல் படித்தீர்களா, மாம்?’

‘நேற்று ஒரு நாவல் வந்தது. அதைப் படித்தபோது உன்னை நினைத்தேன். ஓர் அகதியைப் பற்றிய கதை அது.’

‘அப்படியா? சொல்லமுடியுமா, மாம்.’

‘லாட்வியா நாட்டிலிருந்து ஓர் அகதி அமெரிக்காவுக்கு வருகிறான். அவனுக்கு ஒரு தொழிலும் தெரியாது. எந்த வேலைக்குப் போனாலும் அவனால் இரண்டு நாட்களுக்கு மேல் தாக்குப்பிடிக்க முடியாது. ரோட்டு வேலை. சமையல் உதவி வேலை. பெரிய பெரிய அங்காடிகளில் பெட்டிகள் அடுக்கும் வேலை. ஒன்றுமே சரிவரவில்லை. மாதத்தில் பத்து நாட்கள் வேலை செய்து ஒருவாறு பிழைத்துக் கொள்கிறான். ஒருநாள் பெரிய பெட்டி ஒன்றை முதலாளி ஒரு செல்வந்தர் வீட்டுக்குச் சென்று கொடுத்துவரச் சொல்கிறார். அப்போது இரவு மணி 12 ஆகிவிடுகிறது. ஆனால் அவர் இப்போதே அதைக் கொடுக்கவேண்டும் எனப் பிடிவாதம் பிடிக்கிறார்.

அவன் பெட்டியுடன் அந்த வீட்டுக்குப் போகிறான். செல்வந்தர் மிகப்பெரிய மாளிகை ஒன்றில் தனியாக வசிக்கிறார். மெல்லிய வெளிச்சத்தில் ஒரு கிளாசில் பொன்னிற வைன் அருந்திக்கொண்டிருந்தார். பெட்டியை வாங்கினாரே ஒழிய திறந்து பார்க்கவில்லை. அதி உற்சாகமாக இருக்கிறார். ஒரு கிளாஸ் வைன் குடிக்கும்படி கேட்கிறார். இவன் சம்மதித்து உட்காருகிறான். ஒரு மிடறு பருகிவிட்டு 'ஆ, அமரோனே ரிப்பஸ்ஸா' என்று வைனின் பெயரைச் சொல்கிறான். செல்வந்தர் ஆச்சரியப்படுகிறார். உனக்கு வைனைப் பற்றித் தெரியுமா என்கிறார். ஏதோ கொஞ்சம் தெரியும் என்று பதில் சொல்கிறான். செல்வந்தர் தன் வீட்டின் குளிர் கிடங்குக்குள் போய் இன்னொரு விலையுயர்ந்த வைனைக் கொண்டு வருகிறார். அதில் ஒரு வாய் குடித்துச் சிறிது யோசித்துவிட்டு 'போர்டியோ, சவல் ப்ளாங் – 1998' என்கிறான். செல்வந்தரால் நம்பமுடியவில்லை. ஆனந்தத்தில் அவனை அப்படியே கட்டிக்கொள்கிறார். அன்றே அவனுக்கு அவருடைய தொழிற்சாலையில் வேலை கிடைக்கிறது.

அவன் வேலையில் படிப்படியாக உயர்ந்து ஒருநாள் முதலாளியின் கம்பனியில் பங்குதாரர் ஆகிறான். அத்துடன் நிற்காமல் முதலாளியின் மனைவியை அவருக்குத் தெரியாமல் காதலித்து மணமுடிக்கிறான். அத்துடன் கதை முடிகிறது. வாழ்நாள் முழுக்க அவனுடைய துரோகம் அவனை வாட்டுகிறது. அவனால் மகிழ்ச்சியாக இருக்க முடியவில்லை. திருப்பித் திருப்பி அவனைச் சுற்றி ஒரு கேள்வி எழும். அந்த நடு இரவு செல்வந்தரை அவன் சந்தித்திருக்காவிட்டால் அவன் வாழ்க்கை என்னவாகியிருக்கும்? அவனால் விடையைக் கண்டுபிடிக்க முடியவில்லை.

'துயரமான கதை' என்றான் அகதி. அவள் சொன்னாள். 'துயரமானது அல்ல. துரோகமான கதை'. எல்லோருடைய வாழ்விலும் ஒரு துரோகமாவது இருக்கும். துரோகம் செய்தவன் மறக்கவேண்டும். செய்யப்பட்டவன் மன்னிக்கவேண்டும்.'

அகதி தயங்கியபடிக் கேட்டான். 'மாம், உங்கள் வாழ்க்கையில் ஏதாவது துரோகம் இருக்கிறதா? நீங்கள் ஏன் மணமுடிக்க வில்லை?'

'நானும் மணம் முடித்தவள்தான். என் கணவர் முதல் மனைவியை விலக்கிவிட்டு என்னை மணமுடித்தார். பத்து வருடம் ஒன்றாக வாழ்ந்தோம். கூடப் பிறந்த என் அக்கா ஒருநாள் என்னைப் பார்க்க வந்தாள். சில நாட்கள்தான். என் கணவர் என்னை விட்டுவிட்டு அவளை இழுத்துக்கொண்டு போனார். இப்பொழுது அவர்கள் மணம் செய்து கொண்டு

விட்டார்கள். திருமணம் நல்ல விசயம்தான். ஆனால் அதுவே பழக்கமாகக்கூடாது.'

அவன் பதில் சொல்லவில்லை. அதற்கு அவள் பதில் பேசவில்லை. அவனும் பதில் சொல்லவில்லை. அவளும் பதில் பேசவில்லை.

சமையல் அறையில் மார்பிள் கற்கள் பதிக்கவேண்டும் என அவள் திட்டமிட்டாள். உண்மையில் அது அவசியமாக இருக்கவில்லை. செய்தால் அழகாயிருக்கும் என நினைத்தாள். அத்துடன் அவனுக்கு ஏதாவது வேலை கொடுத்தால்தானே அவனால் வீட்டுக்கு வரமுடியும். வீட்டில் இருந்த எல்லா வேலையும் முடிந்துவிட்டது. அவன் பக்கத்தில் இருந்து பழகி விட்டது. அவனைப் பார்க்கவேண்டும் போலத் தோன்றியது. ஆனால் பிரச்சனை என்னவென்றால் அவனிடம் கைபேசி இல்லை. அவள் அழைக்க முடியாது. அவனாகக் கூப்பிட்டால் தான் உண்டு. ஒவ்வொரு நிமிடமும் அவனிடமிருந்து வரும் தொலைபேசிக்காகக் காத்திருந்தாள்.

கடைசியில் அவனுடைய தொலைபேசி வந்தபோது அவளுக்கு அடக்க முடியாத கோபம் அவன்மேல் இருந்தது. 'உடனே வா, வேலை இருக்கிறது' என்றாள். 'என்ன வேலை, மாம்?' 'சமையலறையில் மார்பிள் கல் பதிக்கவேண்டும்.' 'எனக்கு அந்த வேலை தெரியாது, மாம்.' 'எனக்கும் தெரியாது, உடனே வா' என்றாள். அவன் வந்து அவளைப் பார்த்து திடுக்கிட்டான். ஒரு விருந்துக்குப் போவதுபோல அலங்காரம் செய்திருந்தாள். நட்சத்திரம்போல கண்கள் மின்னின. முகத்துக்கு ஒப்பனை செய்து உதட்டுக்குச் சாயம் பூசி, தலை முடியைச் செப்பனிட்டு பார்க்கக் கவர்ச்சிகரமாகத் தெரிந்தாள். அவனைக் கண்டதும் பெரிதாகச் சிரித்து 'ஆ வந்துவிட்டாயா? நான் மார்பிள் கல் பதிப்பதைப் பார்த்திருக்கிறேன். இதில் ஒன்றும் பெரிய நுட்பம் கிடையாது. நான் உதவி செய்கிறேன்' என்றாள். அவளைப் பார்த்த பிரமிப்பில் இருந்து அவன் விடுபட முயன்றுகொண்டிருந்தான்.

அமண்டா ஒவ்வொரு கல்லாக எடுத்துக் கொடுத்தாள். அவளுடைய வழுவழுப்பான முழங்காலில் உட்கார்ந்திருந்தாள். அவள் சொல்லிக்கொடுத்தபடி அவன் பதித்துக்கொண்டே வந்தான். இடது கையால் வாங்கி இடது கையால் பதித்தான். 'நீ இடது கைக்காரனா?' என்றாள். தலையாட்டினான். அவன் ஏதாவது தவறு செய்தால் அவன் முதுகிலே செல்லமாகத் தட்டினாள். அவனுக்கு அது பிடித்திருந்தது. ஒன்றிரண்டு தவறுகளை வேண்டுமென்றே செய்தான். நடுப்பகுதிக்கு வந்தபோது அழகான பூ வேலைப்பாடு செய்த கல்லைத் தந்தாள்.

அவன் பதித்துவிட்டு நிமிர்ந்து நின்று தன்னுடைய வேலையின் அழகை இடப்பக்கமாகவும் வலப்பக்கமாகவும் தலையைச் சரித்துப் பார்த்தான். அவள் ஆனந்தத்தில் பூரித்தாள். 'நீ நல்ல வேலைக்காரன்' என்று சொல்லிக் கன்னத்திலே முத்தம் ஒன்று கொடுத்தாள். அன்று வேலை பாதியிலேயே நிறுத்தப்பட்டது.

படுக்கையறையில் அவளுக்கு இன்னொரு ஆச்சரியம் கிடைத்தது. அவன் தோள்மூட்டில் அதன் உறுதியான அழகைக் கெடுப்பது போல ஒரு பெரிய காயத்தை மோசமாக தைத்த வடு. 'அது என்ன வடு?' என்றாள். 'போரின்போது எதிரியின் குண்டு தோள்மூட்டைத் துளைத்துப் போனது. அது ஆழத்தில் இன்னமும் கிடக்கிறது. மருத்துவர் அதை எடுப்பது ஆபத்தானது, அங்கேயே இருக்கட்டும் என்று சொன்னார். அப்படியே அங்கே தங்கிவிட்டது.' அமண்டா வடுவில் முத்தமிட்டாள். அன்றிரவு அவனை அங்கேயே தங்கிவிடும்படி வேண்டினாள். 'இல்லை, மாம். நான் உங்கள் வேலைக்காரன்' என்றான். 'மாம், என்று சொல்லாதே. அமண்டா என்று கூப்பிடு.' 'சரி மாம்' என்றான். அவள் தலையைப் பின்னே சரித்து சிகரெட் புகையை ஊதுவதுபோல அவன் கழுத்து பள்ளத்தில் ஊதினாள். அவன் கூச்சத்தில் நெளிந்தான்.

அகதி பகலில் வந்தான்; சில நாட்கள் இரவில் வந்து தன் நாட்டுச் சமையலைச் செய்தான். பின்னர் இருவரும் சாப்பிட்டார்கள். அடிக்கடி சிரித்தபடி இருப்பவன் அன்று சிரிக்கவே இல்லை. ஏதோ துக்கமாக இருந்தான். அவள் என்னவென்று கேட்க அவன் மழுப்பினான். அமண்டா விடவில்லை. அவன் சொன்னான். 'கனடாவின் ஜூன் 2012 புதிய சட்டம் நடைமுறைக்கு வந்துவிட்டது. அது அகதிகளுக்கு எதிரானது. ஒரு வழக்கு அப்பீலில் இருக்கும்போதே அரசாங்கம் சம்பந்தப்பட்ட அகதியை நாடு கடத்தலாம். வழக்கறிஞர் எனக்கு அச்சமூட்டுகிறார்.' அவள் சொன்னாள். 'கனடாவின் சட்டங்கள் ஆமை வேகத்தில் நகரும். உன்னுடைய இலக்கம் வரமுன்னர் நீ கனடாவின் குடிமகனாகிவிடுவாய்.' முழு வாயைத் திறந்து நம்பிக்கையாக 'அப்படியா?' என்றான். அவன் மகிழ்ச்சியில் சிரித்தபோது கண்கள் மறைந்துவிட்டன. அவளும் சிரித்தாள். மறுபடியும் அவன் சிரித்தான். அங்கே ஏதோ சிரிப்பு போட்டி நடைபெறுவதுபோல இருவரும் மாறி மாறி சிரித்தார்கள்.

அவளுடைய ஐந்து சிநேகிதிகள் இரவு விருந்துக்கு வந்திருந்தார்கள். அமண்டா அடிக்கடி விருந்து கொடுக்கும் பெண் அல்ல. ஆனால் அன்று அவள் மனம் மிதந்தபடி இருந்தது. தன் மகிழ்ச்சியை சிநேகிதிகளுடன் பகிர்ந்து கொள்ள வேண்டும்

என நினைத்தாள். அன்று காலையிலிருந்து சமையலறையில் அவதானமாகச் சமைத்தாள். அன்றைய உணவில் மீன் கறி இருந்தது. அவளுடைய அகதிக் காதலன் சொல்லிக் கொடுத்த மாதிரியே செய்தாள். முதன்முதலாகக் கறியில் பழப்புளி பாவித்திருந்தாள். அப்படி ஒன்று இருப்பதே அவளுக்குத் தெரியாது. ருசி பார்த்தபோது அற்புதமான சுவையாக இருந்தது. மேசையில் ஆறு பிளேட்டுகளையும், நாப்கின்களையும் அலங்காரமாக வைத்தாள். பின்னர் கத்தி கரண்டிகளையும் ஒழுங்காக அடுக்கினாள். மேசையில் மின்னூட்டத்தில் கிடந்த செல்பேசியை எடுத்துப் பார்த்தபோது நாலு குரல் அஞ்சல்கள் கிடந்தன. 'இன்றுதான் நாள் என்று வழக்கறிஞர் கூறுகிறார். உங்கள் குரலைக் கடைசித் தடவையாக கேட்கலாம் என ஆசையாகவிருந்தது. அதுகூட நிறைவேறவில்லை. தபால் பெட்டியைப் பாருங்கள். போய் வருகிறேன்' அவன் குரல் கேவியது போலப்பட்டது.

அவள் தபால்பெட்டியைத் திறந்து பார்த்தாள். ஒரு கடித உறையில் 500 டொலரும் ஒரு துண்டுக் கடிதமும் இருந்தன. தப்பான ஆங்கிலத்தில் இப்படி எழுதியிருந்தான். 'இன்றைக்கு என்னை அவர்கள் கைது செய்ய வரக்கூடும். ஏழுமணி விமானத்தில் என்னை நாடு கடத்துவார்கள். நீங்கள் கொடுத்த 500 டொலரைத் திருப்பியிருக்கிறேன். என் நாட்டில் எனக்கு என்ன நடக்குமோ தெரியாது. என்னை அவர்கள் சிறையில் அடைக்கலாம். சித்திரவதை செய்யலாம். ராணுவத்தை விட்டுவிட்டு கள்ளமாகத் தப்பி ஓடிய துரோகி என்றே பட்டம் சூட்டுவார்கள். எங்கே இருந்தாலும் நான் வாழ்நாளின் மீதி ஒவ்வொரு நிமிடத்தையும் உங்கள் நினைவாகவே கழிப்பேன்.

பிரியமான,

அர்ஜுன ரணதுங்க.

அந்தப் பெயரை உதடுகளை அசைத்து வாய்க்குள் சொல்லிப் பார்த்தாள். ஸ்ரீலங்கா நாட்டின் புகழ்பெற்ற இடதுகை கிரிக்கெட் விளையாட்டுக்காரர் ஒருவரின் ஞாபகமாகச் சூட்டிய பெயர் அது. அப்படி அவன் சொல்லியிருந்தான். கைப்பையை மறந்து வைத்துவிட்டதுபோலத் தலையை இங்கும் அங்கும் அசைத்து எதையோ தேடினாள். சுற்றியிருந்தக் காற்றை நெஞ்சு ஏற்கவில்லை. தற்செயலாக அவள் உருவம் யன்னல் கண்ணாடியில் மங்கலாகத் தெரிந்தது. முகமும் கழுத்தும் ஒரு நிறம், மீதி உடல் வேறு நிறம். மூச்சு ஒன்றை ஒன்று தள்ளிக்கொண்டு வேகமாக வெளியேறியது. விருந்தை நிறுத்திவிடலாம் என தீர்மானித்து கைநடுக்கம் நிற்கும்வரைக்கும் அசையாது நின்றாள். ஆனால் விருந்தாளிகள் ஒவ்வொருவராக வரத் துவங்கிவிட்டார்கள்.

விருந்து முடிந்தது. கத்தியையும் கரண்டியையும் கடிகார முள் 8.20 காட்டுவதுபோல வைத்தாள். சிநேகிதிகள் மீன் கறியைப் புகழ்ந்தார்கள். எப்படிச் செய்தாய் என்று கேள்வி கேட்டுத் துளைத்தார்கள். சமையல் குறிப்பை மின்னஞ்சல் மூலம் அவர்களுக்கு அனுப்புவதாக வாக்களித்தாள். பழப்புளி எங்கே வாங்குவது என்று கேட்டார்கள். அதற்கும் பதில் சொன்னாள். தன்னுடைய அகதிக் காதலன் பற்றி சிநேகிதிகளிடம் அப்போது சொல்லவேண்டும் என நினைத்தாள். அந்த தருணம் தவறிப் போனது.

சமையலறைக்குள் வந்த சிநேகிதிகள் அவள் புதிதாகச் செய்த பளிங்குத் தரையைப் பார்த்து பிரமித்து நின்றார்கள். 'ஆஹா' என்று நம்பமுடியாமல் வியந்தார்கள். நடுவிலே பூப்போட்ட பளிங்குக் கல் மிக நேர்த்தியாக இருப்பதாகவும் அழகை உச்சத்துக்கு எடுத்துச் செல்வதாகவும் உண்மையாகவே பாராட்டினார்கள். அப்பொழுது அவனைப் பற்றிச் சொல்லலாம் என நினைத்தாள். அந்தத் தருணமும் தாண்டிப் போனது.

இரவு உடை மாற்றி படுக்கைக்குத் தயாரானபோது மறுபடியும் அவன் நினைவு வந்தது. விலங்கு மாட்டி ஒரு கொலைகாரனைப்போல நடத்திக்கொண்டு போய் இரண்டு ஆயுதம் தாங்கிய கனடா எல்லைக்காவல் படைவீரர்கள் அவனை விமானத்தில் ஏற்றியிருப்பார்கள். அவன் இடது கையால் அவள் இடுப்பைச் சுற்றி வளைத்தது நினைவில் ஓடியது. சுத்தியலை இடது கையால் பிடித்து அடித்தான். இடது கையால் மீன் வெட்டினான். அவன் சொன்னான் 'நான் சம்பளத்துக்காக அரச படையில் சேர்ந்து போர் புரிந்தேன். என் எதிராளி ஓர் இலட்சியத்துக்காகப் போராடினான். அவனுக்கு உயிர் ஒரு பொருட்டில்லை. நானோ கேவலமாக இன்னொரு நாட்டில் தஞ்சம் புகுந்திருக்கிறேன்.'

நெடுநேரமாக அமண்டாவுக்குத் தூக்கம் வரவில்லை. அவனுடன் விமானத்தில் அவளும் அட்லாண்டிக் சமுத்திரத்தின் மேல் பறந்தாள். பின்னர் உரத்துச் சொன்னாள். 'ஓ, என் சிநேகிதிகளே! நான் உண்மையான சூனியக்காரியின் தங்கச்சி. எனக்கு ஓர் அகதியைத் தெரியும். என் வீட்டு சமையலறைக் கற்களை இடது கையால் பதித்தவன். மீன் குழம்பு சமையலுக்குச் சொந்தக்காரன். என் ரகஸ்யக் காதலன். ஓர் இனத்தின் விடிவுக்காகப் போராடிய எதிரியின் துப்பாக்கிக் குண்டைத் தோள்மூட்டில் என்றென்றைக்கும் காவியபடி திரிபவன்.'

பின்னர் அவள் நிம்மதியாகப் படுத்துத் தூங்கினாள்.

பிள்ளை கடத்தல்காரன்

இந்தக் கதையை ரொறொன்ரோவில், வார்டன் வீதியில் அமைந்துள்ள பல்கடை அங்காடியில் வேலைசெய்யும் சோமாலியக் காவலாளியுடன் ஆரம்பிக்கலாம். வெள்ளைச் சீருடை, தோள்களில் தரித்த கறுப்புப் பட்டைகள், கணுக்காலுக்கு மேல் உயர்ந்த பூட்ஸ், இடுப்பிலே பெல்ட்டில் குத்தியிருக்கும் ரேடியோ எனக் கம்பீரமாக இருந்தார். சாய்த்து வைத்த தொப்பி பாதிக் கண்ணை மறைக்க உலா வந்து அவ்வப்போது உயரமான ஸ்டூலில் அமர்ந்து தன் கடமையைச் செய்யும் கறாரான காவலாளி அவர். கதையைத் தொடங்க மிகவும் பொருத்தமானவர்.

அல்லது இந்தக் கதை ஓர் அகதியுடன் ஆரம்பமானது என்று கூடச் சொல்லலாம். அவன் பெயர் லோகநாதன். நேற்று அவனுக்கு 24வது பிறந்தநாள். அவன் பிறந்த தேதி அவனுக்கு நினைவிருக்கிறது. அவனைப் பெற்ற அம்மாவுக்கு அந்த தேதி ஞாபகத்தில் வந்ததே கிடையாது. கனடாவுக்கு வந்து மூன்று வருடம் ஆகிவிட்டது. ஒரு படுக்கை போட்டால் நிரம்பிவிடும் சின்ன அறையில் தனியாக வசித்தான். காலையில் அவனை எழுப்பிவிட யாரும் இல்லை. அவன் எழுப்புவதற்கும் யாரும் கிடையாது. அது மிகப்பெரிய துக்கம். அகதிக்கோரிக்கை நிராகரிக்கப்பட்ட பிறகு மேன்முறையீடு செய்துவிட்டுக் காத்திருந்தான். தொழிற்சாலையில் காலை 7 மணியிலிருந்து மாலை 4 மணி மட்டும் வேலை. பின்னர் சுப்பர் மார்க்கெட்டில் ஐந்திலிருந்து ஒன்பது மணி வரை வேலை. இரண்டு வேலை செய்தாலும் கனடா வருவதற்கு வாங்கிய

கடனில் பாதியைக்கூட இன்னும் அழிக்கவில்லை. தொழிற்சாலை வேலையை முடித்துவிட்டு சுப்பர்மார்க்கெட் வேலைக்கு அவசரமாக நடந்து கொண்டிருந்தான். சில நாட்களாக அவனுக்கு முதுகு வலி. அவனுடைய ஆங்கிலம்போல கொஞ்சம் விந்தி விந்தி நடந்தான். அவன் வாழ்க்கையில் அனுபவிக்கப் போகும் மிக மோசமான தருணத்துக்கு இன்னும் ஒரு மணிநேரம் இருந்தது.

பனிக்காலம் அவனுக்குக் கொடுமையானது. மார்ச் மாதம் நீண்டுபோய் வசந்தத்தைப் பிறக்கவிடாமல் இழுத்தடித்தது. எலும்புகள் வேலைசெய்ய மறுத்தன. முதுகு எலும்பு வைத்தியரிடம் உடம்பைக் காட்டச் சென்றபோது அவர் கீழ் எலும்பு எல் 2ம் எல் 3ம் பிசகிவிட்டதாகச் சொன்னார். ஒன்றிலிருந்து பத்து வரை எண்கள் வரிசையில் வலி எந்த எண் என்று கேட்டார். வலிக்குக்கூட ஓர் எண் இருக்கிறதா என வியப்படைந்தான். அவன் ஆறு என்று சொன்னான். 10 எண் வலி எப்படி இருக்கும் என்று கற்பனை செய்தான். அந்த மருத்துவரிடம் வேலை செய்த தாதிப் பெண் லட்சணமாக இருந்தாள். ஐந்து டொலர் நோட்டில் இருக்கவேண்டிய முகம். அவளுக்கு அழகு எண் எட்டு கொடுக்கலாம் என்று தீர்மானித்தான். அவனுடைய சுப்பர்மார்க்கெட் மனேஜர் செயல்திறனுக்கு நான்கு எண் போதும். வேகமாக நடக்க முடியவில்லை. அவனைத் தாண்டி இரண்டு சிறுவர்கள் ஓர் ஆப்பிளை இரு பக்கமும் பிடித்தபடி நடந்து போனார்கள். பார்க்கச் சிரிப்பாக வந்தது.

கதை உண்மையில் தொடங்கியது மூன்று வயது மதிக்கக்கூடிய ஒரு பெண் குழந்தையில்தான். சுப்பர்மார்க்கெட்டில் சிறுவர்கள் விளையாட்டு மையத்தில் சற்று வயதுகூடிய பெண் குழந்தையுடன் விளையாடிக் கொண்டிருந்தது. திடீரென்று பெரிய பெண், பெற்றோர் வந்து அழைக்க புறப்பட்டு போய்விட்டது. தனித்து விடப்பட்ட குழந்தை இங்கும் அங்கும் பார்த்தது. காசுபோட்டால் ஆடும் குதிரையுடன் விளையாடிவிட்டு மெல்லச் சிணுங்கத் தொடங்கியது. சிணுங்கல் பெரிதாகிக்கொண்டு வந்ததை ஒருவரும் கண்டுகொள்ளவில்லை. 'ம்மா, ம்மா' என்று கத்தி அழத் தொடங்கியபோது அந்தப் பாதையில்போன ஒரு மூதாட்டி குழந்தையைப் பார்த்தார். பரிதாபமாக இருந்தது. குழந்தையின் கையைப் பிடித்து அழைத்துச் சென்று வாசலில் உயரமான ஸ்டூலில் அமர்ந்து அன்றைய லொத்தர் டிக்கட்டுகளை வரிசைப்படுத்திச் சரி பார்த்துக்கொண்டிருந்த சோமாலியக் காவலாளியிடம் ஒப்படைத்துவிட்டு தன் பாட்டுக்குச் சென்றார்.

காவலாளியின் பெயர் அப்துல் ஆஹ்ட்டி. வாட்டசாட்ட மானவர். மீனின் உடம்பில் தலை இருப்பதுபோல கழுத்தே தெரியாமல் இருந்தார். சோமாலியாவில் ஒரு காலத்தில்

அவர் மந்திரியாகக் கடமையாற்றியவர். அழகான ஆங்கிலம் பேசுவார். வார்த்தைகள் அவர் வாயிலிருந்து புறப்படும்போது பல்லு கூசுவதுபோல முகத்தைப் பிடிப்பார். அவருடைய உச்சரிப்புப் பலருக்குப் புரியாது. மந்திரிப் பதவி வகித்ததை அவர் ஒருவருக்கும் சொல்வது கிடையாது; நம்பமாட்டார்கள். சோமாலியாவில் மந்திரியாக இருந்தவர்களின் தொகை ஏறக்குறைய சோமாலியாவின் சனத்தொகையில் பாதியாக இருக்கும். அப்துல் ஆஹ்ட்டி குழந்தையின் சிறு கையைப் பிடித்துக்கொண்டார். அது குழந்தைக்குக் கொஞ்சம் ஆறுதலாகப் பட்டிருக்கலாம். இடுப்பில் குத்தியிருந்த ரேடியோவை எடுத்து அவருடைய மேலாளரிடம் தன்னிடம் ஒரு குழந்தை ஒப்படைக்கப்பட்டு இருப்பதைச் சொன்னார். பின்னர் தன் குறிப்புப் புத்தகத்தை திறந்து, பேனாவினால் காற்றிலே மூன்று வட்டம் போட்டுவிட்டு நேரத்தைக் குறித்து வைத்தார். மந்திரியாக இருந்தவர் ஆதலால் சட்ட நுணுக்கம் தெரிந்தவராகவும் விவரமானவராகவும் காணப்பட்டார்.

சும்மா இருந்த குழந்தையிடம் குனிந்து அதன் பெயர் என்ன என்று கேட்டார். மீசை வைத்த அந்த முகத்தை அத்தனை கிட்டடியில் பார்த்த குழந்தை பயத்தில் அலறத் தொடங்கியது. சற்று தூரத்தில் தானியங்கி விற்பனை மெசின் ஒன்று நின்றது. அதற்கு முன் நின்ற 14 வயதுப் பையன் குடித்து முடித்த கோக் டின்னை கக்கத்தில் வைத்து நசுக்கி எறிந்துவிட்டுப் போனான். அப்துல் ஆஹ்ட்டி பக்கவாட்டில் வளைந்து மெசினில் எழுதியிருந்ததைப் படித்தார். ஒரு டொலரைப் போட்டு சொக்கலற் ஒன்றை எடுத்து உறையைப் பிரித்துக் குழந்தையிடம் கொடுத்தார். அது தண்ணீரை ஏந்துவதுபோல இரண்டு கைகளையும் குவித்துப் பிடித்து வாங்கி, சொக்கலற்றைக் கடித்து உண்ணத் தொடங்கியது. சற்று நேரத்தில் அதன் கைவிரல், கன்னம், அது அணிந்திருந்த வசந்தகால உடை சகலதும் சொக்கலற் கலருக்கு மாறிவிட்டன. அடுத்து என்ன செய்யலாம் என சோமாலிய மந்திரி யோசித்தபோது லோகநாதன் அங்கு வந்துசேர்ந்தான்.

லோகநாதன் இரக்க சுபாவம் உள்ளவன். அழுதுகொண்டு ஒரு குழந்தை கன்னத்தில் கண்ணீரும் சொக்கலற்றும் சரிபாதி விகிதத்தில் வழிய, காவலாளியுடன் நின்ற காட்சியைப் பார்த்தபின் அவனால் சும்மா போக முடியவில்லை. அவனுக்கு சுப்பர்மார்க்கெட் வேலை நேரம் நெருக்கியது. ஆனால் எந்த ஒரு குழந்தையும் அழும் காட்சி அவனை உருக்கிவிடும். அவனுடைய அப்பா பூவரசம் கம்பினால் அவனை அடிக்கும்போதே கேட்பார், ‘உன்னை எதற்காக அடிக்கிறேன் தெரியுமா?’ அவன் பதில் சொல்லவேண்டும். ‘நான் திருந்துவதற்கு.’ மறுபடியும் அடிப்பார்.

'உன்னை எதற்காக அடிக்கிறேன் தெரியுமா?' 'தெரியும் அப்பா. நான் திருந்துவதற்கு.' அவன் வாழ்க்கை முழுக்க நிறைந்திருந்தது அழுகையும் வலியும்தான். அழும்போது சிலவேளை மூச்சுத் திணறும். ஆ ஆ என்று வாய் திறக்கும் ஆனால் உள்ளேபோன மூச்சு வெளியே வராது. மறுபடியும் அப்பா அடிப்பார். 'உன்னை எதற்காக அடிக்கிறேன் தெரியுமா?' 'என் சுவாசப்பையை வெடிக்க வைப்பதற்கு, அப்பா.'

லோகநாதனின் மனம் உருகியது. பார்த்தவுடன் தமிழ் குழந்தை என்றே தோன்றியது. இரண்டு குட்டிப் பின்னல் பின்னி நுனியில் ரிப்பன் கட்டியிருந்தது. வெள்ளைச் சப்பாத்து. வெள்ளை சொக்ஸ். நெஞ்சிலே டோரா படம் வரைந்த வெள்ளை கவுன். கச்சிதமாக உடை அணிந்திருந்த குழந்தை வசதியான குடும்பத்தில் இருந்து வந்திருக்கவேண்டும். மழலைப் பள்ளியில் இருந்து கூட்டிப்போன இடத்தில் யாரோ தவற விட்டுவிட்டார்கள். காவலாளிக்கு வணக்கம் கூறிவிட்டு குழந்தையிடம் பேச அனுமதி கேட்டான் லோகநாதன்.

'உன்னுடைய பெயர் என்ன?'

'ஷிவானி.'

'ஓ நல்ல பெயர். அம்மாவுடன் வந்தனீங்களா?' குழந்தை தலையை ஆட்டியது.

'அம்மாவின் பெயர் என்ன?' அது லளிதகுமாளி என்றது. லலிதகுமாரி என்று ஊகித்துக்கொண்டான்.

'உன்னுடைய அம்மாவின் செல்போன் நம்பர் தெரியுமா?'

சும்மாதான் கேட்டான். அவன் எதிர்பார்க்கவில்லை. காவலாளியையும் அவனையும் ஆச்சரியப்படுத்தும் விதமாக குழந்தை முன்னுக்கும் பின்னுக்கும் ஆடியபடி நம்பரை பாட்டாகப் பாடியது.

காவலாளியை லோகநாதன் பார்த்தான். அவர் தலையாட்டி னார். அந்தக் குழந்தை பாடிய நம்பரை செல்பேசியில் அழைத்தான். 'நீங்கள் அழைத்த நம்பர் தற்போது செயல்பாட்டில் இல்லை. மீண்டும் அழைக்கவும்' என்றது. மறுபடியும் அழைத்தான். மறுபடியும் அதே செய்தி. 15 நிமிடம் கழித்து ஒரு பெண்ணின் குரல் கேட்டது.

'நீங்கள் லலிதகுமாரியா?'

'ஆமாம். நீங்கள்?'

‘உங்களுக்கு ஷிவானி என்று மகள் இருக்கிறாரா?’

‘ஆமாம். நீங்கள் யார்? என்ன வேண்டும்?’ குரலில் பதற்றம் இல்லை; எரிச்சல்தான் இருந்தது.

‘உங்கள் குழந்தை இங்கே அழுதுகொண்டிருக்கிறது. அங்காடி யின் வடகிழக்கு மூலையில் காவலாளியுடன் காத்திருக்கிறது. உடனே வாருங்கள்.’

‘சரி’ என்று சொல்லி போன் வைக்கப்பட்டது. ஆனால் பெண் வரவில்லை. 15 நிமிடம் கழிந்தும் அவர் வந்தபாடில்லை. மறுபடியும் லோகநாதன் அழைத்தான். அவன் பேசமுன்னரே குரல் வந்தது. ‘வருகிறேன் என்று சொன்னேன் அல்லவா?’ மறுபடியும் வைக்கப்பட்டது. குரலில் கொஞ்சம் கோபம் இருந்தது. என்ன பெண் இவர்? அவனுக்கு வேலைக்குப் போகவேண்டிய நேரம் தாண்டிவிட்டது. மனேஜர் கண்டிப்பானவர். அவனை வீட்டுக்குத் திருப்பி அனுப்பலாம் அல்லது வேலை நிரந்தரமாகப் பறிபோகலாம். குழந்தையைக் காவலாளியிடம் ஒப்படைத்து விட்டு போகவும் மனம் வரவில்லை. மறுபடியும் குழந்தையின் தாயாரை அழைத்தபோது அழைப்பு துண்டிக்கப்பட்டது. ஒரு மணிநேரம் கழிந்தபோது சந்தேகம் வலுத்தது.

லோகநாதன் ‘கொஞ்சம் பொறுங்கள்’ என்று கெஞ்சினான். முன்னாள் மந்திரிக்குச் சங்கடமாக இருந்தது. ‘தெருவைக் கண்டு பிடித்து பயனில்லை. சரியான திசையிலும் போகவேண்டும். எனக்கு ஏதோ சரியில்லை என்று படுகிறது. நான் கடமையைச் செய்யவேண்டும்’ என்றார். குழந்தைகள் நலன் காப்பு மையத்தை அழைத்தபோது அவர்கள் உடனேயே ஒரு பெண் பணியாளரை அனுப்பி வைத்தார்கள். அந்தப் பெண் கேட்ட கேள்விகளுக்கு காவலாளியும் லோகநாதனும் பதில் சொன்னார்கள். அவர் சின்ன நோட்டுப் புத்தகத்தில் விவரங்களைப் பதிந்தார். காவலாளி சொன்னார். ‘மிக மோசமான தாயாராக இருக்கிறார். வருகிறேன் என்று சொன்னாரே ஒழிய வரவேயில்லை. அவருக்கு இது எத்தனை பாரதூரமான குற்றம் என்பது தெரியவில்லை. என் அனுபவத்தில் இப்படி நடந்ததே கிடையாது.’

ஒரு பெண் சூயிங்கம் மென்றுகொண்டு சுப்பர்மார்க்கெட் தள்ளுவண்டியைத் தள்ளியபடி அவர்களை நோக்கி நடந்து வந்தார். தள்ளுவண்டியின் மேல்தட்டிலும் கீழ்தட்டிலும் சாமான்கள் நிறைந்துபோய் கிடந்தன. நாகரிகமாக உடை அணிந்திருந்த அவர் ஒரு வங்கி அதிகாரிபோலக் காணப்பட்டார். மெல்லிய மேலங்கி, அதனிலும் மெல்லிய கழுத்துச் சால்வை. நீண்ட வாரில் கைப்பை அவரது இடது தோளில் தொங்கியது. குற்றவாளிகளைப்

பார்ப்பதுபோல இவர்களை அசட்டையாகப் பார்த்துக்கொண்டு அணுகினார். குழந்தை அதுபாட்டுக்கு சொக்கலற்றை நக்கியது.

லோகநாதனால் தன் கண்களை நம்பமுடியவில்லை. 'நீங்கள்தானா லலிதகுமாரி?' அவர் பதில் பேசவில்லை. 'ஒருமணி நேரமாக நான் உங்கள் குழந்தைக்கு காவலாக இங்கே நிற்கிறேன். நீங்கள் சுப்பர்மார்க்கெட்டில் சாமான்கள் வாங்கினீர்களா? மிகவும் நல்லது' என்றான். 'நான் சொன்னேனே வருகிறேன் என்று. பாதியில் எப்படி வரமுடியும்?' பணியாளர் குறுக்கிட்டார். 'ஒரு மூன்று வயதுக் குழந்தையைத் தனியாக விட்டுவிட்டுச் சென்றது தவறு என்பது உங்களுக்கு தெரியாதா?' 'இவர் யார்? எல்லோரும் மாறிமாறி என்னைக் கேள்வி கேட்கிறீர்களே? முதலில் குழந்தையை என்னிடம் கொடுங்கள்.' 'அம்மா, இவர் குழந்தைகள் நலன் காப்பு மையத்திலிருந்து வந்திருக்கிறார். நான்தான் அவரை அழைத்தேன். ஒரு மணிநேரம் காத்திருந்தும் உங்களைக் காணவில்லையே?' என்றார் காவலாளி.

எரிச்சல்தான் அவருடைய முகத்தின் இயல்பு நிலை. லலிதகுமாரி கோபாவேசத்தோடு லோகநாதன்மேல் பாய்ந்தார். 'உங்களிடம் நான் சொன்னேனே. அவசரபுத்தியில் இப்படிச் செய்துவிட்டீர்களே. இவர்களுடைய மோட்டுக் கேள்விகளுக்கெல்லாம் நான் பதில் சொல்ல வேண்டுமா?' 'அம்மா, பதில் சொல்லித்தான் ஆகவேண்டும். குழந்தையைப் பாதுகாப்பு இல்லாத இடத்தில் தனியாக விட்டுவிட்டு போயிருக்கிறீர்கள். இது தண்டனைக்குரிய குற்றம். குழந்தை அழுதுகொண்டே இருந்திருக்கிறது' என்றார் பணியாளர். லலிதகுமாரி சத்தமிடத் தொடங்கினார். 'ஓ கடவுளே! இத்தனை மூளைசாலிகளை நான் ஒரே இடத்தில் சந்தித்தது கிடையாது. குழந்தை அழுவது என்ன புதினமா? இப்படிப் பொறுப்பில்லாமல் நடப்பதை எப்படி அனுமதிக்கலாம்?'

இரண்டு போலீஸ்காரர்கள் பக்கத்து பக்கத்தில் இடுப்பில் வைத்த கையை எடுக்காமல் நடந்து வந்தார்கள். பணியாளர் அழைத்திருக்கவேண்டும். போலீஸ் லலிதகுமாரியிடம் விசாரணையை ஆரம்பித்தபோது அவர் திகைப்புடன் அவர்களைப் பார்த்தார். நிலைமையின் தீவிரம் இன்னும் அவருடைய மூளைக்குள் இறங்கவில்லை. 'நான் குழந்தையின் தாய். நீங்கள் இங்கே வந்ததே தவறு. ஏதோ சதி நடக்கிறது, அதை முதலில் விசாரியுங்கள்' என்றார். காவலாளி லோகநாதனைப் பார்த்துச் சொன்னார். 'இந்தப் பெண் என்ன பைத்தியமா? நீங்கள் செய்த உதவிக்கு அவர் நன்றியல்லவா சொல்லியிருக்க வேண்டும்.' 'நன்றியா? அவர் என்னைத் திட்டாமல் விட்டாலே

போதும்.' 'கோழிக்குஞ்சின் வசவு பருந்தை ஒன்றுமே செய்யாது. பாருங்கள், எத்தனை மடத்தனமாக அவர் நடந்துகொள்கிறார். பணியாளர் குழந்தையைக் கூட்டிப் போனால் வழக்காடி அதை மீட்பதற்கு நாலைந்து மாதம் எடுக்கும். சிலவேளை குழந்தை கிடைக்காமல்கூட போகலாம். வழக்கறிஞர் செலவு வேறு 10,000 டொலரைத் தாண்டிவிடும்' என்றார் காவலாளி.

வட்டமான சனங்களின் கூட்டம் வரவர அதிகரித்தது. லலிதகுமாரி லோகநாதனை ஒருவித வன்மத்துடனும், வெறுப்புடனும் பார்த்தார். அவருடைய உடைக்கும் நாகரிகத்துக்கும் முற்றிலும் பொருந்தாத விதமாக அவனைத் திட்டினார். 'நான் இதோ வருகிறேன் என்று சொல்லியும் இப்படித் துரோகம் செய்தாயே. சும்மா தன்பாட்டுக்கு விளையாடிய பிள்ளையைக் கடத்திப்போன உன் சேவைக்குக் கனடிய அரசு உனக்குச் சிலை வைக்கப்போகிறதா?' என்று வாய்கூசாமல் கத்தினார். உடம்புடன் சேர்த்துத் தலையைத் திருப்பிய காவலாளி 'கடத்தினாரா? அந்தக் குழந்தையைக் காப்பாற்றியது அவரல்லவா?' என்றார். போலீஸ் 'அம்மா மன்னியுங்கள். உங்கள் தரப்பு நியாயத்தை நீங்கள் கோர்ட்டில் சொல்லலாம்' என்று விளக்கியபடியே அவருக்கு விலங்கு மாட்டி அழைத்துச் சென்றது. குழந்தை பணியாளருடன் போனது. தள்ளுவண்டி காவலாளியுடன் நின்றது.

'என்னைப் பிடித்துப் போகிறீர்களா? மூடர்களே, நான் குழந்தையின் தாய். அவன்தான் பிள்ளை பிடிகாரன். அவன்தான் குற்றவாளி. அவனைக் கைது செய்யுங்கள். என் குழந்தையை என்னிடம் ஒப்படையுங்கள்.' அவர் கண்களில் வெளிப்பட்ட குரோதம் விபரீதமாகப் பட்டது. உடம்பை வளைத்து முகத்தைத் திருப்பி அவனைப் பார்த்து கால்கள் தரையில் இழுபட கத்தினார்: 'I will pin you. I will pin you.' 'பின்' என்றால் ஊசி என்பது லோகநாதனுக்குத் தெரியும். 'உன்னை மாட்டிவிடுவேன்' என்ற அர்த்தத்தில் அவர் கத்தினார் என்பது பின்னால் புரிந்தது. அவன் இரண்டு வேலை செய்ததுபோல அந்த வார்த்தையும் இரண்டு வேலை செய்தது.

லோகநாதன், காயப்போட்ட துணி ஆடுவதுபோல சுப்பர்மார்க்கெட்டை நோக்கி நடக்கத் தொடங்கினான். வேலைக்கு ஒரு மணி நேரம் தாமதமாகிவிட்டது. பறக்கும் பறவை உதிரும் சிறகைத் திரும்பிப் பார்ப்பதில்லை. அவன் கடமையைச் சரியாகத்தான் செய்தான். ஆனால் மனம் லேசாவதற்குப் பதில் கனமாகிவிட்டது. 'மகனே, என்னை காலை மூன்று மணிக்கு எழுப்பி இந்த மருந்தைத் தா' என்று சொல்லிவிட்டு அவன்

அம்மா தூங்கப் போனார். அவன் நீண்ட நித்திரையில் ஆழ்ந்து போனான். காலையில் எழுந்து பார்த்தபோது அவர் இறந்துபோய் கிடந்தார். அப்போதுகூட அவனுக்கு இத்தனை வேதனை ஏற்படவில்லை. 'என் பிள்ளையை நீ கடத்தினாய்' என்று அவர் கத்தியபோது அது எத்தனை நோவை நெஞ்சில் கிளப்பியது.

இன்னும் இரு நிமிடங்களில் அவன் சுப்பர்மார்க்கெட்டை அடைந்துவிடுவான். திடீரென்று முதுகு வலி ஆரம்பித்தது. ஓர் அடி எடுத்து வைப்பதே பெரும் பிரயத்தனமாக இருந்தது. சுரீர் என்று தொடங்கிய வலி இடது கால் மூலம் நிலத்தை வந்து அடைந்தது. அவன் முகம் அருவருக்கத்தக்க முறையில் மாறி எதிரில் வருபவர்களை வேறு பக்கம் திரும்பிப் பார்க்க வைத்தது. வலி எண் எத்தனையாக இருக்கும் என்று யோசித்தவாறே மற்றக் காலைத் தூக்கி முன்னுக்கு வைத்தான்.

நிலம் எனும் நல்லாள்

சைமன் கனடா வந்து நாலாவது நாளே தாயிடம் கேட்டான். 'அம்மா, உங்களிடம் துப்பாக்கி இருக்கிறதா?'

'இல்லையே, இது என்ன கேள்வி?'

'அமெரிக்காவின் சனத்தொகையிலும் பார்க்க அங்கே துப்பாக்கிகளின் எண்ணிக்கை அதிகமாமே?'

'இது அமெரிக்கா அல்ல மகனே, கனடா.'

'பக்கத்து வீட்டுக்காரர்களிடம் துப்பாக்கி இருக்குமா?'

'ஏணி கடன் கேட்பதுபோல பக்கத்து வீட்டில் போய் இரவல் கேட்கப்போகிறாயா? யேசுவே, என்ன நடக்கிறது இங்கே?'

'இல்லை அம்மா, ஒரு பாதுகாப்புக்குத்தான்.'

'இங்கே உனக்கு எதிரிகள் இல்லை. நீ சுதந்திரமாக உலாவலாம். இது சமாதானமான நாடு.'

'அம்மா நான் இருபது வருடங்களுக்கு மேலாக கையிலேயோ இடுப்பிலேயோ ஒரு துப்பாக்கியைக் காவியபடி அலைந்திருக்கிறேன். ஏதோபோல இருக்கிறது.'

'அது வேண்டாம் மகனே. அந்த நினைப்பையே விடு. கையிலே சுத்தியல் இருந்தால் எல்லாப் பிரச்சினையும் ஆணிபோலவே தெரியும்.'

அன்றும் அவர்கள் பேச்சு திருப்தியில்லாமல் நின்றது. எப்பொழுது மகனுடன் பேசத்

தொடங்கினாலும் அந்தச் சம்பாசணை அசாதாரணமானதாக உருவெடுத்து வேறு திசையில் சென்று எதிர்பாராத முடிவுக்கு வருவதே வழக்கம்.

சைமன் இளவயதில் நன்றாகப் படித்தான். ஒருநாள் காலை பள்ளிக்கூடத்துக்குப் புறப்பட்டவன் பின்னர் திரும்பவே இல்லை. இயக்கத்தில் சேர்ந்துவிட்டான் என்று சொன்னார்கள். மகன் திரும்பி வருவான் என்று காத்திருந்து நம்பிக்கை இழந்தபின்னர் அவனுடைய பெற்றோர்கள் கனடாவுக்குக் குடிபெயர்ந்தார்கள். அங்கே பிளாஸ்டிக் உதிரிப்பாகம் செய்யும் தொழிலை அவனுடைய அப்பா தொடங்கி வெற்றிபெற்றார். இலங்கைப் போர் முடிவுக்கு வந்தபோது நிறையப் பணம் செலவழித்து மகனை தேடிக் கண்டுபிடித்து அவனை தாய்லாந்து வழியாக கனடாவுக்கு எடுப்பித்து விட்டார்.

சைமன் கனடாவுக்கு வந்த அன்று அவன் பெற்றோர்கள் வசித்த வீட்டைப் பார்த்து திகைத்துவிட்டான். அரை ஏக்கர் நிலத்தில் கட்டப்பட்ட மாளிகை என்று சொல்லலாம். பளிங்குத்தரை. மரவேலைப்பாடுகள். சுழன்று ஏறும் படிக்கட்டுகள். சுவிட்ச்போட்டு திறந்து மூடும் திரைச் சீலைகள். தொலைக்காட்சியைப் பார்ப்பவர்கள் இருக்கும் தூரத்திலும் பார்க்க அகலமான டிவி. அவனால் அத்தனை படாடோபத்தைத் தாங்கமுடியவில்லை. 'இத்தனை பெரிய வீடா?' என்று வாய்விட்டுச் சொன்னான். அவன் யாருக்காகப் போர் புரிந்தான்? அவர்களுக்காகவும்தானே. ஆனால் அவர்களோ நாட்டை மறந்துவிட்டார்கள். போரை மறந்துவிட்டார்கள். 'நீங்கள் என்னை மறந்துவிட்டீர்கள்' என்றான்.

'மகனே, உன்னை நினைக்காத நாள் ஏது? உனக்காகவே நாங்கள் இந்த வாழ்க்கையைத் தேர்ந்தெடுத்தோம். உனக்கென்று ஒரு நல்ல வாழ்க்கையை நீ இங்கே அமைக்கவேண்டும்.' 'எப்படி அம்மா அது முடியும்? என்னால் பழைய நினைவுகளிலிருந்து விடுபட முடியவில்லையே.' 'இந்த வீட்டுக்கு நாங்கள் குடிபெயர்ந்து 5 வருடங்களாகின்றன. இன்றைக்கும் இடைக்கிடை பழைய வீட்டுக்காரருக்குக் கடிதம் வருகிறது. அப்படித்தான் பழைய ஞாபகங்கள் தேடி வரும். பொருட்படுத்தக்கூடாது. புதிய வாழ்க்கைக்கு நீ தயாராகவேண்டும்.'

'தயாராவதா? நான் எவ்வளவு இழந்துவிட்டேன். நான் போர் செய்துகொண்டு இருந்தபோது கொசோவோ என்று ஒரு புதிய நாடு உண்டாகிவிட்டது. அது எனக்குத் தெரியாது. யாராவது 23.20 மணி என்று சொன்னால் அது புரியாது. இங்கே நாலு மணி என்றால் உலகத்தில் வேறு எங்கே எங்கே நாலு மணி, அதுவும் தெரியாது. 'வண்ணத்துப்பூச்சி காலிலே

ஒரு காட்டைக் காவுகிறது' என்று ஓர் அருமையான கவிதை வரி நேற்று சொன்னீர்கள். நான் காலிலே எந்தக் காட்டைச் சுமக்கிறேனோ? 20 வருடத்துக்கு மேலாக ஒரு நிலத்துக்காகப் போராடிய பின்னர் என்னிடம் மிஞ்சியது இரண்டு பழைய உடுப்புகள், ஒரு சோடி சப்பாத்து, ஓடாத கடிகாரம். புதிய எதிரிகள்.' 'இங்கே உனக்கு எதிரிகள் கிடையாது. உன்னுடைய அப்பாவின் தொழிற்சாலையில் 200 பேர் வேலைசெய்கிறார்கள். நீ அப்பாவிடம் வேலை பழகு. உனக்கு ஒரு நல்ல பொம்பிளை பார்ப்போம்' என்றார் அம்மா.

நேற்றையைப்போலவும் நாளையைப்போலவும் இருக்கப் போகும் அந்தநாள் விடிந்தது. அம்மா றால் பொரியலும் கருவாட்டுக் குழம்பும் மஞ்சள் சோறும் செய்தார். சாப்பிடும் போது அவனுக்குக் கண்ணீர் வந்தது. 20 வருடத்திற்குப் பின்னரும் அம்மாவின் கைருசி மாறவில்லை. ஒருமுறை சிங்கள ராணுவம் ஹெலியில் பறந்து தங்கள் பக்கம் வீசிய உணவுப் பொதியொன்று காற்றுக்கு ஆடி ஆடித் தவறுதலாக அவர்கள் பக்கம் வந்து விழுந்தது. மஞ்சள் நெய்ச்சோறும் இறைச்சிப் பக்கட்டுகளும். போராளிகளுக்கு எப்பவும் பசி. அவனும் நண்பர்களும் அடித்துப் பிடித்துச் சாப்பிட்டார்கள். அந்த நண்பர்களை ஒவ்வொருவராகப் பெயர் சொல்லி நினைத்துப் பார்த்தான். இப்போது ஒருவர்கூட இல்லை.

அன்றிரவு யன்னலில் வாயினால் ஊதி விரலால் 'மஞ்சுளா' என்று எழுதினான். அப்படி எழுதி முடித்ததும் அது தானாக அழியத் தொடங்கியது. அவன் வாழ்வில் கிடைத்த சதா பிரமிப்பூட்டும் பெண். அவளைச் சந்தித்தபோது அவள் இறப்பதற்கு ஒரு வருடம், இரண்டு மாதம் 14 நாட்கள் இருந்தன. அவளுடன் அவன் பேசிய எல்லா வார்த்தைகளின் கூட்டுத்தொகை நூறைத் தாண்டாது. அவள் அதிகம் கதைத்தது அவளுடைய அகலக் கண்களால்தான். அவளுக்குப் பயிற்சி கொடுத்த பிரதீப் மாஸ்டர் சொல்வார், அவளைப்போல ஒரு போராளியை அதற்குமுன்னர் அவர் காணவில்லையென்று. மெலிந்துபோய் இருப்பாள், ஆனால் முதுகிலே 50 கிலோவை காவிக்கொண்டு இரண்டு மைல் தூரம் நடப்பாள். சைமனுடைய துப்பாக்கி சுடும் திறனைக் கேலிசெய்வது அவளுடைய முழுநேரத் தொழில். 'நீ முதலில் சுட்டுவிட்டு பின்னர் இலக்குப் பார்க்கிறாய்.'

இயக்கத்தின் சங்கேத வார்த்தைகள் அவளுக்கு மனப்பாடம். 'தேங்காய்' என்றால் போரில் மரணம். 'இளநீர்' என்றால் போரில் காயம். 'எறியல்' என்றால் சாப்பாடு. இவளும் சில சங்கேத வார்த்தைகளை அவனுக்காக உண்டாக்கி வைத்திருந்தாள். 'நுங்கு' என்றால் உன்னைக் காதலிக்கிறேன். 'பாளை' உன் பிரிவு

தாங்கமுடியவில்லை. 'ஓலை' உடனே வா இப்படி. காதலித்தவள் இவனுக்குச் சொல்லாமல் ஒருநாள் தற்கொலைப் படையில் சேர்ந்துவிட்டாள். தாக்குதலுக்குப் புறப்பட்டபோது தன் கைக் கடிகாரத்தைக் கழற்றி அவனிடம் கொடுத்தாள். அது ஓடாத கடிகாரம், அதைத் திருத்தக் கொடுக்கிறாள் என்று எண்ணினான். முதல்நாள் 'நீ பழகப் பழக புதுசாக இருக்கிறாய். உன் கடைசிப் பக்கத்தை என்னால் எட்டவே முடியாது' என்று சைமன் சொன்னான். 'கடைசிப் பக்கமா? அதை நான் நாளைக்குத்தான் எழுதப்போகிறேன்' என்றாள் அவள். அப்போதும் அவனுக்குப் புரியவில்லை. கடிகாரத்தை அவளின் ஞாபகார்த்தமாகக் கொடுத்தாள் என்பது பின்னர் தெரிந்தது. அதைத்தான் கனடாவுக்குக் கொண்டுவந்திருந்தான்.

முள்ளிவாய்க்கால் சுற்றிவளைப்பில் அவனைப் பிடித்து விட்டார்கள். செட்டிக்குளத்தில் அருணாச்சலம் திறந்தவெளிச் சிறையில் அவனை அடைத்து வைத்தார்கள். உயரமான முள்ளுக் கம்பி வேலிகளும் இரண்டு அடுக்கு ராணுவக் காவலும்; தப்புவது என்பதை நினைத்தே பார்க்கமுடியாது. ஒவ்வொரு நாளும் கண் விழிக்கும்போது 'அட, நான் இன்னும் சாகவில்லை' என்ற நினைப்பு வரும். தினம் அவனை அதிகாரியிடம் விசாரணைக்கு இழுத்துச் செல்வார்கள். பிலாத்து கைகழுவி சைகை காட்டியதும் யேசுவை சிலுவையில் அறைந்ததுபோல இந்த அதிகாரியின் தலையசைப்பில் அவன் நெஞ்சில் எந்த நேரமும் குண்டு பாயும் அபாயம் இருந்தது. விசாரிப்பவர் குறிப்பு எழுதுவதில்லை. ஒலிப்பதிவு செய்வதில்லை. ஒரு விளையாட்டு போலத்தான். ஒவ்வொரு தடவையும் ஒரு புது அதிகாரி விசாரிப்பார். இடைக்கிடை முகத்திலே குத்துவார் அல்லது அடிப்பார். கேள்விகள் அதே கேள்விகள். பதில்கள் அதே பதில்கள். ஒவ்வொருநாளும் அதிகாரி புதிது. அடியும் புதிது.

அதிகாரி தனது வாயைத் திறந்துவிட்டார் என்பதை அவன் கண்டுபிடித்துத் தயாராகும்போது நாலு கேள்விகள் கேட்டு முடித்துவிடுவார். 'நீதானே சைமன்?'

'ஓம் சேர்.'

'இயக்கத்திலே உன்னுடைய பெயர் செல்வகுமார்?'

'நான் இயக்கத்திலே இல்லை சேர்.'

'படத்திலே சின்னத்தாடி வைத்து சின்ன மீசை வைத்து நிற்பது நீதானே?'

'அது இன்னொரு சைமன் சேர்.'

'இந்த நாலு பேரில் கறுப்புக் கண்ணாடியணிந்து இங்கே நிற்பது யார்?'

'அது இன்னொரு சைமன்.'

'மாங்குளம் போரிலே குண்டு எறிந்து பங்கர் பிடித்தது நீதானே? உன்னுடைய பெயரெல்லாம் பேப்பரில் வந்தது.'

'அது இன்னொரு சைமன்.'

அப்பொழுதுதான் உதை விழுந்தது. கதிரையுடன் சேர்ந்து நாலடி தூரம்போய் விழுந்தான். அறிவு மயங்கிவிட்டது. கண் விழித்தது ஆஸ்பத்திரியில்தான்.

மாங்குளம் அவனுடைய முதல் சமர். மூன்று மாதம் உடல் பயிற்சியும், மூன்று மாதம் ஜெகன் மாஸ்டரிடம் ஆயுதப் பயிற்சியும் பெற்று, முதன்முதலாக வரியுடுப்பு அணிந்து பங்குபற்றிய போர். அவனுடைய குழுவில் 15 பேர் இருந்தார்கள். குழு இலக்கை அடைந்தபோது நிலத்துக்கு அடியிலிருந்த பங்கர் ஒன்றிலிருந்து குண்டுகள் சரம் சரமாகப் பாய்ந்தன. இதை ஒருவரும் எதிர்பார்க்கவிலை. அவனுடன் வந்த 14 பேரும் போர் தொடங்கி 10 செக்கண்டுக்குள் இறந்துவிட்டனர். இவன் மட்டும் பள்ளத்தில் விழுந்து கிடந்தான். காயமில்லை. நெஞ்சு வேகமாக அடித்தது. கையிலே கிடந்த குண்டை வீசினான். அது குருட்டுவாக்கில் நேராகப் போய் பங்கருக்குள் விழுந்தது. பின்னர் அங்கிருந்து குண்டுகள் வரவில்லை. பங்கருக்குள் பாய்ந்து பதுங்கிக்கொண்டான். வெளியே சண்டை மும்முரமாக நடந்தது. 24 மணிநேரம் இரண்டு பிணங்களுடன் கழித்தான். மாங்குளம் போர் சரித்திரத்தில் அவனுக்கு ஓர் இடம் கிடைத்தது.

அம்மா அடிக்கடி அவனிடம் ஒரு பெண்ணைப்பற்றிப் பேசினார். இந்த வயதில் அவனுக்கு ஒரு கல்யாணமா? அவன் மனது சம்மதிக்கவில்லை. அந்தப் பெண் வந்தபோது அம்மா அறிமுகம் செய்து வைத்தார். ஒரு வேலைக்காரனுக்கு கொடுக்கும் புன்னகை அவளிடமிருந்து வெளியே வந்தது. வெள்ளை வெளேர் என்ற மெழுகுபோன்ற கால்களுக்கு மேல் உடம்பிலிருந்து எதிர்ப்பக்கமாக விரிந்த ஆடை அணிந்து, குதிக்கால் சப்பாத்தில் இடறி இடறி நடந்தாள். ஒரு கத்திபோலப் பற்கள் பளிச்சிட்டன. நல்ல உணவாலும் தேகப்பயிற்சியாலும் அடுத்தவேளை உணவு எங்கேயிருந்து வரும் என்ற கவலை இல்லாததாலும் தோலுக்கு அடியிலே ரத்தம் வேகமாகப் பாய்ந்து அவள் சருமம் வர்ணிக்க முடியாதபடிக்கு ஒரு மினுமினுப்பை அடைந்திருந்தது. அவளுக்கு அவன் முன்னாள் போராளி என்பது தெரியாது. ஆனால் அவனிடம் கணக்கு இருந்தது. 17

கொலைகள். இரண்டு சிறைவாசம். நான்கு பயிற்சி முகாம்கள். மூன்று பெரிய போர்கள். ஆறு சிறிய போர்கள். ஏழு போர் வடுக்கள். ஒரு பங்கர் கைப்பற்றல். ஒரு காதல். 15 நிமிடத்துக்கு ஒருமுறை சரிபார்த்துத் திருத்தப்பட்ட கூந்தல், 30 நிமிடத்துக்கு ஒருமுறை பூசப்பட்ட உதடுகள், 10 நிமிடத்துக்கு ஒருமுறை நேர்த்தியாக்கப்பட்ட புருவம். இந்தப் பெண்ணுடன் அவனால் வாழமுடியுமா?

முகம் கழுவ முன்னரும் முகம் கழுவிய பின்னரும். உணவு உண்ண முன்னரும் உணவு உண்ட பின்னரும், துப்பாக்கி கழற்றி பூட்ட முன்னரும், பூட்டிய பின்னரும் ஒரே சிந்தனைதான். ஒருநாட்டை எப்படி உண்டாக்குவது? ஒரு நிலத்தை எப்படிச் சொந்தமாக்குவது? 20 வருடங்கள் அப்படி வாழ்ந்தான். அம்மா சொல்கிறார். 'நீ எங்கே இருக்கிறாயோ, அதுதான் உன் நாடு. எங்கே சமஉரிமை கிடைக்கிறதோ அதுவே உன் நிலம். அது உனக்குள்ளேதான் இருக்கிறது. ஒருவரும் பறிக்கமுடியாது. நீ நல்லவன். உன் குணத்தை நீ கொன்றவர்களின் எண்ணிக்கையை வைத்துத் தீர்மானிக்கமுடியாது. நீ கொல்லாதவர்களுடன் எப்படிப் பழகினாய் என்பதை வைத்துத்தான் தீர்மானிக்கவேண்டும்.'

அவனுடைய குழுவில் இருந்த ஒருவன் ஆயுதம் பறிப்பதில் வல்லவன். பால்ராஜ் அண்ணர் பொறுப்பாளராயிருந்த ஆனையிறவுச் சமரில் தனஞ்செயன் 11 ஆயுதங்கள் பறித்து ஒரு சாதனையை நிலைநாட்டினான். மகாபாரதப் போரிலே உத்தரகுமாரன் கௌரவ சேனையை எதிர்த்துப் போருக்குக் கிளம்பிய போது அவன் சகோதரி உத்தரையும் சேடிகளும் அவனிடம் இன்ன பட்டு உத்தரீயங்கள், இன்ன ஆபரணங்கள், இன்ன கிரீடங்கள் எதிரிகளை வென்று கொண்டுவரச் சொல்வார்கள். அப்படித் தினமும் தனஞ்செயனிடம் 'அண்ணை எனக்கு ஒரு எம் 70 கொண்டு வாருங்கள்', 'அண்ணை எனக்கொரு ஏகே 47', 'அண்ணை எனக்கொரு ரி – 56' என்று போராளிகள் தொந்தரவு கொடுப்பார்கள். பேராசைக்காரர் ஏகேஎல்எம்ஜி கூட கேட்டதுண்டு. சகலவிதமான ஆயுதங்களையும் எதிரிகளிடமிருந்து லாவகமாகக் கைப்பற்றிவிடுவான். அன்றும் அப்படித்தான். எதிராளி குண்டுபட்டு சரியத் தொடங்கியதும் தனஞ்செயன் ஓடத் தொடங்கினான். ஆயுதத்தைக் கைப்பற்றிப் பாதி தூரம் கடந்தபோது குண்டு முதுகைத் துளைத்துக் குப்புற விழுந்தான், ஆனால் பறித்த துப்பாக்கிப் பிடியை அவன் விடவில்லை. சைமன் விழுந்த நண்பனை முதுகிலே காவிக்கொண்டு ஓட்டமும் நடையுமாக விரைந்தான். துப்பாக்கிக் குண்டுகள் பக்கத்துப் பக்கத்தில் சீறின. சுற்றிலும் தீச்சுவாலைகள். நெஞ்சிலே வழிந்த ரத்தம் சைமன் முதுகை நனைத்துக் காலிலே சொட்டியது.

'சைமன், என்னைக் கைவிடாதே, காப்பாற்று' என்று அவனுடைய உற்ற நண்பன் மன்றாடினான். நண்பன் இறந்தது தெரியாமல் சைமன் உடலைக் காவிக்கொண்டு ஒரு மைல் தூரம் அன்று ஓடியிருந்தான்.

அவனைக் கனடாவுக்கு எடுப்பித்ததோடு தன்னுடைய கடமை முடிந்துவிட்டது என அப்பா நினைத்தார். உணவகத்து சேவகன்போல பின்பக்கமாக ஒரு கையைக் கட்டிக்கொண்டு அவன் கண்படும் விதமாக உலாத்துவார். தொழிற்சாலைக்கு வந்து தனக்கு உதவ வேண்டும் என எதிர்பார்த்தார். ஆனால் அவன் அவருடன் பேசுவதற்கு அகப்படுவதில்லை. அடிக்கடி கதவைத் திறந்துபோட்டு வெளியே போய்விடுவான். ஒருநாள் அம்மா அவனைத் தேடிக்கொண்டு தோட்டத்தில் வந்து பார்த்தபோது ஒரு மரத்தின் அடியில் உட்கார்ந்து ஆகாயத்தை பார்த்தபடி இருந்தான். 'மகனே, என்ன பார்க்கிறாய்?' 'அம்மா, ஏப்ரல் மாதத்தைக் காது கொடுத்துக் கேட்டுக்கொண்டிருக்கிறேன், பாருங்கள், மிகவும் வித்தியாசமாகக் கேட்கிறது.'

'ஓ, யேசுவே! ஏப்ரல் மாதம் சத்தம் போடுமா? உள்ளே வா மகனே. குளிரடிக்கிறது.'

'அப்ப இது ஏப்ரல் மாதம் இல்லையா?'

'முட்டாள்போலப் பேசாதே.'

'உலகிலே ஒன்றிரண்டு முட்டாள்கள் கூடுவதால் பெரிய மாற்றம் ஒன்றும் ஏற்படப் போவதில்லை.'

'ஓய்வுநாளில் என்ன செய்வீர்கள்?' என்று அம்மா ஒருநாள் கேட்டார். அந்தக் கேள்வியை அவனால் தாங்க முடியவில்லை. ஒரு போராளிக்கு ஓய்வுநாள் கிடையாது என்பது அவனுடைய சொந்த அம்மாவுக்குகூடத் தெரியவில்லை. அவனுடைய குழு பத்து நாட்கள் காட்டிலே ஒளித்திருந்து திடீர்த் தாக்குதல் நடத்தவேண்டியிருந்தது. காவிக் கொண்டுவந்த உணவும் தண்ணீரும் தீர்ந்துவிட்டது. இரண்டு முழு நாட்கள் உணவோ தண்ணீரோ இல்லாமல் பொறுத்திருந்து சமயம் பார்த்துத் தாக்குதலை நடத்திவிட்டுத் திரும்பினார்கள். அந்தச் சூழலிலும் ஒருவர்கூட 'பசிக்குது' என்றோ 'தண்ணீர்த்தாகம்' என்றோ 'திரும்புவோம்' என்றோ ஒரு வார்த்தை சொல்லவில்லை. அப்படி அர்ப்பணிப்போடு ஒரு நாட்டை உருவாக்குவதற்கு அவர்கள் போராடினார்கள். அதே நேரம் அம்மா சமையலறைக்கு என்ன வர்ணம் பூசலாம் என்று மூளையைச் செலவழித்திருப்பார். அல்லது இரவு விருந்துக்கு இறைச்சியை வதக்குவதா பொரிப்பதா என்று சமையல்காரிக்கு உத்தரவு கொடுத்திருப்பார். அவனுக்கு

அவமானமாக இருந்தது. அங்கே தங்கும் ஒவ்வொரு நிமிடமும் நரகமாகவே பட்டது.

இரவு படுக்கப் போகுமுன்னர் அவன் தாய் வெளிக்கதவைப் பூட்டித் திறப்பை வழக்கம்போல ஒளித்து வைத்தார். காலையில் பார்த்தால், முதல்நாள் சலவைசெய்து ஸ்திரிபோட்டு, ஒரு சுருக்கம்கூட இல்லாமல் இழுத்துச் செருகப்பட்ட தூய வெள்ளை மெத்தை விரிப்பில் படுத்திருந்த மகனைக் காணவில்லை. ஆனால் ஒரு யன்னல் திறந்து கிடந்தது. வெளியே பனி தூறியது. இரவு எந்த நேரம் புறப்பட்டுப் போனானோ தெரியவில்லை. அவன் அடிக்கடி பாதைகள் பழக்கமில்லாததால் தவறிப் போகிறவன். காலநிலை அறிவிப்பாளர் அன்று நாலு அங்குலம் பனிப்பொழிவு இருக்குமென்று அறிவித்துக்கொண்டிருந்தார். உடனேயே பொலீசுக்குத் தெரிவித்ததுடன், பேப்பர்களிலும் தொலைக்காட்சியிலும் அறிவித்தல்கள் கொடுத்தார்கள். ஒருவாரம் கழித்துதான் உடல் கிடைத்தது. சைமனுடைய முகம் பனிமூடி சிதையாமல் புன்னகையுடன் இருந்ததுபோலத் தோன்றியது.

சைமனுடைய அப்பா இரண்டு வருடத்துக்கு முன்னரே சவ அடக்கத்துக்கான மூன்று நிலத்துண்டுகளை ரெஸ்தாவன் நினைவுத் தோட்டத்தில் அதிக விலை கொடுத்து வாங்கியிருந்தார். அவை மூன்றும் அருகருகாக இருந்தன. அந்தப் பனிக்குளிரிலும் சவ அடக்கத்துக்கு 12 பேர் வந்திருந்தனர். பாதிரியார் ஜெபம் செய்தார். 'எங்கள் தேவனாகிய கர்த்தாவே, வேலைக்காரரின் கண்கள் எஜமான்களின் கையை நோக்கி இருக்குமாப் போல, தேவன் எங்களுக்கு இரக்கம் செய்யும்வரைக்கும் எங்கள் கண்கள் உம்மை மெய்யாகவே நோக்கியிருக்கும். நீர் படைத்த ஜீவன் உம்மிடத்தில் வரும் நாளில் தீவிரமாய் உத்தரவு அருளிச் செய்யும். ஆமென்'. யாழ்ப்பாணம் மயிலிட்டியில் பிறந்து, முள்ளிவாய்க்காலில் தப்பி, தாய்லாந்தில் உத்தரித்து, ரொறொன்ரோ வந்துசேர்ந்த சைமனின் பனிமூடிய உடல் ஸ்காபரோவில் அடக்கம் செய்யப் பட்டது. இனி அந்த நிலம் அவனுக்குத்தான் சொந்தம். யாருமே பறிக்க முடியாது.

ஆதிப் பண்பு

படுக்கை அறை வாசலில் இருந்து நடுக்கூடத்து ஆசனத்துக்குத் தட்டுத்தடுமாறி நடந்து, இடையில் நாலுதரம் நின்று இளைப்பாறி, வந்து சேர்ந்த சார்லி அபேயசிங்க, என் நண்பனின் தகப்பன், அவருடைய 12 வயதில் ஒரு காட்டு யானையைத் தனியாகச் சுட்டு வீழ்த்தியவர். இதை எனக்குச் சொன்னது என்னுடன் பல்கலைக்கழகத்தில் படித்த ரோஹான், அவருடைய மகன். யானையைச் சார்லி சுட்டது நிக்க வெரட்டிய காட்டில். அந்தக் காடு எனக்குப் பழக்கமானது. ஏனென்றால் நான் கொழும்பில் டொக்டராக பாஸ் பண்ணியதும் எனக்கு அரசாங்கம் தந்த முதல் வேலை நிக்கவெரட்டிய ஆஸ்பத்திரியில்தான். ஆகவே ரோஹான் சொன்னதை உடனேயே நம்பினேன். அங்கே என்னிடம் வந்த நோயாளிகளிலும் பார்க்க யானை அடித்து வந்தவர்களே அதிகம். யானையைக் கொன்றவர்களுக்கு வைத்தியம் பார்த்திருக்கிறேன். யானை கொன்றவர்களையும் வெட்டிப் பிரேதப் பரிசோதனை செய்திருக்கிறேன்.

நிக்கவெரட்டியாவில் நடந்த ஒரு சம்பவம்தான் என்னை மேல்படிப்புக்காக நாட்டைவிட்டு விரட்டியது. ஒரு பிணம் காட்டினுள் கிடப்பதாக தகவல் வந்தது. காட்டினுள் சென்று பிணத்தைப் பரிசோதிக்கும்படி எனக்கு ஆணை கொழும்பிலிருந்து வந்தது. நானும் பொலீஸ்காரனும் பிணத்தைத் தேடி காட்டினுள்ளே சென்றோம். என்னுடைய வேலை பிணத்தைப் பரிசோதனை செய்வது மட்டுமே. வழக்கம்போல 'யானை அடித்து மரணம்' என்று எழுதுவதற்குத் தயாராக வந்திருந்தேன். சோதித்ததில்

கழுத்திலே வெட்டுக்காயம் இருந்தது. இது கொலைதான், ஆனால் யானை அடித்து மரணம் என்று பொலீஸ் தீர்மானிக்கவேண்டும் என்பதற்காக பிணத்தைக் காட்டுக்குள் வீசியிருந்தார்கள். பொலீஸ்காரன் சொன்னான்: 'சேர் சேர், யானை அடித்து மரணம் என்று எழுதிவிடுங்கள் சேர். கொலைகாரனைப் பிடிக்க முடியாது சேர். நீங்களும் நானும் கோர்ட்டுக்கு அலையவேண்டும் சேர். இரவிரவாக நான் இந்தக் காட்டில் பிணத்துக்கு காவல் காக்கவேண்டும் சேர், பிளீஸ்.'

நான் இங்கிலாந்துக்குப் போய் மகப்பேறு மருத்துவத்தில் விசேட படிப்புப் படித்தேன். என்னுடைய பெயருக்குப் பின்னால் *MRCOG* எழுத்துகள் சேர்ந்துகொண்டன. ஆனால் கொழும்பிலே எனக்கு வேலை செய்யப் பிடிக்கவில்லை. கனடாவில் இருந்து உடனே மருத்துவர் தேவை என்று கடிதம் வந்தபோது நான் கனடா வந்தேன். மருத்துவமனையை அப்போதுதான் புதிதாகக் கட்டி முடித்திருந்தார்கள். கனடா உலகத்திலேயே இரண்டாவது ஆகப் பெரிய தேசம் என்பதை நான் உணரவில்லை. அங்கே எந்தப் பகுதியில் வேலை என்ற சாதாரண கேள்வியைகூட நான் கேட்கத் தவறிவிட்டேன். எனக்கு கிடைத்தது நியூஃபவுண்லாண்ட். மிகவும் பின்தங்கிய பிரதேசம். அது ஒரு தீவு, அத்துடன் கனடாவின் பத்தாவது மாநிலம். இலங்கையிலும் பார்க்க 6 மடங்கு பெரியது. பனிக்காலத்தில் குளிர் –20, –30 சென்ரிகிரேட் வரைக்கும் இறங்கும். ஆர்க்டிக் வட்டம் 800 கி.மீட்டர் தூரத்தில் இருந்ததால் அங்கிருந்து காற்று வீசும்போது குளிர் –40க்கு இறங்கிவிடும். இதையெல்லாம் பின்னர்தான் தெரிந்துகொண்டேன்.

நியூஃபவுண்லாண்டின் தலைநகரம் சென்ற் ஜோன்ஸ். அங்கேதான் ரோஹான் எஞ்சினியராக வேலைபார்த்தான். தற்செயலாக அவனைச் சந்தித்தபோது நான் அடைந்த மகிழ்ச்சிக்கு அளவில்லை. உலகம் கவனிக்காத பனிப்பிரதேசத்தில் 10 வருடங்களுக்கு முன்னர் என்னுடன் பல்கலைக்கழகத்தில் ஒன்றாகப் படித்த நண்பனைப் பார்ப்பது எத்தனை அபூர்வம். சார்லியிடம் நான் பல வருடங்களாகக் கேட்க நினைத்த கேள்வியைக் கேட்டேன். 'எப்படி 12 வயதில் உங்களால் யானையைச் சுட முடிந்தது?' 'என் அப்பாவின் புத்திமதி இதுதான். உன் உயிரை உன் சம்மதமின்றி எதுவும் பறிக்கமுடியாது. பதற்றம் கூடாது. நம்பிக்கை இழக்காதே. நிதானம் மிகமிக அவசியம். வேட்டைக்குப் போனபோது திடீரென்று ஒரு யானை என் முன்னே தோன்றியது. அப்பா சுடு என்றார். நான் சுட்டேன். யானையின் மண்டை ஓட்டில் ஒரு விசித்திரம் உண்டு. தந்தங்களுக்கு மேலே நெற்றிக்கு கீழே ஓர் ஓட்டையுண்டு. என் அதிர்ஷ்டம் நான் சுட்ட குண்டு ஓட்டைக்குள் நுழைந்து மூளையை துளைத்தது. யானை ஒரு

நிமிடம் ஆடாது திகைத்து நின்று, பின்னர் பக்கவாட்டில் சரிந்து விழுந்தது. இப்பொழுதுகூட என் கனவுகளில் இந்தக் காட்சி அடிக்கடி வருகிறது' என்றார்.

நான் நியூஃபவுண்லாண்டுக்கு வந்து கிட்டத்தட்ட இரண்டு வருடமாகிறது. மருத்துவமனை அனுபவம் வித்தியாசமானது. அங்கே வேலை செய்யும்போது எனக்கு நிக்கவெரெட்டியா ஆஸ்பத்திரி நினைவுக்கு வரும். ஒருநாள் முழுக்க பயணித்து ஆட்கள் வருவார்கள். நிக்கவெரட்டியாவில் யானை அடித்துப் பிணங்கள் வருவதுபோல இங்கே அநேகமாக குளிரில் உறைந்து போன பிணங்கள் வரும். அதைப் பிரேதப் பரிசோதனைக்கு அனுப்புவோம். குளிரில் அரைகுறையாக உறைந்துபோன உடல்களும் வரும். முதலில் தாக்கப்படுவது உடலின் நுனிப் பாகங்கள்தான். கைவிரல்களும் கால்விரல்களும் விறைத்துச் செயலற்றதாகிவிடும். அவற்றை உடனுக்குடன் அகற்றவேண்டி நேரும். முழுக் கால்களை இழந்தவர்களும் உண்டு.

எங்கள் நாட்டிலே மூட நம்பிக்கைகள் இருந்தன. அவைக்கு நான் பழகிவிட்டேன். ஆனால் ஒரு வெள்ளைக்கார நாட்டில் மூடநம்பிக்கைகளை நான் எதிர்பார்க்கவில்லை. மிஸஸ் ஜேஸனுக்கு நடுத்தர வயது. இரண்டு முறை அவர் கருத்தரித்துப் பாதியிலேயே கரு கலைந்துவிட்டது. மூன்றாவது தடவையாக என்னிடம் வந்திருந்தார். கிரமமாக அவரைச் சோதித்தேன். அவரும் எச்சரிக்கையாகவே இருந்தார். ஒரு முறை சோதித்தபோது குழந்தை அவர் வயிற்றிலே எக்கச்சக்கமாக பெருத்துப்போய்க் கிடந்தது. ஆபத்து, சிசேரியன் மூலம் குழந்தையை வெளியே எடுக்கவேண்டும் என்று அடுத்த நாளைக் குறித்துக் கொடுத்தேன். அந்தநேரம் அவர் தன் கையுறையைத் தவறுதலாக நழுவ விட்டு விட்டார். உடனேயே மற்றக் கையுறையையும் கீழே எறிந்தார். 'இது கெட்ட சகுனம். இன்னொரு தேதி தரமுடியுமா?' என்றார். கொடுத்தேன். அவர் சிசேரியனுக்கு வந்தபோது உள்ளே குழந்தை செத்துவிட்டது. அவர் மனம் உடைந்து அழுதார். தன் மூடத்தனத்தை எண்ணி எண்ணி வருந்தினார். அவருக்கு ஆறுதல் சொன்னேன். தயங்கித் தயங்கி நின்றார். பின்னர் ஓர் அலை திரும்புவதுபோல என்னையே பார்த்தபடி பின்னகர்ந்தார்.

சில மாதங்கள் கழித்து மறுபடியும் கருவுற்று மிஸஸ் ஜேஸன் வந்தார். ஒவ்வொரு மாதமும் பரிசோதித்தேன். மறுபடியும் குழந்தை பெரிதாக வளர்ந்துவிட்டது. இரண்டு நாள் கழித்து காலைநேரம் அவருக்கு சிசேரியன் செய்ய நாள் குறித்துக் கொடுத்தேன். அவர் உடனேயே சரி என்றார். கையுறையை அவர் கையிலே இறுக்கிப் பிடித்தபடி இருந்ததால் ஒருவித

அசம்பாவிதமும் நேரவில்லை. எனக்கு தலைநகரில் வேலை இருந்தது. அதை முடித்துவிட்டு ரோஹானைச் சந்தித்தேன். அவன் 'ரம்யா எப்போது வருகிறார்?' என்றான். 'அவளை நான் காதலிப்பது அவனுக்குத் தெரியும். நான் கொழும்புபோய் அவளை அழைத்து வரவேண்டும். பனிக்காலம் முடிந்ததும் போகலாம் என்பது திட்டம்' என்றேன்.

மதிய உணவை முடித்துவிட்டுக் கிளம்பியபோது ரோஹான் 'இன்றே புறப்படப் போகிறாயா?' என்று கேட்டான். நான் 'ஆமாம்' என்றேன். 'நீ ஒரு மூடனா?' என்றான். ஏன் என்றேன். 'இன்று மிகப்பெரிய பனிப்புயல் வீசப்போகிறது. காலநிலை அறிவிப்பாளர் டிவியில் சொல்லிக் கொண்டிருக்கிறாரே' என்றான். 'எப்படிப் போகாமல் இருக்க முடியும்? மிஸஸ் ஜேஸனின் சிசேரியனுக்கு நாளை காலை எட்டு மணிக்கு நான் இருக்கவேண்டுமே' என்றேன். 'முட்டாள். நீ போகாவிட்டால் என்ன நடக்கும்?' 'சேய் மாத்திரமல்ல, தாயும் இறக்கலாம். என் கடமை' என்றேன். 'சரி, கவனமாகப் போ. அங்கே போய்ச் சேர்ந்ததும் எனக்கு டெலிபோனில் தகவல் சொல்' என்றான்.

என் எஞ்சிய வாழ்நாளில் நான் என்றென்றும் மறக்க முடியாத இரவு தொடங்கியது. மிஸஸ் ஜேஸன் என்னிடம் சொன்னது நினைவுக்கு வந்தது. 'நீங்கள் கொழும்பில் படித்திருக்கிறீர்கள். லண்டனில் படித்து இருக்கிறீர்கள். கனடாவில் படித்து இருக்கிறீர்கள். உங்களிடம் மூன்று நாடுகளின் அறிவு உள்ளது. நீங்கள்தான் என்னுடைய சிசேரியனைச் செய்யவேண்டும்'. எப்படியும் நான் போய்ச் சேரவேண்டும். மருத்துவமனை மேரீஸ் டவுன் என்ற நகரத்தில் இருந்தது. சென்ற் ஜோன்ஸில் இருந்து அதன் தூரம் 300 கிலோ மீட்டர். சாதாரண நாளில் ஐந்து மணி நேரத்தில் கடந்துவிடலாம். நீண்ட சாலை; போக்குவரத்து குறைவு, ஆகவே நிம்மதியாகக் காரை ஓட்டலாம். மாலை ஆறு மணிக்குப் போய்ச் சேர்ந்துவிடலாம் என்று பட்டது. இரண்டு மணி நேரப் பயணம் ஒருவிதப் பிரச்சினையும் இன்றிக் கழிந்தது. பின்னர் பனிப்புயல் ஆரம்பமானது.

ஆறுமாதம் முன்புதான் புதுக் கார் வாங்கியிருந்தேன். பனிக்கால டயர் பூட்டிய ஃபோர்ட் கிரவுண் விக்டோரியா. 1992 டிசெம்பர் மாதம். ஆரம்பத்திலேயிருந்து வானம் சாம்பல் நிறத்திலே இருந்தது. சூரியன் அங்கே இருப்பதற்கான அறிகுறியே கிடையாது. வாகனத்தின் வேகத்தைக் குறைத்தேன். நாலு மணி ஆனபோது பாதி தூரத்தைக் கடந்திருந்தேன். திரும்ப முடியாது என்றபடியால் எப்படியும் எச்சரிக்கையாக ஓட்டிச் செல்வது

என்று முடிவு செய்தேன். ஏழு மணி ஆனபோது மீதி தூரம் 100 கி.மீட்டர் இருந்தது. இந்தப் பாதையில் லைட் கம்பங்கள் இல்லாததால் வழியெல்லாம் இருட்டாக இருக்கும். பனியோ கொத்துக் கொத்தாகக் கொட்டியது. பார்க்கும் இடம் எல்லாம் வெண்பனியால் நிறைந்திருந்தது. ஒரே பனிப்பாலைவனம் என்று சொல்லலாம். இதைக் கனடாவில் வைட்டவுட் (Whiteout) என்று சொல்வார்கள். வீடுகள் இல்லை. மரங்கள் இல்லை. வேறு வாகனங்கள் இல்லை. ஒரே தனிமைதான். கார் கண்ணாடித் துடைப்பான் வேகமாக வேலை செய்தது. அப்படியும் பனி கொட்டியபடியே இருந்தது. எங்கே ரோட்டுப் போகிறது, எது என்னுடைய பக்கம், எது எதிர்ப்பக்கம் ஒன்றையுமே ஊகிக்க முடியவில்லை. கார் முகப்பு வெளிச்சம் பத்தடி தூரம் கூட பாயவில்லை.

காரிலே ஒரு ரேப் ஓடிக்கொண்டிருந்தது. கரகாட்டக் காரனில் வரும் பாடல். இளையராஜா இசை அமைத்து, அவரும் சித்ராவும் பாடியது. 'இந்த மான், உந்தன் சொந்த மான், பக்கம் வந்துதான் சிந்து பாடும்.' பாடலைக் கேட்டு கொஞ்சம் உற்சாகம் பிறந்தது. ரம்யாவுக்கு மிகவும் பிடித்த பாடல். அவளும் பக்கத்தில் இருந்தால் எவ்வளவு நல்லாய் இருக்கும். தண்ணீர் சூழ்வதுபோல என்னை அவள் சுற்றி அணைத்துக் கொள்வதை நினைத்தேன். பெரிய உதடுகளை நான் விரல்களால் பிடித்து இழுத்து விடும்போது அவை ரப்பர்போல ஆடும். இடையில் இருந்து தொங்குவதுபோல ஆரம்பித்த கால்களால் சேற்றிலே நடப்பதுபோல நடப்பாள். அவள் சாரி உடுப்பதும் ஒருவித அழகுதான். பார்த்திருக்கும்போதே அரை நிமிடத்தில் உடுத்தி முடிப்பாள். எஞ்சிய சேலையை உருட்டி வலக் கையிலே வைத்துக்கொண்டு இதை என்ன செய்வது என்பதுபோல யோசிப்பாள். பின்னர் சிறுமிகள் ரைட்டோ விளையாட்டில் கல் எறிவது போல தோளுக்கு மேலால் எறிந்துவிடுவாள். என்னுடன் காரிலே இப்போது ரம்யாவும் இளையராஜாவும் சித்ராவும் பயணம் செய்தார்கள்.

ரோட்டைப் பிரிக்கும் மஞ்சள் கோடோ, வெள்ளைக் கோடோ தெரியவில்லை. ஒரு மைல் நீளமான குளம் ஒன்று அந்தப் பாதையில் கிடந்தது. இந்த நேரம் அது உறைந்து போயிருக்கும். ஒருவேளை கார் எதிர்வரும் பாதையில் போகிறதோ என்று நினைப்பு வந்தது. அடுத்தகணம் கார் பள்ளத்தில் உருளத் தொடங்கியது. பத்து இருபது தடவை உருண்டு 50 அடி கீழே விழுந்து உறைந்துபோன குளத்தில் தலைகீழாகக் கிடந்தது.

அத்தனை தரம் கார் புரண்டபோதும் எனக்கு நினைவு தப்பவே இல்லை. ரேப்பிலே ஓடிய பாட்டு தலை கீழாக ஒலித்துச் சடுதியாக நின்றது. பனி தொடர்ந்து காரை மூடியது.

முதலில் மனதில் நினைவுக்கு வந்தது உறைந்துபோன உடல்களை அவர்கள் தள்ளிக்கொண்டு ஆஸ்பத்திரிக்கு போகும் காட்சி. என்னுடைய உடலைக் கண்டுபிடிப்பார்களா? எத்தனை யாவது நாள் என் உடலைத் தள்ளிக்கொண்டு போவார்கள். பனி காரை மூடுவதற்கு எத்தனை மணி நேரம் பிடிக்கும். சிலவேளை ரோஹான் ஆஸ்பத்திரியைக் கூப்பிட்டு விசாரிக்கக்கூடும். தொலைபேசி இந்தப் புயலில் வேலை செய்யுமா? மிஸஸ் ஜேஸன் வந்து காத்திருப்பார். அவருடைய சிசேரியனை யார் செய்வார்கள்? ரம்யாவுக்கு அறிவிப்பார்களா? எத்தனை நாள் கழித்து தகவல் போகும். அனலைதீவில் பிறந்து, நிக்கவெரட்டிய காடுகளில் அலைந்து, லண்டனில் படித்து, மேரீஸ்டவுன் பியூரின் மருத்துவமனையில் மகப்பேறு வைத்தியம் செய்யவந்த என் விதி இப்படி முடியவேண்டுமா? ஒருவித பேய் வேகத்தில் கார் சில்லுகளின் தடயத்தையும் என் வரலாற்றையும் பனிப்புயல் அழித்துக்கொண்டிருந்தது.

கதவை உடைத்து வெளியே வரமுடியாது. அது நெளிந்து போய் கிடந்தது. உடலிலே எங்கேயாவது காயம் இருக்கிறதா என்று தடவிப் பார்த்தேன். கிடையாது. தலைகீழாகத் தொங்குவதை நேராக்க முடியுமா என்றால், அதுவும் முடியவில்லை. புவியீர்ப்பு மையம் நழுவியது. வெளியே போனால் இன்னும் நிலைமை மோசமாகிவிடும். உள்ளே இருப்பது பாதுகாப்பானது. என்னுடைய மருத்துவ அறிவைக்கொண்டு எத்தனை மணிநேரத்தில் சாவு வரும் என்று கணிக்க முயன்றேன். நாலு அடுக்கு உடை, தலையிலே தொப்பி, கையிலே கையுறை, காலிலே தடித்த காலுறையும், சப்பாத்தும், கழுத்தைச் சுற்றி கம்பளி ஸ்கார்ஃப். வெளியே –30 டிகிரி இருந்தது. உள்ளேயும் அதுதான். ஆர்க்டிக் காற்று அடிப்பதால் வெளியே சீக்கிரத்தில் –40 டிகிரி ஆகிவிடும்.

காரின் குளிர்நிலை ஒவ்வொரு நிமிடமும் ஒரு டிகிரி கீழே போய்க்கொண்டிருந்தது. முதலில் கை கால் விரல் நுனிகள் விறைக்கும். மூக்கு விறைக்கும். பின்னர் உடல் மரத்துப்போக ஆரம்பிக்கும். உதடுகள் காய்ந்து தன்பாட்டுக்கு துடித்தன. உணர்ச்சியே இல்லை. 'இந்த மான், உந்தன் சொந்த மான், பக்கம் வந்துதான், சிந்து பாடும்' என்று பாடினேன். வேறு வார்த்தைகள்தான் வெளியே வந்தன. இதுவே என்னுடைய கடைசிப் பாட்டாக அமையலாம். மரணத்துக்கு முன்னர் நினைவுக்கு வருவது பனிக்குளிரில் இறந்தவர்களுடைய கதைகள்தான். ஒருவருடைய

கைவிரல்கள் விறைத்தபோது அவர் வளர்த்த நாயை குத்திக் கொன்று அதன் வெதுவெதுப்பான ரத்தத்துக்குள் விரல்களை நுழைத்து தன்னைக் காப்பாற்றியிருக்கிறார். டைட்டானிக் மூழ்கிய இடத்தை ஏழு வருடங்களுக்கு முன்னர் கண்டுபிடித்தார்கள். சென்ற் ஜோன்ஸிலிருந்து அதன் தூரம் வெறும் 560 கி.மீட்டர்தான். அதிலே பயணித்தவர்களில் அநேகர் குளிரில் விறைத்துத்தான் இறந்துபோனார்கள்.

12 வயதில் யானையைச் சுட்டு வீழ்த்திய சார்லி சொன்னது நினைவுக்கு வந்தது. உன் சம்மதமின்றி உயிர் பிரியாது. பதற்றம் ஆகாது. நிதானம் தவறக்கூடாது. நம்பிக்கையை இழக்காதே. எந்த நேரமும் மூளை குழம்பிப் போகலாம். அதற்கு முன்னர் சிந்தித்துச் செயல்படவேண்டும். நீ ஒரு டொக்டர், டொக்டர் போல யோசி. கண்ணாடி வழியாக ஒரு சதுர பிரதேசம் இருளில் தெரிந்தது. உடல் இப்படியே தொங்கும். பின்னர் விறைப்பு நிலை மெள்ள மெள்ள அதிகமாகி ரத்தம் உறையும். ஆழ்ந்த நித்திரை உன்னை அணைக்கும். மனித உடல் அனுபவிக்கும் அதியற்புத உறக்கமாக அது இருக்கும்.

கார் யன்னலில் டக்டக் என்று தட்டும் சத்தம் கேட்டது. முதலில் ஏற்பட்டது பயம்தான். காதைக் கூர்மையாக்கினேன். மறுபடியும் அதே சத்தம். தொங்கிய நிலையில் உடலை வளைத்துத் திரும்பி பார்த்தேன். ஓர் உருவம் அசைந்தது. கையிலே டோர்ச் வெளிச்சம் அங்குமிங்கும் ஆடியது. வெள்ளை மனித முகம். கறுப்பு உடை மேலே வெளிச்ச ஆடை தரித்திருந்தது. இந்த மனிதன் என்னைக் காப்பாற்ற வந்தவன் என்று தோன்றவே இல்லை. விரோதி என்றே நினைத்தேன். என்னைக் கண்டு விட்டான். உயிர் இருக்கிறதா என்று கூர்ந்து பார்த்தான். நான் டக் ட்க் டக் என்று மூன்றுதரம் கண்ணாடியில் தட்டினேன்.

ஒரு விரலை வாயில் குறுக்காக வைத்துச் சைகை செய்தான். என்னைப் பேசவேண்டாம் என்கிறான். கைகளைச் சுழற்றினான். என்னுடைய கார் கண்ணாடி மின்சார இயக்கத்தில் வேலை செய்வது அல்ல. கைப்பிடியைத் தேடினேன். தலைகீழாகத் தொங்கியதால் அது மேலே இருந்தது. அதைப்பிடித்துச் சுழற்றினேன். குளிர்காற்றும் பனித்திவலைகளும் வேகமாக உள்ளே அடித்தன. அந்த மனிதன் வலுவான தன் கைகளால் என்னைப் பிடித்து இழுத்தான். 50 அடி தூரம் என்னை மேலே இழுத்துச் சென்றான். சில இடங்களில் சறுக்க மறுபடியும் இழுத்தான். அவனுடைய வாகனம் பனிக்காலத்தில் ஓடக்கூடிய கனரக வண்டி. அது இயங்கிக் கொண்டிருந்தது. அதன் கதகதப்பு என்னைச் சூழ்ந்தது. பிளாஸ்கில் இருந்து கொஞ்சம் கோப்பி

புவியீர்ப்புக் கட்டணம்

ஊற்றித் தந்தான். நான் அவனை மாட்டுக் கன்று அதன் தாயைச் பார்ப்பதுபோலப் பார்த்தேன். மறுபடியும் விரலைக் குறுக்காக வைத்துப் பேசவேண்டாம் என்றான். வண்டி ஓடிக்கொண்டிருந்தது.

சிறிது நேரத்தில் என் உதடுகள் அசையக்கூடியதாக இருந்தன. 'மிக்க நன்றி' என்றேன். அவர் பேசவே இல்லை. 'எப்படி என்னைக் கண்டுபிடித்தீர்கள்?' அவர் சொன்னார், 'நான் வாகனத்தை ஓட்டிக்கொண்டு வந்தபோது கீழே காரிலிருந்து வெளிச்சம் தெரிந்தது. கார் தலைகீழாகத் தொங்கியதால் வெளிச்சம் மேல்நோக்கி அடித்தது. எனக்கு விபத்து என்று புரிந்துவிட்டது.' 'ஆபத்தான பள்ளத்தில் இறங்கிவந்து என்னைக் காப்பாற்றவேண்டும் என்று எப்படித் தோன்றியது?' அவர் உடனே பேசவில்லை. நீண்டநேரம் யோசித்துவிட்டு நான் என்றென்றைக்கும் மறக்கமுடியாத பதிலைச் சொன்னார். 'இன்றும் பலர் அமெரிக்காவைக் கண்டுபிடித்தது கொலம்பஸ் என்று நினைக்கிறார்கள். கொலம்பஸ் வருவதற்கு 500 வருடங்களுக்கு முன்னரே லெய்ஃப் எரிக்ஸன் என்ற நோர்வே நாட்டுக்காரன் அமெரிக்காவைக் கண்டுபிடித்ததும் அல்லாமல் குடியேற்றமும் செய்தான். அப்படிக் குடியேறிய 1000 வருடத்து சந்ததிச் சங்கிலியின் மீதி நாங்கள். தொடர்ந்து நாங்கள் உயிர் தரிக்கக் காரணம் ஒருவருக்கு ஒருவர் உதவி செய்வதுதான். அது கடமை. நடுக்கடலில் கப்பல்கள் ஒன்றுக்கொன்று உதவுவதுபோல. அப்படித்தான் இங்கே உயிர் வாழமுடியும். ஒருவர் பள்ளத்திலே விழுந்து கிடக்க அதைப் பார்த்துக்கொண்டு நான் போக முடியாது. இது எங்கள் ஆதிப் பண்பு.'

'ஆதியில் குடியேறியவர்கள் பயங்கரமாகப் பனிகொட்டும் இந்தப் பிரதேசத்தை ஏன் தேர்ந்தெடுத்தார்கள்?' 'ஐரோப்பாவில் இருந்து ஆகக் குறைந்த தூரத்தில் நியூஃபவுண்லாண்ட் இருக்கிறது. 3200 கி.மீட்டர் தூரம்தான். கடல் அடி கேபிள் இங்கிருந்துதான் அயர்லாந்துக்கு போடப்பட்டது. தெரியுமா, ஆப்பிரஹாம் லிங்கன் 1865இல் சுடப்பட்டு இறந்தபோது அந்தச் செய்தி ஐரோப்பாவுக்கு போய்ச்சேர 10 நாள் எடுத்தது. ஆனால் அடுத்த வருடம், 1866இல் செய்திகள் பத்து செக்கண்டிலே ஐரோப்பாவுக்கு போய்ச் சேர்ந்தன. காரணம் கடல் அடி கேபிள் போடப்பட்டுவிட்டது.'

என் இடம் வந்தது. நன்றிகூறி விடைபெற்றேன். அவருடைய முகம் இருட்டில் தெரியவில்லை. 'உங்கள் பெயரையாவது சொல்லுங்கள். நான் ஞாபகம் வைக்கவேண்டும்.' 'என் பெயரை ஞாபகத்தில் வைத்து என்ன செய்யப் போகிறீர்கள்? இந்தத் தீவின் ஆதிப் பண்பை நினைவில் இருத்துங்கள்' என்றார். பின்னர் மறைந்துவிட்டார். அன்றிரவு எனக்கு நல்ல தூக்கம்

கிடைத்தது. காலையில் ரம்யாவுக்கும் ரோஹானுக்கும் சேமமாக வந்து சேர்ந்ததை டெலிபோனில் சொன்னேன். விபத்து பற்றி மூச்சு விடவில்லை. மிஸஸ் ஜேஸன் சிசேரியனுக்குத் தயாராக இருந்தார். 11.8 றாத்தல் எடையுள்ள சிசுவை வெளியே எடுத்தேன். ஆண் குழந்தை.

அன்று மாலை வழக்கம்போல வார்டைச் சுற்றிப் பார்த்தேன். மிஸஸ் ஜேஸனின் படுக்கை வந்தபோது என்னையறியாமல் நின்றேன். கையிலே இருந்த குழந்தையைப் பார்த்து அவர் கண்கள் சிரித்தன. அடக்க முடியாத மகிழ்ச்சியில் காணப்பட்டார். உணர்ச்சி வேகத்தில் வாயைத் திறந்து ஏதோவெல்லாம் பிதற்றினார். முன்னுக்கு நின்ற ஆண் ஒரு விரலை உதட்டில் குறுக்காக வைத்து ஒன்றும் பேசவேண்டாம் என ஆறுதல் படுத்தினார்.

மண்ணெண்ணெய் கார்காரன்

என்ன நடந்ததென்றால், ஒருநாள் ஜெகன் சத்தம் படபடவென்று அடிக்க ஒரு காரை ஓட்டிவந்தான். அது *A 40* கார். *100* அடி தூரத்திலும் கார் எஞ்சின் சத்தத்தை வைத்து நான் என்ன கார் என்று சொல்லிவிடுவேன். அன்று என்னால் சொல்ல முடியவில்லை. ஜெகன் பெற்றோலில் ஓடும் காரை மண்ணெண்ணெயில் ஓடுவதுபோல திருத்தி அமைத்திருந்தான். அது அவ்வளவு வெற்றிகரமாக அமையவில்லை. ஆனால் அப்படிச் செய்யலாம் என்ற ஊக்கம் என் மூளைக்குள் வந்துவிட்டது.

யாழ்ப்பாணத்தில் *1990*களில் பெற்றோல் கிடையாது. சனங்கள் அவசரத்துக்குப் போவதென்றால் வாகனமே இல்லை. நான் தீர்மானித்துவிட்டேன். இரண்டரை லட்சம் கொடுத்து ஒரு மொரிஸ் ஒக்ஸ்ஃபோர்ட் பழைய கார் வாங்கினேன். கார் எல்லாம் அப்ப நல்ல மலிவு. பெற்றோல் இல்லாததால் ஓடாமல் துருப்பிடித்துப்போய்க் கிடந்தன. மொரிஸ் ஒக்ஸ்ஃபோர்ட் காரின் எந்த உதிரிப் பாகத்தையும் யாழ்ப்பாணத்தில் கடைந்து எடுக்கலாம். மண்ணெண்ணெயில் ஓடுவதென் றால் எஞ்சின் அழுத்தம் எகிறி அடிக்கும். நாலு காஸ்கட் போட வேண்டும். மானிஃபோல்டை பெரிசாக்கவேண்டும். மண்ணெண்ணெய்க்கு ஒரு டாங்க். பெற்றோலுக்கு ஒரு குட்டி டாங்க். ஒரு துளி பெற்றோலில் காரைக் கிளப்பிவிட்டால் அது தன் பாட்டுக்கு மண்ணெண்ணெயில் ஓடும். அரியாலையில் என்னுடைய ஒரு கார்தான் அப்போது ஓடியது. கல்யாண வீடுகளுக்கும்

பிள்ளைப்பேறுகளுக்கும் என்னுடைய கார்தான். 22 பிள்ளைப் பேறுகளுக்கு ஆஸ்பத்திரிக்குக் காரை ஓட்டியிருக்கிறேன்.

ஒரு டொக்டரின் வேலை என்ன? நோய் என்று அவரிடம் வருபவர்களைக் குணமாக்குவதுதானே. நீ சிங்களவனா தமிழனா போராளியா துரோகியா என்றெல்லாம் கேட்க முடியாது. அவர்களுக்குச் சிகிச்சை அளிப்பதுதான் முக்கியம். அதுபோலத்தான். நான் ஒரு மெக்கானிக். என்னிடம் வாகனங்களைப் பழுதுபார்க்கக் கொண்டுவருவார்கள். நான் திருத்திக் கொடுப்பேன். இயக்கக்காரர்களும் வருவார்கள். நான் திருத்திக் கொடுக்க முடியாது என்று சொல்ல மாட்டேன். எப்படியும் புதிதாக உதிரி பாகங்கள் செய்து திருத்திவிடுவேன்.

ஒருநாள் அதிகாலை நான் தூங்கிக்கொண்டு இருந்தபோது நாய் குலைத்தது. ஆடுகள் அவிழ்த்துக்கொண்டு ஓடின. சிங்களத்தில் பேசும் சத்தம் கேட்டுத் திடுக்கிட்டு விழித்தேன். இரண்டு துப்பாக்கிகள் என் முகத்துக்கு நேராக இருந்தன. சிங்கள ராணுவம் என்னைப் பிடித்துப் போனது. பிடரியில் அடித்த அடியில் ரத்தம் ஓடி, சாகக் கிடந்ததால் என்னை ஆஸ்பத்திரியில் சேர்த்தார்கள். அங்கிருந்துதான் தப்பினேன். இப்படித் தப்புகிறவர்கள் போகும் ஒரே இடம் தாய்லாந்துதான். அந்த ஒருநாட்டுக்கு விசா தேவை இல்லை. என்னுடைய மனைவியின் அண்ணன் ஜெர்மனியில் இருந்தார். அவர் என்னை எப்படியும் ஒரு வெளிநாட்டுக்குக் கடத்திவிடுவதாகச் சொல்லியிருந்தார். அந்த நம்பிக்கையில் காத்திருந்தேன்.

மண்ணெண்ணெய்ப் புகையைச் சுவாசித்த எனக்கு தாய்லாந்தில் கிடைத்த பெற்றோல் மணம் சொர்க்கத்தைத் திறந்ததுபோல இருந்தது. 10 வருடங்களாக அங்கே வசித்த தமிழர் ஒருவரைச் சந்தித்தேன். 'எல்லோரும் என்னை மறந்துவிட்டார்கள். உன்னுடைய கதியும் இதுதான்' என்று அவர் சொன்னபோது எனக்குக் கிலி பிடித்தது. ஆனால் என் விதி வேறு மாதிரி எழுதப்பட்டிருந்தது. 2009 ஆகஸ்ட் முதலாம் தேதி இரவு என்னை மீன்பிடிப் படகு ஒன்றில் கொண்டுபோய் நடுக்கடலில் *'Ocean Lady'* என்னும் கப்பலில் ஏற்றிவிட்டார்கள். என்னுடன் இன்னும் எட்டுப் பேர் ஏறினார்கள். எங்களையும் சேர்த்து கப்பலில் 76 பேர் இருந்தோம். எல்லோரும் ஆண்கள்; வயது 18இல் இருந்து 45 வரைக்கும் என்று சொல்லலாம். கப்பல் எங்கே போகிறது? ஒருவருக்கும் தெரியவில்லை. யார் காப்டன்? அதுவும் தெரியாது.

அன்று படுத்து அடுத்தநாள் எழும்பியவுடன் ஒருவரை ஒருவர் அறிமுகப்படுத்திக் கொண்டோம். என்னை அங்கே ஒன்றிரண்டு பேருக்கு ஏற்கனவே தெரிந்திருந்தது. என்னுடைய

கார் அச்சுவேலி, கிளாலி, சாவகச்சேரி என்று ஓடியிருக்கிறது. இயக்கம் என்னுடைய காருக்கு நம்பரும் தந்திருந்தது. த.ஈ 1244. எனக்கு அதனால் கப்பலில் கொஞ்சம் மரியாதை கிடைத்தது. ஆரம்பத்தில் கப்பலில் பயணித்த அத்தனை பேருக்கும் ஏறக்குறைய ஒரே அனுபவம்தான். வயிற்றைப் பிடித்து வாந்தி எடுத்தார்கள் அல்லது சுருண்டுபோய்ப் படுத்தார்கள். செல்வரத்தினம் மாஸ்ரர் அரியாலையில் சயன்ஸ் படிப்பித்தவர். அவர்தான் முதலில் தேறினார். காலையில் எழும்பித் தேநீர் தயாரித்து எல்லோருக்கும் வழங்கினார். நாங்கள் உயிர் தரித்தது அப்படித்தான்.

மூன்றாம் நாள் மெள்ள மெள்ள எல்லோரும் எழும்பி விட்டார்கள். அந்தக் கப்பல் மர்மமான முறையில் ஓடியது. யார் கப்பல் தலைவன், முடிவுகளை யார் எடுப்பது, எங்கேயிருந்து உணவு வருகிறது என எல்லாமே புதிர்தான். சீருடையில் ஒருவருமே இல்லை. ஆனாலும் கப்பல் ஓடியது. சமையலறையில் சகலரும் உதவி செய்தார்கள். சமையல் முடிந்ததும் ஒன்றாக அமர்ந்து சாப்பிட்டோம். வேலைகளை அனைவரும் பங்குபோட்டுக் கொண்டோம். சமையல் வேலை, துப்புரவாக்கும் வேலை, எஞ்சின் வேலை இப்படி முறைவைத்து நடந்தது.

குலசேகரத்துக்கு 40 வயதிருக்கும். அவருக்கு அதிர்ச்சியான முகத்தோற்றம். இப்போதுதான் நீண்ட நேரமாக அழுது முடித்திருக்கிறார் என்று தோன்றும். இவருடைய கதை பரிதாபமானது. முள்ளிவாய்க்கால் இறுதிப் போரில் இவரும் மனைவியும் இரட்டைப் பிள்ளைகளும் அகப்பட்டுவிட்டனர். ஒரு குழந்தைக்குச் சன்னம் ஏறி காயம் பட்டதால் இவர் தூக்கிக்கொண்டு ஆஸ்பத்திரிக்கு ஓட, மனைவி மற்றக்குழந்தையை எடுத்துக்கொண்டு ராணுவப் பக்கம் தப்பினார். குழந்தைக்குக் கட்டுப்போட்டு இவர் திரும்பியபோது செல் அடிபட்டு மனைவியும் குழந்தையும் இறந்து கிடந்ததைப் பார்த்தார். ஓ என்று தலை தலையாக அடித்துக்கொண்டார். கைக்குழந்தையை வைத்து இவர் என்ன செய்வார். தங்கையிடம் ஒப்படைத்துவிட்டு இவர் மட்டும் தப்பி வெளியே வந்துவிட்டார். அந்தக் குற்றவுணர்வு அவருக்கு இருந்தது. ஒவ்வொரு தடவையும் சாப்பிடும்போது கண்ணீர் விட்டுக்கொண்டே சாப்பிட்டார்.

அந்தக் கப்பலுக்குள் கொஞ்சம் வித்தியாசமாக இருந்தவன் பார்த்திபன்தான். எல்லோரிடம் தானாகப் போய் கதைத்தான்; சீக்கிரம் ஒரு நாடு கிடைத்துவிடும் என்று உற்சாகமூட்டினான். இவனுடையது பெரிய கதை. இறுதிப் போர் நடந்தபோது வயிற்றிலே குண்டு பாய்ந்து இவன் ஆஸ்பத்திரியில் கிடந்தான். கடைசி நாட்களில் ஆஸ்பத்திரியை மூடிவிட்டார்கள். சேலயின்

உடம்பில் ஏறிக்கொண்டிருந்தது. ஒரு கையில் சேலயின் போத்தலையும், மறுகையில் மூத்திரப் பையையும் காவிக்கொண்டு ஒருமைல் தூரம் நடந்தான். கண் விழித்துப் பார்த்தபோது அவன் பாதுகாப்புப் பிரதேசத்துக்குள் வந்துவிட்டான். இவனிடம் ஒரு ரகஸ்ய துக்கம் இருந்து அதை என்னிடம் சொன்னான். சாண்டில்யனின் யவன ராணியை பாதி படித்து முடிக்காமல் விட்டு வந்ததுதான் மிகப்பெரிய குறை.

கப்பலில் எங்களுக்கு ஆகக்கூடிய பிரச்சினை குளிர்தான். எத்தனை உடுப்பு அணிந்தாலும் எத்தனை போர்வையால் போர்த்தினாலும் குளிர் உதறி எடுத்தது. எஞ்சின் அறையில் எப்போதும் சூடு இருப்பதால் கதகதப்பாக இருந்தது. முறை வைத்துக்கொண்டு பத்துப் பத்து பேராக எஞ்சின் ரூமுக்குள் போய் குளிர் காய்ந்தோம். இதற்கு பொறுப்பாயிருந்தவன் ஒரு கரிய பையன். எஞ்சின் புகைபட்டு அப்படி ஆகியிருந்தான் என்று நினைக்கிறேன். அவன் தூங்கியதை ஒருவருமே காணவில்லை. முழங்கை வரை நீண்ட மஞ்சள் கையுறை அணிந்து எதையாவது ஒன்றைச் சுத்தமாக்கியபடியே இருந்தான்.

திடீரென்று ஒருநாள் இரவு எல்லாமே மாறியது. தனித்தனி யாக துயரங்கள் இருந்தாலும் ஒரு பொதுக் காரியத்தில் ஒன்று சேரும்போது பெரும் உற்சாகம் பிய்த்துக்கொண்டு வரும். மேலே ஆரவாரமும் சத்தமும் கேட்டு எல்லோரும் ஓடினார்கள். நானும் போனேன். பாரமான லைட்டுகளைக் கீழே தொங்கவிட்டபடி கப்பல் ஓடிக்கொண்டிருந்தது. வாயை ஆவென்று விரித்துக் கொண்டு பெரிய பெரிய மீன்கள் வெளிச்சத்தை நோக்கி வந்தன. நாலுபேர் வலையை வீசி இழுத்தபோது மீன்கள் சுலபமாகச் சிக்கின. அன்று இரவு முழுக்கக் கொண்டாட்டம்தான். தொடர்ந்து இரண்டு நாட்கள் மீன் குழம்பு, மீன் பொரியல், மீன் வறுவல், மீன் சாண்ட்விச்தான். ஆனால் இப்படி மீன்கள் ஒவ்வொரு முறையும் வந்து சிக்குவது கிடையாது. கூட்டம் கூட்டமாக மீன் ஓடும் பாதையில் கப்பல் குறுக்கிடும்போதுதான் இப்படி நடக்கும் என்று பேசிக்கொண்டார்கள்.

இரண்டு மூன்று தடவை புயல் அடித்து கப்பல் ஆட்டம் போட்டது பழகிவிட்டது. கடல் நடுவில் புயலில் சிக்கி இறப்பதற்கா இத்தனை கஷ்டப்பட்டுப் புறப்பட்டோம். சிங்கள ராணுவத்தின் துப்பாக்கியில் இறந்துபோயிருக்கலாமே என்று ஒவ்வொரு முறையும் தோன்றும். ஒரு தடவை புயல் அமைதி அடைந்த பின்னர் முழு நிலவைப் பார்த்தேன். பசிபிக் சமுத்திரத்தின் மேலே வட்டமான சந்திரன் தெரிய அலைகளில் அவன் துண்டு துண்டாகச் சிதறிக்கிடந்தான். அன்று வலையை வீசியபோது

புலியீர்ப்புக் கட்டணம் ௸ 245 ௵

ஒரு மீன் சிக்கியது, கூடவே ஒரு பறவையும் வந்தது. பறவை உயிருடன் துடித்ததுதான் ஆச்சரியம். செல்வரத்தினம் மாஸ்ரர் பார்த்த உடனே சொல்லிவிட்டார் அது அல்பாட்ரஸ் என்று. பறக்கும் பறவைகளில் உலகத்தில் அதுதான் ஆகப் பெரியது. மஞ்சள் கழுத்து, ஊதாக்கலர் சொண்டு, வெள்ளை கறுப்பு செட்டைகள். அதனுடைய செட்டை பார்க்கச் சாதாரணமாக இருந்தாலும் பறக்கும்போது செட்டை நுனிகளின் நீளம் 8 – 10 அடி இருக்கும் என்றார்கள். மாலுமிகள் இதைப் பார்த்துப் பயப்படுவார்களாம். சாபம் விடுக்கும் பறவை என்பது நம்பிக்கை. அதைப் பற்றி ஓர் ஆங்கிலப் பாடல்கூட உள்ளது. இது எல்லாம் செல்வரத்தினம் மாஸ்ரர் சொன்னதுதான்.

அல்பாட்ரஸ் இறந்தால் கெட்ட சகுனம் என்று மாஸ்ரர் சொன்னதினால் பறவைக்கு அதி கவனத்துடன் சிகிச்சை அளிக்கப்பட்டது. பார்த்திபன்தான் பொறுப்பு. காயத்துக்கு மருந்து போட்டுக் கட்டினான். அதன் உணவுக்குப் போதிய மீன் இருந்தது. அதற்கு ஒரு பெயர் வைக்கலாம் என்று நினைத்தோம். எங்கள் கப்பலின் பெயரையே தமிழில் சூட்டினோம். Ocean Lady. கடல் கன்னி. சாண்டில்யனின் நாவல் தலைப்புபோல இருக்கிறதென்று ஒருவர் சொன்னார். அந்தப் பெயரைச் சொன்னதே சாண்டில்ய பக்தரான பார்த்திபன்தான். மூன்றாம் நாள் மேல்தளத்துக்குக் கடல் கன்னியை கொண்டுபோய் ஆகாயத்தைக் காட்டினோம். அது செட்டையை விரித்து அடித்தது. நடுக்கடலில் எங்களைப் பார்க்க வந்த ஒரே ஜீவன் அதுதான். விமானம் ஓடுவதுபோல தரையில் ஓடி எம்பி செட்டை மடிப்பை எட்டு அடி தூரம் விரித்து ஆகாயத்தை நோக்கி எழும்பி ஒரு வட்டம் அடித்துப் புள்ளியாகப் போய் மறைந்தது.

கப்பலில் எங்களுடன் மயூரன் என்று ஒரு பையன் பயணம் செய்தான். ஆரம்பத்தில் இருந்தே இவன் புதிரானவன். 18 வயது முகம். 14 வயது உடம்பு. அவன் கதை என்னவென்று ஒருவருக்கும் தெரியாது. ஒரு வார்த்தை பேசமாட்டான். முகத்தில் இரண்டு கண்கள் ஆழமாகப் பதிந்துபோய் வைரம்போல ஜொலிக்கும். பெரும் பசிக்காரன். சாப்பாட்டுக்குத் தட்டை நீட்டுவான். குலசேகரம் உணவைப் போடுவார். அவன் உணவைப் பார்ப்பான். பின்னர் குலசேகரத்தின் முகத்தைப் பார்ப்பான். மீண்டும் உணவைப் பார்ப்பான். பேசமாட்டான். குலசேகரம் இன்னொரு அகப்பை உணவைத் தட்டிலே போடுவார். பறவை வந்து கப்பல் முழுக்க ஆரவாரம் நடந்தபோது ஒன்றுமே பேசாமல் ஒரு மூலையில் அமர்ந்து சாப்பிட்டுக் கொண்டிருந்தான்.

பறவை போன மறுநாள் பெரும் புயலடிக்கத் தொடங்கியது. இப்பொழுது எங்கள் எல்லோருக்கும் புயல் பழகிவிட்டது.

ஆனால் இந்தப் புயல் வேறு வகையானது. கப்பலைத் தூக்கித் தூக்கி எறிந்தது. ஒவ்வொரு முறையும் அப்படி மேலே போய் கீழே விழும்போது அதுதான் கடைசி என்று நினைத்தோம். கப்பல் சரியும்போது உருண்டு உருண்டு ஒரு பக்கம் போனோம். மறுபடியும் மற்றப் பக்கம். இதுதான் முடிவு என்று என் மனதிலே பட்டுவிட்டது. அல்பாட்ரஸ் சாபமிட்டிருக்கலாம் என்று சயன்ஸ் மாஸ்ரர் சொன்னது கொஞ்சம் அதிர்ச்சிதான். எல்லோரும் ஒன்றாக ஓர் இடத்தில் குழுமிவிட்டோம்.

மைக்கேல் என்ற கிறிஸ்தவப் பையன் எங்களுடன் இருந்தான். வளருவதை இன்னும் நிறுத்தாத இளைஞன். தினமும் முகச்சவரம் செய்து, நடு உச்சி பிரித்து தலை வாரி இழுத்து, யாரோ மினுக்கி விட்டதுபோல பளிச்சென்று இருப்பான். குடை பிடிப்பதுபோல எப்பொழுதும் அவன் வலது கையில் தோள்மூட்டுக்குக் கிட்ட ஒரு பைபிள் இருக்கும். 'ஸ்தோத்திரம், ஸ்தோத்திரம்' என்று சத்தமிட்டான். முழங்காலில் உட்கார்ந்தபோது அவனுடைய பெரிய நிழலும் சுவரில் முழங்காலில் உட்கார்ந்தது. 'கர்த்தரே, பீட்டருக்கு படகு நிறைய மீன் அளித்ததுபோல எங்களுக்கு வலை கொள்ளாமல் மீன் தந்து பசியிலிருந்து மீட்டது புயலிலே சாவதற்குத்தானா?' என்று கத்தினான். பின்னர் கண்களை மூடி பைபிளின் ஒரு பக்கத்தைத் திறந்து பிரார்த்திக்க ஆரம்பித்தான்.

'நீர் என்னை உமது இதயத்தின் மேலே முத்திரையைப் போலவும், உமது புயத்தின் மேலே முத்திரையைப் போலவும் வைத்துக்கொள்ளும். நேசம் மரணத்தைப்போல வலிது; நேச வைராக்கியம் பாதாளத்தைப்போல கொடிதாயிருக்கிறது. அதின் தழல் அக்கினித் தழலும் அதின் சுவாலை கடும் சுவாலையுமா யிருக்கிறது.' நாங்கள் 'ஆமென்' என்று சொல்லி முடித்தோம்.

குலசேகரம் சுந்தரருடைய தேவாரம் ஒன்றைச் சொல்ல நாங்களும் சேர்ந்து பாடினோம்.

கரையும் கடலும் மாலையும் காலையும் எல்லாம்
உரையில் விரவி வருவான் ஒருவன் உருத்திர லோகன்.

புயல் வேகம் இன்னும் அதிகமானது. ஒருவர் கையை ஒருவர் பற்றிக் கொண்டோம். மயூரன் வட்டத்துக்குள் வரவே இல்லை. அவன் பாட்டுக்கு ஒதுங்கியிருந்தான். திடீரென்று அவன் எழுந்து இருபக்கமும் கைகளை நீட்டி சிலுவைபோல அசையாது நின்றான். பின்னர் இனிமையான மெல்லிய குரலில் பாடத் தொடங்கினான். அந்தப் புயலிலும் மனதை உருக்குவதுபோல ஒரு பாட்டு. அதைத் தொடர்ந்து கைகள் இரண்டையும் அசைத்து உடம்பை வளைத்துக் கால்களை மெல்ல மெல்லத் தட்டி அபூர்வமான ஆட்டம் ஒன்றை ஆரம்பித்தான்.

கானக் கரிசலிலே
களையெடுக்கும் பெண்மயிலே
நீலக் கருங்குயிலே
நிக்கட்டுமா போகட்டுமா

மஞ்சள் புடவைக்காரி
மாதுளம்பூ கூடைக்காரி
நெஞ்சைப் பிடுங்கிவிட்டாய்
நிக்கட்டுமா போகட்டுமா

கடைசி வரியை மூன்று தடவை பாடினான். அவனுடைய ஆட்டமும் பாட்டும் எங்களை ஈர்த்தது. எல்லோரும் பாடிக் கொண்டே ஆடினோம். புயலை மறந்தோம். அந்த நேரம் கப்பல் அப்படியே கீழே போயிருந்தாலும் ஒரே மகிழ்ச்சிதான். ஆனால் புயல் நின்றுவிட்டது. அது தெரியாமல் எல்லோரும் ஆடிக்கொண்டிருந்தோம்.

நான் மெதுவாக மேலே ஏறிப்போய் எஞ்சின் ரூமை எட்டிப் பார்த்தேன். அங்கே ஒருவருமே இல்லை. எஞ்சின் நின்றுவிட்டது. மேல் தளத்திலும் ஆட்கள் இல்லை. பசிபிக் மகா சமுத்திரத்தின் எங்கோ ஒரு புள்ளியில் கப்பல் ஆடாமல் அசையாமல் நின்றது. எஞ்சின் ரூமில் இருக்கும் கரிய பையனைக் காணவில்லை. அவன் ட்ரோலர் கப்பல்களில் வேலை பார்த்தவன். கப்பலைப் பற்றி அதிகம் தெரிந்தவன் அவன் ஒருவன்தான். மேல்தளத்தில் கடலை உற்றுப் பார்த்துக்கொண்டு தனிய நின்றான். நான் அவன் கைகளைத் தொட்டேன். மீனைத் தொட்டதுபோல வழுவழுப்பாக குளிர்ந்துபோய் இருந்தது. ‘அண்ணை, நீங்கள் பெற்றோல் காரை மண்ணெண்ணெய் காராக மாற்றியவர். உங்களுக்கு மெக்கானிக் வேலை தெரியும். ஒருக்கா எஞ்சினை வந்து பாருங்கோ.’ எனக்கு நெஞ்சு படபடவென்று அடித்தது. எஞ்சின் பிரம்மாண்டமானதாக இருந்தது. எங்கே தொடங்கி எங்கே முடிகிறது என்றே தெரியவில்லை. ஒவ்வொரு பகுதியாக ஆராய்ந்தேன். ‘இதோ’ என்றான். நான் திரும்பிப் பார்ப்பதற்குள் கடலுக்குள் குதித்துவிட்டான். கீழேபோய் என்னவோ செய்து விட்டு மறுபடியும் மேலே வந்து பிழையைக் கண்டுபிடித்துச் சரி செய்தான். கப்பல் மறுபடியும் ஓடத் தொடங்கியது. ‘உனக்காவது கப்பல் எங்கே போகிறது என்று தெரியுமா?’ என்று கேட்டேன். ‘அண்ணை, நாலு நாள் முன்பு நாங்கள் சர்வதேச தேதிக் கோட்டைத் தாண்டிவிட்டோம். கப்பல் எங்களை அமெரிக்கா கொண்டு போகும் அல்லது கனடாதான். தேசம் எங்களைக் கண்டு பிடிக்காது. நாங்கள்தான் அதைக் கண்டுபிடிக்க வேண்டும்.’

‘அது என்ன சர்வதேச தேதிக்கோடு?’ ‘தாய்லாந்தில் இருந்து பசிபிக் சமுத்திரம் வழியாக அமெரிக்கா போகும்

போது சர்வதேச தேதிக்கோட்டைத் தாண்டவேண்டியிருக்கும். அப்படித் தாண்டும்போது ஒரு முழுநாள் மறைந்துவிடும். புதன்கிழமை மறுபடியும் செவ்வாய்க்கிழமையாக மாறிவிடும். நீங்கள் ஒருநாளை இரண்டு தடவை வாழலாம்.' இப்படி அவன் சொல்லிக் கொண்டிருக்கும்போதே ஒரு மஞ்சள் கலர் விமானம் தாழ்வாகப் பறந்து எங்களைச் சுற்றத்தொடங்கியது. அதன் பக்கவாட்டில் ஒரு கொடி வரைந்திருந்தது. இரண்டு சிவப்புக்கோடு. நடுவிலே வெள்ளை. அதிலே சிவப்பு இலை. 'அண்ணை, கனடா. கை காட்டுங்கோ. கனடா' என்று கத்தினான். நாங்கள் இருவரும் துள்ளித்துள்ளி கை காட்டினோம். ஒரு முழு வசனத்தை ஆங்கிலத்தில் பேசிவிட்டதுபோல என் இருதயம் மகிழ்ச்சியால் நிறைந்தது. எஞ்சின் பையன் தேசம் எங்களைக் கண்டுபிடிக்காது என்று சொன்னான். அது முழுப் பிழை. கனடா எங்களைக் கண்டுபிடித்துவிட்டது.

அடுத்த நாள் இரண்டு கனடிய ரோந்துக் கடற்படைக் கப்பல்கள் வழிகாட்டிக்கொண்டு போக எங்கள் கப்பல் கனடாவின் விக்டோரியா துறைமுகத்தை நோக்கிப் போனது. 45 நாட்கள் எங்கே போகிறோம் என்பது தெரியாமல் கடலில் அலைந்திருந்தோம். கப்பலில் தண்ணீர் முடிந்துவிட்டது. உணவும் ஒரு நாளைக்குத்தான் போதும். நாளைக்கு என்ன நடக்கும் என்ற அவதியில் நாங்கள் இருந்தபோது விமானம் தோன்றியது எத்தனை அதிர்ஷ்டம். நாளை காலை எங்கள் கால்கள் கனடிய மண்ணில் பதியும். ஒருநாளும் இல்லாத உவகையுடனும் நிம்மதியுடனும் அன்று உறங்கப் போனோம்.

அத்தனை நாட்களிலும் ஆழ்ந்த தூக்கம் கிடைத்தது அன்று இரவுதான். அடுத்த நாள் காலை பெரும் அதிர்ச்சி காத்திருக்கும் என்பது தெரியாது. காலை எழும்பியபோது இரண்டு துப்பாக்கிகள் என்னை நோக்கிக் குறிவைக்கப்பட்டு இருந்தன. பூட்ஸ் கால்களின் ஓசை கப்பலின் நாலு திசைகளிலும் ஒலித்தது. புதன்கிழமை செவ்வாய்க்கிழமை ஆனதுபோல நான் யாழ்ப்பாணத்துக்கு மறுபடியும் திரும்பிவிட்டேனோ என்று ஒரு கணம் நடுங்கிவிட்டேன். முன்னே நீட்டிக்கொண்டு நிற்பது சிங்களத் துப்பாக்கி அல்ல. கனேடியத் துப்பாக்கி என்பது இன்னும் புதிராக இருந்தது. நான் என்ன குற்றம் செய்தேன் என்று எனக்குப் புரியவில்லை.

கைகளிலும் கால்களிலும் விலங்கு பூட்டி எங்களை அழைத்துப் போனார்கள். 'நீ பயங்கரவாதியா?' 'இல்லை ஐயா இல்லை. நான் நாடில்லாதவன். மண்ணெண்ணெய் கார்க்காரன்.' 'மண்ணெண்ணெய் என்றால்? அப்ப நீ பயங்கரவாதியா?'

'மண்ணெண்ணெயில் ஓடும் காரின் சாரதி.' கனடிய மண்ணில் முதல் தடவையாக கால் வைத்தபோது கப்பல் அசைவதுபோல கால்கள் ஆடி ஆடி நடந்தன. வழக்கை விசாரித்த நீதிபதியும் என்னிடம் மண்ணெண்ணெய் என்றால் என்ன என்று கேட்டார். ஏறக்குறைய ஐந்து வருடங்கள் கடந்து 18 ஜூலை 2014 வெள்ளிக் கிழமை அன்று நான் கனடாவில் அகதியாக அனுமதிக்கப்பட்டேன். அத்தனை காலம் எடுத்தது அவர்களுக்கு நான் பயங்கரவாதி இல்லை, அகதி என்று கண்டுபிடிப்பதற்கு. மண்ணெண்ணெய் என்றால் என்ன என்று அவர்கள் கண்டுபிடிக்கவே இல்லை.

குறிப்பு: *தாய்லாந்தில் இருந்து 1 ஆகஸ்ட் 2009 சனிக்கிழமை புறப்பட்ட Ocean Lady கப்பல் 76 இலங்கை அகதிகளை ஏற்றிக்கொண்டு கனடாவின் விக்டோரியா துறைமுகத்தை 45 நாட்களுக்கு பின்னர், 14 அக்டோபர் 2009 புதன்கிழமை அடைந்தது. ஐந்து வருடங்கள் கழித்து 14 அக்டோபர் 2014 செவ்வாய்க்கிழமை அன்று. 76 பேர்களின் விவரம் கீழ்வருமாறு:*

30 பேர் – அகதிகளாக ஏற்கப்பட்டனர்.

27 பேர் – நிராகரிக்கப்பட்டனர்

7 பேர் – திருப்பி அனுப்பப்பட்டனர்.

12 பேர் – முடிவு இன்னும் இல்லை.

அ. முத்துலிங்கம்

கடவுச்சொல்

அன்று காலை விடிந்தபோது அது அவர் வாழ்க்கையில் மிகவும் ஆச்சரியமான நாளாக மாறும் என்பது சிவபாக்கியத்துக்குத் தெரியாது. செப்டம்பர் மாதத்தில் இலைகள் நிறம் மாறுவது பார்க்க அவருக்குப் பிடிக்கும். அவர் வசித்த நாலாவது மாடி மரங்களின் உயரத்தில் இருந்தது இன்னொரு வசதி. யன்னலைத் திறந்தவுடன் குளிர் காற்று வீசியது. முன்னே நிற்பது வெள்ளையடித்ததுபோல பேர்ச் மரம். சற்றுத் தள்ளி சேடர் மரம். ஆக உயரமானது. ஆஷ் மரப்பட்டைகள் சாய்சதுரமாகவும் இலைகள் எதிரெதிராகவும் இருக்கும். ஐந்துகோண மேப்பிள் இலை அவசரமாக நிறம் மாறும். கடைசியாக மாறுவது ஓக்.

தகவல் பெட்டியில் மாலை நாலு மணிக்கு தண்ணீர் அப்பியாசம் என நினைவூட்டல் குறிப்பு கிடந்தது. நியூயோர்க்கில் இருந்து 80 மைல் தூரத்தில் இருக்கும் முதியோர் காப்பகத்துக்கு அவரைக் கொண்டுவந்து மகள் விட்ட நாளிலிருந்து அவர் தினம் மறக்காமல் செய்தது தண்ணீர் உடற்பயிற்சி. அது அவரை ஆரோக்கியமாக வைத்திருந்தது. குளித்து உடுப்பை மாற்றி அரை மணிநேரம் பிரார்த்தனை செய்தார். ஒரு துண்டு ரொட்டியில் அப்ரிகோட் ஜாம் பூசிச் சாப்பிட்டுவிட்டு, தேநீர் பருகினார். அங்கே வந்து ஐந்து வருடமாகிவிட்டது. மகள் அவருக்கு ஒரு குறையும் வைக்கவில்லை. ஐந்து நட்சத்திர ஹொட்டலில் இருப்பதுபோல வசதிகள். கடன் அட்டையில் கீழே இருக்கும் சுப்பர்மார்க்கட்டில் என்னவும் வாங்கிச் சமைக்கலாம். அல்லது வேண்டிய

உணவுக்கு ஓடர் கொடுக்கலாம். தொலைக்காட்சி பார்க்கலாம். ரேடியோ கேட்கலாம். தினம் மருத்துவர் வந்து சோதிப்பார். வேண்டுமானால் முழுநாளும் படுத்துக்கிடக்கலாம். ஒருவர் கேள்வி கேட்கமாட்டார்கள்.

கீழே போய் தோட்டத்தில் சிறிது நேரம் உலாத்தலாம் என்று நினைத்தபோது கதவு தட்டப்பட்டது. முன்கூட்டியே அறிவிக்காமல் ஒருவரும் வருவதில்லை. வெளியே இருந்து வருபவர்கள் முதலில் பஸ்ஸரை அழுத்தி இவர் கீழே மின்கதவைத் திறந்த பிறகுதான் மேலே வரலாம். மறுபடியும் யாரோ தட்டினார்கள். கதவைத் திறந்தபோது அதிர்ச்சியில் ஓர் அடி பின்னே நகர்ந்தார். நம்பமுடியவில்லை. ஆப்பிரஹாம் நீலக் கண்களுடன் உயரமாக 14 வயதை நிரப்பிக்கொண்டு நின்றான். 'அம்மம்மா' என உரக்க அழைத்தான். அதன் பின்னர்தான் முன்னே பாய்ந்து அவனைக் கட்டிக்கொண்டார். வார்த்தைகள் குழறின. 'நீ என்னை மறக்கவில்லையா? மறக்கவில்லையா?' என்று அரற்றினார். 'அம்மம்மா, அம்மம்மா' என்று அழைத்தபடியே அவன் கூச்சமாக நின்றான். அவனுக்கு ஒன்பது வயது நடந்தபோது பிரிந்தது. இப்பொழுதுதான் முதல் தடவையாகச் சந்திக்கிறார்கள்.

சிவபாக்கியம் பேரனைத் தடவித் தடவிப் பார்த்தர். ஈட்டி எறிபவன் போல உடம்பு. பொன் கம்பிகளாகத் தனித்தனியாகக் குத்திட்டு நிற்கும் முடி. அணைத்தார், மீண்டும் தடவினார். 'அம்மா நல்லாய் இருக்கிறாரா? அப்பா நல்லாய் இருக்கிறாரா. படிக்கிறாயா?' என்றார். 'அம்மம்மா இன்றுமுழுக்க நான் உங்களுடன்தான். எல்லாக் கேள்விகளுக்கும் பதில் இருக்கு. முதலில் மோலுக்கு போவோம் அங்கே உங்களுக்கு விருப்பமான பிரவுணி ஐஸ்கிரீம் சாப்பிடுவோம்' என்றான். 'உனக்கு இன்னும் ஞாபகம் இருக்கா?' என்றார் சிவபாக்கியம் ஆச்சரியத்துடன். அவனுக்கு ஐந்து வயதிருக்கும். பிரவுணி ஐஸ்கிரீம் என்றால் இருவருக்குமே பிடிக்கும். அன்று சாப்பிடும்போது அது கைதவறிக் கீழே விழுந்துவிட்டது. சிவபாக்கியம் அதைக் குனிந்து துடைத்துத் துப்புரவாக்கினார். மகள் 'எதற்காக கூட்டிச் சுத்தம் செய்கிறீர்கள்? அதற்குத்தான் வேலைக்காரர்கள் இருக்கிறார்களே' என்றாள். சாதாரணக் குரல்தான். உடல் முழுவதும் சேகரமான கோபம் அவள் வ்ாய்வழியாக வேகமாக வெளியே வந்தது. சிவபாக்கியம் திடுக்கிட்டுவிட்டார். அப்படித்தான் சச்சரவு ஆரம்பித்தது.

ஆப்பிரஹாமுக்கு ஆறு வயதானபோது ஒருநாள் தாதி அவனைப் பள்ளிக்கூடத்திலிருந்து அழைத்து வந்தாள். அவன் வரவை எதிர்பார்த்தபடியே வாசலில் சிவபாக்கியம் காத்துக் கிடந்தார். முழங்கால்கள் ஒன்றுடன் ஒன்று இடிபட ஓடிவந்து

சப்பாத்துகளைக்கூட கழற்றாமல் அவர் மடியில் தாவி ஏறி உட்கார்ந்து அன்று பள்ளிக்கூடத்தில் நடந்ததை ஒவ்வொன்றாகச் சொன்னான் அபே. இவர் தமிழில் கேட்பார் அவன் ஆங்கிலத்தில் பதில் சொல்வான். எலும்புகள் இல்லாதவன்போல வளைந்து விளையாட்டுக் காட்டினான். நாற்காலியில் ஏறிப் பாய்ந்தபோது முழங்காலில் காயம்பட்டு அவன் உடலின் உள்ளே ஓடிய ரத்தம் அதே வேகத்தில் அதே திசையில் வெளியே ஓடியது. சிவபாக்கியம் ஒன்றுமே புரியாமல் 'ஓ'வென்று கத்தினார். தாதி ஓடிவந்து கட்டுப்போட்டாள். அன்று மகள் அவர்மேல் பாம்புபோலச் சீறியதை மறக்க முடியாது. 'தாதி ஒருத்தி இருக்கிறாளே. அவளுடைய வேலையை நீங்கள் ஏன் செய்கிறீர்கள்?'

பழைய செய்தித்தாளில் சுற்றிவரும் இனிப்புக்காக வீட்டுவாசலில் இரண்டு மணிநேரம் காத்திருந்த அந்தச் சிறுமியா இன்று அவர்மேல் அப்படிப் பாய்ந்தாள். அவரால் நம்ப முடியவில்லை. அவருடைய ஒரே மகிழ்ச்சி ஆப்பிரஹாம்தான். அவர் கொழும்பிலிருந்து அமெரிக்கா வந்ததே அவனைப் பார்க்கத்தான். புலமைப் பரிசிலில் படிக்க வந்த மகள் பெஞ்சமினைக் காதலித்து மணந்துகொண்டாள். அவன் பரம்பரைச் செல்வந்தர் குடும்பத்தைச் சேர்ந்தவன். மிக நல்லவன்; ஆடம்பரமே கிடையாது. பிள்ளை பிறந்து நாலு வயதானபோது மகள் அவரை வருவித்தாள். அந்த ஆரம்ப நாட்களில் மகளிடம் கேட்டார். 'ஏன் நீ யூத மதத்துக்கு மாறினாய். திரௌபதி என்ற பெயரைக்கூட ரிபெக்கா என்று மாற்றிவிட்டாயே.' 'அம்மா, நீதானே சொன்னாய் எல்லா மதமும் ஒன்று என.' 'அதைத்தான் இப்பவும் சொல்கிறேன். எல்லா மதமும் ஒன்று என்றால் ஏன் நீ மாறவேண்டும்?' 'அம்மா, நீங்கள் முழங்காலில் உட்கார்ந்து இன்னொருவர் வீட்டுத் தரையைத் துடைப்பதுதான் என் சிறுவயது ஞாபகம். அந்த நிலை எனக்கு வந்துவிடுமோ என்று பயமாக இருக்கிறது.'

வரவரச் சின்ன விசயங்களுக்கெல்லாம் மகள் எரிந்து விழுந்தாள். புண்படுத்தும் வார்த்தைகள் சொன்னாள். மூடிவைத்த புத்தகம்போல முகம் இருந்தது. அன்பாகக் கதைப்பதென்பது அரிதாகிவிட்டது. ஆப்பிரஹாமுடன் கழிக்கும் அந்த ஒன்றிரண்டு நிமிடங்களுக்காக மட்டுமே சிவபாக்கியம் உயிர் வாழ்ந்தார். வெள்ளிக்கிழமை இரவுகளில் அநேகமாக வீட்டிலே பெரிய விருந்து நடைபெறும். 'அம்மா இன்றைக்கு இரவு விருந்து நடக்கிறது' என்று மகள் சொல்வாள். 'நீங்கள் கீழே வந்து விருந்தினர் கண்ணில் படவேண்டாம்' என்பதுதான் பொருள். தாயாரை அறிமுகம் செய்யும் அவமானத்திலிருந்து அவள் தப்பிவிடலாம். அன்றிரவு வெகுநேரம் ஹோரா நடனம் ஆடிக்

களித்துவிட்டு விருந்தினர்கள் கலைந்தார்கள். அடுத்தநாள் காலை தேநீர் தயாரிப்பதற்காக சிவபாக்கியம் கீழே இறங்கிவந்து வாயு அடுப்பைப் பற்ற வைத்தார். அன்று சனிக்கிழமை என்பதை முற்றிலும் மறந்துபோனார். திரும்பிப் பார்த்தபோது பின்னால் மகள், மருமகன், ஆப்பிரஹாம், தாதி, வேலைக்காரி எல்லோரும் நின்று அவளை உற்றுப் பார்த்தனர். யூத வீடுகளில் வெள்ளி இரவு தொடங்கி சனி இரவு வரைக்கும் அடுப்பு பற்றவைக்க முடியாது. அது மகா பாவம். மகள் 'அம்மா, உனக்கு அறிவு கெட்டுப் போச்சா? எங்கள் வீட்டை நாசமாக்க வந்தாயா?' என்று எல்லோர் முன்னிலையிலும் கத்தினாள். ஏழு வயது ஆப்பிரஹாம் ஓடி வந்து 'அம்மம்மா' என்று அவரைக் கட்டிக்கொண்டான். சிவபாக்கியம் மேலே போய் அறையில் தனிமையில் அழுது தீர்த்தார். கூட்டுவதையும் துடைப்பதையும் மினுக்குவதையும் மட்டுமே அறிந்த அவர் மூளைக்குள் இந்த விசயம் ஏறவில்லை. 'நரகத்துக்குள் நுழைந்தவர் தங்கக்கூடாது; நடந்துகொண்டே இருக்கவேண்டும்.'

எல்லா வசதியும் இருந்தது. வெளியே போகலாம் வரலாம். வேண்டியதை வாங்கிச் சமைக்கலாம். ஆனால் மகள் அவரை வெறுத்தாள். ஒரு பழைய வாழ்க்கையை அவளுக்கு ஞாபகமூட்டிய காரணமாக இருக்கலாம். கடைசி சம்பவம் ஆப்பிரஹாமின் ஒன்பதாவது வயதில் நடந்தது. அவன் கிளாசில் தண்ணீர் குடிக்கும்போது கடைவாயில் இரண்டு பக்கமும் வழியும். சிவபாக்கியம் அதைத் துடைத்தபடியே அவனுக்கு இடியப்பத்தையும் றால் பொரியலையும் பிசைந்து ஊட்டினார். வெட்டிய தக்காளிபோன்ற சின்ன வாயை அவன் திறப்பான். பாதியில் போதும் என்று மூடுவான். இவர் 'இன்னும் கொஞ்சம்' என்பார். அவன் திறப்பான். கால்களை உயரத் தூக்கிப் பாய்ந்து எங்கேயோவிருந்து மகள் வந்தாள். றால் பொரியலை பார்த்து விட்டு 'அம்மா' என்று கத்தினாள். வீடு முழுக்க அதிர்ந்தது. ஆப்பிரஹாம் மடியிலிருந்து குதித்து இறங்கி மூலையில் போய் நடுங்கிக்கொண்டு நின்றான். 'எங்கள் குடும்பத்தைப் பிரிப்பதற்குத்தான் நீ வந்திருக்கிறாய். உன்னைப்போல என்னையும் வெகு சீக்கிரத்தில் வீடு கூட்ட வைத்துவிடுவாய்.'

இத்தனை கொடூரமான வார்த்தைகளை ஒருவரும் எதிர் பார்க்கவில்லை. அன்றே சிவபாக்கியம் முதியோர் இல்லத்தில் சேர்க்கப்பட்டார். ஓர் ஒற்றையைத் திருப்புவதுபோல அத்தனை எளிதாக அது நடந்துவிட்டது. அங்கே வந்த பின்னர்தான் சில விசயங்களைக் கற்றுக்கொண்டார். யூதர்கள் குளம்பு பிளந்த, இரை மீட்கும் மிருகத்தின் இறைச்சியை மட்டுமே உண்பார்கள். ஆடு, மாடு, மான், மரை. பன்றிக்கு பிளவுபட்ட குளம்பு ஆனால் இரை

மீட்காது. ஆகவே அது தள்ளி வைக்கப்பட்ட உணவு. ஒட்டகம் இரை மீட்கும் ஆனால் குளம்பு பிளவு படவில்லை. அதுவும் தள்ளிவைக்கப்பட்ட உணவு. நீரில் வாழும் பிராணிக்கு செதிளும் செட்டையும் இருக்கவேண்டும். ஆகவே மீன் ஏற்கப்பட்ட உணவு. நண்டு, கணவாய், றால் தள்ளிவைக்கப்பட்டவை. சிவபாக்கியத்துக்கு இவை எல்லாம் தெரியவில்லை.

ஐந்து வருடங்களாக மகள் அவரை அங்கே வந்து பார்த்தது கிடையாது. பேசியதும் இல்லை. ஆனால் ஐந்து நட்சத்திர ஹொட்டல்போல எல்லா வசதிகளும் செய்து தந்திருந்தாள். கடன் அட்டையில் அவர் என்னவும் வாங்கலாம். எவ்வளவும் செலவழிக்கலாம். ஆனாலும் அவரால் சந்தோசமாக இருக்க முடியவில்லை. ஏதோ குறைந்தது. பயணி மறந்து விட்டுப்போன பயணப்பெட்டிபோல ஒருவருக்கும் பிரயோசனம் இல்லாமல் கிடந்தார். தியான வகுப்பில் மனதை மூடச் சொல்வார்கள். அப்படிச் சொன்ன உடனேயே அங்கே ஆப்பிரஹாம் தோன்றிவிடுவான்.

'அம்மம்மா, நீங்கள் மெலிந்துபோய் விட்டீர்கள். என் கையைப் பிடியுங்கோ, மோல் வந்துவிட்டது. பிறகு சுத்திப் பார்ப்போம். இப்ப ஐஸ்கிரீம் சாப்பிடுவோம். இன்றைக்கு மதியச் சாப்பாடும் என்னோடுதான், யப்பானிய உணவகத்தில்.' இருவரும் பிரவுணி ஐஸ்கிரீம் சாப்பிட்டார்கள். 'அம்மம்மா, நீங்கள் போனவருடம் என்னுடைய பார்மிற்ஸாவை மறந்து விட்டீர்கள். 200 விருந்தினர்கள் வந்திருந்தார்கள் ஆனால் நீங்கள் வரவேயில்லை.' 'அப்படியா? என்னை ஒருவருமே அழைக்கவில்லை, அபே. அது என்ன பார்மிற்ஸா?' 'ஓ, அதுவா? 13வது பிறந்தநாளுடன் கொண்டாடுவது. நான் முழு ஆண் ஆகிவிட்டேன் என்ற பிரகடனம். என்னுடைய பாவங்களுக்கு நானே முழுப் பொறுப்பு.' 'எனக்குத் தெரியாதே. என் ஆசி உனக்கு எப்பொழுதும் உண்டு.'

'அம்மம்மா உங்களுக்கு என்ன வயது?' 70 என்றார் சிவபாக்கியம். 'அப்ப ஒன்று செய்யலாம். எங்கள் சமய முறைப்படி 83 வயதை அடைந்த ஒருவருக்கு நாங்கள் இரண்டாவது பார்மிற்ஸா கொண்டாடுவோம். உங்களுக்கு 83 வயதாகும்போது எனக்கு 27 வயது நடக்கும். நான் உங்களுக்கு மிகப்பெரிய பார்மிற்ஸா ஏற்பாடுசெய்வேன். சம்மதமா?' 'எனக்கு சம்மதம். ஹோரா வட்ட நடனம் என்னை ஆடச்சொல்லக்கூடாது.' இருவரும் வாய்விட்டுச் சிரித்தார்கள்.

அன்று நெடுநேரம் சுற்றிக் களித்துவிட்டு மாலையானதும் களைத்துப்போய் வீடு திரும்பினார்கள். 'அம்மம்மா, இரவு என்ன

சாப்பாடு?' 'நல்ல இடியப்பமும், சொதியும் இருக்கு. கொஞ்சம் சாப்பிடு, அபே.' 'றால் இருக்கா அம்மம்மா?' றால் ஆழ்குளிரில் கிடப்பது ஞாபகத்துக்கு வந்தது. 'ஏன் கேட்கிறாய் அபே?' 'றால் பொரியுங்கோ, அம்மம்மா.' 'அதே பிழையை இன்னொருமுறை விடமாட்டேன், அபே. நல்ல பாடம் படித்துவிட்டேன், போதும்.' 'என்ரை அம்மம்மா!. இனி நான் எப்ப வருவேனோ தெரியாது? எனக்கு வேணும். பிளீஸ்.' அவனுடைய பிரகாசமான முகம் கறுத்து அழத் தயாரானபோது அவரால் தாங்க முடியவில்லை. 'சரி சரி அழவேண்டாம், என்ரை ராசா.'

றால் பொரிந்து பொன்னிறமாக மாறியபோது மணம் அறை முழுக்க பரவியது. இரண்டு இடியப்பம், சொதி, றால் பொரியல் ஆகியவற்றை ஒரு பிளேட்டில் பரிமாறி அபேயிடம் கொடுத்தார். அவன் உள்ளங்கையால் பிசையத் தொடங்கினான். 'அம்மம்மா வாயைத் திறவுங்கோ.' 'எனக்கு வேண்டாம். நீ முதலில் சாப்பிடு.' 'நான் சாப்பிடக்கூடாது. இது தடுக்கப்பட்ட உணவு, கோசர் அல்ல, உங்களுக்குத் தெரியும். அம்மம்மா, வாயைத் திறவுங்கோ.' அவர் வாயைத் திறக்க அவன் ஊட்டிவிட்டான். 'போதும், போதும்' என்றார் அவர். 'இன்னும் கொஞ்சம், இன்னும் கொஞ்சம்' என்றான் அவன். சாப்பாட்டின் சுவையோடு கண்ணீரும் அவர் வாய்க்குள் நுழைந்தது. அதுவரை சிவபாக்கியம் நினைத்திருந்தார் ஒரு பெண்ணுக்குக் கிடைக்கக்கூடிய ஆகப் பெரிய சந்தோசம் 'இன்னும் கொஞ்சம், இன்னும் கொஞ்சம்' என்று சொல்லி ஏமாற்றி பேரனுக்கு உணவூட்டுவதுதான் என்று. இப்பொழுது தெரிந்தது அதிலும் கூடிய மகிழ்ச்சி ஒன்று இருந்தது. அது பேரன் கையால் 'இன்னும் கொஞ்சம், இன்னும் கொஞ்சம்' என்று சொல்லி உணவூட்டப்படுவதுதான்.

மணி ஒன்பதை நெருங்கியது. 'அம்மம்மா நான் புறப்பட வேண்டும், கார் வந்துவிட்டது.' என்றான். 'அம்மாவும் அப்பாவும் நல்லாயிருக்கிறார்களா?' 'ஒரு குறையும் இல்லை. இன்று முழுக்க அவர்கள் யூதக் கோயிலில் கழித்திருப்பார்கள்.' 'அப்படியா? என்ன விசேஷம்?' 'இன்றுதான் யொம்கிப்பூர். பாவ மன்னிப்பு நாள். விரதம் இருந்து பாவங்களைக் கழுவும் நாள். அப்பாவிடம் முன்னரே பேசி உங்களிடம் வர அனுமதி பெற்றிருந்தேன்' என்று சொல்லிவிட்டுச் சிரித்துக்கொண்டு நின்றான். அவன் நீலக் கண்களில் வீசிய ஒளி அறையை நீல நிறமாக மாற்றியது.

'நீ பாவத்தைக் கழுவவா இங்கே வந்தாய்? நீ என்ன பாவம் செய்தாய்?' அவன் ஒன்றுமே பேசாமல் நிலத்தைப் பார்த்தான். 'அம்மாவுக்கு நீ இங்கே வந்தது தெரியுமா?' 'நான் சொல்ல வில்லை? அவர் சம்மதிப்பாரோ என்னவோ. ஆனால் வீட்டுக்கு

போனதும் அவரிடம் சொல்லப் போகிறேன்.' முதுகுப்பையை மாட்டிக்கொண்டு புறப்பட ஆயத்தமானான். 'இனி எப்போது வருவாய், அபே?' 'புதிய பாவங்களைச் சேர்த்த பிறகு.' மீண்டும் சிரித்தான். திடீரென்று I love you என்று சொல்லி மறுபடியும் கட்டிப்பிடித்தான். 'ரோஷஹஷானாவுக்கு வீட்டுக்கு வருவீர்களா, அம்மம்மா?' 'அது என்ன?' 'எங்கள் புதுவருடம். ஆதாமும் ஏவாளும் சிருட்டிக்கப்பட்ட தினம்.' 'யார் என்னை அழைப்பார்கள்? நீ என்னை மறந்துபோக மாட்டாயே?' என்றாள் கிழவி தழுதழுத்த குரலில்.

பனிக் குளத்தில் குதிக்கத் தயாராவதுபோல சிறிது தயங்கி நின்றான். 'இல்லை, அம்மம்மா. எப்படி மறப்பேன்? என்னுடைய itune, amazon, netflix, facebook, icloud, youmanage எல்லாக் கணக்குகளுக்கும் உங்களுடைய பெயரைத்தானே கடவுச்சொல்லாக வைத்திருக்கிறேன். ஒருநாளைக்கு 10 தரமாவது உங்களை நினைக்கிறேன் அம்மம்மா.' அவருடைய கன்னத்தை தடவினான். அது ஈரமாக இருந்தது. itune, amazon, netflix, facebook, icloud, youmanage என்ன என்று அவர் கேள்விப்பட்டதேயில்லை. ஆனால் அவன் தன்னை மறக்கவில்லை என்று சொன்னது புரிந்தது.

அவர் கண்கள் அவன் முதுகையே பார்த்துக்கொண்டிருந்தன. பேர்ச் மரத்தை தாண்டி, ஓக் மரத்துக்கும் மேப்பிள் மரத்துக்கும் இடையில் ஒரு துள்ளுத் துள்ளி புகுந்து காரை நோக்கி ஓடினான். திடீரென்று அடித்த காற்றுக்குத் திரைச்சீலை விழுந்ததுபோல இலைகள் பல வண்ணங்களில் உதிர்ந்தன. அவன் மறைந்து விட்டான். யூதக் காலண்டரில் அடுத்த யொம்கிப்பூர் எப்பொழுது வரும் என்ற ஆலோசனையில் அதே இடத்தில் நெடுநேரம் நின்றார் சிவபாக்கியம்.

புவியீர்ப்புக் கட்டணம்

ஆட்டுப்பால் புட்டு

இதுவெல்லாம் நடந்தது சிலோனில்தான், ஶ்ரீலங்கா என்று பெயர் மாற்றம் செய்ய முன்னர். அப்பொழுதெல்லாம் 'தபால் தந்தி சேவை' என்றுதான் சொன்னார்கள். அலுவலகம், அஞ்சல் துறை, திணைக்களம் போன்ற பெரிய வார்த்தைகள் கண்டுபிடிக்கப்படவில்லை. தினம் யாழ்தேவி கொழும்பிலிருந்து சரியாக காலை 5.45க்கு புறப்பட்டு காங்கேசன்துறைக்கு ஓடியது; பின்னர் அதே நாள் திரும்பியது. தபால், தந்தி சேவையில் அதிகாரியாக வேலை செய்த சிவப்பிரகாசம் இரண்டு மாதத்திற்கு ஒருமுறை வெள்ளிக்கிழமை அதிகாலை யாழ்தேவியை பிடித்து புறப்பட்டு மதிய உணவுக்கு யாழ்ப்பாணம் போய்விடுவார். பின்னர் ஞாயிறு மதியம் அங்கேயிருந்து கிளம்பி இரவு கொழும்பு திரும்புவார். திங்கள் காலை வழக்கம்போல கந்தோருக்கு அதிகாரம் செய்யக் கிளம்புவார்.

யாழ்ப்பாணத்தில் அவருடைய மனைவி நாற்சார் வீட்டையும், பெரிய வளவையும் பரிபாலித்துக் கொண்டிருந்தார். அவர்களுடைய ஒரே மகள் மணமுடித்து சிங்கப்பூர் போய்விட்டாள். வீட்டிலே அவர்கள் வளர்த்த ஒரு மாடு, இரண்டு ஆடுகள், மூன்று நாய்கள், 20 கோழிகளும், வளர்க்காத எலிகள், சிலந்திகள், கரப்பான்பூச்சிகளும் அவர்களை ஓயவிடாமல் வேலை கொடுத்தன. சிவப்பிரகாசம் அடிக்கடி வருவது மனைவியை பார்ப்பதற்கு மட்டுமல்ல, வீடு வளவுகளை பராமரிக்கவும்தான். அப்படித்தான் அவர் மனைவிகூட நினைத்தார். ஆனால் இன்னொரு ரகஸ்யக் காரணமும் இருந்தது.

யாழ்ப்பாணத்திலே தேங்காய் புட்டு பிரபலம். தேங்காய்ப்பால் புட்டு இன்னும் பிரபலம். மாட்டுப் பால் புட்டையும் சிலர் விரும்பி உண்பதுண்டு. ஆனால் சிவப்பிரகாசம் சாப்பிடுவது என்றால் அது

ஆட்டுப்பால் புட்டுத்தான். தேங்காயை சிறுசிறு துண்டுகளாக நறுக்கி இட்டு, அரிசிமாவையும், உளுத்தம்மாவையும் சரிசமமான விகிதத்தில் கலந்து குழைத்து முதலில் புட்டு அவிக்கவேண்டும். அதை இறக்கியவுடன் சூடாக்கிய ஆட்டுப்பாலில் கிளறி சர்க்கரை இரண்டு கரண்டி சேர்த்து சுடச் சுட சாப்பிட்டால் அதன் ருசியே தனி என்பது சிவப்பிரகாசத்தின் அபிப்பிராயம். மனைவிக்கு ஒத்துவராத கருத்து அது. ஆட்டுப்பாலில் கொழுப்பு குறைவு ஆனால் புரதச் சத்து அதிகம். அது காந்தியின் உணவு என்று வாதம் செய்வார் சிவப்பிரகாசம். யாழ்தேவியில் இறங்கி வீட்டுக்கு வந்துசேரும் நேரம் அவர் மனைவி ஆட்டுப்பால் புட்டை சுடச்சுட தயாராக வைத்திருக்கத் தவறுவதே இல்லை.

ஒருமுறை அவர் வீட்டு மாடு கன்று ஈன்றுவிட்டது. 'நீங்கள் வந்த நேரம்' என்று மனைவி. அவரைப் புகழ்ந்தார். மனைவிகள் கணவரைப் பாராட்டுவது அபூர்வமானது. சிவப்பிரகாசத்துக்கு மகிழ்ச்சி தாளவில்லை. அவசர அவசரமாக கன்றைச் சுற்றிவந்த இளங்கொடியை உமலிலே போட்டுக்கட்டினார். உடனுக்குடன் அதை ஆலமரத்தின் உச்சியில் தொங்கவிட வேண்டும். அந்த ஊரில் இப்படியான வேலைகளைச் செய்வதற்கு ஒருவன் இருந்தான். வேலி அடைப்பது, விறகு தறிப்பது போன்ற வேலைகள். அழகான வாலிபன். அவனுடைய தாய் தமிழாசிரியை. படிப்பு ஓடாதபடியால் அதை நிறுத்திவிட்டு இப்படியான வேலைகளை ஊருக்குள் செய்தான். பெயர் நன்னன்.

'ஆலமரத்தின் உச்சியில் கட்டவேண்டும். அப்பதான் மாடு நிறையப் பால் கறக்கும். வேறு ஒருவருடைய உமலும் அதற்குமேல் இருக்காமல் பார்த்துக்கொள்' என்றார். அவன் 'தெரியும் ஐயா. இந்த ஊர் முழுக்க பால் கறப்பது என்னால்தான்' என்று சொல்லியவாறு போய் கட்டிவிட்டு வந்தான். அடிக்கடி வீட்டுக்கு வந்து அவர் கொடுக்கும் வேலைகளை செய்தான். குணசாலி. குடிப்பது கிடையாது. சீட்டு விளையாடுவது இல்லை. ஒருவித கெட்ட பழக்கமும் அவனிடம் இருப்பதாகச் சொல்ல முடியாது. வேலை முடிந்ததும் காசை வாங்கிக்கொண்டு போவான். எண்ணிக்கூட பார்ப்பதில்லை.

ஒருநாள் சிவப்பிரகாசம் கேட்டார் 'உனக்கு இந்தப் பெயர் யார் வைத்தது?' அவன் சொன்னான், 'அம்மாதான். அது பழைய மன்னனின் பெயர்.' 'அவன் கொடூரமானவன் அல்லவா?' என்றார். அவன் சொன்னான் 'எந்த மன்னன்தான் கொடூரம் இல்லாதவன் என்று அம்மா சொல்வார்.' பெயர்தான் நன்னன் என்று இருந்ததே ஒழிய அவனுடையது சாதுவான முகம். எப்பொழுதும் ஏவலை எதிர்பார்க்கும் கண்கள். நாளை என ஒன்றிருக்கே என்ற யோசனை அவனுக்கு கிடையாது. கொஞ்ச நேரம் தீவிரமாக சிந்திப்பதுபோல முகத்தை கோணலாகப் பிடித்தபடி நின்றான். பின்னர் அவர் ஆச்சரியப்படும் விதமாக ஒன்றைச் சொன்னான். 'அரசன் என்றால்

அவனுக்கு ஒரு கொடி இருக்கவேண்டும். இந்த ஊர் ஆலமரத்தை பார்த்தால் அது தெரியும். எனக்கு எத்தனை இளங்கொடிகள் தொங்குகின்றன என்று.'

ஒவ்வொரு முறையும் சிவப்பிரகாசம் வரும்போது நன்னனுக்கு ஏதாவது வேலையிருக்கும். அந்த தடவை அவர் வந்தபோது 'நன்னன் மணமுடித்துவிட்டான்' என்று மனைவி சொன்னார். அன்று பின்னேரமே அவன் மனைவியை அழைத்துக்கொண்டு அவரைப் பார்க்க வந்தான். பெண் அழகில் அவனுக்கு கொஞ்சமும் குறைந்தவள் இல்லை. கண்களைப் பார்த்தபோது துணுக்கென்று இருந்தது. இமைக்க முடியாத பாம்பின் கண்கள் போல அவை நீளமாக இருந்தன. அதில் கொஞ்சம் தந்திரமும் தெரிந்தது. அவருடைய முதல் நினைப்பு 'இவன் அப்பாவியாக இருக்கிறானே. இவளை எப்படி சமாளிக்கப் போகிறான்' என்பதுதான். பின்னர் யோசித்தபோது இவள்தான் சரியென்று பட்டது. அப்பாவியானவனை இவள் எப்படியும் முன்னேற்றிவிடுவாள். வெற்றிலையில் காசு வைத்து மணமக்களிடம் கொடுத்து சிவப்பிரகாசம் வாழ்த்தி அனுப்பினார். அவள் முன்னே போக இவன் பின்னால் குனிந்தபடி இடது பக்கமோ வலது பக்கமோ பார்க்காமல் அவள் காலடியை மட்டுமே பார்த்து நடந்தான். மணமுடிக்க முன்னர் அவன் எப்படி நடந்தான் என்பது அவனுக்கே மறந்துவிட்டது. அவள் கொஞ்சம் உதட்டைக் குவித்தால் அவன் கிணற்றுக்குள் குதித்துவிடுவான் என்று சிவப்பிரகாசம் எண்ணினார்.

அடுத்தநாள் காலை அவர் முட்டைக் கோப்பியை ரசித்து குடித்துக் கொண்டிருந்தபோது நன்னன் தனியாக வந்தான். அவனைப் பார்க்க வேறு யாரோ போல இருந்தது. அவன் அணிந்திருந்த டெர்லின் சட்டை பொக்கற்றுக்குள் திரீரோஸஸ் சிகரெட் பக்கட் இருந்தது. தலையை ஒட்ட வாரி மேவி இழுத்திருந்தான். சுருட்டிய தினகரன் பேப்பர் கையிலே கிடந்தது. 'என்ன நன்னா? பேப்பர் எல்லாம் படிக்கிறாய் போல இருக்கு?' என்றார். 'ஐயா, எல்லாம் பத்துமாவின் வேலை. கையிலே பேப்பர் இருந்தால் ஆட்கள் மதிப்பார்களாம்.' 'சிகரெட்டும் பிடிப்பாயா?' 'அதுதான் ஸ்டைல் என்று பத்துமா சொல்கிறா. அவவுடன் வெளியே போகும்போது நான் சிகரெட் பிடித்தே ஆகவேண்டும். பழகிக்கொண்டு வருகிறேன்' என்றான்.

'இப்ப என்ன வேலை செய்கிறாய்?' 'அதுதான் பிரச்சினை, ஐயா. என்னை வீட்டு வேலைகள் செய்ய வேண்டாமாம். இப்ப நான் சைக்கிள் கடையில்தான் வேலை பழகுகிறேன். அது மதிப்பான வேலை ஆனால் சம்பளம் குறைவு. போதிய வரும்படி இல்லாவிட்டாலும் பரவாயில்லை என்று பத்து சொல்கிறா,' அவர் வீட்டு பலாமரத்தில் ஒரே சமயத்தில் பழுத்து தொங்கிய மூன்று பழங்களை காகங்கள் கொத்திக்கொண்டிருந்தன. சிவப்பிரகாசம்

நன்னனிடம் பலாப்பழத்தை இறக்கித்தரச் சொன்னார். அவன் நிமிர்ந்து பார்த்துவிட்டு 'ஐயா, பத்துவுக்கு தெரிந்தால் என்னை கொன்றுபோடுவா. நான் வாறேன்' என்று புறப்பட்டான். சிவப்பிரகாசம் 'நீ ஒரு பழத்தை எடுத்துக்கொள். இரண்டை எங்களுக்கு தா' என்று ஆசை காட்டினார். அவன் அதைக் கேட்டதாகவே காட்டிக் கொள்ளவில்லை.

வழக்கமாக ஞாயிறு அன்று கொழும்புக்கு பயணமாகும் சிவப்பிரகாசம் திங்கள் மதியம் யாழ்தேவியில் திரும்புவதாக திட்டமிட்டிருந்தார். ஞாயிறு இரவு அவருடைய இரண்டு ஆடுகளில் ஒன்றை யாரோ திருடிவிட்டார்கள். இரவு ஆடு கத்தியது என்ற விவரத்தை மனைவி காலையில் சொல்லி என்ன பிரயோசனம். மூன்று நாய்கள் இருந்தன, ஆனால் அவை ஒன்றுமே குரைக்கவில்லை. சிவப்பிரகாசம் பயணத்தை தள்ளி வைத்தார். ஆடுகட்டிய கயிறு அவிழ்க்கப்படாமல் வெட்டப்பட்டிருந்ததால் ஆட்டை யாரோ களவாடியிருப்பது உறுதியானது. அந்தக் கிராமத்தில் இப்படியான திருட்டு நடப்பதில்லை. எனவே முழுக்கிராமமும் ஆட்டை தேடியது.

ஊர் பெரியவர், 'ஆட்டை திருடியவன் இந்தக் கிராமத்தில் விற்கமாட்டான். அடுத்த கிராமத்திலும் விற்கமாட்டான். இன்று சந்தை கூடும் நாள். ஆட்டை அங்கேதான் விற்பான்' என்று கூறினார். சிவப்பிரகாசம் ஊர் பெரியவரை அழைத்துக்கொண்டு சந்தைக்கு சென்று தேடினார். அவர் சொன்னது சரிதான். அங்கே அவருடைய ஆடு ஏற்கனவே கைமாறப்பட்டு கசாப்புக் கடைக்கு செல்வதற்கு ஆயத்தமாக நின்றது. அவர் ஆட்டைக்கண்ட அதே சமயம் அதுவும் அவரைப் பார்த்தது. அதன் பழுப்பு கண்கள் அவரை அடையாளம் கண்டுவிட்டது போல ஈரமாக மாறின. ஊர் பெரியவர் பொலீசுக்கு அறிவிக்கும் காரியத்தை செய்தார்.

வீடு திரும்பியபோது மூன்று நாய்களும் ஓடிவந்து அவர்மேல் பாய்ந்து புரண்டன. அவற்றின் வால்மட்டும் ஆடாமல் முழு உடம்பும் ஆனந்தத்தில் துள்ளியதைப் பார்க்க அவருக்கு ஆத்திரமாக வந்தது. திருடனை விட்டுவிட்டு அவர்மேல் பாய்வதற்கா நாய்களை வளர்த்தார். அவர் விட்டினுள் புகுந்து ஒருவன் ஆடு திருடியதை யோசிக்க யோசிக்க அவர் மனம் சினம் கொண்டது. அந்த ஆடு வேறு குட்டித்தாய்ச்சியாக இருந்தது. இரண்டு ஆடும் மாறி மாறி குட்டிபோட்டு அவருடைய ஆட்டுப்பால் புட்டுக்கு தடங்கல் வராமல் பார்த்துக்கொண்டிருந்தன. ஒரு குட்டித்தாய்ச்சி ஆட்டை வெட்டி இறைச்சியாக்குவதற்கு எத்தனை கல்மனசு வேண்டும்.

சென்ற வருடத்து இலைகள் வளவை நிறைத்துக் கிடந்தன. நன்னன் உதவிக்கு வரப் போவதில்லை. மனைவி கூட்டிச் சருகுகளைக் குவித்துவிட சிவப்பிரகாசம் அள்ளி குப்பை கிடங்கில் கொண்டுபோய் கொட்டினார். இரண்டுதரம் கொட்டிவிட்டு

மூன்றாவது தரம் வந்தபோது காற்று சுழன்றடித்தது. குப்பை சிதற முன்னர் அள்ளிவிடலாம் என்று ஓடினார். காற்று வென்றுவிட்டது. அந்த நேரம் வெளியே பெரும் ஆரவாரம் கேட்டது. படலையைத் திறந்து வீட்டுக்குள்ளே சனம் வந்தது. பின்னர் ஆடு வந்தது. பின்னால் பொலீஸ்காரர் வந்தார். அவரைத் தொடர்ந்து கைகளைப் பின்புறம் கட்டிய நிலையில் நன்னனை பிடித்து இழுத்தபடி ஒருத்தன் வந்தான். 'ஐயா, என்னை விட்டுவிடுங்கள். பத்துமா சொல்லித்தான் செய்தனான்' என்று அவன் கெஞ்சி னான். அவன் ஏதோ சிங்களம் பேசியதுபோல சிவப்பிரகாசம் அதிர்ச்சியில் உறைந்துபோய் நின்றார். அப்பாவியான ஒருத்தனை சிலமாதத்திற்குள் இப்படி ஒருத்தி மாற்றிவிட்டாளே என்று நினைத்தார். 'ஆடுதான் கிடைத்துவிட்டதே. அவன் பாவம், விட்டு விடுங்கள்' என்று அவர் வேண்டினார். பொலீஸ்காரர் மறுத்துவிட்டார். "இது பொலீஸ் கேஸ் ஆகிவிட்டது. கோர்ட்டுக்கு போனால் நூறு ரூபா அபராதம் விதிப்பார்கள். அல்லது இரண்டு கிழமை சிறைத் தண்டனை கிடைக்கும்.. அதை அனுபவித்தால்தான் திருடனுக்கு புத்திவரும். நாளைக்கே கோர்ட்டுக்கு ஆட்டை கொண்டு வாருங்கள் என்று சொல்லிவிட்டு பொலீஸ்காரர் நன்னனை இழுத்துப் போனார்.

அன்றிலிருந்துதான் சிவப்பிரகாசத்துக்கு நினைத்துப் பார்த்திராத சிக்கல் ஒன்று முளைத்தது. வெள்ளி அதிகாலை யாழ்தேவியை பிடித்து வந்து இரண்டு நாள் தங்கிவிட்டு கொழும்பு திரும்புகிறவர் அப்படியெல்லாம் செய்ய முடியவில்லை. 'வழக்கு இத்தனையாம் தேதி. உடனே வரவும்' என்று மனைவி தந்தி கொடுப்பார். சிவப்பிரகாசம் அவசரமாகப் புறப்பட்டு யாழ்தேவியில் வருவார். கோர்ட்டுக்கு மாட்டு வண்டியில் ஆட்டை ஏற்றிக்கொண்டு போவார். வழக்கை தள்ளி வைப்பார்கள். அவர் கொழும்புக்கு திரும்புவார். மறுபடியும் தந்தி வரும். கோர்ட்டுக்கு வருவார். வழக்கை ஒத்திவைப்பார்கள். பலதடவை இப்படி அலையவேண்டி நேர்ந்தது.

ஒரு முறை கோர்ட்டுக்கு ஆட்டையும் அதனுடைய இரண்டு குட்டிகளையும் வண்டிலில் ஏற்றிப் போனார். வழக்கறிஞர் குட்டிகளையும் கொண்டுவரச் சொல்லி கட்டளையிட்டிருந்ததால் அப்படிச் செய்தார். கோர்ட்டிலே பத்துமாவின் கையில் ஒரு குழந்தையிருந்தது. எட்டாம் வகுப்பு நன்னனும், பத்தாம் வகுப்பு பத்துமாவும் ஒரு குழந்தையை உண்டாக்கிவிட்டார்கள். அதற்கு பட்டப்படிப்பு ஒன்றும் தேவையில்லை. வழக்கை மறுபடியும் தள்ளி வைத்தது சிவப்பிரகாசத்துக்கு ஆத்திரத்தை கொடுத்தது. பத்துமா மரத்திலே சாய்ந்தபடி குழந்தையுடன் நின்றாள். கோர்ட்டுக்கு அவசரமாகப் போனவர்கள் அவளைத் தாண்டும்போது வேகத்தை பாதியாகக் குறைத்தார்கள். அவள் முகம் சந்திர வெளிச்சத்தில் பார்ப்பதுபோல வெளிறிப்போய் காணப்பட்டது. அவர்களைப்

பார்க்க பரிதாபமாக இருந்தது. நன்னனிடம் 'சாப்பிட்டாயா?' என்று கேட்டார். அவன் இல்லை என்றான். பாலைவனத்து ஒட்டகம்போல அவள் தலையை அலட்சியமாக மறுபக்கம் திருப்பினாள்.

சாப்பாட்டுக் கடையில் நன்னன் கைக்குட்டையை எடுத்து வாங்குமேலே விரிக்க அவள் உட்கார்ந்தாள். இப்பொழுதுதான் அந்தப் பெண்ணை சிவப்பிரகாசம் நேருக்கு நேர் பார்த்தார். அவள் உடம்பு அசையாமல் இருக்க அவள் தலை மட்டும் ஒரு நடனக்காரியுடையதுபோல இரண்டு பக்கமும் அசைந்தது. அவள் ஓயாமல் பேசினாள். வாய்க்குள் உணவு இருக்கும்போதும், அதை விழுங்கிய பின்னரும், அடுத்த வாய் உணவு வாய்க்குள் போக முன்னரும் அவள் வாயிலிருந்து வார்த்தைகள் ஒன்றுடன் ஒன்று ஒட்டியபடி நிறுத்தாமல் வெளிவந்தன. எல்லாமே கணவனுக்கான கட்டளைகள்தான். அவன் உணவை அள்ளி வாயில் திணித்தபடியே தலையை மட்டும் ஆட்டினான். 'பஸ்ஸுக்கு காசு இருக்கிறதா?' என்று கேட்டார். அவன் இல்லை என்றான். அதையும் தந்து அவர்களை அனுப்பி வைத்தார். அவர் படும் அவதியிலும் பார்க்க அந்த இளம் தம்பதிகள் அனுபவிக்கும் துன்பத்தை பார்க்க அவரால் முடியவில்லை.

அன்று கோர்ட்டு கலையும் வரை காத்திருந்தார். அரசு வழக்கறிஞர் காரை நோக்கிச் சென்றபோது குறுக்கேபோய் விழுந்தார். 'நான் ஓர் அரசாங்க உத்தியோகத்தன். ஆட்டைத் திருட்டுக் கொடுத்ததால் கடந்த 18 மாதங்களாக கொழும்பிலிருந்து வழக்குக்கு வருகிறேன். ஆட்டையும் குட்டிகளையும் வழக்கு நாட்களில் கொண்டு வரவேண்டும் என்பது உத்தரவு. ஆட்டின் விலை அறுபது ரூபா. ஆனல் நான் செலவழித்தது 600 ரூபாவுக்கு மேலே. ஆட்டை திருடியவன்தான் தண்டனை அனுபவிக்கவேண்டும். ஆனால் திருட்டு கொடுத்தவன் திருடனிலும் பார்க்க கூடிய தண்டனை அனுபவிப்பது எந்தவிதத்தில் நியாயம். அடுத்த தடவையாவது வழக்கை முடித்து வையுங்கள், ஐயா'. வழக்கறிஞர் ஒன்றுமே பேசவில்லை. அவரை விலத்திக்கொண்டுபோய் காரிலே ஏறினார்.

வழக்கு தேதிக்கு இரண்டு நாள் முன்னதாகவே சிவப்பிரகாசம் கிளம்பி யாழ்ப்பாணம் வந்து விட்டார். வீட்டு வளவு வேலைகளை முடித்துவிட்டு இரவு ஓய்வெடுத்தபோது மனைவி சொன்னார். 'இப்பவெல்லாம் மாடு முன்னைப்போல கறப்பதில்லை. பால் குறைந்துவிட்டது.'. சிவப்பிரகாசம் ஒரே வெறுப்பில் இருந்தார். 'இந்த வழக்கு என்னை அலைக்கழித்துவிட்டது. எவ்வளவு நாட்கள் வீணாக ஓடின. எத்தனை காசு நட்டம். அல்லாவிட்டால் இன்னொரு மாடு வாங்கி விட்டிருப்பேனே' என்றார். அடுத்தநாள் காலை. மாஜிஸ்ட்ரேட் வழக்குக்கு ஒரு நிமிடம் மட்டுமே எடுத்து போதிய சாட்சியங்கள் இல்லாதபடியால் வழக்கை தள்ளுபடி

செய்வதாகச் சொன்னார். இதை 20 மாதங்களுக்கு முன்னரேயே செய்திருக்கலாம். இத்தனை அலைச்சலும் தொல்லையும் பணமும் மிச்சமாகியிருக்கும்.

தீர்ப்பான பின்னர் நன்னனில் பெரிய மாற்றம் தெரிந்தது. சிவப்பிரகாசம் நம்பமுடியாமல் தலையை பின்னுக்கு இழுத்து மறுபடியும் பார்த்தார். அவன் கண்களில் வெளிச்சம் நடனமாடியது. அரும்பு மீசை. திரிரோஸஸ் சிகரெட் சட்டை பொக்கற்றுக்குள் தெரிந்தது. கையிலே தினகரன் பேப்பரைச் சுருட்டி வைத்தபடி சிரித்துக்கொண்டே கோர்ட்டுக்கு வெளியே வந்தான். பத்துமா எங்கிருந்தோ வந்து அவன் கையை டெர்லின் சட்டை முடிந்த இடத்தில் பிடித்து இழுத்தாள். சிவப்பிரகாசத்துக்கு அவர்களைப் பார்க்க சந்தோசமாகவிருந்தது. விடுதலையுணர்வு எல்லோருக்கும் பொதுதானே.

பத்துமா ஒரு குழந்தையை தூக்க ஓடுவதுபோல குனிந்தபடி அவரை நோக்கி ஓடிவந்தாள். காலிலே விழுந்து நன்றி சொல்லப் போகிறாள் என அவர் நினைத்தார். அவள் குனிந்து மண்ணை வாரி எடுத்து வீசி 'நாசமாய்ப்போக' என்று திட்டினாள். 'உன் ஆடு நாசமாய்ப் போக. உன் மாடு நாசமாய்ப்போக. உன் குடி விளங்காது. இல்லாதவன் என்ன செய்வான்? இருக்கிறவனிடத்திலே தானே எடுக்கவேணும். இதையும் பெரிய வழக்கு என்று கொழும்பிலே இருந்து வந்து நடத்தினாயே. ஆலமரத்து இளங்கொடியை எப்பவோ அறுத்துக் கீழே வீசியாச்சுது. அதுபோல நீயும் அறுந்துபோவாய். உன் அழிவுகாலம் இன்றுதான் ஆரம்பம். நீ புழுத்துச் சாவாய்' என்று வைதுவிட்டு நடந்தாள். திடீரென்று ஒரு வசவு விடுபட்டுவிட்டதை நினைத்து திரும்பிவந்தவள். அவர் புழுதியிலே குளித்து நின்றதைப் பார்த்து மனதை மாற்றி ஒன்றுமே பேசாமல் சென்றாள்.

சிவப்பிரகாசம் திகைத்துப்போய் நின்றார். அவர் மேசையில் விரல்களால் சுழற்றும் 3 டெலிபோன்கள் இருக்கும். நாலுபேர் வாசலில் எந்த நேரமும் அவர் கையொப்பத்துக்காக காத்திருப்பார்கள். மந்திரி அவருக்கு கை கொடுத்திருக்கிறார். இருபது வயதை தொடாத இந்தப் பெண்ணின் வாயிலிருந்து வந்த வசவுகளை ஒவ்வொன்றாக எண்ணிப் பார்த்தார். வண்டில்காரன் ஆட்டையும் குட்டிகளையும் வண்டிலிலே ஏற்றி தயாராகவிருந்தான். அவன் நடந்ததை பார்த்தாகக் காட்டவில்லை. அடுத்தநாள் ஊரிலே கதை பரவும். இரண்டு நாளில் கொழும்புக்கும் போய்விடும். தலைப் புழுதியை கைவிரல்களினால் தட்டியபடி ஆட்டைப் பார்த்தார். அது தன் பழுப்புக் கண்களால் அவரையே உற்று நோக்கியது. முழுக்கதையையும் அறிந்த அந்த ஜீவன் ஒன்றுதான் அவருடைய ஒரே சாட்சி. வண்டிலில் ஏறி உட்கார்ந்தபோது அவர் மனைவி ஆட்டுப்பால் புட்டுடன் காத்திருப்பதாகச் சொன்னது நினைவுக்கு வந்தது.